XỨ LẠ NIỀM THƯƠNG - *tiểu thuyết*
Hương Dạ Thảo

Bìa: Uyên Nguyên Trần Triết
Dàn trang: Đỗ Huỳnh Đăng Ngọc
Nhân Ảnh xuất bản 2025
ISBN: 979-8-3485-8736-9

HƯƠNG DẠ THẢO

XỨ LẠ NIỀM THƯƠNG

tiểu thuyết

Nhân Ảnh 2025

XỨ LẠ NIỀM THƯƠNG

CHƯƠNG 1

Thi là một cô gái thông minh giàu mơ mộng, dù làm cực khổ đến mấy nàng cũng vui vẻ, ưa nhìn ngắm mây trời để làm một vài câu thơ, hoặc viết một bài văn truyện ngắn, truyện dài, về sự sống và con người trên mặt đất, đó là niềm vui thú riêng của cô. Mùa thu đi qua lá vàng rơi, mùa hạ oi bức hoa nở, mùa xuân gió hát lướt thướt, gợi tình v.v... đối với Thi, hết thảy đều đem lại cô niềm rung cảm. Thi thường đứng một góc phòng khi ra nghỉ break, hay ăn cơm xong để ngắm cảnh vật. Ngắm cảnh vật lòng cô sẽ dịu đi, thanh thản kỳ lạ, thường thì như thế. Cô làm việc ở đây trên mười năm, qua rất nhiều đợt manager, supervisor, teamleader.

Ưu khuyết từng người mỗi có, song hiện cô thấy teamleader bây giờ là tệ nhất. Về cách làm việc của her, sự đối xử của bà ta, mối quan hệ bà với công nhân...

Nhưng Thi vẫn phải làm, phải vui với công việc, bởi vì cô cần tiền cho cuộc sống. Và dù sao Thi cũng thành thục nghề job này lâu rồi. Cô đâu có muốn xa, vậy mà...

Hôm đó bất chợt Thi bị kêu lên office, cô nghe ông supervisor Dell tuyên bố:

- Thế nào? Có người nói, hôm qua Thi đã đánh người...

- Làm gì có vụ đó. Xin thưa ông... Ông đừng nhầm, làm ơn giùm. Please! Bất giác Thi nghe vào tai mình tin như sóng dội, cô phải trả lời trong tâm trạng nghèn nghẹn...

- Họ bảo có mà. Tên Dell quả quyết.

Nàng dửng dưng, hơi mạnh mẽ để phản ứng:

- Làm gì có đánh nhau, tôi giỡn chơi đó thôi mà!

- Không thể giỡn được, người ta làm chứng you đánh.

- Không sao cả. Tụi tôi thường giỡn vậy! Nàng phải chống chế, và cố giữ thái độ lịch sự.

- Cô chối cãi nữa sao. Teamleader đưa lên quyết định

Thi tạm thời nghỉ việc.

- Trời ơi làm thì cực quá, có dịp đùa nhau lấy niềm vui. Mọi người đều giỡn, tôi touch, tôi nựng nhẹ gương mặt hắn chứ có làm gì đâu? Bộ ông không coi phim à, họ vẫn thường trao đổi như thế, để tỏ vẻ cảm tình thôi.

- Phim à? Camera quay cô đánh người, tay đụng vô mặt là không được.

- Oh my god. Đụng vô mặt người là đánh người sao ta? rõ là sai số mất thôi. Đụng thì có nhiều cách đụng chứ, đụng ác tâm hung dữ, đụng nhân từ hữu ái, đụng nhẹ để biểu lộ biết ơn con người, để hàm gởi tri ân gì đó, hoặc đụng với tư cách đồng cảm v.v... chứ?

- Tôi không biết, nói Thi đánh là đánh.

- Ối xạo quá vậy. Trời ơi vu khống quá luôn, tôi thề không bao giờ đánh ai. Camera đâu đưa tôi coi.

- Không nói nữa, cô ra về đi. Đó là quyết định cuối cùng của bà teamleader đưa lên.

- Thôi được nếu như ông không có tình người, ông buộc tội, vì tôi dưới quyền kiểm soát của ông và mụ ta. Nhưng tôi có thể nêu ra nguyên nhân để ông thấy rõ; tôi làm rớt cái ví nữ trên sàn nhà, nó lượm lên không đưa cho tôi, nó cứ giỡn đưa vút tay lên cao, nó hòng tôi không lấy được, để cười nhạo tôi. Song tôi thình lình, thong bay lên lấy được, và phệch nhẹ vô mặt nó một tý cho vui. Tôi hoàn toàn không có ý đánh người. Hắn vẫn làm chung và hay đùa với tôi, đôi khi giờ lunch, giờ break hắn giấu thức ăn tôi, từ microwave bưng ra độ cả 5 phút, tôi mới kiếm tìm thấy, vui chơi là thường tình mà. Có gì nghiêm trọng đâu...

Tên supervisor làm bộ như không thèm để ý lời Thi tỏ bày. Dell vẫn cứ cương quyết:

Teamleader nói cô có cố ý đánh nó.

- Không phải vậy đâu. Bà ta gian ác, và ông muốn cấu kết với kẻ gian ác, không công bằng cho tôi chút nào?

- Bây giờ cô muốn gì?

- Tôi muốn ở lại làm việc, vì cuộc sống tôi cần tiền mà.

- Money ư không được, cô đã phạm luật, chúng tôi quyết

định sa thải cô rồi. (Thằng manager nói tiếng Mỹ. Tôi thì chưa đủ trình độ dịch hay, nên chỉ viết theo tiếng Việt. Tôi dùng loàn theo một hai từ thông dụng, và dĩ nhiên tôi cũng có nói tiếng Mỹ với nó, nhưng văn tôi nói còn yếu kém lắm, bập bẹ thôi. Nên tôi tạm viết hết bằng tiếng Việt ở đây.)

Tôi nhìn nó (Tên Dell). Tôi bảo:

- Cá nhân tôi hết lòng xin, nếu ông giả vờ tin cậy vào bà ta, và ông là một kẻ muốn bợ đít cấp dưới, để lợi dụng nhau, trong công việc để sai khiến. Tôi làm việc hai năm gần đây, từ khi có ông về nơi đây, tôi xác minh hết, thì tôi chỉ đành thua đó thôi. Tôi thật thất vọng một supervisor như ông.

- Cô nói chuyện thông minh, hay chẳng thông minh nhỉ? Ha ha. Liệu tin có quá đáng không chỉ có trời mà biết cơn. Nhưng cô sai lầm bà ta muốn kiến nghị tôi. Thành ra tôi không thể... Sorry. Sorry thật. Hắn, tên supervisor lấy ngón tay đẩy chiếc mũi hơi to bè của mình rồi đưa hai tay về phía trước như có vẻ đầu hàng một sự việc gì, hay ra lịnh chi đó v.v... Thi nhìn thái độ ông ta rồi Thi trả lời vậy.

Thi là thường có khả năng đoán tuổi tác khi nhìn ai, về một người rất chuẩn hay xấp xỉ, hoặc thiên lệch cũng chỉ một đến hai, hoặc ba tuổi là cùng. Vậy mà tên supervisor Dell này, nàng làm việc chung gần hai năm ròng rã, nàng không thể đoán tuổi hắn nổi, hắn già không ra già, trẻ không ra trẻ, hắn hung chẳng ra hung, hiền chẳng ra hiền. Chỉ biết ngày càng ngày, hắn càng thân với mụ Kim Che quá thôi. Đôi lúc gặp nhau, hắn vẫn mỉm cười chào Thi, nhưng Thi từng cảm giác hắn làm sao ấy? Hắn thật khó nói thế nào ấy?

Thi trả lời lịch sự, vẫn cộng chung với đanh đá rằng:

- Thôi được, tôi chấp nhận nghỉ thì nghỉ thôi. Mà điều rất quan trọng, tôi rất sợ những kẻ lưu manh như vầy nha.

- OK. Go go. Hắn nói và nhìn vào mặt Thi.

- But. I can't... Thi muốn nói.

- But you? What? what? Hắn nói như thế muốn chặn.

Thi không nói nổi nữa chỉ lắc đầu nhìn hắn.

Nhưng tên Dell này tiếp tục cho câu nói cuối.

- That is it. You must out company. Don't talk any more. Đừng nói tự do, nói lung tung nữa. Đã quyết định rồi, thì tôi không muốn nghe nữa, sorry, and sorry!

Thi đành cam lòng lấy container, tức đồ đựng thức ăn mang theo, rồi cô phải rời khỏi hãng theo kỷ luật, lòng cô buồn không tả được, mặc dầu tên supervisor Dell hèn hạ này đưa cô ra cửa. Thi giận nó lắm, rất là căm ghét hắn mà không nói được. Thi như uất ức tới cùng, nhưng rồi Thi vẫn cứ coi như không, hồn cô phải nhẹ như lá lúa mơ, vì thuở nhỏ ở dưới quê cô nhìn thấy... Thi nhớ hình ảnh và liên tưởng vậy... Người công nhân đó lại tự nhiên bước đi, cứ bước đi của một nỗi niềm ráng chịu đựng. Thi biết mình như một kẻ bị oan ức, bị mưu hại mà vẫn phải cứ ung dung thôi. Vì Thi biết có kêu oan tới trời, cũng không ai cứu được Thi nữa.

Về nhà cô hoàn hồn suy nghĩ:

Kim Che vốn là một teamleader xảo quyệt gian manh bậc nhất. Bà nịnh bợ với một supervisor hèn, tên Dell này là số zách, bà tìm cách không cho Thi làm việc, bởi lòng đố kỵ của bà, sự làm việc sai trái của bà ta, cứ khiến cho Thi bực mình hết sức. Bà mắc phải lỗi lầm như không giấy mực nào tả hết, nên bà ta cố tình chặn đứng, hất chân người công nhân này khỏi vô hãng, để Thi không thấy bà, và để "mụ" sẽ tự tung tự tát hơn, it nhất bà đừng thấy mặt cô ả này. Coi như Thi là một cái gai của bà ta, nên bà cần phải nhổ tróc. Thi biết chắc là như vậy. Còn phần kiến thức, còn cách làm việc của tên Dell kia thì nàng không muốn bàn cãi nơi mình nữa. Nói cho nhiều hắn tới đâu, cũng chỉ móc vô một cái "tròng dốt" của hắn thôi. Thật ra tên supervisor Dell này đã làm việc nhiều lần nàng tức tới cổ, song sự bực bội oán giận là hẳn nàng chỉ "ghim" cái tên mụ Kim Che VN leader, lỗi thời kia. Bởi vì Thi biết nhiều, để luận tội bà, với muôn phần lý do. Những điều sự thật và chính xác...

Thi thì rất hiền, song bản năng khí chất nơi Thi thì mạnh mẽ. Những thứ cô không chịu được, cô có cãi với bà mấy lần về chuyện ăn lunch, cơm bữa xảy ra. Bà từng bỏ đói công nhân, bà gian lận, bóc lột công nhân, và hành hạ công nhân để lấy điểm cấp trên...

Thi một hôm đang giờ lunch, bà ta bang bang, bổ bổ. She chạy vào gọi:

- Hàng xuống, hàng xuống lane rồi, vào bốc đi, bốc đi, vô làm việc, vô làm việc. Everybody! Everybody! Nuốt nhanh lên. Nuốt nhanh lên, không nên chần chừ lâu nhé.

Thi đang ăn đứng dậy thưa:

- Xin lỗi cho tôi ý kiến. Thi nói tiếng Việt.

Nàng cố nuốt miếng cơm trôi vội nơi cổ để bảo thêm:

- Ít khi thì OK. Ngày nào giờ ăn người ta, mà bà làm như thế, có phải bóc lột không? Tội nghiệp chúng tôi chứ. Còn những con người lười nhác, đi chơi hút thuốc lá bên ngoài cả buổi, cả mấy tiếng bà không dám đụng tới họ. Những kẻ siêng sắng, giờ lunch của họ bà nên có lòng tốt, có trách nhiệm chứ. Bà không cho họ ăn là sao? Nhiều lần cứ như vầy quá sức tưởng tượng. Thỉnh thoảng bà nhờ thì coi được, chúng tôi có thể tạm chấp nhận. Mà bà cứ diễn nhiều cuộc hành trình như nhau. Tôi thật buồn, và thật thất vọng.

- Tôi làm việc vậy đó, ngon thì nghỉ hãng đi, ý kiến chi?

- Bà ở Mỹ lâu cuộc sống nhân phẩm con người bà nên biết. Không thể đối xử còn thua con vật...

- Im đi. Đừng nhiều chuyện quá.

- Tôi mới ra mười lăm phút tôi chưa vô đâu? Đừng để tôi mắc nghẹn khi ăn.

Bà Kim Che không để ý, không thèm quan tâm những điều Thi than thở. Bà chỉ bĩu môi đi vào một lối khác với một tâm trạng quá khích của bà: "Như ta đây sẽ là phần thắng thôi, không thèm sợ ai cho mà coi! Và cái con Thi Thi này mạnh mẽ như muốn lật đổ ta, coi bộ khó đó." Hừm hứ...

Phần Thi nói thế. Song cô lật đật ăn khoảng hơn năm phút sau, cô vẫn xong và vào, Thi đi ngang đối diện gặp Kim Che. Bà ta ỏng ẹo, lại bâng quơ:

- Ương ngạnh liệu hồn con. Đừng có lấn lối nha. Hứm.

Thi không nói gì vẫn vô line làm việc.

Sau đó có một hôm thấy tên của mình nơi bản schedule để làm việc "work" mười hai tiếng trong năm ngày liền, (từ monday đến friday.) Thi mất cả hồn vía đi tìm gặp bà. Nàng kêu lên:

- Trời ơi. Hãng đâu cho làm overtime. Tôi thấy thông báo kia. Sao teamleader buộc tôi làm năm ngày liền. Mỗi ngày mười hai tiếng và những ngày còn lại tám đến mười tiếng nữa. Bà muốn giết tôi chết sao? Trong khi tôi không cần mà. Có người cần làm đủ thì bà không để cho họ? Bà nên làm ơn cho họ, và nên đúng cho tôi đi!

- Bà ưa ngắm mây trời thanh thản để làm thơ. Tôi cho bà làm để biết thân, coi còn chi mơ mộng? Còn hai ngày kia cuối tuần làm mười tiếng nữa. Để thử sức bà có tàn không?

- Hứm! Oh my god. Kim Che nói vậy là sao, không được nhé? Tôi có độc ác với ai đâu. Khi rảnh thì tôi đọc sách làm thơ là quyền tôi, còn khi vô làm việc tôi đâu có lười.

- Không ý kiến gì hết, hãng buộc bà làm bảy ngày mười hai tiếng mỗi ngày. Bà vẫn phải làm thôi, Thằng Dell nó muốn bà làm, vì bà làm được việc.

- Tôi không cần Kim Che khen kiểu này. Khi làm việc thì tôi dốc sức thôi. Bà vẽ ra cho nó, nó một supervisor lười nhát loại tồi, thiếu trách nhiệm, phó thác cho bà, nên bà lộng quyền vô lý.

- Vô lý. Hừm, nhưng tôi nói nó nghe, là bà biết giá trị tôi rồi? Leader Kim Che hất hàm kênh kiệu như thế.

- Nước Mỹ không có cách làm việc vô tử tế đó.

- Tôi có quyền, không có nước Mỹ hay nước Nhật, nước Pháp, hay nước Đại, nước Đức, hoặc Tiệp, nước Khắc nào hết. Hứm...Về đi không lải nhải kiện cung. Schedule để là thế, cứ nhìn đó mà làm cho, không thể ý kiến chi hết. That's it.

- Stupid đến thế là cùng. Ác độc quá tôi không chịu đâu. Thi nói và rời company lòng khó vui với teamleader - mụ phù thủy này. Là chuyện từng xảy ra ở hai người vào một buổi chiều tối. Nàng đi dạo quanh, đôi co với mụ Kim Che phù thủy, làm việc theo kiểu vô lối đó.

Và một lần mới đây xảy ra, cô vào hãng tìm nơi khu vực áo đồng phục uniform treo, đã hết không còn cái nào ở đó. Không có để mà Thi mặc, Thi bước vào với chiếc áo sơ mi đỏ thẩm có vài chấm hoa cúc trắng dệt, trên phần ngực và bâu cổ áo của mình, bà ta lao tới mà rằng:

- Ê ê, làm lâu có biết luật không, sao không mặc đồng phục, mặc áo gì như thế mà coi được sao?

- Xin lỗi bà hơi quá nha, hết áo rồi nha, không đủ công nhân mặc, thành ra không có tôi mặc thôi. Tâm bà không bình chút nào để phát biểu. Nhưng tại sao tôi, không thấy lúc nào bà mặc đồng phục bao giờ, như vậy là sao?

- Tôi là teamleader bà không thể so sánh.

- Đồng phục ai cũng phải mặc, bà quái gỡ không biết tự trọng. Còn nói hàm hồ người ta. Bà dỏm quá mà!

- Ê ê tao làm được việc cho công ty, tao muốn mặc hay không tùy tao, tao muốn thứ gì nữa chẳng nên. Mày không là gì, không được nói. Cấp trên kề cận không la tao là OK. Mày là gì mà lên tiếng? Dế mèn ơi. Who you are?

- Ha ha. Ôi chao ơi bà có những tiếng lóng thật tuyệt vời. Ồ... Tôi là ai cũng được. Tôi không thèm nói. Nhưng tôi thấy thái độ bà giống mụ điên nên tôi mới nói thôi.

- Mụ điên nhưng được việc, còn mày là gì? Ngước mắt tự nhìn lại đi. Mày trẻ đẹp sao nó không nghe mày. Tại sao mày không giỏi apply làm như tao thử?

- Ô hay! Tôi bận cho công việc khác, chứ tôi làm một teamleader không phải như bà đâu. Ý tưởng bà nghèo nàn lắm, đừng khuyên tôi. Hi hi...

- Ngạo mạn...

- Tôi không ngạo mạn nhưng đó là sự thật. Và sự thật. Tôi không là gì, nhưng thái độ bà tôi mua không quá ba xu.

- Ê ê đừng khinh người mày, cái tri thức mày là loại bỏ, Tao lương cao, tao điều khiển công nhân. Tao có quyền, thằng Dell supervisor Mỹ nghe tao là đủ. Khỏi cần bàn nhiều. Đồ ma...

- Ma quái vẫn đẹp hơn bà đó đừng giỡn mặt.

- Thứ hỗn hơn ma. Đẹp cũng chỉ thừa.

- Hi, không sao cả. Bà hay sống nịnh, không biết xấu hổ là gì? Xin bà đừng hống hách nhìn thật kỹ lại mình đi, không giống ai...

- Mày muốn tao cho ở đây làm. Không thì coi chừng.

- Chẳng lẽ bà đuổi tôi được? Khi tôi không có lỗi gì ở công ty. Khi trong tay tôi...

- I don't know, hãy đợi đấy! Chỉ có thuộc cấp tao và thằng Dell mới có thực quyền quyết định cho mày thôi. Nhớ lấy nha...

Nàng lắc đầu nhìn mụ Kim Che, nhưng nàng chẳng run bao giờ. Tại sao phải sợ mụ ta chứ? Phí phạm duy lý làm gì? Quá trình mình làm việc tích cực, đâu có gì sót lỗi kia mà?

Và Thi nhớ một lần nữa. Đi họp meeting xong rời ghế, ra khỏi phòng. Họ băng qua vùng dãy locker của mỗi công nhân chính thức. Không gian ở đó có những khoảng trống rộng và sạch sẽ. Thi và nhóm bạn người Mễ dừng lại ở đây tập hít đất cho vui, vì dư thời gian chưa phải vào line để làm việc. Thi tập môn hít được 10 cái. Các bạn vỗ tay hoan hô khuyến khích. Bị mụ Kim Che sấn tới dẹp la làng, ghi tên dọa dẫm phạm kỷ luật, kỷ liếc, kỷ cương... Vì mụ ta thấy nhiều lần nhóm Mễ và Thi hay exercise, vui chơi như thế này ở đây, khi nghỉ break hươn tay, hoặc rảnh việc.

Đúng là mình còn ngu quá với mụ phù thủy ganh tỵ này. Mà mình mất job. Thi nghĩ và phải chịu chấp nhận, như một kẻ lỡ mộng, lỡ khóc lỡ cười...

CHƯƠNG 2

Nàng ở nhà ba hôm suy nghĩ vẩn vơ những chuyện đã từng xảy ra giữa cô và bà teamleader Kim Che.

Sau đó Thi gọi cho con, một con bé lớn học trường Stanford, chẳng lẽ nào nàng giấu con hoài? Ba hôm rồi phải nói thôi. Nàng nghĩ thế, Thi gọi báo ngay, con bắt phone. Nàng bảo: - Con ơi má có chuyện buồn đây.

- Chuyện gì thế má? Con bé nhìn phone và hỏi lại.

- Con ơi má nghĩ hãng rồi!

Con bé đang tập thể dục đi walk với hai cô bạn gái, lắng nghe Thi nói. Nó suy nghĩ chút rồi nó bảo:

- Sao vậy má, kỳ vậy... Ồ thật lâu má mới gọi con, mà con gọi má ít bắt phone nha?

- Đôi lúc má bận thôi. Con à, má nghỉ việc vì bà leader mụ phù thủy Việt Nam, tên Kim Che gây chuyện ép má, và ông supervisor Dell nghe lời bà ta.

- Ôi thôi má tiếc chi hãng đó nghỉ đi, họ làm việc kỳ khôi quá. Hồi đó con vô con thấy, giờ con vẫn feel ớn lạnh xương sườn...

- Không đâu, hồi đó cô Mai làm còn OK, bây giờ bà này ác độc hơn gấp mười, gấp trăm vạn lần. Má làm cho bã như đang ở địa ngục. Cô Mai tuy thế vẫn có tình người, cô chỉ la hét cái miệng nhưng tâm tánh thì tốt, không tệ... Cô lo cho công nhân ăn uống, quan tâm giờ giấc nghỉ ngơi, break, lunch... Cô Mai có thể định nghĩa một teamleader, một đầu bếp giỏi chỉ là nóng tính.

- Wow vậy sao? Bây giờ tệ lắm hã má?

- Tụi má bị bà Kim Che áp chế bỏ đói dài dài.

- Tệ thật. Lại có những con người kỳ khôi trên trái đất.

- Thì đó con à.

- Ôi nản cho má quá. Và con thương má.

- Nhưng má vô tội, lại ép nói má đánh người trong khi má chỉ giỡn chơi, để đuổi má.

Người kia có nói gì không?

- Không.

- Vậy làm sao họ đuổi má được?

- Bã kiếm chuyện nói luật không cho phép đánh hoặc giỡn ở hãng. Mà má đâu có đánh ai? Bã còn giỡn với mấy người Mỹ đen, bà nịnh họ nơi office trăm tám. Ai có nói gì đâu? Nhiều lúc má nhìn bã nhiều nhố nhăng nữa là khác...

- Ôi bất công cho má quá, về chuyện má. Lần đầu, coi như nếu nội qui trong làm việc không cho giỡn, thì cũng chỉ là cảnh cáo thôi chứ má?

- Nhưng họ không cho má làm nữa, họ dựng chuyện nói má đánh họ thấy. Họ láo vô cùng... cái người kia đâu tố cáo má, mà họ muốn dựng chuyện.

- Ôi, thôi nghỉ đi, câu chuyện đâu có gì nghiêm trọng, nhưng bà ta không thích má làm, nên đã kiếm chuyện má, tạo ra một bước nghiêm trọng. Kệ má ơi, nghỉ ngơi cho khỏe, rồi có thể đi tìm hãng khác làm, không sao má ơi.

- Má không biết có ăn được thất nghiệp không?

- Dạ cứ làm đi, con sẽ làm thử nha.

- Ồ con có buồn má không?

- Không. Làm gì con buồn chứ, chuyện xui má nhưng biết đâu lại hên, có những cơ hội cho má sau này tốt hơn biết đâu được? Miễn là con biết má không bao giờ đánh người, con biết trái tim má là đủ.

- Thanks con hiểu má. Con đang làm gì đó?

- Con đang đi tập thể dục, đi bộ đi walk với bạn bè chung quanh trường thế thôi.

- Ừ con đi đi, má chỉ báo tin cho con biết, má bắt đầu nghỉ ba ngày rồi.

- Vậy hã, má ăn uống vô, không buồn chi nha. Cũng là cơ hội má nghỉ ngơi một tý đó...

- Thanks con đã hiểu nhiều, chúc con an lành, má nhớ con lắm. Bye con.

- Con cũng vậy. Bye má!

Thi cắt phone, Ni thì chạy tới cho kịp bạn bè.

Cô bạn kia vội hỏi:

- Nói chuyện với ai lâu thế. (bạn của Ni, và Ni đều nói tiếng English, tôi chỉ viết theo nó kể qua tiếng Việt.)

- Mom tao bị đuổi khỏi hãng mất việc làm, tao hơi buồn nhưng cũng vui.

- Là sao tớ không hiểu?

- Vì họ vu khống mom tao đánh người, khi giỡn chơi, nhưng mom tao có cơ hội nghỉ ngơi, tao buồn nhưng rồi lại mừng vì mom tao đã có dịp enjoy, như nghỉ vacation dài hạn, thế đó...

- Vậy hã?

- Ừa.

- Thôi mình về lối này nè, lâu quá tao thích nhìn chỗ hồ nước phun kìa.

- Ừa thì đi vào lối đó nha.

Ni và cô bạn người Tây Ban Nha cùng học chung trường Stanford này ba năm và thân nhau.

Cô bạn này tên Calliope và một cô bạn Emma người gốc China nữa, cả ba vào hướng đó và gặp các chàng trai students khác, từ bốn phương hội tụ của trường Stanford, họ vui đùa. Vì họ gặp mặt nhau bỡn cợt xả hơi, sau những giây phút học hành, căng thẳng mệt óc...

Ni có chút buồn cho mẹ, nhưng vòng quay của xã hội, cô sinh viên tạm để chuyện mẹ qua một bên. Tuy nhiên Ni rất thương mẹ, hầu như xa mẹ gần năm tháng chưa gặp, kể từ mùa giáng sinh và new year tây lịch. Nên chẳng mấy chốc đi chơi một hồi với bạn bè. Ni đứng lại một góc trường gọi lại:

- Má ơi nhớ ăn cơm và giữ gìn sức khỏe nha.

- Thanks con, má đang muốn gọi cho em Ti nha?

- À há. Má nói với em đi, con chỉ nhắc một chút thôi... Má nhớ ăn uống vô, đừng buồn. Con muốn vậy đó nha...

- Ừa má sẽ nghe con mà. Chúc con bình an học giỏi.

- Cám ơn má.

Ni lại tiếp tục đi với các bạn hướng về phía trước, chuyện trò tâm sự đùa giỡn.

Thi liền tiếp tục gọi cho con bé thứ hai đồng thời là bé út, khi con bé đang thực tập diễn thuyết tại trường Sewanee. Bởi hôm nay vẫn là Saturday của weekend.

- Ti ơi má nghỉ làm việc mấy hôm nay rồi con.

Ti đang diễn thuyết trong một nhóm cùng bạn bè họ thực tập. Tại sân chơi nghe mẹ nói, cô đưa tay xin phép như báo hiệu cùng các bạn mình có phone gọi. Ti bảo rằng:

- Sorry tôi ra ngoài tý! Ti đưa loa cho người khác cầm.

Cô bé ra ngoài đi lòng vòng nghe phone mẹ. Bạn bè lại có người thay chỗ của Ti để nói, diễn cho các bạn khác nghe. Đây chỉ là một nhóm thực tập vui chơi cuối tuần, có thể học hỏi hữu ích, về sự hội thoại diễn thuyết.

Ti vẫn tiếp tục nói chuyện với mẹ:

- Sao má kể tiếp đi, con nghe.

- Má nghỉ làm company TMP rồi, vì họ vu khống má đánh người, và sa thải má. Nhưng má không đánh ai!

- Vậy thì sao má chịu, con sẽ khởi kiện họ nếu má không đánh người.

- Họ phe phái trong đó. Và người trực tiếp với mình họ ác mà họ có quyền.

- Họ ác mà họ có quyền, vô lý quá má ơi. Con phải tìm công bằng cho má chứ. Còn chuyện làm nữa ở đó hay không, con để một góc xa? Con không đặt thành vấn đề điều ấy đâu.

- Chị hai Ni con nói khỏi cần, tha cho họ những con người gian ác kỳ thị, rồi họ cũng bị quả báo thôi. Mình cứ nghỉ ở đó, và tiếp tục đi những bước khác hơn...

- Cũng có thể vậy, riêng Ti tức quá.

- Má cũng tức lắm chứ, sự bê bối, ác ý của họ. Mà thôi má cứ nhịn, yên lòng phú cho trời...

- Vậy cũng OK há. Nhưng mai này con ra luật sư con không bỏ qua chuyện này, điểm khởi đầu con làm việc đó. Con bực lắm khi có chủ nghĩa bạo hành vô lối, vô duyên vô liêm sỉ, thiếu công chính mà cứ thắng.

- Má phú cho trời thôi, má không thích nghi company TMP lúc này, với kiểu làm việc của bà leader Việt Nam phù thủy ác độc. Mà ở đây việc quen, nên má không muốn rời hãng. Nhưng thế buộc hôm nay má phải rời con à...

- Thôi vẫn là số phần, má cứ nghỉ cho khỏe, nhớ ăn uống và bảo vệ sức khỏe tốt trước hết.

- Vâng má biết, thanks con!

- Được rồi con nói chuyện sau, tụi con sinh viên đang thực tập nói chuyện diễn thuyết. Chúc má cứ vui đã, không buồn nha!

Ti lại trở vào với một nhịp bước khoan thai và hùng mạnh, hơn là dịu dàng e lệ. Ti đang để tâm coi một bạn đang diễn thuyết tựa đề "Phải tự tin ngay khi sự việc mới bắt đầu."

- "Do you know? It is very important, because it you know...." Tạm dịch qua tiếng Việt với toàn ý là:

Có một câu nói nổi tiếng bạn có biết. Điểm xuất phát là muôn vàn khó khăn, và nó rất là quan trọng, bởi vì bậc nhất của tiến trình. Nhưng ta nuôi lòng kiên trì nhẫn nại, sự tin tưởng cố gắng tìm ra phương pháp làm cho bằng được, thì ta vượt lên dễ thành công ở các bước còn lại...

Ti vô quây quần cùng các bạn ở nhóm mười người, kẻ ngồi người đứng vây quanh lắng nghe. Anh ta cậu học sinh người gốc Mễ tiếp tục nói bằng by English. Câu nào hay nhất, ấn tượng nhất sẽ được các bạn làm "khán thính giả," chú ý vỗ tay rốp rốp. Ti vui đã vỗ tay khuyến khích bạn. Cô bé để sự việc má kể, mới nghe qua một bên.

Phần Thi đi kiếm một thứ gì ăn. Thi ăn tạm một ổ bánh mì và làm trứng chiên ốp la. Sau đó đi tắm xong, lau người thay đồ, Thi đi giặt đồ đạc rồi lên giường nằm suy nghĩ cô lại ngủ một giấc, Thi giấc ngủ bao giờ cũng đến nhanh dù tâm trạng cô buồn hay vui vẫn cứ thế. Ngoài vườn hoa lá vẫn rung rinh những ngày cuối hạ... Mặc dầu nàng mất job nhưng nàng cảm giác, không mấy buồn khi nhìn thấy thân cây cuống lá, những nhành lá được gió đu đưa kia, như một thâm sâu cội rễ từ một tâm hồn lớn lao chia sẻ của cảnh vật: Chúng như bảo nàng yên vị với sự thay đổi, bằng màu sắc ấm áp, bâng khuâng dịu dàng của hương hoa bên thềm nữa, tất cả như thêm len nhẹ vào giấc ngủ an bình cho Thi, giúp cô nhận được giấc ngủ thật sâu... Thi lại một chút lãng mạn xa vời, nghĩ mình như một kiếp có thể một quận chúa, hay một nàng mẫu nghi, rồi bước đến thời kỳ đau thương, suy vong nhất... hi hi. Ôi là phải chịu thôi. Nhưng Thi có thể tin vào những huyền bí của tươi sáng ngày mai! Nàng có tư tưởng lạc quan quá chăng? Thi lắc đầu ý nhị mím môi, và giấc ngủ tìm đến ngon lành ngoài vòng duy thức đó. "*Ngủ đi em nhé đừng suy nghĩ gì...*"

Sau một giấc điệp ngắn đẹp không mơ màng nhiều. Nàng cựa mình tỉnh giấc thông cảm cho chính mình. Suy nghĩ bâng quơ. Thi gọi phone cho chồng nàng. Thi báo:

- Anh Thịnh ơi em nghỉ làm việc ở hãng rồi.

Chồng Thịnh đang làm nail một tiệm với em gái. Nàng và chàng không hạp nhau một chút, sau này hai người đã phải sống riêng. Tuy nhiên trong chừng mực nào đó, Thi vẫn thương chồng.

Anh nghe Thi gọi báo thì la lên:

- Tại sao thế, em nghỉ sẽ làm gì? Và tại sao nghỉ Thi?

- Em bị mất job thôi.

- Trời ơi làm sao em để mất job?

- Em bị vu khống đánh lộn, nhưng anh biết tánh em có bao giờ đánh ai?

- Nói vậy mà cũng nói, mình không đánh thì làm sao nó đuổi mình. Em phải kiện chứ.

- Nó phe đảng không muốn cho em làm nữa mà!

- Vậy sao nghỉ được vô lý, nhờ hai con can thiệp coi?

- Thôi được anh, em muốn nghỉ ngơi vì họ độc ác. Ni không cho em ý kiến gì nữa cả. Ti cũng đồng ý chiều theo ý kiến chị Ni nó rồi.

- Thì em ăn thất nghiệp rồi kiếm chỗ khác làm đi. Để mua bảo hiểm cho gia đình dễ hơn. Anh thật không ngờ như vậy.

- Em chỉ báo cho anh biết thôi. Cũng có nhiều chương trình mua ở ngoài hãng cũng được mà anh.

- OK. Nhưng có ăn thất nghiệp được không?

- Em chưa biết, tuần tới em sẽ đi xin thử.

- Ừa em cứ apply thử nha.

- Em chỉ nói anh nghe vậy thôi, anh làm việc đi.

- Ừa đành chịu. Anh đang làm cho khách...

Thi đành suy nghĩ hai tay để lên đầu, rồi cô massage, như theo thói quen. Một đoạn, Thi cần mở một bản nhạc nghe cho lòng đỡ nặng trĩu. Những bài tình ca Nhạc Mỹ lời Việt êm ái, vẻ du dương để nàng quên đi nỗi đau.

Lại suy tư bâng quơ nữa. Sau một hồi thì cô nghĩ đến một người. Đó là một nhà văn, chủ bút của hội sáng lập thơ văn Mê Linh. Nhưng anh có một shop bán phone, và sửa computer riêng. Anh Long đang loay hoay với mấy cái máy, công việc ở shop vừa đủ làm, anh không đến nỗi bận lắm...

Cô cầm phone bấm máy cho anh ta biết:

- Anh Long ơi em đã bị sa thải, bị đuổi ở hãng rồi. Có việc gì cho em làm với không?

- Nói thiệt hay nói chơi vậy? Long bắt phone vào tay, và hỏi nhẹ.

- Em đâu dám giỡn chuyện mất job. Có việc gì đó? Layout, biên tập, phụ phụ gì với anh không? Em làm cho.

- Tụi anh làm chơi, theo định kỳ vui văn nghệ, không thể trả lương em đủ sống đâu. Nhưng em nghỉ có ăn được thất nghiệp không? Và tại sao vậy hã Thi?

- Ăn thất nghiệp, em chưa biết, con em nói sẽ làm. Còn việc em bị nghỉ là họ cố tình gây ép.

- Tại sao gây ép em? Gây ép như thế nào ta?

- Chuyện kể ra ngắn thôi. Họ ép nói em đánh người... Nhưng không phải vậy đâu, nghe đầy đủ thì phải dài. Khi nào em sẽ kể anh rõ. Họ buộc thế để mình nghỉ làm anh ơi...

- Anh nghe tạm hiểu rồi. Buộc thế, gây ép, ép gây nghe chán quá. Thế thì anh sẽ dẫn em đi apply lên sở lao động thử, chứ chần chờ trông đợi chi con? Nó đang bận học và ở xa.

- Nếu anh giúp em là quá tốt chứ. Con thì lúc nào không bận lại ở xa nữa. Em biết điều đó...

- Ừa được, vậy đi nhé ngay bây giờ nghen. Hôm nay anh hơi rảnh, muốn gặp em, giúp em cho nhanh liền.

- Vậy sao?

- Tốt hôm nay, vì anh có thể không bận công việc nhiều. Chờ anh mười lăm phút. Anh sẽ đến nhà chở em đi tới đó.

- Dạ. Em chờ.

- Ừa được.

- Vậy nha. Xin cám ơn anh trước.

Thi đứng khững lại và không biết làm gì, đang trong chờ đợi Ngô Đình Long đến. Sau một hồi chợt tỉnh cô đi thay đồ, mở một bản nhạc khác vang lên, cho hồn thanh thản hơn nữa. Cô muốn giảm đi sự nặng trĩu như mọi lần. Thi vẫn thường mở âm nhạc khi buồn nghe cho đỡ quẩn, đó là tánh cách của nàng mà... Rồi Thi kiếm thẻ và một ít giấy tờ cần có để chuẩn bị sẵn, để cùng Long đi xin thất nghiệp. Đâu ra đó mọi việc Thi làm xong cũng nhanh, Thi muốn ra phía trước nhà như đón đợi Long. Nàng nhìn cánh Hoa Lan tươi mươi mới nơi ban ngày, với gió hè nhè nhẹ... Rồi chẳng mấy chốc nàng chờ đợi, không thấy anh Long đến. Không biết sao chàng hơi lâu và một tý chậm trễ nhỉ? Nàng nhìn đồng hồ đeo tay, lại vào nhà ngồi ở chiếc ghế phòng khách. Nàng cứ giằng lòng đợi Long, và Thi cứ nghe nhạc buồn du dương gợi cảm... Một đoạn sau mười phút nữa, anh mới đến. Ngô Đình Long đến chào nàng với cái bắt tay thay lời, rồi anh mới nói:

- Anh chậm chút vì làm cho trọn cái máy. Đi em bây giờ vẫn còn sớm, lên đó anh apply điền đơn. Sao xui vậy Thi? Nếu vậy thời gian này em cần học thêm English để củng cố hữu ích cho đời sống em. Anh nghĩ là...

Thi làm thinh không nói. Ngô Đình Long nói thêm:

- Em có kiến thức cơ bản, nhưng phải đi xa hơn nữa, để có nhiều lợi thế. Ở đây người Việt thương nhau cũng nhiều, mà ganh ghét đố kỵ không phải là ít? Họ cắn nhau mà không biết người khác đau... Còn không, em phải chịu ngu mới làm việc với bọn lưu manh được. Em nên nhớ kỹ là như vậy?

- Em có nói tiếng English đàm thoại chút chứ, mà họ không listen nghe.

- Thôi học rồi đi làm chuyện khác. Job mới khác mà.

- Em không ngờ, em bị họ dựng chuyện nên phải nghỉ.

- Ừa anh hiểu! Thôi bây giờ mình lo cho cái ăn thất nghiệp đi. Đi em...

CHƯƠNG 3

Thi theo Long bước ra khỏi nhà, và bước lên xe anh, Long như không còn thời gian để nhìn cảnh vật trong nhà, và mắt môi Thi nữa. Cả hai ra xe lẹ, để đến sở labor. Long lái xe với tốc độ nhanh nhảu hơn mọi khi. Mặc dầu anh muốn lái chậm nhưng không hiểu sao tay lái vẫn bẻ nhanh vậy.

Vào sở labor (tức là sở lao động.) Thi đưa cho Ngô Đình Long anh đến trình giấy tờ ID, Social Security, Thi ngồi chờ nơi một cái bàn nhỏ như những người ngồi chờ đợi. Khi họ chấp nhận điều gì rồi, anh sẽ vào máy và làm cho Thi như các người ngồi dãy máy phía bên kia, họ đang ngồi trước máy là để apply đơn xin việc gì đó? Ngô Đình Long vẫn biết thế.

Đây lần thứ hai Thi đến nơi này, lần thứ nhất đi với con gái lúc PMP đóng cửa thời gian lay-off của năm 2007, nàng đến để làm đơn khiếu nại, ăn tiền thất nghiệp. Nhưng lần này khác, nàng đến đây với một tư cách bị sa thải cá nhân, nàng không biết có xin được không? Thi đang hồi hộp...

Chần chờ được tên gọi, Thi bước tới trình giấy tờ thêm, một vài chuẩn mực theo yêu cầu. Người làm việc hỏi nàng vài ba câu simple English nàng trả lời. Thi nghe câu bà nói:

- Please sit down at that table, you need wait more...

Thi hiểu, nói thanks rồi nàng đi ngồi chờ đợi cùng Ngô Đình Long. Lần đầu tiên Ngô Đình Long nhìn thấy đôi mắt buồn nhất của Thi, nhưng cũng là lần đầu tiên anh thấy đôi mắt đó đẹp nhất. Anh im lặng nhìn Thi. Thi bỗng giựt mình nở nụ cười buồn hỏi:

- Nhìn gì em giữ vậy?

- Em buồn cũng đẹp, mà tươi cũng xinh giống như một cô đào có tiếng trong hollywood không bằng đó chứ?

- Khỉ anh nè. Đến giờ này anh còn giỡn, em không chịu đâu. Thi đứng dậy, lại bẹo vào má chàng.

Ngô Đình Long la lên:

- Á... "eo ơi đờ đau"... Rồi anh mỉm cười nhìn Thi.

- À anh? Là cái tật bẹo đó mà em bị đuổi. Nhưng cứ càng nhớ, thêm ấn tượng quá đó anh ơi?

- Anh chọc em thôi, sướng muốn chết mà. Thôi có rủi, sẽ có may hy vọng vậy đi.

Thi ngồi xuống chờ kết quả. Ngô Đình Long rảo bước

lòng vòng khu vực. Một tý thì họ gọi tên:

- Trần Lệ Thi.

Thi đứng lên. Cô gục đầu như báo hiệu chính mình, tiếp nhận là mình. Thi tiến trước mặt bàn người đàn bà với chức năng lo trách nhiệm nơi đơn mình xin. Bà ta là một người đàn bà người China tầm thước, khoảng sáu mươi tuổi hơn, đeo kiến cận, song tay và mắt bà vẫn còn lanh lẹ lắm. Bà nhìn Thi một hồi rồi bà tuyên bố:

- Cô không ăn được tiền thất nghiệp. Vì company không chịu chấp nhận. Tôi đành chịu thua, không thể giúp cô được.

Thi nói:

- Xin làm ơn. Có thể nào bà giúp tôi được hơn không? Can you help?

- I can't. Sorry bà nói thêm. Rồi bà nhìn Thi với ánh mắt thương hại hơn. Bà bảo rằng:

- OK. Đây giấy này cô có thể khiếu nại họ, kiện họ. Yêu cầu họ theo từng bước, may be tôi sẽ giúp sau này. (Tất nhiên bà nói hoàn toàn tiếng English, tại tôi còn kém chữ nghĩa English, nên tôi chỉ phỏng viết qua nghĩa tiếng Việt hết. Tôi và các bạn sẽ cùng dễ hiểu hơn.)

Lúc đó Thi buồn cầm tờ giấy, mắt gần như khóc, Thi ra đến chỗ gặp Long đang chờ nơi cạnh bàn, cũng chỉ cách đó chừng 10 hay 12 thước thôi. Cô đưa giấy cho anh.

- Đã không được anh ơi. Họ đưa giấy này cho mình. Có thể họ giúp khi mình kiện đủ chứng cớ.

- Sao vậy? Ngô Đình Long có vẻ hốt hoảng. Anh đứng dậy. Anh cầm tờ giấy từ tay Thi trao.

- Công ty không đồng ý, nhưng bà cho giấy mình có thể khiếu nại. Thi nhìn anh giải thích thêm cho đủ.

- Chao ơi hơi mệt đây em. Vậy là công ty họ cố tình bóp nghẹt em rồi.

- Chắc vậy anh ơi.

- Chứ còn gì nữa?

- Thôi không sao? Nàng mỉm cười gượng buồn, và vẫn tỏ ra hồn nhiên như không từng giận ai...

Xong Thi vứt mảng giấy đó vào trash thùng rác nơi gần nhất, khi mà Ngô Đình Long coi rồi đưa lại cho nàng, (vì lúc nãy nàng chuyền giấy ở tay mình, qua tay chàng cầm để coi kỹ.)

Nàng nở nụ cười buồn, lắc đầu, tuy vẫn một cách ung dung tự tại, và cùng Ngô Đình Long rời building sở labor, đi ra bước lên xe để lái về nhà.

Trên xe Ngô Đình Long hỏi:

- Thật tệ company không cho em cơ hội.

- Bà team leader của em quả là tàn bạo.

- Thiệt tình là bà ác ghê. Ác số một em ơi.

- Thôi được, trời coi ai nấy nên, em vẫn còn tiền trong nhà bank, nên anh Long đừng lo...

- Nhưng để cho người ta có cuộc sống mới, cần trợ cấp thêm chứ. Cần cho người ta ăn tiền thất nghiệp chứ. Họ rất đốn mạt...

- Thôi em chưa xin tiền anh đâu. Nàng tỏ ra cười miễn cưỡng và nói đùa với Ngô Đình Long.

- Em tới giờ phút này còn đùa, vô tư thật.

- Em tới chết, trước năm phút chết, vẫn còn phải cười mà. Đời không cho em khóc anh Long...

Long thoáng nghĩ câu nói của Thi hay hay nhiều ý nghĩa. Chàng len lén để nhìn nàng xem thử.

Thi nói thế, song lại buồn thoáng đau chạy qua hồn chứ! Nàng vừa buồn đó mà?

Ngô Đình Long cơ hồ nhìn Thi, có vẻ một nghệ sĩ thật sự. Nàng đáng yêu hơn là đáng ghét...

Đi đường xe chạy một khoảng. Đình Long hỏi Thi.

- Ta tìm vào ăn buffet nha emThi?

- Thôi, tốn tiền anh Long.

- Chuyện nhỏ mà, sao lại khách sáo vậy em?

Đình Long muốn lái xe về hướng có buffet theo ý lòng chàng đang nghĩ. Chàng đậu xe ngoài parking, nàng thoáng ngơ ngác nhìn chàng. Hai người đã thong thả đi vào đứng trước bàn khách đợi service. Nhanh như chớp, người hướng dẫn tự ghi số vị trí, thứ tự của khách để tiện phục vụ, anh ta chỉ tay về hướng, cho Đình Long cùng Trần Lệ Thi đến đó mà ngồi.

Thi ngồi tý rồi tìm lấy thức ăn theo ý mình. Long cũng thế. Thi đi lấy gọn trở về, cùng tựa vào ghế nơi Long ngồi đối diện, với chiếc bàn ăn chàng mau mắn chọn lựa vùng này, ở bàn này. Và họ thầm mời nhau bắt đầu thưởng thức, thức ăn còn nóng, bốc hơi như ý! Sau đó hai người vừa ăn vừa nói chuyện.

Đây là một buffet mà hình như Thi mới đến lần thứ nhất. Có hồ cá đẹp trước khi vào trung tâm để ăn uống, có những tượng thần người China điêu khắc tỉ mỉ kiểu Phương Đông. Thi không hiểu lắm về ý nghĩa giá trị. Song cô cứ đảo mắt nhìn, Ngô Đình Long hỏi nàng:

- Em có bao giờ đến đây chưa vậy?

- Em đi nhiều với chồng và con em, nhưng chưa bao giờ đến nơi này.

- Em ở Mỹ bao lâu rồi hả Thi, cho anh hỏi lại.

- Hơn mười hai năm hơn. Hơn một con giáp...

- Vậy à. Wow!

Vừa nhâm nhi thức ăn họ vừa nói chuyện chút đỉnh như thế. Thi bảo:

- Thay đổi cuộc sống cũng được rồi anh. Ông trời sắp xếp hết, mong hậu vận không tệ đi. Chắc là em phải như vậy.

- Em sẽ là một chuyến tàu định mệnh rồi...

- Anh văn vẻ và câu nói đẹp đó. Em thích nghe câu ấy.

- Anh đùa mà chắc đúng thôi.

- Em hiểu. Thi mỉm cười và đưa mắt nhìn Đình Long.

Chàng nhìn hai má Thi ửng hồng hơn, và mắt vẫn sáng long lanh, với rèm mi nàng thật linh động tự nhiên rất dễ thương...

Hai người tiếp tục dùng vài món thêm trên bàn họ thích, uống nước sơ vài ngụm. Đình Long ra hiệu một cái nhìn, một dấu tay. Thi hiểu, hai người lại tiếp tục đi lấy thức ăn lần thứ hai. Có ít trái cây như cam, thơm, dâu tây, dưa hấu, đào, táo, nhãn, và kem ly. Cả hai đem về chỗ cũ, họ ngồi lại bàn.

Đình Long còn chần chừ, chưa tiếp tục ăn. Đương lúc Thi đang thử vào loại trái cây dâu tây. Anh nhìn cô ta và nói:

- Ừa nè. Ồ anh mong như thế này anh nói lại. Anh đề nghị em đi học lại English đó. Em công dân Mỹ học không tốn tiền nhiều đâu. Học đi sẽ kiếm job mới khá hơn. Có viết lách tiếng English cũng giá trị hơn, nhiều tiền hơn có thể.

- Dạ để em coi, nhưng nhất định em chưa đi tìm job mới đâu. Để nghỉ tý anh Long.

- Ừa thong thả, OK mà. Anh hiểu mà Thi, anh chỉ nhắc thôi.

Ăn xong một ít những món họ vừa lấy. Thưởng thức hai ly kem cuối cùng.

Đoạn sau Ngô Đình Long coi bill tính tiền liền. Anh quay đi restroom. Thi đảo mắt nhìn kiếm anh, cô biết. Rồi cô rời bàn mình, Thi bước ra nhìn vòi nước, nơi hồ cá để nhìn cảnh vật cô thích hơn... Từ xưa đến giờ Thi ưa nhìn cảnh vật hơn cả ăn uống. Thi đi nhìn thật gần những tượng Tàu điêu khắc có chữ ghi, dù nàng không rành mấy tiếng Tàu, nhưng Thi thích ngắm lâu như thế. Ngô Đình Long bước ra đến gõ nhẹ vai, Thi chợt tỉnh, vẫn nói với chàng, nhìn môi chàng:

- Cảnh tượng ở đây đẹp quá anh Long.

- Anh đi nhiều lần ở đây, nên ngắm nhiều rồi. Thành ra thấy cũng thường thôi.

- Vậy sao? Thi trố mắt thêm liếc chàng hỏi gạn như thế.

- Với em thì mới lắm phải không Thi?

- Đúng thế anh Long.

- Thích thì hôm nào anh đưa đến nữa nghen? Bây giờ mình về được rồi.

- Dạ thích chứ. Và cô nắm tay Ngô Đình Long theo ra xe một cách tự nhiên, như thân hữu lắm.

Nói vậy thôi, xong rời quang cảnh đó. Ngô Đình Long lại lái xe để đi một nơi khác. Anh đưa cô đi xem thêm vườn hoa, sau khi rời buffet mang tên "Give To Happy..." cho Thi giải trí. Anh mong niềm vui nơi nàng được ngóc lên, và cho nỗi buồn nơi nàng vơi đi, hoặc phải hạ tốc xuống...

Mặc dù Thi buồn nhưng rồi được ngắm phong cảnh thiên nhiên, ngắm hoa lạ nữa, lòng nàng cảm thấy vui hơn, mọi cay đắng Thi gác qua một bên. Ngô Đình Long quả sành tâm lý cho nàng, một người con gái, một thiếu phụ rất giàu có ở một tâm hồn phóng túng mơ mộng và lãng mạn...

Một đoạn có bạn gọi lúc Đình Long và nàng đang dạo chơi một khu công viên, có nhiều vườn hoa khá đẹp gợi cảm đó. Người ta gọi tới cho Thi, Thi bắt phone hello. Bên kia đầu giây nói.

- Chào chị Thi. Hôm nay birthday mẹ anh Bính không thấy chị đến, chị có hứa chị nghỉ việc rồi, sẽ đến ngay mà.

- A eo ơi, chị quên mất. Chị sẽ đến chứ...!

- Dạ chị.

- Thank em nhắc nghen. Thi nghe phone và trả lời. Quay sang Đình Long. Nàng nói:

- Anh ơi em có người thân birthday. Họ gọi báo cho em. Trời ơi em quên mất. Em muốn anh đưa em về. Em chuẩn bị đi đến đó... Thi nói nhìn Ngô Đình Long như dò xét.

- Ừa anh muốn đưa em ngắm cảnh một chút, để đánh tan nỗi buồn xui xẻo. Giờ về cũng OK em.

- Vậy nghen anh, khi khác mình đến đây nữa anh há.

- Được thôi em. Ngô Đình Long nói, rồi cùng Thi ra chỗ đậu xe. Họ phải đi ra về nhanh. Long nhanh nhẩu lên xe, lái xe với vận tốc hơn trung bình. Thi ngồi bên, nàng cứ nhìn quang cảnh đẩy lui. Rồi nàng nhìn vào tay lái Long bẻ đẹp thánh thoát quá. Chàng thì nhìn vào gương mặt Thi sơ thoáng qua khi lái, chứ chàng đâu dám nhìn kỹ được. Bởi chàng phải chăm chú đủ thứ bên ngoài, để lái xe an toàn nữa. Đối với Ngô Đình Long đi với giai nhân, đi với người đẹp anh càng cẩn thận hơn. Mắt Long đang hướng về phía trước nhiều mà, Thi hiểu điều đó. Và chỉ 15 phút sau, anh đưa Thi về tận nhà. Hai người tạm chia tay, Thi bảo:

- Cám ơn anh Long nhiều nha! Em bận việc cho birthday

họ, người thân của em, thông cảm nha anh. Có người em tinh thần em đã gọi vừa nhắc nhở...

- Không có chi. Chúc em "Con tim vui trở lại." Là anh vui theo thôi.

- Dạ sẽ cố gắng. Thi nói và vẫn nở nụ cười thật hồn nhiên như chưa từng xảy ra sóng gió. Nụ cười cô hiền như hoa nở sớm mai, mới đủ là so sánh... Long cảm nhận và bây giờ có thời gian, để chàng nhìn nàng nhiều hơn lúc nãy...

Đoạn nàng chờ Ngô Đình Long lái xe rời khỏi nhà xa, Thi mới vào nhà thở dốc mạnh một cái ào như cho khỏe... Nàng lại suy nghĩ miên man đến cuộc hẹn đi birthday. Ôi birthday, birthday người thân! Thi có vẻ worry. "Nên đi không ta ơi? Tới đó chắc bị hỏi nhiều về chuyện nghỉ job, người Việt Nam mình thì như vậy mà. Lôi thôi là trả lời không xong, không xuể, hoặc mệt xỉu luôn đó nha. Ôi oải quá ta..." Nàng đưa tay chống hai eo hông suy nghĩ nên làm gì, và không nên làm gì lúc này?

Thi lẳng lặng nhìn đồng hồ treo tường rồi tự bảo "nên đi hay không đây" Nàng sẽ phải bói toán đây.

- Đi không đi, đi không đi, đi không đi, đi không? Thi ưa đưa ra "bói nói" theo làn hơi, quyết định điều gì xưa nay nàng ưa thế.

Ôi mệt quá chắc Thi không muốn đi đâu cả. Chữ "không" cuối cùng rồi hợp ý ta rồi! Thôi chuẩn bị cho mình một ngày mai, take care my self. Thi nghĩ thế có thể là hay hơn chứ! Đi hôm nay chẳng khác chi một dịp họ phỏng vấn nhiều lung tung: - Về việc job bị sa thải kia... Đành rằng thôi, Thi rút lại lời hứa...Thi suy nghĩ vẩn vơ, lý tình nơi mình... Thi lại tìm lấy một vài tờ báo coi cho đỡ buồn chút thử. Và nàng dừng lại ở mục quảng cáo học English, nàng tò mò coi rất lâu. Dù quảng cáo có mấy chữ, nó không dài dòng. Mà không hiểu sao Thi cứ muốn lẩn quẩn dán mắt ở đó hơi bị lâu. Có lẽ Thi cố tìm và định đoạt, hoặc dự liệu chi cho một việc gì đó chăng? Nàng phải mau chóng nghĩ cho ra, mình có nên đi học thêm English đây không chăng?

Là điều đang cần thiết và đòi hỏi nơi nàng...

Rồi cuối cùng của suy nghĩ. Thi mạnh dạn cho rằng: Mình nên đi học là tốt hơn, better hơn, good hơn chứ! Thi sẽ đến trường Internationnal để xin đơn nhập học English. Như họ mời mọc quảng cáo là điều phải làm hơn. Nàng phải gọi một người Việt Nam tên Nguyễn Thu Nguyệt Assistant service phụ việc ở đó. (Quảng cáo đã đính kèm đầy đủ nhân lực hỗ trợ ở đây.) Thi sẽ phải liên hệ nói chuyện trước với người này.)

CHƯƠNG 4

Thế rồi một buổi sáng qua xuân, mới sang hè vào cuối tháng tư tây lịch ở đây. Thi thay bộ đồ váy dài màu hồng phấn, vải tơ lụa mịm màng, tự nhiên nàng thấy thích mặc nó, và nàng mạnh dạn ra lái xe đến trường đó. Trường nằm không xa nhà cô lắm, đầu tiên cô đến tìm phòng người Việt assistant service. (Họ đã điện nói chuyện và hẹn nhau rồi.) Giờ thì hai bên gặp nhau chào hỏi:

- Nice to meet you!

- Nice to meet you too!

Và đoạn sau cả hai nói chuyện bằng tiếng Việt hết. Hình như họ nhận ra nhau, họ muốn nói tiếng mẹ đẻ một chút. Nguyệt hướng dẫn Thi điền những mẫu đơn cơ bản như đã hứa qua phone. Nguyệt nói chuyện sơ qua về sắp tới nên làm những gì, và sẽ làm gì... Nguyệt cười vui vẻ bảo coi như xong đối với các hồ sơ yêu cầu.

- That's it! Và bước step simple. Là gì biết không nào?

- Dạ không biết? Thi đáp.

- Hừm hì. Vậy nhé: Bây giờ vào làm bài test trước tiên để vào lớp theo level nha. Đơn giản vậy mà. Không có gì dài dòng và khó đâu.

- Ô. Dạ cám ơn chị Nguyệt!

- Vâng. Được rồi theo tôi.

Thi theo Nguyệt vào phòng. Nguyệt chỉ cho Thi máy trước mặt để làm bài test. Nguyệt bảo kỹ hơn:

- Máy hỏi gì trả lời cái nấy theo exit nó hướng dẫn bằng

English. Answer nha. Cứ vậy làm, đừng worry lắm. (Nguyệt gặp người VN là cứ nói tiếng kiểu Mỹ và Việt đi chung.)

Thi hơi lúng túng vì lần đầu tiên. Song vài giây Nguyệt chỉ, cô hiểu lối sử dụng, và nắm gọn gàng phương pháp của nó. Thi phải một mình tự chủ làm bài. Nghe, nói, đọc, viết, làm hết thảy các yêu cầu, bài làm gồm bốn khâu, bốn bước đó. Là nguyên tắc căn bản bài test của thí sinh trong 30 phút.

Sau 30 phút trắc nghiệm, kiểm tra ở máy computer về trình độ của thí sinh. Thi ra báo cáo để Nguyệt vào xem. Nguyệt check xong vui vẻ cho biết:

- Rất OK. Nhìn chung ôi tuyệt lắm nha. Bây giờ Thi có thể về được rồi. Và next monday tuần tới vào học. Thi với buổi sáng từ 9 AM đến 2 PM như đơn apply nha.

- Dạ thanks chị Nguyệt!

- Không có chi. Thi về khi hoàn thành công việc. Hôm nay buổi đầu nhanh chóng đạt lắm, bài làm tốt ở phần đọc, viết. Phần nghe, và nói chưa giỏi, nhưng sẽ tới trường luyện...

- Bỏ lâu viết lại cũng lạng quạng. Thi chân thành.

- Tốt rồi, cứ keep going. Hẹn gặp lại. Mình đi làm với new students. Bye nha! Nguyệt nói và đưa tay lên kiểu chào.

Thi thấy Nguyệt lớn tuổi hơn mình song tác phong Nguyệt còn mau mắn hơn mình nữa chứ. Từ bước đi, bước đứng, giao tiếp hỏi han. Thu Nguyệt thể hiện quá ư lẹ làng, chớp nhoáng...

Thi cũng đã rời building bên trong, qua các cửa và ra hẳn bên ngoài. Thi đứng nhìn quanh cảnh chung quang trường, lòng đầy xúc cảm, vui như đã đến, buồn như giấu còn trong ta...?

Thi đưa tay nâng niu mấy cánh hoa có sắc màu ở đây, mà không có hương thơm nàng cảm thấy tiếc. Nhưng biết làm sao hơn mỗi loài hoa thượng đế cứ cho giá trị thực của nó rồi... Như mỗi con người chúng ta cũng có cung cách, tính nết khác nhau, vốn từ nơi cha mẹ đẻ cho vậy.

Thi nghĩ chút rồi lên xe nổ máy rời trường. Nàng vừa nghe tiếng reo từ phone Ngô Đình Long gọi. Nàng bắt liền và say: - Hello anh.

Qua phone tiếng chàng mời:

- Hi em. Nè Thi ơi. Anh mời em đi ăn hôm nay.

Nhưng Thi trả lời:

- Thanks anh Long. Em bận, muốn hẹn bữa khác nha.

- Tùy em thôi. Nhưng sao em từ chối hôm nay.

- Thi đang xin việc nhập học về. Có vẻ bề bộn chút.

- Trời ơi chuyện chỉ có thế mà em cho bề bộn. Anh hết biết luôn. Vậy chúc Thi mau mắn, mọi việc ổn yên vui chứ em?

Thi nhìn phía trước có xe police, nàng liền bảo:

- Vâng tốt mọi bề khi test bài. Ồ anh ơi... anh ơi qua đoạn cảnh sát, em sẽ gọi lại nha. Em không muốn bị ticket chúng phạt. Ôi, ôi anh...

- Vâng OK em, take care! and be careful.

Thi gấp phone lại để lái cho đàng hoàng, nàng tránh cái nhìn police vì luật. Và đôi lúc mình gặp xui nữa là mệt...

Thi dư biết Ngô Đình Long để ý thương mình từ lâu. Chàng có những tư cách đáng quý, chàng mồ côi vợ mười năm, với chàng đủ điều Thi kính mến, còn yêu thì hẳn nàng chưa có. Sống chung lại càng xa vời nữa. Thi luôn lưỡng lự dù rất thân. Thi không muốn dính vào chuyện yêu đương *"Ở xa tựa như hạt kim cương, lại gần là giọt nước mắt..."* Nàng sợ lắm câu nói nổi tiếng này!

Kinh nghiệm cuộc đời cho nàng hiểu biết nhiều, chứ không phải nàng cố tình định kiến theo đuôi câu nói trên.

Thi vẫn ung dung đĩnh ngộ điều đó, và nàng biết nó chẳng dễ gì, chẳng hề gì. Bởi cuộc sống như những dòng sông ra đi về tận biển khơi xa, mà ít một lần hỏi đến cội nguồn? Nàng đang mơ màng nhiều ý tưởng đối nghịch nhau, mâu thuẫn nhau, trong đời sống xảy ra...

Thi đang từ chối đi ăn với Ngô Đình Long khi chàng mời, chắc chàng buồn. Song như thế còn hãy hơn khi nàng đi, nhiều công chuyện nàng sẽ bị dồn đống, mà cuộc tình chàng theo nàng cũng mãi còn treo lơ lửng chẳng đi vào đâu.

**

Những ngày đi học Thi gặp bạn bè ở đây khắp bốn phương trời, nhất là Thi được tiếp xúc với sinh viên Việt Nam. Thi cảm thấy được hít thở một bầu trời tươi đẹp hơn, dù nàng khoảng tiền trong nhà bank đang thụt dần. Nhưng nàng chấp nhận không ăn được tiền thất nghiệp, và chưa đi làm ở đâu. Chi phí trả của nàng là mỗi tháng trên 1000 usd. Nàng còn được những 50.000 ngàn kia. Thôi cứ lo ăn học, và Thi cũng cố chi tiêu dè xẻn.

Hôm đó nàng đi học hai tuần con gái đầu của Thi gọi phone lại. Nàng bắt máy say hello thì con hỏi:

- Má yêu của con. Sao má học hành thế nào má?

- OK con. Má được gặp bạn bè mới, và thực sự thấy vui hơn, giá trị hơn lúc ở hãng TPM.

- Đó má thấy, con nói tiếc gì mà tiếc ở hãng chứ. Má sẽ thay đổi nhiều cuộc sống sau này đó.

Im một tý chờ mẹ có nói gì không? Cô gái lại bảo lanh:

- Con gọi báo cho má hay năm nay con tốt nghiệp. Con muốn mời ba má qua con thăm chơi vào tháng June này ở trường Stanford.

- Để má coi lại?

- Ôi sao lại coi lại má? Má ơi ngày xưa bận làm thì thôi, nay má nên đi qua con, có Ti về từ Việt Nam qua nữa, cả gia đình họp mặt vui mà. Trời ơi, má ơi...

- Nhưng má coi lại, bởi má đang đi học.

- No. Không. Má ơi, con mua ticket nha. Má đến một tuần trước và sau lễ graduation là đủ. Cũng là dịp, kể từ con có mặt nơi đây, ba má chưa từng đến mà. Má Thi chưa bao giờ thăm con ở trường Stanford mà. Đã ba, bốn năm rồi, đúng không. Má nè nghĩ lại cho con đi...

- Thôi đồng ý với con má sẽ đi. Ba con thế nào?

- Ba sẽ đi cùng má, tuy nhiên về sớm hơn vì công việc.

- Ừa vậy.

- Con thông báo để bốc vế. Thanks má. Con có hỏi ba

hôm qua rồi. Và mùa hè này Ti làm việc ở đây California, còn con sẽ sang Mexico vài tuần. Con đi trong ngày con đưa má về Georgia Atlanta. Và lúc đó ba làm công việc về trước hai ngày, đi trước rồi. Vậy đó má...

- Ừa được con sắp xếp cho hợp lý, má sẽ xin với school trường của má, chỉ nghỉ một tuần thôi nhé.

- OK. Vậy má đi ăn uống. Con bận một vài chuyện chút.

- Yes, bye con.

Chị hai Ni gọi xong. Ti lại gọi về. Ti đã về xứ Việt ba tuần. - Ồ má khỏe không? Con nhớ má.

- Sao con, về Việt Nam có gì vui lắm không?

- Vui cũng quá nhiều, mà buồn không ít, thấy đất nước nói chung có phát triển nhưng mức độ "rùa quá" Quê mình bà con vẫn nghèo khổ đi lên không nhiều mấy. Con ước ao nếu con làm gì bên đó, con sẽ đẩy đất nước mình đi mau hơn, xa hơn, và sẽ phá bỏ mọi thành kiến cản trở.

- Con giống má một cuộc đời nuôi ước mơ, rất sớm cho con người cho xã hội... Song sóng gió cứ mãi dập vùi ước mơ má, má đành chấp nhận, má vẫn vui với số kiếp mình...

- Con người có quyền nói lên ước mơ, hoài bão và nhận định, còn làm được hay không? Là do nhiều duyên cùng phát triển, tạo thành... Má à con hiểu.

- Chà con gái út má nói triết quá há.

- Con là hạt của má, chị hai cũng thế, nhưng chị học, ít về xứ Việt. Và chị đi chuyên tâm vào khoa học y khoa. Còn con là học bên xã hội học, con người học. Nên sự phát triển, chậm phát triển của xã hội, con nhất định biết cụ thể hơn.

- Ừa má hiểu ý con.

- Chị hai có nói mua vé cho má và ba qua cùng lúc con từ Việt Nam về đó. Ba má cả con, một family đi mừng tốt nghiệp của chị hai, có số bạn bè chị hai Ni từ Georgia-Atlanta qua mừng luôn. Bạn chị đi sau ba má. Bạn chị chỉ đến trước lễ tốt nghiệp của chị Ni, một ngày thôi.

- Vậy à?

- Dạ.

- Con hiện khỏe chứ Ti?

- Ồ... ô hơi mệt vì con đi quá nhiều, hiện con đang đứng đất Quảng Trị -Huế, sắp vô Sài Gòn về lại Mỹ đó. Cụ thể con đang ở vườn bưởi của cô Cao Kim. Ôi vườn bưởi cô Cao Kim thật đẹp hút hồn má ơi. (Cao Kim là bạn Thi trên facebook. Thi gởi cô gái Ni đặt chân đến xứ Huế và nhờ sự giúp đỡ của Cao Kim mọi mặt.)

- Các cô chú, bà con vẫn khỏe? Thi hỏi Ti.

- Vẫn khỏe và mong má về thăm, con đang ở Huế, về Sài Gòn luôn. Con không kịp trở lại quê Bình Định lần nữa.

- Vậy sao?

- Thôi con chỉ báo má biết thế. Con đi một cuộc gặp nữa tại Sài Gòn là xong, là finished đó má ơi.

- Mọi chuyện như ý chứ con Ti.

- Dạ như ý má ơi. Cô Cao Kim đang sắp đưa con đến ga tàu vô Sài Gòn đây.

- Vậy à? Cho má chuyển lời thăm Cao Kim nha.

- Con và cô Cao Kim nhắc má hoài đó chứ? À con gởi má hình chụp về Huế, Quảng Trị, Quy Nhơn, Vũng Tàu má nhận hết chưa?

- Má nhận, trên facebook, và ở message phone rồi.

- Con chụp rất nhiều trong chuyến đi, thật là khó quên những bước chân con đã đến. Con thật sự lòng đầy lưu niệm, dạt dào tình người, mỗi nơi ấy con đi qua. Con rất nhớ, mỗi khi rời xa nó má ơi. Nó như máu thịt vào tim mình...

- Má hiểu con. Và con giống má y hệt. Nhưng con hãy cố gắng lo sức khỏe là trên hết, để có sức mới làm việc giỏi.

- Dạ con biết điều đó. Con ghi tạc vào lòng. Con bye. Sẽ về kể má nghe hơn nha. Má vẫn đi học tốt chứ má?

- Má rất thích thú, vui hơn ở hãng.

- Chắc chắn là vậy. Mỗi nơi có một giá trị riêng. Con và chị Ni nói rồi. Sẽ cho má khám phá nhiều ở cuộc sống chứ.

- Ừa đúng vậy con.

- Hôm nay là sunday má nghỉ học ăn uống đầy đủ và enjoy nha. Con phải làm một ít việc đây.

- OK. Bye! Chúc mừng chuyến đi thành công. Con làm được việc. Con mang niềm vui quan tâm đến mọi người...

- Thanks má trao, lời quý hơn vàng ngọc cho con..

- OK. Con phải nghĩ được tường tận như thế, má vui rồi.

Thi rất thương con, cả hai đều chăm học, chăm làm. Về Việt Nam lại biết kết hợp đi làm một việc hữu ích tìm hiểu đất nước con người trước, sau cuộc chiến 1975, chứ không phải đi chơi khơi khơi. Dù rằng Ti mới là một hạt mầm sinh sau này. Nhưng Ti không muốn là người dửng dưng với quá khứ, của lịch sử. Dấu vết xưa như lui về cứ địa, nhưng Ti vốn muốn tìm hiểu, học hỏi xem xét, thăm dò quan tâm. Thi biết con nàng, cả hai mang dòng máu yêu quê hương nhớ xứ sở, yêu con người, không đánh mất tim mình là người Việt. Thi tự hào về con mà cũng buồn cho con. Vì chúng không được thảnh thơi, không giàu có như người ta để mùa hè du chơi, phơi tóc phơi da, rượt theo gió biển, hùa theo sóng trào, mà cứ làm việc từ thiện, đến công tác học hành, đến xả thân cho xã hội, với một tấm lòng tình nguyện, vươn lên tương lai... Đó là niềm mừng rỡ, song vẫn niềm đau lớn sâu dày, nơi lòng nàng. Đôi khi nghĩ tới Thi như mắc nghẹn thương con nhiều, bởi gia cảnh mình nghèo. Dù Thi là người vô tư, hồn nhiên nhất nơi cuộc sống, và chịu chấp nhận trước sóng gió, hay nhiều bão tố cuộc đời, để đi tìm thử thách...

CHƯƠNG 5

Ngày thì đến trường, tối thì về học bài mở CD nghe băng từ English, nhưng Thi vẫn miệt mài ghi lại những bài thơ, hoặc truyện bằng tiếng Việt. Mà nàng đã viết trong thời kỳ đi làm hãng mỗi đêm về. Giờ đây đã nghỉ làm hãng, nhưng lượng thời gian đến trường, và về nhà study English thì hóa ra nàng vẫn thấy thiếu khủng, chẳng dư? Thi cảm thấy quý thời gian hơn cả vàng bạc. Nàng nhớ mang máng lời châm ngôn của một đất nước nào đó bảo là: "*Trên thế gian này vàng bạc châu báu ở con người, thượng đế có thể tặng ai đó hơn thua. Nhưng thời gian là thượng đế không bao giờ cho ai hơn ai. Người biết quý thời gian là người khôn ngoan nhất."* Thi hiểu. Thi chăm chuốt cùng thời gian, Thi sửa sang lại truyện và viết mạnh hơn mỗi ngày. Sự dồn nén trong Thi như đến hồi tuôn đổ. Nàng viết về những khổ đau con người, cuộc người, về hạnh phúc có, ly tan có, khó khăn chất chồng có, nghịch cảnh có. Và Thi muốn làm sao lột tả được, làm sao miêu tả cho sắc sảo để mục đích rằng - Cho ý tưởng gởi về mai sau, sửa sai lỗi lầm, đi tới tốt đẹp hoàn chỉnh hơn, muốn xua tan những thống khổ mà con người đã gây ra... Văn học là đứng trên một lập trường nhân văn của cây bút, nhiều góc độ chia sẻ của nhân tâm, của một hành văn sống động...

Nàng khám phá ra, mình viết lách còn mạnh hơn những ngày đi làm hãng, dù thời giờ không cho phép. Tuy nhiên cảm xúc trùng trùng, điệp điệp hình thành thêm, dâng trào thêm. Thi đã nở thêm vài bông hoa, rung động mạnh mẽ cho những tác phẩm mới. Thi nghĩ cô không sản xuất được gì cho đời, thì cô ghi lại những ký ức bằng những tình cảm chân thành, bằng máu huyết con tim, bằng những rung động đến cao trào, để cứu cánh một tâm hồn lúc đam mê dòng suy tưởng... Với những chứng tích ký bút, hồi ký gởi lại. Mai này nàng chết đi những dòng chữ đó, cũng có thể nói lên được một cái gì cho mình, cho những ai, dù rằng mọi sự yêu ghét cảnh đời cũng trả lại cho nhân gian, ai mà mang theo được? Song nàng đã gởi đến nó, như những tiếng khóc thật sự, với niềm đau ở từng tác phẩm, và những gì vui sướng, hay khổ lụy. Bằng sự trung thành, hoặc trưởng thành ít ỏi của các nhân vật, qua họ giàu có, hoặc họ rơi vào bất hạnh nơi nhân vật, trong suốt một đời người họ dung rủi, miên man...

Đang đắm chìm trong cảm giác thì Đình Long kêu lại nàng bắt phone, thì chàng nói:

- Em ơi! Thi khỏe không? Sao không thấy em nói gì, đợi anh gọi không vậy em?

- Em học bài và làm home work như điên, củng cố lại văn thơ đã sáng tác nên bận lắm.

- Nghĩa là busy, busy. Ôi cứ từ từ nó tới em ơi. Em không cần sáng tác tiếng Việt nữa, hãy tập trung học, learn English đi. Bốn, hay năm năm sau em viết by English, truyện hay gấp bội, viết độc đáo em sẽ có tiền và giàu. Em viết tiếng Việt chỉ vui chơi, làm em mỏi mòn tim óc không tiền bạc gì đâu?

- Em có bao giờ nghĩ viết kiếm tiền đâu anh? Viết là nghiệp yêu thích, giống như con người sở thích thèm bia rượu, kẻ thích chơi thể thao, người thích khiêu vũ nhảy nhót, cũng có người thích trượt tuyết, đi phượt v.v... Em thích sắp ráp con chữ mix lại đọc lên, thú vị bởi "cái hồn" tác giả nơi em gởi, thổi vào mà thôi, em nghĩ chi tiền bạc anh Long?

- Thi nè. Anh cũng một thời mê nó nên anh kinh nghiệm bảo em thế đó, không phải anh khinh tiếng Việt, song nó không có lợi chi cả. Hãy study English đi. Mai sau viết bằng English em à. Thi ơi... Anh khuyên không sai đâu.

- Trời ơi cảm xúc đang có, anh bảo chờ khi đó, thì biết đâu cảm xúc không còn nữa, em viết làm sao được hay, và thật ở tâm hồn? Chỉ còn bã xác thì viết làm gì anh, ví như cây khô cứng chết, hết nhựa, giống khi óc sáng tạo và cảm nhận đã tàn tắt rồi anh Long? Đam mê tắt lụn, thì gắng gượng sản phẩm không thể ra hồn. Nó thì là chỉ rác vụn, vặt vãnh hay cặn bã tầm thường, không tác dụng nghệ thuật vào đâu? Hoặc có còn hữu lý gì đâu, vô ích lắm anh. Anh biết văn học không băng hoại, nếu như mình đã biết thổi hồn vào nó hay dù ở trong một hoàn cảnh - Và nếu như sẽ làm hỏng một đời đáng có mà hoang phí của mình, vụng dại thời gian khi trái tim mất đi cảm hứng... Vậy đó, nên bây giờ viết để dành mai mốt dịch chuyển qua, nếu em giỏi English sau này cũng đâu có hư việc anh?

- Anh chỉ sợ em mê sa đà tiếng Việt mà sáng tác, không chịu học hành thôi. Nếu em chịu học giỏi tiếng English đi, sau này nguồn cảm xúc đó em sẽ tạo ra tiền triệu, tiền tỷ hơn.

- Mệt quá anh ơi... đời sống mình có biết rằng sống chết

lúc nào mà chờ với đợi, và hy vọng anh Long? Nhưng em vẫn sẵn sàng kỳ vọng bên trong tâm hồn, là khi giỏi English em sẽ chuyển ngữ hết mà. Còn bây giờ trước mắt em in truyện và thơ ở tiếng Việt, với chữ nghĩa VN vì bấy lâu nay mình viết. Thứ nhất thì để muốn chia sẻ cho bạn đọc trên sách đóng in, là một điều thú vị chứ anh? Còn nữa, mình là dân rặt Việt không viết tiếng Việt đầu tiên, có phải mình cũng mang một thiếu sót lớn đó chứ?

- Hão huyền tất cả, em chơi bấy lâu nay tiếng Việt đủ rồi, anh đề nghị em thực tế đi.

- Hừm chơi. Không chơi đâu anh. Sáng tác nghiêm túc đó. Thực tế gì khi em mò tiếng English chưa ra? Mà tiếng Việt thì nắm ở bàn tay dễ dàng, và xúc cảm đang ồ ạt... Anh nên hiểu điều đó. Phải chọn cái nào chứ?

- Bởi nó hổng có tiền? Mệt óc bào mòn sức khỏe nữa...

- Anh đừng có nói tiền với em nữa được không?

- Nếu em không nghe lời anh, vì anh kinh nghiệm, anh sẽ không còn nghĩ đến em, dù anh rất thích em. Và anh rất yêu em... Nhưng anh sợ tình yêu ta, như sẽ bị lock lại đó. Bởi rằng anh thấy nó bất lợi cho em mà? Nên anh...

- Anh nên nhớ. Yêu em thì cho em vui theo ý em chứ!

- Thôi anh mệt mỏi khi cắt nghĩa với em rồi đó, bye nha. Long nói cup phone nhanh với Thi. Nàng hết dịp để giải thích gì nữa...

Mấy ngày nay Thi vẫn đi học, tối về cô vẫn làm việc viết lại tự layout, tự edit hết thơ, tới truyện bằng tiếng Việt để đi thăm con học tại trường Stanford California nó mời. Nàng đến lớp học rồi về lặng lẽ ăn với những ổ bánh mì đổ trứng ốp la dễ dãi, có khi ăn một bữa cơm rau dưa leo. Thi kiểm tra tiền còn, nhưng nàng dự định đi học lâu, nên nàng không dám tiêu phí hoang đường. Cả bữa ăn chính Thi cũng sơ sài để nuốt vội. Đối với Thi miếng ăn ngon, sang đắt tiền, không phải là tiên đề đặt ra phía trước trong đời sống của nàng. Nàng không quá đòi hỏi đến việc đó! Nàng sống bằng nhân tâm và trí tuệ, sự làm việc được đặt lên cao hơn. Tuy nhiên nàng không bao giờ nói cho con nàng biết sự hà tiện của mình, và cả chồng nàng. Vì lẽ...

Song tận lòng Thi nghĩ ba ngày Long không gọi lại Thi rất buồn. Thi cảm thấy tủi thân khi Long đã quá đề cao tiền bạc. Mà đúng tiền bạc vẫn là trên hết, hiểu theo một góc cạnh nào, nàng biết chứ đâu phải không biết? Bằng thực tế, bằng chứng là nàng hà tiện không dám tiêu pha đây. Vậy không phải là quý tiền sao? Còn nữa chàng Long vẫn coi thường mình, khi mình không có tiền bạc nhiều đây, nên anh ta cứ nói xa nói gần mãi chuyện tiền bạc? Nói yêu là dễ nhưng bên trong tâm người có yêu mình hay không mới là một điều trốt khó, càng khó hiểu ở trái tim con người đang chứa đựng những gì? Thi biết điều này, với Thi điều gì cũng làm cho nàng dễ nhìn và nhận diện ra nó, bốn mặt của nó mà... Nhưng mà đời Thi luôn chịu nhiều cay đắng! *"Thông minh chưa hẳn đã đủ sướng hết."* Câu nói của nhà thi sĩ nào đó không có nghĩa là trật tất cả, và bi quan đâu?

Thi tự ái đau khổ một mình gặm bánh mì khô chứ không cần xin xỏ ai, nàng vẫn còn tiền để chi trả cho nhà, nước, điện, rác là được rồi. Tuy nhiên ba ngày sau Long gọi lại.

- Em khỏe không anh muốn thăm em?

- Em học bài và làm homework.

- Homework, homework hoài vậy. Anh mời em đi ăn.

- Em mới ăn.

- Ăn gì?

- Em ăn bánh mì khô gặm.

- Trời ơi em phải đi ăn đủ chất chứ.

- Còn hơn những em bé và đàn bà thiếu thốn ở Châu Phi, Châu Á mà anh? Hãy có dịp sống như thế để thấy niềm đau, đứng lên anh à.

- Em nói sảng xa xôi chi... Không thể được, anh mời em đi ăn, rồi anh sẽ mua thức ăn cho em.

- Em có tiền mà, anh đừng hảo tâm điều này em buồn. Tự em lo được em.

- Nhưng anh muốn đến thăm em một chút vì nhớ em.

- Thôi được. OK em đón đợi.

- Trời ơi em như cho một tia hy vọng cuối mùa, hi hi.

Long nói và cười. Có lẽ hoa tình yêu như nhú nở về nơi lòng chàng thật sự...

- Hừm. Thi trả lời khi cô biết tâm trạng Ngô Đình Long. Thì Ngô Đình Long lái xe nhanh đến nhà nàng.

- Thi mở cửa đón. Đình Long nắm tay Thi, anh hôn Thi một nụ hôn nhẹ của anh. Thi cũng ôm anh, hôn lại, và sau đó cả hai vào nhà. Thi bảo:

- Mời anh ngồi.

- Trời ơi em hơi ốm nhiều quá.

- Cả tuần nay em bận thức khuya tới ba, bốn giờ sáng.

- Không được, em phải giữ gìn sức khỏe em nữa chứ, và em ăn gì mỗi bữa nói lại anh coi?

Bánh mì, mì tôm, tôm mì cơm rau, rau cơm thế thôi.

Đình Long rảo nhìn thấy những ổ bánh mì và lốc mì tôm còn để trên bàn, anh nhìn Thi, rồi la lên:

- Trời ơi em ăn uống vô, coi em xanh xao, còn hai con mắt với chiếc mũi không hà, để cho anh ngắm em một chút chứ, nếu em không nghe lời anh, anh không đến nữa đâu?

- Nói vậy anh đâu có yêu em từ con tim, toàn là yêu sex, yêu gì đó. Thôi đi, đi hết đi, đi hết đi ra khỏi nhà tôi đi... Tôi không cần ai, hãy để tôi yên. Hãy để tôi yên. Anh cũng chỉ là những người xấu trong xã hội. Tất cả đàn ông đều chỉ biết...

Im một chút nàng lại gào:

- Hãy để tôi yên! Hãy để tôi yên! Làm ơn, làm ơn biến... Biến giùm, làm ơn...

Tự nhiên Thi như hóa điên bởi những dòng, những câu nói chân thành của Ngô Đình Long. Thi trả lời, và nhanh tay cô xô Ngô Đình Long ra khỏi cửa chính, rồi Thi đóng chốt lại mạnh. Cô đến bàn ngồi một mình, đầu sụ xuống buồn bã, vui với con mèo, không thèm để ý đến Ngô Đình Long chi nữa.

Đình Long cứ gõ cửa mãi, cô buông con mèo và lắng tai nghe, tiếng anh vang lên ngoài cánh cửa, outside.

- Thi ơi cho anh vô đi, anh nói cho hết ý rồi em đuổi sao thì đuổi, van em một lần cuối cùng, làm ơn, làm ơn em ơi...

Thi lắng tai một lần nữa. Nhưng nàng không mở cửa.

Đình Long tiếp tục van nỉ:

- Làm ơn đi. Cho anh vào rồi em đuổi sao cũng được. Nhưng anh muốn vào nhà chút đi. Có gì mà em nóng hơn lửa đốt, nóng hơn nước sôi vậy? Làm ơn nghĩ lại đi em Thi...

Nàng lại muốn mở cửa Long vào, Long nói liền:

- Thi em. Em bình tĩnh mà nghe anh nói. Em cần suy nghĩ lại, anh thương em, lo cho em. Vì còn không bao lâu em qua hai con, em nên giữ gìn sức khỏe để gặp lại con, cho con nó vui, nó phấn khích. Nếu Thi xanh xao ốm yếu quá, nó sẽ buồn mất đi nghị lực trong học tập, bởi chăng nó lo lắng cho em, thì khổ cho nó? Và hơn nữa Thi có sức khỏe, em sẽ làm được tất cả. Em còn trẻ không nên vội, đến khi em lỡ bịnh đau không ai, thì nguy ngập lắm em ơi. Con mèo kia không lo cho em được đâu? Anh, em không cho anh ở chung, thế thì làm sao anh yên tâm được chứ em Thi?

Thi lặng im không nói, không trả lời vẻ suy nghĩ.

Đình Long tiếp tục thuyết:

- Nghĩ lại, bây giờ đi ăn với anh trước, sau ta nói thêm.

Thi vẫn lặng thinh.

- Đi đi nghen em. Tuần sau là em qua con rồi, relax với anh một chút. Nghe anh chút đi...

Im một đoạn chàng nói tiếp vồn vập nhưng khoan thai:

- Bài vở homework lát nữa em về làm. Còn viết lách để lại khi thăm con về thì làm. Anh vẫn chịu. Nghe anh đi em.

Nàng hết lặng thinh và bảo chàng. Giọng Thi có vẻ êm đềm lắng lại:

- Được thôi em đi với anh, anh chờ em chút nha.

Long gật đầu. Thi lên lầu thay váy rời xanh, áo thun trắng cổ tim tròn, tay dài. Chấm vài nét, kẽ mắt môi, chuốt lông mi, soi gương tô má hồng... Cô liền bước xuống nhanh nơi chàng.

Long chờ đợi ngồi chơi với con mèo nâu, Thi xuống đứng kế bên, chàng nhìn nàng vẫn đẹp và hồn nhiên. Hai người rồi từ giã con mèo bằng cái ngoắt tay ra khỏi cửa, cửa được khép lại. Thi đã chốt khóa bên trong.

Đình Long đưa câu hỏi khi ra xe:

- Vậy mới được đúng không? Em thích đi ăn đâu nào?

- Tùy anh.

- Cho Thi chọn đó.

- Em thích buffet bữa trước.

- Thôi nhàm lắm, anh đưa em đi chỗ khác nha?

- Không chỗ đó em thích mà, lại lần nữa đi. Coi như mình thực khách trung thành. Em còn thích nhìn mấy tượng thạch đen, hồ cá nhân tạo nơi đó, không khí bên trong ăn uống cũng OK anh?

- Được thôi, nếu em thích.

- Vậy nhé. Thi bây giờ mới nở nụ cười tươi cho Long.

Đình Long hiểu, lại ngoan ngoản lái xe cho người yêu hay bướng bỉnh của chàng, đi đến nơi nàng mong muốn...

Đúng thế chẳng mấy chốc họ đến nơi. Long lại vào trước. Thi đứng ngắm mấy bức tượng rồi vào sau. Hôm nay anh chọn về hướng tay phải, lối rẽ bước vào. Buffet này nhiều khu, nhiều hướng quá rộng. Lần này Thi thèm ăn cua hấp nên cô tự lấy nó hơi nhiều, chốc chốc Long lấy thêm cho cô tôm hùm và các thứ khác. Anh chăm sóc Thi quá chu đáo coi như một tình nguyện viên giỏi có hạng, anh chăm sóc người yêu!

Ngô Đình Long đem trái cây nhiều quá. Thi bảo:

- Thôi mình ăn không hết, anh bỏ uổng lắm, coi như mình tiết kiệm không đổ thức ăn nhiều, để chia cho người nghèo đi anh Long.

- Thi đúng là nhà văn ưu tú đó, nghĩ và nói rất đậm tư cách văn chương, văn học...

- Ai có tâm thì dễ nhìn thấy thôi mà?

Ngô Đình Long mỉm cười nhìn nàng. Một đoạn anh đi bathroom, cô cũng đi xem lại những khung cảnh nơi đây một lần nữa cho thật thoải mái. Vì biết đâu nay mai đòi lại đây nữa, Ngô Đình Long không chịu, anh đi những chỗ khác thì sao? Coi như nàng sẽ bị mất cơ hội thì sao? Thi tự nhủ cái gì trong vòng tay thì sẽ dễ cầm hơn. Nàng rất cảm cảnh ở đây.

Một hồi Long quay trở lại. Cả hai ngồi bàn thưởng thức tiếp những món thú vị ở buffet "Give To Happy." Thời gian đi qua như một cái chớp nhanh, hay một vệt sóng chạy, không ai dừng nó được... Một đoạn sau khi ăn và rời khỏi nơi này, Long dẫn Thi đi supermarket, anh mua nhiều thức ăn cho cô ở một siêu thị Hàn Quốc. Thi vùng vằng khi thấy anh mua hơi nhiều, nhưng Long cố bảo:

- Phải ăn vô em, gần tới ngày gặp con rồi đó nha.

Thi lắc đầu cười miễn cưỡng chưa nói.

Bất chợt Long gặp một người bạn trẻ đến tâm tình về máy: - Ô chào anh Long. Ôi máy em bị hư hỏng anh Long. Gặp anh ở đây hay quá.

- Hư thế nào em?

- Không mở được phần word? Và các hệ thống khác tắt nghẽn luôn anh ơi.

- Cứ đem ra cho anh xem.

- Em đem ra tiệm hai lần không gặp. Tiệm anh đóng.

- Gọi anh trước? Vì rảnh rảnh thì anh hay đi dạo quanh.

- Em lười gọi, nên ra không gặp.

- Trời ơi, thì mọi chuyện đơn giản. Ta vô tình một chút là phức tạp, công toi. Anh hiểu. Đình Long nói và cười.

- Bây giờ thì sao? Em đem ra tiệm anh nghen, em không mở được nó, không làm gì được. Thế giới công nghệ bế tắc một ngày, em buồn chán chết. Mà khi nào anh Long về chứ?

- Hi hi... Cứ đem ra anh sửa. Khoảng nửa tiếng sau nhé. Muốn thì em gọi anh make sure cho chắc ăn hơn. Vậy thôi, gọi điện đâu ai cắn tay em, mà em làm ghê vậy?

- Tại tật lười thôi.

- Bán cái lười vô lý đó đi.

- Hi hi. Anh Long nói chuyện hay nha?

Thi rảo đi mua ít trái cây cô quay lại. Long nhìn Thi anh giới thiệu:

- Anh đi với cô bạn quen này.

Thi chào và người kia cũng chào:

- Hi chị!

- Hi em!

Sau đó Ngô Đình Long nói tiếp:

- Thôi anh về trước nha, anh sẽ ra tiệm khoảng nửa tiếng sau nha em trai Hồ.

Người em trai tên Hồ có máy hư kia gật đầu mỉm cười nhìn chàng và nhìn cả Thi nữa.

Quay lại Long bảo Thi:

- Đi về em đủ rồi đó, em ăn một tuần khóc luôn, tuần sau anh mua thêm. Anh thì ăn tiệm, cơm tháng rồi. Anh không mua gì cho anh cả. Lặt vặt thì nhà đã có.

Ngô Đình Long liền hối hả đưa Thi về nhà nàng, phụ bỏ đồ ăn vô tủ lạnh xong anh rửa tay mà nói rằng:

- Anh đi nghen, anh ra tiệm anh sửa máy của họ, để khách chờ tội nghiệp. Người bạn trẻ, Hồ em mới gặp đó, anh hẹn rồi. Mai chiều anh lại em nha.

- OK. Em mong anh làm việc một ngày mới, thật vui vẻ.

- Cám ơn Thi, em cũng vậy nha, vui vẻ nha.

Ngô Đình Long rời nhà Thi bằng nụ hôn nhẹ của nàng. Anh lái xe ra tiệm anh. Thi vô soi kiếng lại gương mặt mình. Nàng thấy mình có vẻ ốm thật, song Thi vẫn mỉm cười và đi nghe băng từ video, những bài hát tình ca hay nhất by English. Lâu lâu nàng vẫn mở nhạc ngoại, Mỹ, England... Pháp, Tây Ban Nha, Mễ, Ấn, Úc, Nhật để nghe thay cho nhạc Việt... Con mèo đang quấn chân cô. Nó như muốn nhảy nhẹ, lướt nhanh vũ điệu chi đó, khi âm nhạc dịu dàng lan tỏa trong căn nhà, có thể âm nhạc làm ảnh hưởng tới nó?

CHƯƠNG 6

Hôm nay là ngày cuối cùng Thi đến gặp assistant Nguyệt VN để Thi xin phép đi thăm con. Và Thi đến với giáo chủ nhiệm môn talk, để trình bày:

- Hi Sophia. I want talk about... I have to leave from here school at next week. I will visit my daughter. She is studying at college of California. And I will back...

- OK. That is right. I hope. You will good luck... and I see you soon... Họ nói với nhau có mấy lời. Cô giáo chủ nhiệm cho Thi signed name lấy bằng chứng là đủ.

Thi giã từ cô giáo, và rời khỏi trường hôm nay cô lái xe về nhà, lòng chợt vui chợt buồn. Đang lái xe đi trên đường chồng cô gọi. Thi bắt phone, tiếng anh nói cô lắng nghe:

- Em ơi chuẩn bị xong, hai ngày nữa anh xuống là đi đó nha, mà em đâu đem gì nhiều phải không?

- Em đem một valise, và một xách nhỏ đựng mấy quyển sách để học English thôi.

- Đi chơi qua với con rồi học gì nữa em Thi?

- Những lúc rảnh như ngồi chờ máy bay sang chuyến, hoặc con đi chơi đâu, em sẽ học chứ.

- Ừa tùy em thôi. Anh báo thế cho em biết đó. Anh đang làm việc bận lắm, bye nha. Gặp sau...

- Vâng.

Lại Ngô Đình Long gọi:

- Anh muốn thăm em, vì mấy hôm nữa em đi rồi.

- Ừa được. Em đang lái xe về nhà.

- Anh đang ở đâu? Ở tiệm hay ở...

- Anh đang ở nhà, shop tiệm có thằng học trò anh mới mướn nó coi. Long nói, và chàng chừng mặc đồ để đi.

- Vậy hã tốt quá? Thi nói.

- Em có thích đi ăn gì không? Long hỏi.

- Đến em rồi hãy tính. Thi trả lời.

- Ừa vậy nhé. Chàng cam kết.

Thi về nhà nóng bức. Nàng muốn đi tắm là trước tiên.

Thi tắm, lau mình thay đồ xong. Sấy tóc, chải tóc nàng cũng xong. Thì Long cũng đã đến. Hôm nay anh ăn mặc đẹp quá áo vest màu nâu ngoài, quần nâu vải hàng nhu xịn, áo sơ mi màu cam nhạt mới mẻ bên trong. Thi mở cửa chào anh:

- Ồ bữa nay anh ra vẻ ông chủ lớn thật nha.

- Thì lâu lâu ra ông chủ một ngày lấy le em đó mà. Hai đứa mình đi ăn em nha?

- Lúc nào gặp anh, cũng từ ăn đến ăn. Nàng cười tươi nhưng khiêm nhượng.

- Em không nghe câu nói nổi tiếng một nhà văn Mỹ được dịch nghĩa "Khi yêu ai thì nên quan tâm tới cái bao tử của họ trước hết, một của những tình yêu thực tế nhất..."

- Em thua anh mà. Anh lý luận sắc sảo.

- Ha ha. Chàng cười tươi và to hơn.

- Vậy thì hôm nay không đi ăn nhiều, mình chỉ đi ăn nhẹ nơi một nhà hàng Nhật thôi há anh? Thi đề nghị như câu hỏi.

- Ừa được anh chiều em. Em hôm nay coi được rồi đó, đẹp và hơi đủ cân lại rồi.

- Hai tuần nay em không dùng computer, không đánh chữ, hoặc ghi chép chi cả đó.

- Ừa thấy chưa em kết quả hiện hữu mà, đi đi rồi về làm, cho con nó vui khi thấy em có sức khỏe.

- Ốm yếu nó phải thương chứ, tại em bận học, nên viết ít lại. Thi nói và cười..

- Đành thế là vậy. Song nó buồn khi nghĩ thương em, làm suy giảm việc học chứ. Ngô Đình Long phản ứng cắt nghĩa tận cội nguồn.

Thi làm thinh chợt hiểu nhiều. Anh nói thêm:

- Thôi let's go nha. Hôm nay có xiếc Taiwan hay lắm, chúng ta nên đi coi một tý. Sau khi ăn xong em nhé.

- Vâng! Ừa em thích coi xiếc đó anh Long.

Thi nói và làm theo ý chàng. Long đứng trông nàng. Cô đã khép cửa nhìn con mèo. Con mèo buồn ý, vì chủ nó không cho đi theo cùng. Nó ngồi nhổm nhìn hai ân nhân bước ra sân, qua một khung cửa sổ, nó nhìn hai người nắm tay dù màn lưới nhựa kéo che phu phủ, nó cứ đưa chân lên cào cào nhẹ vào mặt nó, như vuốt mặt buồn tênh! Có lẽ nó buồn vì nó sẽ ở nhà một mình cô đơn đây. Và nó không được mời dự thính hay tham gia, để làm nhân chứng cho tình yêu họ chắc?

Ra đến một nhà hàng Nhật bán đủ loại bánh. Thi và Đình Long chỉ uống cà phê, rồi ăn một vài kiểu bánh ngọt như những cặp nhân tình khác, nhưng họ nhanh chóng hơn, và phải rời nhà hàng để đi xem xiếc...

CHƯƠNG 7

Ngày giờ cũng đã đến. Thời gian đi qua thăm, dự lễ con tốt nghiệp ở Stanford đang vẫy gọi. Sáng nay nàng chuẩn bị xong đang chờ chồng Thịnh. Thi lo làm ít công việc, với nàng thời gian luôn là hữu ích và cần thiết. Thi chưa bao giờ dám lãng phí thời gian. Ngoại trừ khi cần relax hay break để lấy lại năng lượng mà thôi. Chồng Thi lái xe về anh gõ cửa, vừa gọi phone. Thi đang dọn vệ sinh nhà, lau một vài dụng cụ lâu ngày trên lầu, nàng bắt máy thưa:

- Em xuống anh chờ tý nha. Em đang còn bận tý. Thi rửa tay, vuốt lại mái tóc xoắn cao khi làm clean up, cô nhìn kiếng soi thấy gương mặt mình, cô trang điểm thêm một chút với tính cách riêng cô. Thi lại nhanh bước xuống downstairs hỏi nhẹ nhàng với Thịnh:

- Anh về đó hả, em chờ anh, Thi làm mấy việc linh tinh.

- Thôi đi được rồi, làm gì nữa thay đồ đi em.

- Dạ anh chờ em chút xíu nha!

- OK em.

- Thi lên lầu lại thay đồ. Thịnh ngồi chọc giỡn với con mèo nâu của nàng. Thi đã để sẵn đồ mặc, cô mau lẹ y phục xong chớp nhoáng thôi. Thinh bảo vói lên:

- Để anh mang valise xuống cho Thi.

- Được, thanks anh!

Thi xách một túi xách xuống, còn để chồng lên giúp.

Thịnh lại lên mang một valise xuống theo. Anh ra xe liền. Thi đi theo anh. Thịnh lại nhìn đồng hồ ở tay hỏi nhanh:

- Đi nha. Giấy tờ đâu đưa anh coi? Chỉ còn hơn nửa tiếng nữa máy bay cất cánh đúng không? Nghe con nói 8 giờ 30 phút cất cánh, giờ thì gần 8 giờ kém 15 rồi em.

- Đúng rồi. Em chuẩn bị đầy đủ ticket và passport em, nơi ngăn xách đó mà.

- Đưa anh kiểm lại để make sure.

Thịnh vừa nói và cầm lấy khi Thi đưa qua tay. Anh nhìn lại giấy tờ, kể cả lá thư gởi của Ni. Anh ngắm phong bì màu đỏ đậm. Anh nhìn nó... Thi bảo nhanh:

- Thư của con đó, Ni mới gởi về giới thiệu cho em, và anh biết rõ, cách đi với schedule của mình qua bển.

- Ừa lát anh đọc kỹ sau. Thịnh nói khi hai người đã lên chỗ ngồi của xe anh. Thi ngồi bên ghế phải. Thịnh ngồi ghế trái để lái.

Thịnh nghe Thi nói hiểu ý nghĩa, anh cho xe chạy và bảo: - Em uống coffee đi anh mua coffee Starbuchs đó.

- Thi mới uống coffee sữa Việt ở nhà.

- Mời em thôi, anh vẫn biết em là vua uống coffee sữa Việt.

Thi làm thinh, hiểu ý chồng nói mỉm cười chẳng nói gì.

Và chẳng mấy chốc Thịnh lái nhanh, họ đến phi trường. Thịnh đi cất xe vào một nơi khi trở về vẫn tự lấy được. Điều khoản cho những khách tự đi, tự về không có sự đón rước của ai. Rồi anh vào làm thủ tục an ninh cho mình cùng vợ Thi. Cả hai vào phòng cách ly bên trong, và họ chờ đợi để xét coi hành lý an toàn, an ninh ở bước cuối cùng...

Chờ một hồi không lâu lắm, chuyến máy bay họ đã đến giờ, Thịnh chợt hỏi lại:

- Chiếc đồng hồ em đâu rồi Thi?

- Ôi chao ơi em quên mất, bỏ đâu rồi ta?

- Anh không thấy trên thau họ kiểm soát. Lần cuối cùng anh trông không còn gì cả, thau chứa trống rỗng mà, hay em cất đâu?

Thi lục lại túi xách rồi nói:

- Em không cất, quên bỏ trên ghế, khi em mang socks.

- Có thể vậy. Thôi không tiếc nữa, anh sẽ mua cho em cái khác ở chỗ chuyển tiếp máy bay của Chicago.

- Chi anh, ở những nơi đấy tốn tiền, đắt lắm?

- Nhưng em phải có để đeo?

- Tại hãng em ít mang nữ trang trên tay, nên em chưa quen, hay quên. Em khó mà nhớ. Thiệt là hư...

- Em ít đi máy bay quên là thường mà! Làm một hãng lại

không được mang nữ trang, thì làm sao nhớ cho nổi.

Hai vợ chồng nói thế rồi giờ bay đã đến, họ rời ghế để vào cửa và lên boong máy cùng với bao hành khách...

Thi và Thịnh được xếp vào số vị trí số 14, 15 kể ra không cuối board, mới phần đầu board thôi. Thi bỗng tỏ bày:

- Em thích ngồi ghế ở bên trong gần cửa để xem cảnh, anh ngồi ghế ở phía lối đi aisle này nha.

- Ừa được, vậy em vào đó theo ý em nhé.

Thi vào trong phía cửa sổ, Thịnh ngồi ghế phía lối đi. Chẳng mấy chốc người hướng dẫn viên coi như phát thanh đọc, có người biểu diễn theo minh họa tình tiết của quá trình, để mỗi hành khách nhìn thi hành theo thủ tục, nhằm bảo vệ an toàn chính mình khi gặp nguy hiểm... Mọi người đang lắng nghe, nhìn thấy thao tác của khởi sự mà nắm lấy... Thi cũng thế, nàng còn cố gắng nghe kỹ, cho được qua tiếng English, với sự hiểu lấy và thâu nhận nơi mình ...

Rồi chuyến máy bay bắt đầu cất cánh, khi cô xướng ngôn viên thôi nói khoảng 10 phút...

Thịnh ngồi thì tìm một vài tin tức có sẵn nơi ngăn kéo phía trước, để cho khách ghế dưới cầm coi dễ dàng, bởi thiết kế được đặt sau lưng hành khách của ghế ngồi phía trước. Anh bốc coi lẳng lặng...

Thi thì chỉ ngồi ngắm ngoài trời mây nước, máy bay càng lên cao nhà cửa to lớn như nhỏ dần, rồi mất hút, nàng nhìn thấy trong lòng thật xúc động... Ba năm nay nàng chưa về xứ Việt, chưa đi lại máy bay, và có về VN giờ giấc lại cứ vào đêm, nên nàng không thấy được gì cả, khi ban ngày thì ngược lại trái giờ ở Mỹ, Thi lại ngủ mất đất... Ấy vậy, còn giờ đây Thi tha hồ ngắm nhìn, vì độ chênh lệch giờ giấc nước Mỹ từ Georgia đến Chicago hoặc California vẫn không là bao nhiêu, cách nhau vài ba tiếng. Thi hiểu điều đó và rất thuận tiện cho nàng yêu ngắm "chân dung thiên nhiên," trong tầm mắt mình, máy bay vô tình đem tặng cho nàng sự ham thích thưởng ngoạn, luyến lưu, yêu dấu này...

Thoáng chốc sau hai tiếng. Đến Chicago chuyến bay hạ

cánh. Thi và chồng xuống để đón đợi, chờ một chuyến bay khác tiếp nữa. Thi ngồi ghế chạnh lòng nhớ đến Ngô Đình Long, nhưng cô không dám nhớ. Vì dẫu sao nàng cũng đang đi với người chồng trước mặt. Thi là người phụ nữ tốt, nhưng duyên nợ nàng lại đeo mang những chuyện trớ trêu. Tuy nhiên con nàng hiểu, nàng cho như tạm đủ lắm rồi...

Thịnh đi mua đồ ăn đem lại chàng bảo:

- Ăn đi em, đói thì anh mua thêm.

- Đủ rồi Thi không ăn nhiều đâu.

Hai vợ chồng ngồi ăn xong. Thịnh dọn dẹp đồ, vứt giấy, muỗng, nĩa, dao, nước chấm, bịch nhựa vô thùng rác trash hết. Một đoạn anh như đi hút thuốc lá. Thi thì uống nước rồi lấy sách ra đọc, cô ngồi chờ chuyến bay tới.

Vừa lúc Ni gọi lại hỏi:

- Giờ ba má đang chờ chuyến máy bay kế tiếp. Ba má đã tới phi trường Chicago rồi phải không?

- Đúng rồi con. Má ba vừa ăn xong.

- Má khỏe không?

- Má khỏe, nhưng má xui, má mất cái đồng hồ khi tháo ra, cho vào thau họ kiểm xét ở chuyến đầu tiên, khi mang shoes socks lại. Lu bu má quên nó nơi trên ghế ngồi chắc vậy.

- Thôi đừng tiếc, má vui khỏe con mừng, ba đâu má?

- Ba đi hút thuốc lá, đi lòng vòng rồi.

- Vậy nói con có gọi nha, con lo chuẩn bị những việc khác chờ ba má.

- Ừa con làm việc đi, má sẽ nói với ba.

- See mom soon!

- Mom cũng mong gặp con sớm.

- Dạ. Ni đáp.

- ...?

Chuyến bay chuyển tiếp đã đến giờ, Thi và Thịnh cùng những hành khách chung chuyến lại tiếp tục một cuộc hành trình nữa.

Thi đi theo chồng và lần này vé lại không được ngồi kề chung. Thi ngồi gần một vợ chồng người India. (người Ấn.)

Thi chào hỏi họ vài câu bằng English đơn giản nhất để vào góc trong cùng gần cửa sổ. Nàng tiếp tục ngắm mây trời.

Thế rồi ba tiếng đồng hồ nữa, thì cũng đến sân bay cuối cùng. Ni, Ti đã chờ ba má ngoài cổng. Một chốc Thi và Thịnh bước ra. Vợ chồng con cái gặp gỡ, tay bắt mặt mừng. Ti nhảy lại hôn Thi như còn bé, rồi miệng vui nói:

- Con nhớ má quá hà!

Thi nhìn con và bảo:

- Về Việt Nam qua trông con sạm đen quá Ti!

- Con thích sạm tý cho có vẻ riêng mà! Ti đáp.

Ni thì nói chuyện với ba Thịnh tý. Rồi Ni chuyển sang qua nói má Thi:

- Con mừng má lắm. Kỳ này má mới chịu đến trường con nha.

- Má biết.

Ti thì đổi cho chị. Ti đã quay sang bảo ba Thịnh:

- Con nhớ ba nữa nè.

Thịnh cười và lắc đầu:

- Con mà nhớ ai? Nhớ Việt Nam nên cứ về mỗi năm.

Ti cười hồn nhiên lại với ba:

- Con nhớ quê hương mà, con có về thăm nội đó.

- Con nói cái gì cũng hay, nhưng phải lo học là chính.

- Thì đi du lịch cũng là một cách học đó chứ ba?

Thịnh lại nhìn thêm đứa con gái yêu quý rồi lắc đầu thêm. Vì ông biết con gái út ông thơ ngây, song nó cứ giàu chất ngụy biện.

- Thôi lên xe ba má, Ti em, về nhà sẽ nói chuyện. Ni giục giã mọi người.

Cả thảy đã lên xe. Ni làm tài xế để chở về nơi ấy.

Trên đường Thi ngắm cảnh. (Với Thi lúc nào cũng ưa ngắm cảnh.) Ở đây có một cái gì khang khác hơn ở Atlanta-Georgia, hình như nắng còn đẹp hơn, nhà cửa san sát hơn, cây lá tơ nõn hơn, và không dám nói trong lành hơn (?)

Ni lái xe. Thi ngồi nhìn quanh cảnh thêm. Ở Georgia có những chiếc cầu và đại lộ đẹp, nhưng so với nơi này Ni lái chở qua nhiều đại lộ có những chiếc cầu đẹp hết sức đẹp, phải nói là quá đẹp! Nàng không biết tên cầu cùng location địa danh nơi đó. Nhưng quả là Thi ngỡ ngàng quan sát cố chiêm ngưỡng... Thi ngắm nhìn mê ly, những ba chiếc cây cầu họ xây mỹ lệ không thể tưởng! Và những con đường, rồi những phố sá san sát, những company lớn mạnh tên tuổi: Facebook, Apple, Yahoo, Google, Viber, Skype, Venmo, AOL... Ni giới thiệu, chứ Thi nào biết, khi xe đang chạy ngang các vị trí, cơ sở các công ty cứ xuất hiện rồi như lùi lại. Bé Ni không đủ thời lượng để giới thiệu cho má biết hết, chỉ một chút nó chạy qua đôi mắt cô gái phải nói. Để má nhìn thôi, hiểu thôi. Còn nữa, Ni cũng phải chú ý tập trung, Ni phải lái xe tốt chứ. Nên Ni chỉ giới thiệu cho ba má biết sơ đại khái những cơ sở, những công ty lớn thế thôi...

Không mấy chốc Ni lái xe tới cổng trường, vẫn là nơi họ tới điểm cổng nhà trước mặt, cả bốn người sẽ đến, nơi đây có phòng Ni ở. Họ đã đi xe xuyên qua nhiều trung tâm trường Stanford quá đẹp, quá sang. Thi, Thịnh có cảm giác tự hào cho đứa con mình là nhà nghèo, mà có học bổng nên mới bước vô được trường này.

Thịnh xúc động. Thi nhìn quang cảnh chính nàng cũng thế. Ti đứa con út hẳn biết ba mẹ có cảm giác đó. Bé thỏ thẻ:

- Sao trường đẹp không? Hơn cả trường con xa đó chứ, nhưng con đến nhiều lần thăm chị Ni rồi, nên thấy nó thường. Còn ba má chắc ngạc nhiên lắm? Đúng không nè?

- Con cái miệng ưa nói để ba ngắm. Thịnh đứng trước cổng nhà, nơi gian phòng dãy dài cho học sinh ở trong đó có con gái mình, và Thịnh nói với Ti, đứa con gái thứ như thế.

Thi thì lẳng lặng vào phòng con theo chân Ni. Thi cảm động gần như khóc. Thi ít nói. Chồng Thịnh và con gái thứ, cũng là con gái út Ti vẫn còn đứng ngắm cảnh bên ngoài...

Ni sốt sắng nhìn bảo má Thi:

- Má tháo giày ra. Má có thể nằm nghỉ mệt, ba cùng em Ti còn đứng phía trước. Hay má muốn làm gì cứ tự nhiên.

- Má muốn đi tắm.

- Dạ con chỉ cho má nha. Ni dẫn Thi chỉ bathroom, phòng tắm cho mẹ. Với vài cách sử dụng nơi đây, nước, điện, đèn, gas, các khoảng giấy lau chùi v.v... Thi thấy lòng vui thì ít, mà xúc động thì nhiều hơn...

Những ngày ở trường Stanford là những ngày hạnh phúc tuyệt đẹp. Ni, Ti dẫn ba mẹ đi thăm chung quanh trường. Sáng đi ăn ở trường đãi, thấy ba má vui, ăn được thức ăn Mỹ, Ni và Ti cũng vui nhiều hơn. Họ đưa ba mẹ thăm những nơi viện bảo tàng, nhà lưu niệm, nhà thờ, sân chơi thể thao, thư viện lớn... Nơi đại sãnh làm lễ v.v... Đi gặp bạn bè nào, Ni cứ giới thiệu về ba má cùng em mình. Gặp Huy người Việt đang rước ba mẹ từ tiểu bang Alabama qua, Ni vui vẻ giới thiệu như mừng từ bụng dạ:

- Xin giới thiệu Huy. Đây là ba má Ni từ tiểu bang Georgia-Atlanta. Em gái Ni vừa về đất Việt sang tất cả đến thăm trường và dự lễ tốt nghiệp mình đó.

- Mình xin giới thiệu đây là ba má Huy đến từ tiểu bang Alabama, đến thăm trường để dự lễ tốt nghiệp chúng ta. Huy vồn vã nói sau Ni.

Hai bên cha mẹ lại chào nhau, rồi họ chia tay vì ai cũng tranh thủ đi coi trường đẹp. Cứ thế mà Ni đưa ba mẹ đi chụp hình khắp nơi làm lưu niệm. Và vẫn chụp riêng cho ba mẹ nhiều tấm hình chung để Ni và Ti nhớ, giữ lại cho mình...

Đoạn cảm xúc quá, ba Thịnh bảo:

- Vậy mà con không mua cho ba ticket ở lại luôn, thì vui hơn khi dự lễ con ra trường...

- Tại ba thôi, tại ba dặn con ba về trước giờ đành chịu...

- Ba không phải ham làm, mà cần trông coi tiệm nhà, vì cô Dung và chồng về New York có việc hơn một tuần. Nhưng giờ lại thấy, thực tế này nên tiếc thiệt.

- Ai biểu ba không nói cô Dung dời khi khác. Ti cô gái thứ, cũng là cô gái út chen vô trách nhẹ.

- Đó là điều hơi sai của ba, giờ tiếc đã lỡ.

Thi nhìn Thịnh nói thêm:

- Anh bao giờ cũng tính lỡ rồi mới nói?

- Nhưng không phải là hoàn toàn anh sai hết. Sorry thôi, đành chịu thôi. Thịnh trả lời.

Cả gia đình vui vẻ đi tiếp, lùng săn coi được tất cả các vị trí của trường. Thỉnh thoảng Ni giải thích thêm về lịch sử của nó từng quang cảnh một. Rất tiêu biểu và đáng ngưỡng mộ, trong từng tình tiết...

Rồi ngày cuối cùng ra trường của Ni. Ba lại về Georgia trước rồi, mà bạn bè từ Georgia Atlanta lại mới tới. Má và em Ti cùng bạn bè đến sân vận động dự lễ cho Ni cùng bao students khác tốt nghiệp. Một lễ graduation trang trọng lớn biết chừng nào... Má Ni, cùng em Ti, với bốn người bạn từ ngôi trường Cross Keys high school, khi thuở xưa họ học chung với Ni đến dự. Tất cả ngồi trên khán đài lầu nhìn xuống thấy người nhỏ thật chi chít, như cỏ dại ngóc đầu nhiều màu sắc chen chúc. Song những TV to hiện phóng lên rõ bao tình tiết, sự kiện. Students hăng hái diễn hành cùng với các giáo sư nói chuyện qua nhiều đề tài, chuyên mục... Ni rất vui và tự hào trong ngày ấy. Ni có không nhiều bạn lắm, chỉ bốn bạn nữ thân từ mái trường Cross Keys High School, các bạn đi chung nhau đến dự chúc mừng. Ni cảm động khôn cùng vì sự ái hữu, quan tâm của bạn bè đối với mình. Song Ni bao giờ cũng dành cho mẹ một tình cảm thiêng liêng hơn, chăm sóc cho mẹ Thi hơn, từng món ăn giấc ngủ và đi đứng... Ni luôn ân cần hỏi mẹ, mỗi khi cần...

CHƯƠNG 8

Đến thăm con ở trường Stanford, dự lễ Graduation cho Ni, thấm thoát Thi đã về lại Georgia. Thi mới về, chưa đi học lại. Nàng nằm relax mà lòng thương nhớ con vô bờ. Với Thi trường Stanford là một trường vĩ đại. Nàng thèm khát ước mơ xa xôi, xa gần, ước gì trên quê hương Bình Định của nàng có được một ngôi trường college như vậy, thì hạnh phúc cho quê hương biết chừng nào. Bởi nàng nhớ lại đoạn vợ chồng con cái đi trong một cảnh đẹp. Ti nhìn mẹ, đứa con gái út (Cũng là đứa con gái thứ nhì. Nàng chỉ có hai đứa con.) Bé đã nói:

- Bình Định Quy Nhơn bây giờ đẹp lắm ba má ơi, có những cảnh đẹp như vầy. Chỉ khác không có trường như vầy thôi.

Nghĩ lại, Thi càng thấy thèm khát một điều kỳ lạ cho một đại học chốn nàng từng sinh ra là như thế. Khi nghe Ti kể... Nếu Thi giàu có nàng sẽ xây dựng ngay trên quê hương nàng cũng giống như ông Stanford khởi công xây dựng trường này. Dẫu ước mơ đó chỉ là hão huyền thôi. Thi hiện giờ nghèo trắng tay, cơm gạo chưa đủ lo cho mình, nói chi mang nhiều mơ ước? Thế nhưng ước mơ của một con người không thể ngăn cấm được, nên trái tim Thi vẫn luôn ấp ủ, và khát vọng, hoài mong hơn nữa... Nàng không tiền không sức làm nổi, song vẫn mong ai đó làm được cho quê cha đất mẹ mình thì hay biết mấy. Không bằng như Stanford, tuy nhiên nếu mang bóng dáng của Stanford một chút, thì cũng quá đủ!

Đang nằm nhớ về những ngày ở Sanford University, điều tự hào nhất là nàng cùng chồng có ghé qua một bịnh viện tên Santa Clara Valley Medical Center và được biết con gái Ni từng làm việc, ngoài giờ học ở đây, cũng gần chốn trường thôi. Có tám bức hình Ni vẽ và trình bày, được hội đồng hospital công nhận treo lên để thi vị hóa, cốt giảm chút đỉnh stress ở bịnh nhân - Làm không khí ấm áp nơi bịnh viện cho tình người, tình cảm được chia sẻ, như thắp lên niềm tin từng lối ra vào, cả nơi gian phòng cấp cứu v.v... Thi thầm cảm ơn trời đất đã tạo nên sự kiệt xuất trong tâm hồn con, dù là những bức tranh bé nhỏ nhưng nói lên sự mẫn cảm của Ni lớn chừng nào với đời, với tha nhân... Người mẹ bồi hồi xúc động, mừng thành tích sáng nghị nơi con. Thi đã tự động chảy mạnh những giọt nước mắt khiến Thịnh hỏi, để rồi anh phải lau cho cô. Và chính Thi tự lau lấy thêm. Thi cho rằng nước mắt nàng trong hạnh phúc...

Thi và Thịnh đi tham quan hết các khu vực cùng hai con. Những phút giây đó, thiêng liêng Thi khó mà quên được. Những giờ đi ăn do trường Stanford University ưu đãi cho Family- cha mẹ. Thi cũng không quên nổi. Thật là Thi xúc động hơn mơ. Những lối đi chung quanh trường của Stanford đã in dấu chân nàng. Giờ nằm nghĩ thấy nhớ... Ấy vậy mà bao năm nay Ni vô trường mời má đến hoài, Thi vẫn chưa bao giờ đặt chân! Nàng cứ lo chăm làm và lo bận việc, đến bận việc. Nhưng có dịp năm nay con tốt nghiệp, và định mệnh từ nhiều phía... Thi bước đến với trường Stanford thăm con trong niềm vinh hạnh, cảm động khôn xiết. Thi đang nghĩ trường của con bé Ni học, và một chuyến viếng thăm của mình đẹp như mơ. Thì Ngô Đình Long gọi nàng. Thi bắt phone. Tiếng chàng hỏi:

- Em về rồi đó hã?

- Yes em mới về sáng nay.

- Ai đưa em về?

- Thịnh chồng em rước.

- Hạnh phúc hã.

- Anh ấy chỉ đón em bình thường thôi, làm gì kêu hạnh phúc. Anh thiệt tình...

- Anh giỡn đó mà, anh muốn mời em đi ăn chúng ta gặp mặt tý được không?

- Anh đang ở đâu?

- Anh đang ở shop bán phone và sửa computer chứ đâu.

- Thôi em nghỉ tý, em mới về hồi sáng này mới vài tiếng, em hơi mệt. Nhưng lại nhớ trường thao thức, tơ tưởng hoài đây. Hẹn anh kiếp sau nhé.

- Trời ơi làm gì phải hẹn kiếp sau. Long ngạc nhiên đến cả cười hỏi Thi.

- Em muốn đùa với anh tý cho vui, bỏ loại chữ kiếp ra thôi. Hi hi.

- Buồn ngủ mà còn đùa đó sao?

- Tranh thủ đùa mà anh Long. Chữ nghĩa thêm một chữ, bớt đi một chữ, đôi lúc đem lên một ý nghĩa khác hoàn toàn.

- Thì vậy đó chứ sao?

- Bởi vậy chơi chữ vẫn là một thú vị. Thôi để em nghỉ

nha.

- OK em, em cứ nghỉ đi. Ôi cho anh hỏi thêm chút... Chuyến đi vui chứ em Thi?

- Rất thú vị trường tuyệt vời anh.

- Anh biết trường đó mà. Một trong những trường nổi tiếng ở Mỹ. Nên mới hỏi đó.

- Vậy nha anh Long. Em ngủ nói chuyện sau nghen.

- Ừa được bye em. Nghe hơi em nói là anh vui đỡ nhớ...

- Thanks anh. Chúc anh vui.

- Em cũng vậy nha.

- OK anh!

Cắt phone Thi cảm giác bâng khuâng vui vui trong lòng, cô định mở một bản nhạc tình Mỹ để muốn nhại tiếng theo hát. Song thoáng chốc Thi cắt ngang, nằm xuống nhắm nghiền mắt để đi vào một giấc ngủ, vì cả chiều qua đến giờ Thi thiếu ngủ trên máy bay! Nhưng nàng cũng thèm mở lại nho nhỏ nghe. Và kỳ thực, mắt lại nhắm rồi cứ mở ra như thế kia, thao láo long lanh dõi dàng nơi đâu, mệt mỏi mà sao chưa chịu ngủ được? Lời tình ca hay kia vẫn còn vang vang, vọng vọng âm hưởng, của những ca sĩ nổi tiếng như len lén vào buồng tim nàng... Thi cố lắm thì nhắm mắt mới được một tý. Ni lại gọi về. Thi bắt phone bảo:

- Ừa má đang ngủ tý.

- Con muốn hỏi má khỏe không, về đúng giờ không? Ba rước má chứ?

- Hơi sớm hơn mười lăm phút theo lịch trình, má khỏe, và ba rước...

- Má thấy thế nào về trường con?

- Má thật tự hào về con, và trường Stanford University đẹp quá, má sẽ ghi lại những đoạn nhật ký.

- Dạ thanks má, con hỏi nói chuyện má một ít thôi, Để dịp khác. À con đang ở Mexico bốn tuần con làm việc thiện nguyện, và con về lại Stanford.

- Ừa má biết. Chúc con vui...

- Má cũng thế ăn uống vô nha, không buồn chi cả, cứ đi học English thêm đi. Mai này má có thể viết truyện by

English má sẽ dồi dào cả hai ngôn ngữ, con mong!

- Có lẽ là như thế. Má hằng ước ao và cố gắng.

- Song trước nhất má cần giữ gìn sức khỏe không làm nhiều, học nhiều, con thấy má vẫn còn ốm, yếu đuối lắm!

- Ừa thanks con lo cho má, má sẽ cố gắng giữ gìn sức khỏe, ăn uống nhiều hơn nữa nghen.

- Sức khỏe là hàng đầu, kế mới sự nghiệp gì đó thôi má.

- Má hiểu. Nhưng đôi lúc cần tranh thủ.

- Không cần má à. Sức khỏe là trên hết và hàng đầu má nhớ cho. Những viên thỏi vàng, đó là viên thỏi sức khỏe má.

- OK được. Chao ôi con gái nói hay... Má hiểu mà.

- Ồ chắc tới Noel và New Year con mới về nhà được nha.

- Má biết điều đó. Chúc con ham học, chăm ngoan...

- Thanks má, con muốn má chịu ăn nhiều hơn, lên pound hơn! Bây giờ ngủ đi.

- Thanks con quan tâm!

- Bye má nghen!

- Ừa bye con!

Vừa xong Thi mới nằm xuống nhắm con mắt định ngủ lại. CD lời tình ca máy hát cũng dứt hẳn từ khi nào. Một chốc hai phút sau thì Ti lại gọi về. Nàng lại phải nghe con nữa, qua phone. Ti hỏi:

- Má hã về đến nhà chưa má yêu?

- Về rồi hơn hai tiếng rồi. Con đang ở đâu vậy?

- Con ở nhà bạn con bé Lidia, nó có đến nhà mình rồi đó. Má biết nó mà? Con ở nhà nó chơi vài hôm, con sẽ nhận job và làm việc.

- Con sẽ làm gì ở đó Ti?

- Phụ giúp nghiên cứu văn học China Đông Phương.

- Ừa thế má vui rồi, khi hai con trưởng thành mỗi nghề khác nhau, nhưng bổ sung kiến thức, tương hộ cho nhau.

- Chị Ni vẫn giỏi văn học nhưng má ba ước chị vào y khoa, nên chị qua bên ước muốn đó. Chị Ni vẫn nói, cần hai chị em nên đi khác nhau, bổ sung cho nhau thì cũng hay mà.

- Má vui lắm dù má thất nghiệp, nhưng mừng khi hai con có nhiều nổ lực... Và hiểu biết không ngừng...

- Má nhớ giữ gìn sức khỏe, dù đời sống đi qua nhanh má ơi.

- Má biết, thanks con.

- Con chỉ hỏi thăm tý tẹo, má ngủ đi... mới về chắc mệt.

- Ừa bye con sẽ gặp lại.

- Con đang mặc đồ chuẩn bị đi tiệc chung với nhà Lidia.

- Ừa con vui nha.

- Vâng má. Kiss má nha!

- Thanks con. Ừa bye!

- Bye bye! Má! ngủ ngon nhất nha.

- Được rồi love con.

Thi cất phone nằm xuống. Mới nằm Thịnh lại gọi:

- Thi em khỏe không? Ngủ chưa Thi?

- Khỏe, thanks anh. Con gọi hỏi thăm nên em chưa ngủ.

- Ừa anh cũng hỏi thăm tý, thôi ngủ đi.

Chàng lại hỏi: - À nè em...

- Gì anh?

- Chừng nào em đi học lại.

- Chắc đầu tuần tới, nay thứ Thursday rồi.

- Ừa vậy ngủ đi bye! Ta nói chuyện sau. Em ngủ ngon nha. Anh quan tâm điều này cho em. Không làm phiền em?

- OK, thanks. Bye anh!

Thi lắc đầu cho những cuộc gọi quan tâm, nhiều người gọi cho nàng quá như một chiến dịch điện thoại không bằng. Vì rằng ai cũng bảo là nói tý tẹo, nhưng chưa hết ý, nên kéo ra thành nhiều tý thôi. Thi biết tình thương và sự quan tâm nói làm sao mà cho mau cạn được. Đành rằng nàng như chấp nhận mà vui. Đành rằng đã làm tàn phá giấc ngủ nàng, phải nằm xuống đứng lên nghe thôi. Nhưng lần này là nàng đã nằm xuống giường không ai gọi, vì đã ngủ say khóa máy rồi. Con mèo nó biết Thi buồn ngủ nên không dám làm phiền hó hé chi, dù nó hơi đói bụng...

CHƯƠNG 9

Thời gian trôi, Thi tiếp tục đi học English tại trường International, và ngày đêm vẫn miệt mài viết truyện làm thơ cả hai: Việt cùng English. Coi như trau dồi song ngữ. Tiếng Việt cô viết nhanh như suối chảy, song English thì có phần trục trặc, lọng cọng, trouble hoài. Một câu văn cô đánh sửa mấy lần vẫn không như ý, vẫn không hài lòng, cứ làm Thi khó chịu. Tánh Thi thì làm gì cảm thấy hài lòng tối đa cô mới thôi. Còn không xong, cô mày mò chỉnh sửa miết...

Vừa lúc Ngô Đình Long gọi lại. Nàng bắt phone say hello. Chàng liền nhanh chóng rủ:

- Đi chơi với anh đi, học miết vậy sao em Thi?

- Em bận vừa học English ở trường vừa về ở nhà viết văn truyện mà, em thích...

- Em viết tiếng English hay viết tiếng Việt?

- Em viết tiếng Việt chủ yếu, vì tiếng mẹ đẻ. English em còn thấy khó viết quá, em tập đây nhưng không như ý. Mai hồi em chuyển sau nhé.

- Em không nghe lời anh cứ tiếng Việt lên mấy trang web chơi, có ngày muối cũng không có cho em ăn đâu nha?

- Anh đừng xúc phạm em nữa có được không? Ăn muối vẫn sống. Để em tự chọn. Em thích em tự do. Em tính việc này, đừng ràng buộc em.

Thi cắt phone bực bội không cho Long nói gì thêm, cô tự do đi mở nhạc nghe một mình. Với Thi vui cũng mở nhạc, buồn cũng mở nhạc và coi phim. Thi lại mở phim Mỹ My Fair Lady có sẵn video kia. Thi coi thích thú với nhạc nền vũ điệu, rồi cô ngủ thiếp đi lúc nào không hay. Cô thích vậy...

**

Sau đó ba tuần không thấy Long gọi nữa. Nàng vẫn thấy lòng buồn nặng trĩu, vì mấy ngày nay không đi học. Tự nhiên Thi nằm ngồi dậy bước xuống thang lầu, nơi downstairs ôi đau cái lưng, nhức đôi chân. Chắc ba ngày nay trường đóng cửa vì lễ, không đi đâu, nên cơ thể Thi hơi có vấn đề. Thi tự massage đôi chân và cái lưng hơi cứng của mình cho bình thường hơn. Nó như đang kiện nàng chắc, rồi nàng đi lục lại đồ ăn. Đồ ăn không có gì, nàng toan nghĩ phải ra ngoài để mua.

Thi liền ra nổ máy xe để đi, máy lại không hoạt động, máy như chết ngất từ lâu. Thi lắc đầu và gọi cho Đình Long mong chàng help, nhưng chàng không bắt máy. Những hiểm nghèo như thế này Thi không bao giờ dám gọi cho hai con và chồng Thịnh để than vãn, chỉ có Đình Long là nàng tin tưởng nhất, thế vậy mà chàng chẳng đoái hoài. Chàng đã làm lơ.

Thi mở máy và đề máy gần tám lần, nhưng máy không nhúc nhích, toàn rè lên một tiếng rồi im thin thít như ngủ quên, hay nằm vạ không bằng, không chịu thức dậy...

Trở vô nhà, thấy đói bụng quá Thi nấu vội cháo trắng và húp với trứng gà muối đánh đổi ăn cho xong bữa. Thi cảm thấy buồn từ đâu đến không chịu được, buồn xâm chiếm lòng Thi đến bất tận, đến tối đa, chưa bao giờ nàng buồn hiu thế này! Nàng lang thang và lên lầu, như giận ai lên đầy ắp người, xe hư nhưng nàng như giận sách chăng? "Giận cá chém thớt." Chưng hửng Thi có ý lạ. Nàng toan lấy kiếm hết sách, vung ném hết chúng vào sọt rác không chừa quyển nào, là quyển nào. Những quyển sách nàng, cố ném chen chúc nằm bên nhau trông thấy tội nghiệp... Sao bỗng nhiên nàng trở nên oán hận vì đâu, và lạnh lùng với sách vở không biết từ đâu... Không cần biết lý do nữa...

Rồi nàng tự động khóc một mình, nước mắt chảy ra nhiều. Thi leo lên giường thở dốc, lưng vẫn còn đau chân vẫn còn rêm, nàng nằm cố dỗ giấc ngủ cho quên hết. Thi được ngủ vùi dù chỉ mới ăn chút cháo loãng, với gà trứng muối đơn giản. Con mèo nhìn nàng, nó không biết chủ Thi đang giận to một cái gì? Và nó không biết cách gì để san sẻ cùng, nó chỉ cào nhẹ chân nàng, như tỏ một chút thương mến rồi bỏ đi luôn...

Giấc ngủ đến. Thi vốn dễ ngủ từ hồi nào đến giờ.

Trong mơ Thi lại thấy những quyển sách kiện tụng,

thầm thì tố tụng nàng, chúng chạy quanh, chạy quất, chạy đảo, chạy ngược về tay nàng than thở: *"Chúng tôi không có tội, chúng tôi không có tội, chị Thi ơi." "Sao lại vứt chúng tôi. Sao lại vứt chúng tôi. Chẳng lẽ chị hư thế! Chị không thương chúng tôi sao. Chị nỡ hất hủi chúng tôi sao? Chị hư thế, hư thế..."*

Sách của Bùi Giáng, sách của Nguyễn Hiến Lê. Sách của các nhà văn nổi tiếng, cách dạy viết văn, sách dịch "Quảy gánh lo xa. Sách "Chiến lược bước đường thành công" "Những tầng số nổ lực" "Lòng hy sinh và can đảm" "Tránh xa tính kiêu ngạo" "Tài Đức vẹn toàn mới vẻ vang v.v..." Sách dịch thuật phần nhiều... Ùn ùn vô tay nàng chen lấn như biểu tình..." *"Thi ơi đừng vứt chúng tôi. Thi ơi đừng vứt chúng tôi. Chúng tôi không từng lợi ích cho chị đó sao? Chúng tôi không từng lợi ích cho chị sao, hu hu, hic hic?"* Sách lại tấn công, nó kêu nói ét ét như chim hoạt hình ríu rít ban mai, làm Thi chợt tỉnh... Thấy tay không trống trơn, Thi hình dung được giấc mơ, nàng thẫn thờ ngồi dậy suy tưởng...

Thi không biết phải làm gì bây giờ, đứng hồi lâu nghĩ ngợi cô thở nhẹ ra, như cố tìm lấy lại sự cân bằng cho tâm hồn... Sau tý Thi không còn uể oải nữa, nàng đứng lên nghiêm chỉnh mạnh hơn, và nàng đi lục lại sách đã vứt, nàng kiên trì để lại vào giá sách kỹ càng hơn xưa. Thi như thấy lỗi lầm mình gây ra vô lý. Vô lý thật nha! Cứ thế Thi làm, sắp xếp tủ sách lại trông đẹp hơn, ngăn nắp hơn, rõ ràng hơn. Rồi tự nhiên nhạc lòng có thoáng qua, một chút nhẹ nhàng phơi phới, từ đâu chuyển hướng đến. Có lẽ nhạc lòng từ trái tim tâm thức, thánh thiện của nàng gọi về. Và chính là nơi con tim chủ nhân nàng nhận ra điều phải trái, tốt đẹp nào đó.

Làm tích tắc cũng xong. Thi xuống downstairs chuyển dịch chỗ. Cô gọi phone cho Ngô Đình Long lần nữa.

Lần này thì anh bắt máy hỏi:

- Gì đó em? Sao nghe message em nói xe hư Thi?

- Ừa xe hư rồi không nổ máy, em không còn gì ăn, em

mới ăn cháo với vài trứng gà muối.

Im một chút Thi bảo thêm:

- Em bực quá giụt, vứt hết sách, rồi nằm mơ thấy sách kiện, em mới tìm lấy đặt lại. Sắp xếp lại gọn gàng hơn xưa...

- Em khùng quá tại sao vứt, ném nó đi chứ? Anh đã tặng cho em để học hỏi, mua cho em để em nghiên cứu. Đọc nhiều thì hiểu rộng. Em phải lấy ý tưởng từ Việt nhưng hiểu sang qua tiếng Mỹ. Có lợi cho em chứ có hại chi đâu. Nó có tội tình chi em vứt nó? Em làm người trọng tội lớn đó.

- Em lượm cất lên, sắp đặt lên, đẹp hơn hết rồi. Nhờ nó biểu tình đó.

- Ha ha. Vậy được rồi. Anh sang em nha.

- Ừa coi sửa xe cho em luôn.

- Vắng thì nhớ, nhưng em ngang lắm thành ra anh ráng chịu xa thôi... Đành rằng tim anh đau tan nát.

- Em xin lỗi. Em không cố tình...

- Anh đến thăm em nghen! Long nói thế. Giọng hơi mừng rỡ.

Và đã tới trong mười phút sau, từ shop của chàng ra đi, nàng mở cửa đón chàng. Long bồng nàng lên lầu, như lâu không được bồng. Anh nhìn người yêu:

- Nhớ anh không cưng?

- Sao lại không?

- Đầu này cứng lắm nè!

Anh để Thi nằm xuống giường, anh khép mấy cánh màn rèm cửa lại kín hơn rồi đến bên nàng. Thi đã quàng cổ anh hôn, cô lấm lét nhìn anh như mắc cỡ, rồi quay ra trạng thái khác Thi cười nhoẻn miệng. Rồi cả hai đắm chìm trong yêu thương trên ba tuần mới gặp...

Ngô Đình Long bảo rằng:

- Em ác với anh, ác với sách. Vứt anh, vứt sách đi hết.

- Thì em lượm lại hết rồi mà...

- Ngoan, anh cưng nè... Lượm cả anh lại, đúng không?

Nàng cười không nói.

Hai người lại mặn mà thêm yêu thương...

Sau một hồi vui chơi ở đó, thì hai người (Long đã lái

xe anh, và chở Thi.) Đi mua chiếc bình acquy ở shop Auto Good Service. Long đem về anh gắn vào xe của Thi. Xe lại nổ như thường. Thi lại cười nhìn anh thêm sung sướng tươi mới. Ngô Đình Long vui theo:

- Ổn lắm rồi đó cưng?

-Thanks anh.

Long đưa Thi vào nhà:

- Em nằm nghỉ đi anh lấy đồ ăn vào cho.

- Anh mua hồi nào anh Long?

- Mới đây thôi, trước khi gọi em. Muốn bỏ em, mà anh...

- Thì bỏ đi chứ.

- Hừm. Ngu gì bỏ. Long nói và hôn đụng nhẹ tóc nàng.

- Yêu cầu anh đừng can thiệp trong viết lách của em, thì em sẽ yêu anh mặn nồng hơn.

- Nhưng em phải nghe anh mới thành công, không phí thời gian vô ích. Em có biết thời gian quí báu lắm không?

- Em biết nhưng ố ô... Nói đến đó nàng ngưng hẳn...

Long không cần hiểu nàng nói chi, anh đi làm việc đâu ra đó, anh đem nhiều đồ ăn vô tủ lạnh và cuối cùng anh bảo:

- Anh cưới em, mình ở chung. Anh sẽ lo em tốt hơn...

- Không, khoan đã anh, em chưa thích cưới bây giờ. Chúng ta vẫn là như vợ với chồng lâu rồi...

- Tùy em.

Thi lại ngoắt chàng lên thang lầu lần nữa, nàng đang cảm hứng có một chút gì đó, rộn ràng tin yêu, mãnh liệt và sung sướng... Nhưng con mèo Cindy đói bụng kêu meo meo, làm nàng phải xuống lấy đồ ăn cho nó ăn trước.

Yêu thì yêu, học thì học, viết thì viết. Thi không ngưng nghỉ những giấc mơ. Ngô Đình Long đến thì nàng thưởng cho tình yêu, nhưng có khi hai ba tuần Thi không gặp chàng, vì Thi bận học, bận viết, bận làm bài, là nàng không có thời gian nghĩ tới. Thi yêu chàng Ngô Đình Long thì ít mà cái nghĩa đối với chàng thì khá nhiều lắm... Hay là nàng yêu ai cũng cần cái nghĩa hơn trong cái tình?

Không có chàng những lúc khó khăn biết nhờ cậy ai.

Chính vì thế mà hun đúc lên tình yêu Thi đối với Long thêm nồng nàn mạnh mẽ. Mặt khác chàng đẹp trai, khỏe mạnh độc thân nữa làm sao nàng bỏ qua cho chàng chứ. Ấy vậy mà nàng mấy lần điên lên vì chàng! Và chàng vẫn thế, hai kẻ điên lên với nhau, từng khóc nhau trong hai đầu nỗi nhớ...!

Nàng vẫn đam mê viết sách đến quyển thứ 34, dịch chuyển một số nhưng chưa thành công lắm. Lần này lâu lắm Long không nói nữa, nhưng Thi tự cố gắng để hoàn chỉnh mình, cô chuyển dịch lại những tác phẩm sang English phần nhiều, Thi chú tâm nhất là hồi ký "Hoa Trên Đá" và "Xứ Lạ Quê Người" được sửa sang rất nhiều times nên trở thành hay hơn, giá trị hơn cả tiếng Việt và English. Có thể giới thiệu về tác phẩm Xứ Lạ Quê Người nơi đây. Thi đã viết:

Đến một ngày tác phẩm vào vị trí thứ 34, câu truyện viết "Xứ Lạ Quê Người." Là như một quyển hồi ký lớn cho một nhân vật nữ mất job, mất việc làm tại một công ty. Phần lớn được nhấn mạnh bởi sự ác độc, nham hiểm, tàn bạo con người đối với cô. Song cô vẫn âm thầm chịu đựng để có những bước đi nối tiếp, cô cần đi những bước khác. Cô cần chứng minh hơn là ngụy biện... Và cuối cùng tác phẩm đã được đánh giá cao, ở chủ đề phản ánh tư tưởng nội dung. Đó là nỗi lòng con người hôm nay, vẫn tồn tại sự gian xảo và đố kỵ, sự hàm hồ can thiệp, để bóp méo sự thật kia, nó mang nhiều tính đương đại, tính thời đại, đã trùng trùng điệp điệp làm khổ những con người vô tội.

May còn có một chút duyên; con cái và người yêu quan tâm, nhân vật nữ tên Thi đã vượt qua khó khăn số phận khắc nghiệt, để trưởng thành. Ngày con ra trường bốn năm sau hậu đại học, cũng là ngày cô vinh dự được giải thưởng một nhà báo Việt quan tâm trao tặng, rồi tiếp theo cô được các nhà báo Mỹ phát huy treo giải văn hay và thực tế, tiếp theo cô được nhận giải thống đốc khen - Những nổ lực cho sự sống hôm nay, đó là sự chuyển tiếp một khổ đau, để thành thắng lợi vẻ vang. Hay nói cách khác: là chuyển bại đau thương thành thắng lớn... Nàng được giải văn học Mỹ khen. Và tiếp theo giải Tổng Thống khen "Hạt Thông." Một giải vinh danh, một tâm hồn vĩ đại, một sáng tạo duy tư, một dồi dào thể thức hồi ký bút ký nhiều, vẫn thi pháp nhiều. Tiếp theo tác phẩm thắng giải Nobel - Ca ngợi như "Công lý chỉ được giải quyết qua tri thức chứng minh..." Rất nhiều thứ để tác phẩm được đánh giá cao. Hành văn đi theo phong cách lãng mạn, pha chen trộn thực tế...

Như vậy Thi có tới sáu bằng khen vinh danh cho một tác phẩm "Xứ Lạ Quê Người." Thi có trên 34 tác phẩm, của một công trình nghệ thuật viết quá sức đồ sộ, ở một thời gian không dài, nếu nói trắng ra hơn, là kết quả của một thời gian ngắn! Một con người nghèo khó hôm nay vươn lên với đôi tay mình, vì bất công đổ xuống, vì cuộc sống hiện đại đầy tráo trở, làm nàng cảm nhận. Thế giới người xấu thường đi chà đạp sự thật, để mưu lợi, làm hại người lương thiện... Nhưng thảm khốc sẽ trôi qua, biến thiên rất kỳ vĩ trở về đổ vào người tốt, người tốt được quả tốt bất ngờ. Việc đó là một kết quả nơi nhân cách khó tìm kiếm. Tuy nhiên chân lý rồi được chứng minh rõ ràng, tính cách vận hành của vũ trụ, xoay chuyển và thấm đủ, vẫn khoa học hoàn toàn, không sai lệch.

CHƯƠNG 10

Nhận được những giải thưởng văn chương, khi Thi đã là một giáo viên dạy học, dạy tiểu học cho những người mới qua Mỹ, người Châu Á, Châu Phi, phần đông Việt, Lào, Campuchia, Thái Lan, Mã Lai. Họ mới qua bước đầu trau dồi tiếng English đơn giản...

Và đến hôm nay cô lại đi ăn với Ngô Đình Long. Cô xin cưới anh làm chồng.

Ngô Đình Long lại từ chối không chịu bảo:

- Ngày đó anh thích cưới em, em không chịu, bây giờ anh không chịu. Bởi em có hào quang lớn lắm, anh đã già hơn em, hay chăng chúng ta sẽ đổ vỡ hạnh phúc khi ở với nhau?

- Anh tin em anh Long. Em thiết tha mà. Sướng chúng ta cùng hưởng, khổ đã từng chia. Thì mới là tình yêu thật...

- Anh nghĩ em không nên vội Thi?

- Em chắc chắn không vội đâu mà. Thời gian chúng ta không cho kéo dài để suy nghĩ nữa. Con em đã trưởng thành, em muốn chúng ta về Florida mua nhà để ở, hưởng hạnh phúc còn lại, em sẽ viết văn, dịch thuật thêm, và dạy học nơi đó một tuần vài chục giờ đủ rồi. Em kiếm job nơi đó đi dạy English tiểu học thôi... Hay thậm chí em đi dạy Việt Ngữ hỗ trợ các nơi họ cần vẫn OK anh! Sự sống như thế quá đủ với em hôm nay!

- Anh nghĩ em nên nghỉ ngơi không nên đi làm nữa, khi tiền em đã có, đủ sống...

Nhưng cuộc sống em thích làm việc. Thi trả lời và nhìn vào mắt Ngô Đình Long như gởi một niềm tin. Và Thi mỉm cười nhìn anh tình tứ hơn.

Như thế... Sau đó hai người Ngô Đình Long và Thi đã có mua một căn nhà ở Pamana Florida, ngôi nhà ở Georgia họ đóng cửa để lại đó. Thật sự căn nhà ở Georgia chỉ là một căn nhà nhỏ của Appartment loại rẻ tiền thôi.

**

Sống bốn tháng bên Panama Florida. Thi lại buồn dù cảnh ở đây rất đẹp. Non nước trời mây hữu tình, thế mà Thi lại bàn với Ngô Đình Long:

- Em muốn bán ngôi nhà này để lấy tiền làm từ thiện, cho quê hương em thêm, cất thêm trường cho học sinh nghèo ở. Em muốn trở lại căn hộ Apartment ở đường Oakcliff-Georgia của em ngày đó.

- Sao thế Thi? Chàng như bỡ ngỡ hỏi.

- Cảnh đây rất đẹp nhà cửa đây sang trọng, nhưng em quen rồi, em không cảm thấy thích, và không cảm thấy vui nhiều anh Long? Em muốn về lại căn nhà cũ đó, đã cho em một tâm hồn sống, một thử thách, sống một nghị lực sống, em muốn thế. Em không cần gì, vì tiền bạc chỉ là phương tiện, như ta ngồi trên thuyền, chiếc thuyền đó là một trong phương tiện thôi, chỉ thế thôi, không là tất cả của mục đích...

- Em nói thế nghĩa là sao em Thi? Ngô Đình Long vẻ ngạc nhiên khó hiểu những lời cuối của nàng, nên chàng hỏi thêm. Thi chịu khó với chàng mà trả lời:

- Nghĩa là em. Em muốn tiền bạc, nơi vật chất là phương tiện, nên đem nó đi chia hữu ích đến cho mọi người, khi những con người cần nó... Thì ta cần lái chiếc thuyền của tình yêu, của tha nhân đến với họ để chia sẻ... Đó là ý nguyện lớn nhất của em. Anh Long ơi nếu ta thích, cứ đến nơi này nghỉ mát khách sạn vài ngày, hay vài tuần, hay một tháng cũng OK lắm rồi. Mình không cần nhà nơi đây. Em muốn về chốn cũ. Thật sự em nhớ ngôi nhà xưa của em lắm. Anh biết không? Anh nghĩ thế nào cho em?

- Anh sẵn sàng thôi, nếu em thích chi anh vẫn chiều.

Và họ đi bên nhau lần cuối cùng của một ngày sóng biển Panama Florida, vùng sóng, biển ru, thầm đáp đớp dưới chân họ như vương vướng câu chuyện yêu thương, và những giọt cát cuối cùng vô tình ôm ấp kỷ niệm đôi chân họ... Vì đời vốn ngang trái nhưng đời luôn đẹp như bài thơ ban đầu. Thi cảm nhận...

Nhà ở Panama Florida đó họ neo lại, để bản treo bán, và hai người về lại Georgia-Atlanta của Doraville vùng Buford highway với số nhà, một khu Apartment... Trên đường Oakcliff.

Cuộc sống trở lại nơi đây. Thi đem con mèo nâu Cindy trở lại nơi này, nó càng mừng hơn không biết vì sao? Hay là nó giống nàng, nó đi theo với tư tưởng chủ nhân nàng...

Rồi một ngày nọ Long đang đi uống coffee với bạn hữu, khi anh đi lâu từ Panama Florida trở về. Rồi anh đến Shop-tiệm anh sang lại học trò, giờ anh muốn làm lại cộng tác với nó, luận bàn một vài điều với học trò khi anh trở về trên hai tuần...

Xong anh quay về nhà, bước vào phòng anh thấy Thi nhắm mắt ngủ. Thường thường Thi ngủ gì thấy anh về, hoặc cô nhõng nhẽo đến mấy trốn với chàng vài phút thôi,

Thi vẫn ngồi dậy đi chào, nhưng lần này hơi lâu... Lạ nhỉ nàng không ngồi dậy kìa sao? Long đến kề thì anh thấy mặt nàng tái nhợt, môi nàng xanh như tàu lá chuối non héo, không còn hồng như mọi khi, hơi thở lại đi đâu biến mất không còn luôn. Anh giật mình hốt hoảng quá, đưa tay mình kiểm tra hai, ba lần nơi vùng mũi nàng? Ôi thôi sự thở của nàng đã như tắt ngấm... Như không tin vào sự thật. Long la lên:

- Trời ơi Thi... Thi sao vậy, em đã làm gì thế này? Em tại sao như thế này. Oh my god! Có thể nào em giỡn kỳ khôi tinh nghịch, hay đây là sự thật em? Chàng ngó thêm mái tóc và chong mày nàng vẫn còn xanh đậm, nhưng mắt đã khép, môi hờ, hơi thở ở cổ, ở ngực đi đâu mất, ôi đã từ giã đi rồi...

Chàng đành than thở lắc vai nàng:

- Thi ơi, sao im lặng không nói em, không nhúc nhích em. Em ơi... Sao thế này nè hã em yêu?

Con mèo buồn như sợ Thi yên giấc ngàn thu, dù nó không biết lý do gì. Nó cảm cảnh từ nơi Ngô Đình Long đau đớn kêu lên kia. Và như nhìn nàng thương xót quá, nó cũng kêu kêu mấy tiếng "meo, meo, meo" thật thêm não nuột...

Long chợt nghĩ kêu xe 911 tới, và chở Thi vào cấp cứu.

Long như lẹo tay, song anh đã kịp thời gọi cho hai con Ti, Ni cùng người chồng cũ Thịnh của nàng hay tin này. Tay Long cứ mãi run rẩy lạ thường, anh không biết từ đâu, anh khó mà bình tĩnh nổi...

Những người thân của Thi hay tin đã đến. Hai con nàng vừa về thăm nàng một tuần nay, chúng chỉ ở khách sạn, chúng kết hợp đang dự birthday từ một nhà bạn thân. Họ tất cả đã nghe, họ đều đau lòng chạy đến bằng mọi cách, nhưng chỉ biết chờ đợi vì thời gian...

Tin giờ chót bác sĩ nói:

- Cô ấy đã tỉnh, cô bị đột quy tim, nhưng kịp cứu được, không nên để cô xúc động nhiều, nếu không kịp cô có thể vĩnh biệt ra đi, đi xa không về nữa đâu. Cũng nên cho cô ấy biết để rút lấy kinh nghiệm, cô không nên xúc động thái quá.

- Như vậy đã cứu má tôi rồi đúng không? Ni hỏi.

- Vâng đã ổn có thể, để cô ấy định thần ra tất cả, cuộc sống sẽ trở lại với cô... Bác sĩ chuyên khoa trả lời.

- Trời ơi má tôi sống lại, không chết bỏ con má nha! Má ơi... Ni nhìn mẹ thương xót, nhưng mừng rỡ lắm.

Ti thì xúc động chưa nói được gì.

- Phần hy vọng đó lớn hơn. Vâng hy vọng cô Thi đã thở và nhịp tim đều lại... Y tá phụ nhìn thêm những người thân thương ấy, và nói năng như thế.

Thịnh lại hỏi:

- Cô ấy bình thường lại được chứ thưa y tá?

- Vâng cô ta sẽ trở về trạng thái bình thường. Y tá túc trực bảo thế. Mặt cô gái vui hẳn lên. Cô thầm làm dấu hiệu cho tất cả những người thân của Thi bước ra ngoài, khi họ nghe một vài tin tức để ấm lòng tạm thời thôi. Và cô muốn bịnh nhân Thi thêm chút thời gian ổn định hơn nữa, cô một người Mỹ gốc Việt. Cô có cái tên rất dễ thương là Angelina Tran.

Đúng vậy. Họ hiểu ánh mắt và bàn tay của cô y tá trẻ Angelina. Và rồi cả bốn người Thịnh, Ni, Ti, Long đều tự động lặng lẽ dời chân mình ra phòng khách...

Ra phòng khách chờ đợi. Thịnh im lặng một chốc rồi ngẫm nghĩ điều chi lên tiếng như trách:

- Thi không có triệu chứng gì trước đây cả mà? Kể từ ngày bỏ nơi này qua Panama Florida, và khi trở lại sao như thế nhỉ? Thịnh lại đưa đôi mắt nhìn quanh nơi phòng, thân nhân có hai con anh chờ đợi, và có cả Long đứng đó nữa.

- Con người vẫn không thể biết trước nửa giờ, sẽ xảy ra chuyện gì mà ba? Dù y học có tiến mạnh song làm gì chuẩn xác hết được. Nhiều trường hợp rất lạ kỳ không tiên đoán nổi... Con hiểu lắm ba à. Ni giải thích với ba ruột mình một cách ngắn gọn.

- Thật khó hiểu. Thịnh lắc đầu như có vẻ không tin.

Câu trả lời của Ngô Đình Long là im lặng và trầm tư đứng đó mà thôi.

Sau đoạn trên hai mươi phút cả nhà vô thăm Thi lại lần hai. Thi nằm nhoài người tại phòng cô an nghỉ điều dưỡng. Nhưng Thi đã tỉnh hẳn. Thi như biết chuyện gì đã xảy ra... Nàng ngơ ngác, rồi nắm tay người thân, nụ cười nàng tan trong nước mắt, nước mắt người thân cũng thế, tan trong nụ cười nàng! Thì ra Thi đã thoát khỏi thần chết, và nàng trở lại cuộc sống bình thường...*/

Truyện phần đầu khởi sự là thực với số phận nhân vật. Phần sau là giấc mơ. Khi đạt giải văn chương đổ về sau là nối đuôi của giấc mơ. Xin trân trọng độc giả mến đọc của Thi.

HDT. Viết Mùa Autum 2015...

CHIỀU THỊ TRẤN...

Sơ lược chủ đề và nội dung.

Một tình yêu tưởng chừng như bị chia rẽ, bởi cục diện.

Nhưng họa sĩ trẻ tuổi Ngọc Bình lúc bấy giờ đã thông minh tháo vát... Anh tìm phương hướng để giải lý, bảo vệ tình yêu cho chính anh và người yêu. Bởi một giấc mơ kinh hoàng ám ảnh anh ta. Tình yêu họ là nhịp đập chung, là trái tim khao khát không bao giờ lỗi thời! Trong bao con người...

CHƯƠNG 1

Nhớ...

Ngọc Bình lang thang vô trường cấp ba thị trấn ba ngày nay. Anh vẫn đứng chầu chực cổng trường, nhưng ba ngày đều vô vị. Anh không thấy Lệ Trinh đâu cả. Các tà áo dài tung bay chỉ làm anh nhức nhối, rối mắt, và thất vọng. Về lại phòng vẽ, Ngọc Bình thơ thẩn, nhìn các bức tranh không tài nào anh vẽ cho ra hồn nữa! Anh cảm thấy thật buồn khi ngắm thị trấn kẻ qua người lại đối với anh đều vô nghĩa. Anh ra vô quanh quẩn nơi góc phòng. Chiếc giá vẽ buồn hiu đứng đó...

Chiếc giá vẽ nếu như không may mắn, người họa sĩ đã nhiều ngày quên lãng không đụng tới! Ngọc Bình cảm giác đi hơi xa và giật mình. Cách vẽ tranh làm việc của anh cũng khác với người ta, người họa sĩ thường thì chỉ vẽ tập trung vào tranh, không một âm thanh nào xâm chiếm chỗ, chi phối. Nhưng chàng Ngọc Bình thị trấn này luôn vẽ tranh, ở niềm đam mê có âm nhạc bên cạnh. Anh nghe nhạc Trịnh nhiều nhất. Tuy nhiên Ngọc Bình vẫn nghe hòa tấu và các thể loại khác. Mấy hôm nay vắng Lệ Trinh anh chỉ nghe nhạc khỏi vẽ luôn, anh nhớ nàng vô bờ... Hôm nay anh đang nghe bài "Như Cánh Vạc Bay" *Nắng có hồng bằng đôi môi em, mưa có buồn bằng đôi mắt em. Tóc em từng sợi nhỏ rớt xuống thuyền làm sóng lênh đênh... Gió sẽ mừng vì tóc em bay, cho mây hờn ngủ yên trên vai. Vai em gầy guộc nhỏ như cánh vạc về chốn xa xôi…* nhạc của Trịnh. Rồi hình bóng Lệ Trinh cứ quay quẩn, chiếm độc nhất vô nhị trong trái tim anh. Ngọc Bình không sao vẽ nổi, anh tắt nhạc đành vòng ra ngả ba thị trấn, bên kia là dịch vụ may mặc Mỹ Nữ để tìm nàng…

Đây là dịch vụ nàng thường đến, đối diện phòng thông tin đọc sách, cách phòng vẽ tranh anh chừng bốn trăm mét.

Ngọc Bình vào hỏi, những thiếu nữ đang may:

- Xin lỗi mấy hôm nay Lệ Trinh đi đâu. Mấy em có nghe tin tức gì không?

- Tụi này đâu có giữ người yêu anh chứ?

- Đưa tiền đây chỉ liền.

- Vẽ cho em bức tranh đẹp sẽ chỉ nè.

- Khao tụi này coi hát sẽ nói cho nghe nha.

- Dắt Lệ Trinh trốn trong phòng, mà làm bộ ra đây hỏi.

Mấy em ở tổ hợp lao nhao nói như hát, vẻ đùa giỡn.

- Chứ bộ anh không vô trường cấp ba sao? Chị Mỹ Nữ chủ tổ hợp may hỏi Ngọc Bình sau cùng.

- Có! Bình vô mấy hôm nay nhưng hình như Lệ Trinh vắng học cả tuần rồi.

- "Thì ra là vậy?" Cả bọn ngưng làm việc ngơ ngác hô nói đồng thanh. Họ nhìn Ngọc Bình trả lời với cô chủ Mỹ Nữ.

Hỏi cho có hỏi mấy câu bâng quơ thôi. Ngọc Bình lui ra khỏi dịch vụ may. Vì anh biết thỉnh thoảng Lệ Trinh hay đến nơi này, bởi cô thân với chị "chủ xị" dịch vụ tổ hợp. Chính nơi này anh gặp Lệ Trinh chứ không phải trong trường.

Ngày đó anh đến lấy một bộ complet đi làm phù rể phụ. Anh may ở đây, thì bắt gặp Lệ Trinh ở nơi Mỹ Nữ may mặc này. Cô cũng đi may áo sơ mi và quần tây. Cô đến đo vải, cô đang mặc chiếc áo dài nền trắng, vải tầm thường không được mỏng mảnh lắm, có thể nói nó là hơi thô nữa, nhưng nó được đắp mặc trên thân thể nàng. Ngọc Bình vẫn trông nàng thật mỏng mảnh, đáng yêu vô cùng, dáng như tiên nữ....

Cái ánh bắt đầu tiên và bất chợt làm Ngọc Bình mê mẩn như đi theo gió cuốn... Sau một ngày, sáng hôm tiếp theo anh hoàn thành một tác phẩm liền. Anh vẽ nàng trong đêm qua, với chiếc áo dài màu tím hoa cà hơi đậm chút, có con chim bồ câu trắng đậu trên tay nàng. Ngọc Bình đến trường để tặng nàng khi trường tan học. Anh chờ ngoài cổng, anh gọi khi thấy cô nữ sinh đáng yêu ấy:

- Ơi Lệ Trinh nè. Anh muốn tặng em món quà này đây. Xin em nhận cho.

Lệ Trinh đưa mắt nhìn anh hơi mắc cỡ bẻn lẽn, và rồi vui vẻ cầm lấy:

- Trời ơi đẹp quá. Em cám ơn anh, nhưng em có mặc áo dài tím bao giờ đâu?

Ngọc Bình nở nụ cười hồn nhiên, nhìn chiếc áo dài màu trắng hôm nay của cô mặc vẻ thướt tha quá. Đúng là dáng tiên nữ. Lệ Trinh đang bước, anh cố gắng bảo:

- Người họa sĩ có quyền sáng tạo thêm một chút. Vả lại anh yêu màu tím thủy chung mà em!

Lệ Trinh lườm chàng một cái không nói. Lòng thì có vẻ thích thú, nhưng nàng giả đò bước tiếp thoăn thoắt nhanh, mấy bước nữa để tới nhà nàng ở trọ.

Ngọc Bình sánh đi với Trinh chưa đầy năm phút, Trinh đã tới nhà. Anh có muốn đi lâu hơn cũng không được...

Về đến nhà nàng cứ coi đi, coi lại mấy lần bức tranh ấy, mỉm cười thích thú. Chàng thì về lại phòng vẽ nằm suy nghĩ, mà tương tư đến bước chân của nàng...

Đó là lần đầu tiên anh gieo tình với cô, độ vài tuần hai người đã đủ duyên để biết nhau và yêu. Anh mời Lệ Trinh đi uống nước, đi ăn sinh tố quán, vùng ở thị trấn. Và anh dẫn đến phòng vẽ của anh để nàng "tham quan" xem tranh. Lệ Trinh tỏ ra e lẹ bề ngoài, nhưng dạn dĩ hoạt bát, mạnh mẽ bên trong tâm hồn. Anh thích lắm... Và nàng cũng thích anh nhiều điểm. Hầu như hai người đã say nhau, họ có những cuộc đi chơi chung...

Đùng một cái cô nghỉ học, không nói gì cả. Đâm ra anh

ngớ ngẩn.

Không chịu đựng được nỗi nhớ. Ngọc Bình lấy chiếc xe mobylette chạy lên về vùng nhà nàng. Vùng MT hướng Tây Bắc của PM.

Thật chàng chưa bao giờ dám vô nhà Lệ Trinh. Kể ra anh mới quen nàng cho đến nay đã ba tháng. Chàng muốn ghé nhưng Lệ Trinh không cho. Lúc nào Lệ Trinh vẫn cứ nói:

- Ba má em khó lắm, vì em còn đi học mà. Mình lẻn đi chơi cũng đủ rồi anh Bình nha.

Vào một hôm họ dìu nhau lẻn đi đến vùng đập bờ hồ. Một nơi phong cảnh đẹp, cách nhà Lệ Trinh hơn một cây số về phía hướng Tây Nam. Nàng từng bảo chàng như thế.

Không phải Lệ Trinh cố tình giấu cha mẹ. Nhưng nàng nghĩ còn quá sớm. Lệ Trinh cũng không nghĩ nó là dấu hiệu của tình yêu nhiều. Nàng vẫn có cảm giác, chàng và nàng như nó đang đứng khoảng giữa "tơ chỉ" của tình yêu và tình bạn… Trinh cứ nghĩ là một cái gì đó chưa hẳn lắm? Nàng cho đó là một sự rung cảm tự nhiên về tình người, ở trong tâm hồn nàng. Về sự thiện cảm chân thành của nàng dành cho chàng hơn là tình yêu! Có lẽ nàng vẫn chưa tách bạch tình yêu là nó sâu sắc như thế nào?… Hay là Lệ Trinh còn lo ngại điều gì chăng?

Hôm nay Bình đến vùng này. (Vì anh nào dám vô nhà Lệ Trinh để hỏi.) Anh như cố gắng đi tìm kỷ niệm, dù thẩn thờ vẫn cho đỡ buồn. Thì anh bất chợt, gặp một em bé trai tên là Đạo đi lấy đuốt từ trên núi cao xuống nghỉ chân. Thấy anh em vui, miệng có vẻ hô to:

- Ô anh Bình, làm gì đây vậy anh?

- Anh tìm cảm hứng vẽ tranh thôi mà.

- Vậy chứ không phải đi kiếm chị Lệ Trinh sao?

- Đâu có…

- Hồi bữa giờ em thấy anh, chị Lệ Trinh ở đây mấy lần rồi chứ nha!

- Vậy sao? Em làm gì mà thấy anh chị?

- Em đi làm linh tinh trong rừng mà! Khi đi lấy củi khô,

khi đi kiếm mật ong, khi đi bứt mây rừng, khi đi chặt đuốt, như hôm nay nè. Anh không biết em, riêng em biết anh vẽ nổi tiếng ở huyện... Em biết luôn phòng, nơi làm việc của anh. Em vào coi anh vẽ mấy lần đó chứ. Vì em thích vẽ lắm, hi hi.

- Vậy à cám ơn em.

- Em hay xuống thị trấn PM đó chứ.

- Khi nào vô anh chơi, hoặc thích học anh có thể chỉ cho.

- Anh không chê em vào. Em thích vẽ. Nhưng em mồ côi.

- Tội vậy sao em trai? Chàng nói và nhìn vào bờ vai em, Bờ vai em chiếc áo đã mòn xước rách chút đỉnh...

- Em ở với chú nuôi. Vì chiến tranh chạy loạn. Từ chiến trường Tây Nguyên của 1975, ba má thất lạc. Em có người lượm về nuôi giờ ở gần nhà chị Lệ Trinh đó.

- Vậy à? Hoàn cảnh em nghe đứt ruột quá. Em có được học hành gì không em?

- Học mấy chữ, lớp tám là em nghỉ rồi. Cha mẹ nuôi cũng nghèo mà anh?

- Chia sẻ cùng em nỗi buồn. Vậy cưng có biết sao chị Lệ Trinh đó nghỉ học không?

- Chắc không đủ tiền học thì nghỉ chứ sao. Hình như sắp đi học nghề mành trúc. Anh muốn gặp chị không?

- Không, anh muốn lang thang một mình ngắm cảnh, để về có ý tưởng vẽ tranh thôi. Cảnh ở đây đẹp, vẽ những bức tranh tĩnh chắc hay lắm.

- Đừng giấu tâm trạng nghen anh Bình.

Ngọc Bình vẫn muốn giấu tâm trạng thì Đạo nói tiếp:

- Hôm qua nay em thấy chị Trinh buồn ra nơi này đó. Chắc nhớ anh tìm kỷ niệm và yêu thiên nhiên... Còn anh yêu thì nói yêu, tìm thì nói tìm đi. Em về nói giúp cho, nhà em gần nhà chị Trinh, em băng qua nhà chị Trinh mà.

Vừa nói lúc đó anh nhìn thấp thoáng dáng người phía xa trên mấy lùm cây mù u hoang dại, Ngọc Bình bảo:

- Hình như Lệ Trinh kìa!

- Ừa chắc chị Lệ Trinh đó. Thôi em về nghen. Trời ơi, vậy mà nói không đi tìm chị, thấy là mừng liền, anh giấu lòng giữ nghen...

Ngọc Bình đưa tay, ngón trỏ cùng ngón cái bấm chung kêu một cái "tróc" vui theo thói quen. Anh thay lời nói như công nhận. Anh tiến tới vội đỡ chùm đuốt cho Đạo đội lên trên vai dễ dàng hơn. Có lẽ Đạo chuẩn bị đi thôi, cũng hết thời gian nghỉ giải lao nơi đây rồi. Nên Đạo gật đầu chào Ngọc Bình, ra dấu hiệu như thế. Rồi Đạo bước đi nhanh...

Ngọc Bình nhìn em nhọc nhằn thương quá. Anh thay lời phả tay chào tạm biệt một lần nữa, dù Đạo không thấy anh, bởi bó đuốt lởm chởm to, lại siêu dài cồng kềnh quá, đâu có cho Đạo quay lưng để nhìn được ai...

Thì ra Lệ Trinh có mặt ở đây. Ô sự trùng hợp một cách ngẫu nhiên. Ngọc Bình đưa tay lên cao xá ông trời, anh vội bước tới lẹ hơn. Anh có vẻ vui mừng, ruột gan hớn hở lắm...

Nắng chiều hạ dần đẹp vô cùng, nơi đập hồ này, con nước loáng lung linh, chàng không đủ thời gian nhìn nó. Khi chàng thấy đích thực nàng Trinh, và chàng mừng quá muốn kêu tên nàng, muốn xối xa la lên cho sướng miệng. Mà thôi chàng không dám. Ngọc Bình chỉ háo hức mà đi thẳng đến. Chàng đi nhẹ như con mèo rón rén rình mồi, chàng như theo dõi, rình người con gái mình đang yêu chút vậy!

Lệ Trinh một mình tay cầm một quyển sách đang lật từng trang, anh nhìn lén nàng. Ôi đôi mắt Lệ Trinh, đôi mắt bồ câu long lanh đẹp lạ thường. Không dằn được cảm xúc, chàng chạy tới ôm nàng kêu lên:

- Em, anh nhớ em muốn chết, sao nghỉ học rồi Trinh?

Lệ Trinh chợt tỉnh nhìn chàng với đôi mắt đắm đuối, tuy nàng hình như không được vui. Nàng nói:

- Nhà không đủ tiền, nên em nghỉ học thôi. Em sắp đi học làm mành trúc.

(Nghề mành trúc là nghề thủ công làm nhiều công đoạn,

Yêu cầu trước tiên là phải có đôi tay khéo léo, vật liệu với những ống đuốt mua lấy về từ những người đi vào núi đồi mang đến bán. Rồi qua một giai đoạn khác họ cưa ngắn ngắn, đem ra phơi khô đúng mức, đúng yêu cầu đòi hỏi. Người làm mành trúc được chủ thầu cung cấp vật liệu đó, rồi dùng kẽm mềm xỏ vào trong ruột tre trúc hay đuốt để uốn éo linh hoạt, để tạo thành bức tranh theo ý muốn cả màu sắc và hình dáng. Và cũng được sơn phếch tỉ mỉ trông coi rất đẹp nữa. Đó là những mặt hằng ăn khách thời bấy giờ, ví dụ như làm được Chùa Một Cột, Chùa Thiên Mụ, Sông Hương Núi Ngự, Cầu Tràng Tiền, Cổng chợ Lớn Sài Gòn, Cổng chợ Bến Thành v.v... Thời bao cấp các cơ quan và bọn tư bản đỏ có tiền cũng đang chọn nó lắm, để làm rèm cửa cho đẹp. Xin chú thích vậy để bạn đọc biết...)

Nghe Trinh kể chàng reo lên:

- Anh có thể giúp được em mà, nếu em muốn đi học tiếp. Hay là anh cưới em làm vợ anh nghen? Em chịu hôn?

- Chính vì yêu anh, em mới bị nghỉ học khổ thế này nè.

- Sao vậy Trinh?

- Ba em nói anh là một họa sĩ. Nếu anh sau này nổi tiếng anh không thèm yêu em đủ trọn đời. Mà nếu không nổi tiếng thì em sẽ phải khổ, vì họa sĩ nghèo cơm áo không đủ nuôi vợ?

Trinh nói thêm như dành nói hấp tấp. Dù giọng nàng rất cố để ôn tồn:

- Và ba nói anh lớn hơn em mười hai tuổi. Anh trải qua nhiều cuộc tình... Em mới lớn, em yêu anh thật. Chứ rằng anh không thể yêu em thật?

- Tại sao ba em suy đoán thế. Anh yêu em thật mà, anh làm họa sĩ. Nhưng nay hai mươi bảy tuổi, anh mới yêu em đầu tiên và thật sự.

- Em cũng không tin anh lắm.

- Không tin, ngốc thế em? Tình yêu là duyên nợ mà. Nếu như anh đã từng yêu thì cũng không thể nào so với tình yêu, anh yêu Trinh!

- Nói chứ em tin anh, khi nghĩ từ trong ruột trong tim

em, chỉ tại ba má không tin, và không gả em cho anh đâu? Làm sao đây anh?

- Mình sẽ bỏ trốn đi vào Nam lập nghiệp, chứ sao em.

- Em không dám. Anh còn gia đình ba má anh nữa mà!

- Gia đình bên anh là chuyện nhỏ. Anh tự lập, kiếm tiền nuôi được cha mẹ đó chứ. Đôi lúc vẽ, cả tuần anh vẽ, làm túi bụi không về PT, để thăm gia đình. Em biết không? Nhưng anh không nhớ ai bằng Trinh... Kể từ ngày anh biết em.

- Thiệt hôn?

- Tuần nay anh vào công trường tìm em không thấy. Ra tổ hợp may mặc chẳng gặp em, anh hỏi còn bị chọc quê. Buồn quá anh không vẽ nổi, đi lang thang gặp em như mơ không bằng đây.

- Em cũng nhớ anh, đi lang thang, gặp anh như mơ không bằng! Song có phải em yêu anh thật không, hay chỉ là tình bạn, tình anh em...

- Làm sao mà tình bạn, tình anh em được chứ. Em nói điên quá Trinh.

Chàng lại cầm tay Trinh hôn nói thêm:

- Anh yêu em quá. Nhớ em quá em biết không? Và chết được khi vắng em lâu ngày em biết không?

Đắm đuối quá Trinh nhìn đôi mắt Ngọc Bình. Cô bảo:

- Xa anh, em cũng nhớ lắm. Em không thể xa anh. Nếu xa nhau chắc em sẽ chết mất, anh có biết không?

- Vậy sao nói tình bạn, tình anh· em chứ. Rõ sai nè cô gái. Hìm em yêu...

- Nhưng em sợ rắc rối quá.

- Tình yêu nào không đi qua nỗi đau, để có nhau, dù có khi phải có thể, có thể là sống chết em Trinh ơi? Hãy tin anh nếu trái tim em mách bảo đã yêu anh rồi.

- Em vẫn còn sợ bao cảnh đời trái ngang, phải chia lìa.

- Không có cảnh đời nào cả. Cảnh hai đứa mình có nhau. Cảnh anh sống có em thôi chứ.

- Vậy mình không bao giờ mất nhau anh hả?

- Ừ đúng rồi.

Bình vừa nghe Lệ Trinh nói, và trả lời, anh vừa đưa mắt nhìn mấy con bướm trắng, vàng, xanh đỏ, tím nâu, đen sọc đủ màu lượn nhởn nhanh trên mấy cành hoa dại, anh ngắm thích quá, thương nó lắm, và anh vẫn yêu đời làm sao. Anh bảo Trinh:

- Em nhìn kìa. Anh cũng thế, không thể mất, nếu phải mất nhau anh thà chết như con bướm trắng kia còn hơn đó.

Bình nói và cười ôm nàng vào lòng đặt một nụ hôn nhẹ song đầy cuống quít say mê...

Chiều thật đẹp. Họ đứng trên hồ Liễn Thương nhìn quanh. Hồ lãng mạn hơn mọi bài thơ. Và tình họ đẹp hơn bao lần của trăng sao mộng mị...

CHƯƠNG 2

Sau cuộc gặp gỡ đó, Lệ Trinh bị ba nàng khiển trách.

- Con nghĩ sao mà dám yêu nó, khi ba nói nhiều lần...

Nghỉ hai giây ông nói tiếp:

- Vì ba là một thằng hát bộ, từ hồi trẻ đến giờ này nên ba biết. Người nghệ sĩ rất lãng mạn, những gì đến với họ đều đẹp để đam mê. Nhưng một ngày họ tự tách ra, sẽ tự đánh mất và cho là vì hoàn cảnh con biết không? Ba đã nói nó nổi tiếng sẽ quên con. Mà không nổi tiếng thì cuộc đời con lấy nó cũng bầm dập lắm. Tiền nó thu nhập không đủ coffee với bè bạn, có đâu mà nuôi con tươm tất chứ? Mà con gái ba lại nỡ...

- Con tin ảnh không đạo đức xấu ba ơi!

- Làm sao con tin được. Ba già hai lớp tóc, ba biết hơn con về chuyện này. Tình cảm con mới lớn con khờ lắm, làm sao tránh khỏi... Ba ngại lo quá.

- Con không nghĩ ảnh tệ đâu.

- Không được, ba bảo là không được mà.

- Dạ ba ơi?

- Má mày thương quá cho đi học lên cấp ba. Chứ ba là không cho đi học, phải nghỉ lâu rồi.

Ba gọi mẹ Lệ Trinh lên ông nói:

- Bà ơi tôi nghĩ bà nên khuyên con. Một bỏ, hai bỏ thằng

hoạ sĩ đó đi, vì tôi thương con. Tôi không muốn con tôi khổ.

Mẹ Lệ Trinh đứng làm thinh. Ông tức tối vẫn bảo thêm:

- Hoạ sĩ thời nay không nuôi đủ bản thân nó, con lấy nó làm gì? Vài năm con thân tàn ma dại đó khi lấy nó. Ba thương con nên lo thôi. Con ơi là con, con có biết không?

Quay sang má Lệ Trinh, ông phân trần thêm:

- Tôi đi hát bà thấy đó, bà khổ sở biết bao nhiêu. Tôi thề nguyện với bà biết bao lần. Song tôi làm khổ cho bà biết bao bận, bao nhiêu đợt, bao nhiêu lượt. Nên thành tôi không cho con mình đi yêu một nhà họa sĩ, hay nghệ sĩ nào dù lớn hay nhỏ... "Nghệ sĩ" như "nghĩ sợ." Tôi coi như dị ứng lắm đó.

- Nhưng con nó yêu mến cậu này thì tôi thấy tội quá. Ông không nên thành kiến như vậy.

- Thành kiến à? Tôi thành kiến. Hừm không được. Chết tôi rồi. Trời ơi bà bắt thang nó leo à. Tôi đã kinh nghiệm dạn dày biết đủ. Bà coi ra như bị gì ám rồi... Không thể được...

Lệ Trinh nghĩ buồn, khóc thút thít. Má Lệ Trinh thấy thương tâm, ôm Trinh vào lòng:

- Thôi nghe lời ba đi con. Ba thương con đó, vì vướng bận nghệ sĩ, ba có kinh nghiệm và nghi ngờ. Ráng quên đi con...

- Tôi bắt buộc nó ưng thằng Tổng đó, nghề nghiệp mộc ngon lành, không giàu có lắm. Nơi gia đình cũng nổi tiếng khá giả. Lệ Trinh nó sẽ sướng một đời.

- Nhưng con không yêu anh đó. Lệ Trinh phản ứng.

- Yêu cái gì, không yêu là cái gì? Đàn bà có con rồi là bổn phận, con cái quên hết... Bà cứ quyết định thêm với nó. Tôi đi công việc. Tôi quyết định cho nó nghỉ học là gả chồng đó.

Ông còn nói tiếp:

- Chuyện về học may, hay nghề mành trúc không cần đâu.

- Thôi để con học nghề may đi. Mẹ của Trinh bảo thế.

- Không cần nghề nào cả. Nghề nuôi con, dạy con thôi. Nghề lấy chồng và thương chồng thôi. Ông nói và ngang nhiên bỏ đi... rời nhà...

Hai mẹ con ủ rũ bên nhau không biết nói gì. Lòng họ bị đầy xáo trộn.

Lệ Trinh chợt nghĩ: Phải chi ba nàng như má thâm thúy cho tình yêu, thì nàng đỡ biết mấy, đâu phải khổ như thế này. Nàng muốn nói to "ba ác quá" mà Trinh nói không được. Bởi Lệ Trinh rất là thương ba.

CHƯƠNG 3

Tư Ngọ nhà thuốc Bắc có tên tuổi nơi huyện nằm ngay trong xã nàng. Trinh chở mẹ đi lấy thuốc với chiếc xe cọc kẹt, hơi cũ kỹ xuống tận nhà thầy thuốc Bắc Tư Ngọ. Ông Tư Ngọ đang bốc thuốc tại một nơi phản ngựa, gỗ trắc hương gì đó bóng loáng. Người đi qua như thấy hình, ông ngồi cùng với mẹ nàng tìm các vị thuốc bổ sung cho thích hợp với đơn kê. Xong, Ông Ngọ nhìn bà Nhung có con gái đẹp quá, vội nói:

- Ôi chao ơi anh chị có con bé đẹp nhỉ, gả cho con tôi đi. Mèn ơi sao mà đẹp như tranh vậy. Có đám nào chưa?

- Chưa có đám nào, nhưng vì nó mà ông nhà tôi bịnh đó.

- Sao vậy hã?

- Nó đem lòng yêu một họa sĩ ở MH, có phòng vẽ dưới huyện song ba nó không chịu.

- Trời ơi ba cái thứ họa sĩ cấp huyện làm sao giữ được nhan sắc cho vợ con? Nghèo còm hà, khổ lắm con ơi nên biết!

Ông Tư Ngọ dõng dạc bảo thêm:

- Lấy con bác đi, không kỹ sư bác sĩ, nhưng nghề mộc chuẩn, cho đời sung sướng. Lại con trai một, của cải nhà này là về nó hết, bác bù sớt tất cả cho con. Vả lại thằng Tổng cũng đâu xí trai... Đúng không nào?

Lệ Trinh phụng phịu không nói chi. Nàng chẳng muốn để ý chi lời Tư Ngọ ca tụng con trai ông. Nàng ra ngoài đường đứng chờ má Nhung cho xong việc để chở về... Ác thiệt nàng lại đi chở má lấy thuốc - Nơi cái nhà có con trai mà ba nàng đã chú ý cho tương lai mình... Cô ngắm mấy cây trúc linh lung trước gió xôn xao, mà lòng cô cứng đơ không vui chút nào, không hòa nhập được với nó. Vì đâu, tâm khảm Trinh khó chịu, nàng cảm thấy buồn bực chán ngắt hết sức!

**

Sau bốn hôm ông Tư Ngọ lên thăm mạch cho chuẩn hơn để theo dõi bịnh ba của Lệ Trinh. Tuy rằng bịnh của ba đã bớt nhiều rồi. Và ông Tư Ngọ coi như cơ hội để nói chuyện với ba Lệ Trinh, đã có ý đi hỏi cưới cô gái Lệ Trinh cho con trai mình tên là Ẩn Tổng.

Ba má Lệ Trinh đồng ý uống rượu ngay. Mặc dầu chưa thấy Ẩn Tổng trong ngày hôm đó. "Hai ông chén tạc chén thù" nhả thơ đọc chữ. Ông Tư Ngọ xướng lời:

- Như vậy là chén rượu đã qua là chén rượu chúng ta mừng cho hai đứa trẻ thành duyên thành nợ. Chén rượu tiếp anh cho phép tôi đọc thơ vui ngẫu hứng tý nha, được không?

- Được thôi.

- À vậy thì coi như "*Uống rượu là biết để ngon/ Uống rượu để biết mình con Ngọc Hoàng*. Đã quá ta ơi hì hì. Tư Ngọ ca tụng rượu, cười thêm hì hì nữa lần thứ hai.

Ba của Trinh được hấp dẫn tiếp ứng.

- *Uống rượu không phải hoang đàng/ Uống rượu để biết điểm trang cuộc đời/ Uống rượu không để xấu lời/ Uống rượu để biết đãi đời với nhau.* Ha Ha.

- Uống rượu có lý quá há. Tư Ngọ chuốc rượu vào hai ly. Ông cười vui vẻ bảo thế, và nhìn ông sui tương lai của mình. Tư Ngọ đầy vẻ thích thú lắm.

- Làm sao mà sai lý. Khi hôn nhân lấy điểm nhìn đầu tiên tục lệ ... Rượu vẫn là kho báu mà... Ha ha phải không anh?

- Phải đấy. Lại phải ly rượu thôi. Uống chai rượu là đặt để điều kiện với niềm tin...Nghe đây nữa nè. Rất tuyệt vời nè...

Uống rượu không phải để say/ Uống rượu để biết đắng cay là gì/ Uống rượu không phải để sầu/ Uống rượụ để biết trong đầu nhớ ai. Ha ha.

- Tôi biết... Thì nghe đây. Chỉ rượu là nhất nhất thôi.

Rượu ngon bởi có men nồng/ Người khôn bởi vị giống dòng mới khôn. Ha ha.

- Ta tâm đầu ý hợp, con hai ta phải có cơ hội cho trẻ tâm đầu hợp, đẹp đôi chứ. Tư Ngọ nhìn ông sui nói vui thêm hơn.

- Nhất định phải vậy thôi. *Rượu là thần phép muôn đời/ Rượu là quý báu như lời nàng thơ...*, Hơ hơ. Ha ha. Đúng không anh sui?

- Đúng hoàn toàn "tinh thần bất hủ của rượu," không sai dù một cen ti mét...

Hai ông vui vẻ uống rượu nhả chữ đọc thơ trên một chiếc chiếu hoa, bên cạnh bàn khách trống trơn họ không thèm ngồi ở đó. Họ ngồi trên chiếc chiếu hoa đẹp, gần đó thôi, để rộng tư thế và nói cười nghiêng ngã cho được thoải mái hơn. Chính ba của Lệ Trinh đã muốn và nhờ má Lệ Trinh trải ra cho ông và người sui tương lai. Tức là ông cùng Tư Ngọ vui vẻ thưởng ngoạn chuốc rượu và thơ, của hai người đã xuất thần trong giây lát...

**

Như vậy đó. Đùng một cái là gia đình tới ngày dạm hỏi. Đám hỏi, bên nhà gái bà con vui tới tấp. Thường ở quê này, đám hỏi phía đàn gái vui tươi hơn đám cưới. Vì đám cưới cô dâu chẳng mấy chốc về bên nhà chồng. Còn đám hỏi là họ tha sức cụng ly, cụng chén, cụng tay, cụng đầu, cụng miệng, ăn mừng dài hạn thâu đêm suốt sáng... Vì họ thật sự chưa mất cô dâu sang bên đàn trai mà!

Có lẽ trời cao sắp bày thế, thì chuyện lại rẽ qua lối khác đến bất ngờ.

Thì chính đêm đó nỗi buồn của Lệ Trinh cô không cưỡng nổi. Dại dột nàng nhớ Ngọc Bình, nên lên con đập (Bờ hồ Liễn Thương) trầm mình xuống nước tự tử, vì Lệ Trinh có cố ý. Lệ Trinh không biết bơi!

Lá thư Trinh viết để lại:

Lời của một đứa con coi như bất hiếu.

Con biết ba má sẽ đau lòng lắm khi con không còn sống trên trần gian nữa?

Nhưng con quyết định, con vì hiếu nhắm mắt bằng lòng cho cuộc hôn nhân tiến hành đám hỏi. Riêng trái tim con hoàn toàn không yêu anh Ẩn Tổng. Cưới nhau mà không yêu thương, thật là bất hạnh cho cả hai. Nên con thà chết đi để ảnh quên, lập một gia đình mới còn hơn. Còn con coi như con đã chọn. Nếu ba má vớt được thể phách con hãy cho con một ngôi mộ giữa vùng đồi sim hoa nở, nhiều cây hoang dại chung quanh. Con ở nơi này... Thuở nào con từng ăn trái sim nơi đây. Con sẽ đứng trên đồi nhìn làng xóm yên ngủ, và con đứng trên đồi nhìn làng quê của những bình minh thức dậy. Con chết, nhưng thật sự con không chết. Con không dám nói là con bất tử, không dám nói con đúng. Con chỉ biết con không sai khi chọn lựa... Để ba má khỏi suy nghĩ, khi con không đúng làm vợ, làm dâu cho nhà họ. Vĩnh biệt ba má. Không còn cách nào khác để con chọn lựa hơn.

Con: Lệ Trinh

Đạo đi vô rừng tìm lấy củi khô về, cậu ghé hồ săn rùa bơi chậm, hoặc kiếm cá câu gỡ cho vui. Nhưng những cây càn câu kia, đứng trơ chẳng có con nào dính, rùa thì cũng chẳng thấy con nào xuất hiện... Thì vô tình thấy chiếc áo tím pha hồng nhạt phất phơ, bay bay nhẹ trong một lùm cây thưa lá. Đạo ngắm nhìn thoáng qua, vừa có cảm giác cái chi lạ. Cậu liền đến lục lọi, thì ra có một lá thơ trong đó. Cậu hiểu ngay, và nhanh chóng cầm đọc. Đạo hốt hoảng đến không ngờ định la lên liền. Song rồi cậu nghĩ sao lại im bặt, lăn ra nghĩ cách mới khác hơn. Và cuối cùng Đạo tì chạy hụt mạng, để về tận nhà ông bà Nhung báo sự việc, sự tình đó.

Thì cả gia đình, cả xóm làng soi kiếm, lên lặn hụp mà vẫn tìm không ra nàng... Người cuối cùng phát hiện ra Lệ Trinh chết đuối vẫn chính là cậu bé Đạo đi chặt đuốt tìm ra được.

Cả buổi chiều không thấy Lệ Trinh, ba mẹ nàng cứ nghĩ Lệ Trinh buồn và đi chơi đâu đó. Vì ép gả chồng, chứ đâu nghĩ nàng dám nhảy xuống dòng nước để tự vận. Và cũng không thấy thái độ gì của Lệ Trinh khác thường lắm? Nàng chỉ là ít nói hơn mọi khi thôi! Ai nào ngờ...

Sự việc lại diễn biến tệ. Thế là đám tang cả làng xóm nức nở, cảm xót. Rồi ước vọng của lá thư Đạo trao lại cho ba má Lệ Trinh, nên bến mong cũng được thực hiện... Mộ nàng chỉ là nấm mồ đất đơn sơ giữa đồi sim sỏi đá khô cằn. Nó được nằm dọc bên hông trên bờ hồ, con đập con nước mang tên Liễn Thương...

Chú rể tân lang khá ngậm ngùi. Gia đình bên chồng không thể ngờ Trinh lại quyết tử như thế.

Ba của Ẩn Tổng, Tư Ngọ chỉ nói một câu. Ông ngồi ghế tại nhà, nơi gần một chiếc bàn đón khách rất là đẹp:

- Ba không ngờ chuyện xảy ra như vậy. Thôi họ mất con gái thì đau lắm. Chứ con không có người vợ này thì có con khác. Không đẹp thì vẫn có, con không nên buồn.

- Con chả buồn. Chỉ thấy cô đó hơi bị ngu. Ẩn Tổng đáp.

- Làm sao con hiểu được trái tim một cô gái khi yêu và không yêu. Ông Tư Ngọ phân tích với Ẩn Tổng.

Mẹ chàng tiếp vào:

- Thôi ông à. Thế còn hơn nó ưng con mình mà đi lấy trai.

- Bà thật lo xa. Tôi cảm thấy tội cho, vì con bé đẹp quá.

- Tội gì, ngu ráng chịu? Ẩn Tổng có vẻ khinh thường Lệ Trinh, không tán đồng ý kiến ba mình.

- Đừng nói vậy con! Mẹ của Ẩn Tổng ngăn anh đang thịnh nộ cơn căm giận nơi nhà mình.

- Con người ai cũng có số. Gia đình bên đó họ chết được đó con trai. Ông Tư Ngọ tổng kết câu nói thế.

Tuy nhiên Ẩn Tổng vẫn đến thăm ba mẹ vợ. Như một thủ tục vợ chết. Dù bất cứ lý do gì, những ngày đầu hương khói.

Lệ Trinh quyết định lìa xa sự sống. Khi đính hôn hơn

hai ngày mà Ngọc Bình không hay biết gì cả.

Bình đang ngồi vẽ những bức hình, chàng thấy lòng vui lại. Khi Trinh chịu yêu chàng, quyết định sẽ lấy chàng làm chồng! Chính chàng đã phải nghĩ cho Trinh học lấy nghề may trong tổ hợp. Bình đang nuôi những ý tưởng tốt đẹp đó.

Và cũng chính chú bé này nhảy xuống vùng thị trấn kêu báo với Ngọc Bình:

- Anh Ngọc Bình, chị Lệ Trinh tự vận chết rồi.

- Hã, Ngọc Bình chỉ nói một tiếng và xê dịch người ra. Anh nhíu mắt mình. Anh nhìn vào mắt Đạo như không tin.

- Thật chị đã chết, nhưng em báo anh hay. Song anh đừng lên chi nha? Anh lên chị cũng không sống, mà thêm rắc rối.

- Anh không tin phải đi ngay. Trinh không thể chết được.

- Sự thật rồi anh ơi.

- Tại sao lại như thế?

- Chị nhảy hồ đập nước ngập tự tử, vì không biết bơi thôi. Chị có để lại một lá thư trên chiếc áo. Cho gia đình, không thấy nói gì về anh. Chính em là người phát hiện và chính em người duy nhất tìm được chị Lệ Trinh.

- Em ơi Đạo. Sao bây giờ em mới nói với anh quá muộn.

- Vì không thể khác sớm hơn.

- Anh muốn đào mồ lên, cho anh thấy mặt người yêu anh.

Ngọc Bình nói rồi đi như ngựa phi nước đại, xông xáo bằng đạp xe – Chiếc xe cuộc anh như bay bang bổ về vùng MT, đến nơi dựng rạp, đường đi vào khu nhà mồ vẫn còn. Chàng dựng xe vội vào. Thấy Ngọc Bình, Ấn Tổng chặn hỏi:

- Mày đi đâu đây thằng họa sĩ nghèo khốn này?

- Mày không có quyền hỏi tao.

- Tao là chồng cô ta.

- Mày có thấy mày hân hạnh hay nhục nhã?

- Hỗn láo, họa sĩ câm mồm. Mày muốn chết phải không?

Nói xong chưa dứt lời, Ấn Tổng dùng tay nắm cổ áo,

bóp tay mình tròn hơn, và lụi vào sườn vai Ngọc Bình. Nhưng Ngọc Bình có võ nhanh như chớp, anh đỡ gọn trúng đòn giáng xuống của Ẩn Tổng. Hai bên tự nhiên như trải cuộc đọ sức không tính trước. Vì buộc thế Bình ra tay. Ẩn Tổng vẫn cố duy trì sức thủ. Nhưng thiệt ra Ẩn Tổng kém võ nghệ. Bình mạnh mẽ lại nhanh trí, anh đá hai cú đá nhảy tới, leo đưa bật Ẩn Tổng ra phía trước, rồi phải ngã nhào liền gấp, cách đó gần hai bước. Bình đang đi đến, tiến tóm nắm hai tay Tổng một cách cứng ngắt dễ dàng, anh lật ra phía sau bảo:

- Đừng có giỡn mặt nha. Có muốn thử nữa không?

- Tao lịnh mầy rời khỏi, không tao kêu thổ thần công an.

- Khốn nạn mày... Tao chỉ nhìn cô ấy một chút, tao không cần ở lâu. Mày không cần đuổi, hay kêu thổ thần gì cả.

Bình như để cảnh cáo Ẩn Tổng thôi, Bình phủi tay ra lấy xe đi về. Ẩn Tổng tức căm Bình lắm nhưng làm gì được. Khi thế võ của họa sĩ Bình đã định hình tất cả. Và Tổng phải thua non lép vế thôi...

Sau đó Bình buồn nhưng làm việc hì hục để lãng quên.

Chính chàng làm bia mộ cho nàng trong một chiều cùng Đạo đến đặt thăm. Mặc kệ cứ cuối tuần anh luôn mua hoa huệ trắng lên cắm cho mộ nàng, và mặc dù anh biết cái chết Trinh không ghi lại cho anh những câu, hay một lời gì tha thiết cho anh...

**

Thời gian để thay đổi không khí anh đi ra vùng ngoài nhiếp ảnh, anh đi các xã Mỹ Thắng, Mỹ Thọ, Mỹ Chánh, Mỹ Đức, Mỹ Cát, năm xã miền biển. Anh đi tới đâu, các em trai, các em gái đủ hạng tuổi, niềm nở đam mê, yêu thích tranh anh vẽ, anh chụp hình họ... Chúng cứ tới làm quen anh. Anh vui theo ngày tháng. Có nhiều cô em vẫn trẻ đẹp như "mút mùa Lệ Thủy" nhưng anh chỉ nhìn thôi mà không có cảm. Bởi lòng Ngọc Bình còn luôn nghĩ về Lệ Trinh một tình yêu như nắng mưa không phai tàn, thử thách trong anh... Như lạt buộc nhẹ mềm kia mỏng manh, mà cứng ngắt bền bỉ từ bao giờ! Dầu nàng đã mất, đã rời nơi dương thế này!

Và chẳng mấy chốc anh kiếm ra tiền xây cho Lệ Trinh, một ngôi mộ toàn đá tốt, đá hoa cương kim sa kinh phí lên tới 30 triệu thời bấy giờ 19.8... Tất cả đều do Đạo trông coi thợ xây cất. Ngọc Bình với Đạo kết nghĩa anh em từ đó. Bình dẫn Đạo học nghề làm họa sĩ, vẽ tranh, thay cho nghề đi rừng, phải lên núi, trèo lên truông xa, xuống dốc đèo vắng. Của ở nơi rừng thì lúc được, lúc không, vất vả khôn lường; khi trời xấu bụng nổi cơn mưa to, gió lớn thịnh nộ, hay bão dữ bất thường... Biết đâu mà tránh né. Người ta bảo "của rừng luôn rưng rưng nước mắt." Câu nói buồn thảm đó, hiển nhiên có một phần đúng chứ. Đạo nghĩ và lui về học vẽ nhiều hơn đi rừng...

Về Ngọc Bình. Nhiều khi bịnh nằm trong phòng vẽ anh thấy Lệ Trinh về nói với anh:

- "Anh Ngọc Bình! Em yêu anh. Anh có nhớ lời thề xưa không? Đừng quên em nhé, hãy để tang chờ em ba năm sau, mới lấy vợ nhé anh." Ba năm có gì lâu đâu anh?

Và cứ như thế chiều thứ bảy nào anh cũng mua hoa đi cúng mộ Lệ Trinh trên đồi sim đó. Anh thơ thẩn buồn, nhìn những cánh chim trời không mỏi cánh phía xa xa, tay anh chạm ngắt những lá sim rơi rớt gục xuống, có lá già nua, có lá non yểu, vẫn có cả những lá héo úa dưới chân anh. Lòng Bình thêm nức nở, vì đâu cảnh vật chung quanh trở nên điêu tàn. Anh thương tiếc Lệ Trinh vô ngần... Anh như nghe nhạc buồn đâu đó réo gọi tâm hồn, nỗi buồn không dứt nơi anh. Đôi mắt chàng như muốn gởi đến tận chân trời xa vắng cho ai kia... Chính lúc này Bình thèm nghe được lời bài hát phù hợp tâm trạng anh, mà anh ưa thích đó là bài "Trăm Nhớ Ngàn Thương của Lam Phương. "*Mất em rồi. xa em rồi. Hoa đã tàn nhụy đã phai. Chiều hôm nay trời thanh vắng. Anh đi về về với ai. Một người đi một người sầu. Nhìn hoa úa buồn về mau, đôi chân mòn tìm dư âm hè phố vắng. Lòng còn thương tình còn nồng. Mà đêm nhớ ngày chờ mong, bao thu rồi nhìn lá chết rơi ngoài sông. Cánh thư này, kỷ niệm này, ta đã tìm về với nhau. Từ hôm nay tàn mơ ước em u sầu, anh ở đâu. Chiều nay mây đen giăng sầu đường về, nhìn hoa rơi não nề, người ơi sao chẳng về, còn mong chi câu thề. Giận nhau sao không nói, ra đi không một lời để buốt giá tim tôi... Ai ngờ chim trời vỗ cánh tung bay. Người đi để nhớ cho đời. Làm sao tôi đến bên người. Bao giờ mây hồng đưa bước em sang. Hay từ đây em dở dang. Tình hỡi chôn vào thiên thu...*

Và chính lẽ đó. Một hôm ba Ngọc Bình hỏi cung anh:

- Bình ba nghe con làm việc cật lực xây một nấm mồ cho người con gái, mà chưa hẳn cô ấy yêu con, khi cô đã chết.

- Thưa ba 100% vì nàng yêu con đó.

- Có yêu con vẫn không nên làm như thế. Con còn ông bà tổ tiên, con chưa đóng góp bao nhiêu cho ba đáng kể. Con đi xây mộ cho một cô gái không là gì với con. Với ngôi mộ làm toàn là đá quý, trị giá trên ba chục triệu bạc. Bình có thấy việc làm con phi lý không? Khi không có ai yêu cầu con mà?

- Con làm tự nguyện. Vì cô ấy yêu con và con yêu cô ấy.

- Con trai ba quá hư. Vì tình yêu con trở nên hư hèn. Ba quyết định đuổi con, không chấp nhận con là đứa con trong gia đình này. Con hãy ra khỏi nhà, cút ngay, cút ngay đi...

- Từ lâu con đã tự lập. Con làm ra tiền nuôi gia đình. Nhưng hôm nay con vì mối tình con yêu. Con hy sinh làm việc vất vả chỉ vì cô một tý, dù cô ta đã chết. Ba không vui lòng, ba đuổi con ra khỏi nhà con đành chấp nhận.

- Còn dám lý lẽ với ba nữa sao? Đi cho tao nhờ. Tao không có thằng con mê gái để xấu hổ với tổ tiên. Đi ngay... Đi gấp đi... mau...

Má Ngọc Bình lại thương con, nhưng ba chàng quyết. Vì ông cho đó là một việc xấu hổ, và hết sức bất hiếu theo ý ông... Nên bà đành như câm miệng.

Kể từ đó Bình "ôm gối" xa gia đình, chàng sống hẳn với phòng vẽ, chàng miệt mài lãnh vẽ các quảng cáo cho các lĩnh vực, các công trình, vẽ chân dung, vẽ cảnh, vẽ trang hoàng cho cưới hỏi, vẽ những đơn vị chương trình vui liên hoan... Đau buồn nhiều thứ, nhưng tại sao làm Ngọc Bình dũng mạnh hơn, sáng tạo hơn, mưu kế hơn. Và chàng có tiền sang, tách phòng vẽ mình không còn thuê mướn như xưa nữa. Bình lớn mạnh thành công, không thất chí, không thua việc. Chẳng mấy chốc chàng có tất cả, nhà cửa to lớn ở thị trấn!

Ngọc Bình chỉ tiếc rằng Lệ Trinh đã bỏ đi sớm. Chàng giàu có đầy đủ. Tuy nhiên chàng chưa bao giờ thấy hạnh phúc, bởi Lệ Trinh chiếm lấy trái tim chàng của niềm đau khôn tả, khôn nguôi. Ngọc Bình tự nghĩ đời chàng vật chất không còn thiếu. Nhưng chàng thiếu một vòng tay tình yêu nơi dư vị, nên Ngọc Bình khó vui trọn, mà phải héo hắt thôi! Phải chăng giọt mưa giọt nắng bao giờ cũng giá trị khác nhau, cũng cần lắm. Đối với chàng đã là một bể dâu rồi...

Hoa không tươi / vì hoa kia thiếu nắng.
Ta vắng thiếu nàng/ nên khô đắng cả mắt môi."

Như vậy. Chàng vắng nàng. Sự bế tắt khô héo mắt môi. Đúng quá. Chàng không cho câu thơ ai đó sai bao giờ?

Bỗng một hôm chàng nghĩ. Bình muốn ra đi thật xa hơn ở nơi đây. Gần cha mẹ mà cũng như không. Miệng đời mỉa mai chua xót, chàng sẽ ra đi trong nhiều lý do khác nữa...!

Cuối một ngày Bình mua hoa cắm lên mộ tạ lỗi Trinh. chàng phải ra đi xa. Lần đó thật, chàng chuẩn bị đi vào Nam.

Từ khi nghe tin đám hỏi Lệ Trinh, chàng họa sĩ Ngọc Bình thị trấn vì quá thương người yêu mà mất ăn mất ngủ. Nằm gác tay trên trán, trăn trở xót xa, mà rồi anh cũng phải ngủ... phải chấp nhận để làm việc.

Cơn ác mộng xảy ra như trên tại một đêm. Trời ơi anh chợt tỉnh bàng hoàng, mồ hôi anh đổ ra như nước tắm...

Ngọc Bình hình dung lại thấy khiếp sợ cho giấc mơ mình. Anh ngồi tư lự suy nghĩ cho cuộc tình anh. Và anh muốn phải làm một điều ngay tức khắc. Ngọc Bình cặm cụi viết một lá thư là trước mắt. Anh muốn kể lại cho Lệ Trinh nghe tất cả. Nhưng anh viết chỉ tới mấy hàng, rồi phải vứt bỏ bốn lần luôn. Không biết vì sao người anh như run lên khó tả? Ngọc Bình như chua chát với chính mình. Song lần thứ năm thì anh thấy dễ chịu và có vẻ tập trung hơn, anh viết theo ý lòng mình mong mỏi mới hơn. Bình cho là đã ổn hơn, được hơn rồi! Anh phóng phảy viết trọn vẹn lá thư như ý...

Chờ đến tản sáng mau... Bình nhanh chóng lân la ra vùng cân đuốt của Đạo, để tìm hiểu sự việc. Thì ra may mắn hôm đó Đạo xuống thị trấn, cân đuốt rừng bán kiếm tiền. Bình như vừa tỉnh cơn mộng, anh mừng, lại vừa lo. Anh vội vàng chạy tới:

- Chào em, may quá anh gặp em. Đêm qua anh có cơn ác mộng kinh hoàng, muốn nói chuyện với em. Anh muốn nhờ.

- Tự nhiên anh nói đi nếu em giúp được.

- Trăm sự nhờ em Đạo?

- Được anh Bình, em cố gắng. Miễn anh vui là em vui. Anh em kết nghĩa. Anh không khinh em nghèo là em vui rồi.

- Đi vào đây đi em. Làm sao mà khinh em kia chứ Đạo?

Bình đưa Đạo vào tiệm phở ở ngả ba thị trấn, đi sâu trong tý, một tiệm phở có tên Chị Hoa nổi tiếng ở đây. Hai anh em chờ ngồi, để có một cơ hội nói chuyện.

Trong khi chờ đợi tô phở đem lên. Giấc mơ làm anh hãi quá, Ngọc Bình lẹ làng trình bày:

- Anh muốn dẫn Lệ Trinh đi xa, để tụi anh sống cuộc đời với nhau. Em có thể giúp anh không Đạo? Anh mơ thấy Trinh chết đi và đủ thứ. Nên anh...

- Tội anh quá. Em sẵn sàng, nhưng sợ chị đó không dám.

- Em đem thơ anh đến tay cho chị. Anh hy vọng.

- Được. Em sẽ làm vì anh.

Hai tô phở đã có người đem lên, họ đặt trước mặt hai người và mời, gia vị thêm ở cái mâm nhỏ cũng đã đầy đủ. Bình sốt sắng nói và nhìn Đạo:

- Ăn đi em, phở quán này ngon đó, em đừng khách sáo

nha.

- Dạ xin cám ơn anh. Đạo cũng mời anh dùng.

- Chắc anh ăn không được đâu, lòng dạ anh ngổn ngang.

- Ăn đi kẻo đói bụng. Đằng nào em cũng ráng lo cho anh mà. Yên tâm đi anh Bình.

- Mọi sự nhờ em nha Đạo. Giờ anh chỉ còn mong vậy.

Bình nói và gắp lên vài cọng bún phở đưa vào miệng mình. Đạo nhìn Ngọc Bình rất là thương cảm. Đạo còn nhỏ tuổi, nhưng Đạo đã biết sự lụy tình - Một khi người con trai đã đem sự chân thật, để yêu ai đó trong lòng, và nỗi đau của họ khi sợ mất nhau...

CHƯƠNG 4

Nhận được thư của Ngọc Bình gởi Đạo trao. Trinh lén đọc một mạch rồi xếp thơ lại như hiểu tất cả, tuy nàng có bối rối. Và một đêm tối trời kia Trinh chuẩn bị ra đi, không cần suy nghĩ chần chờ chi cả. Thời gian với nàng lúc này gấp rút. Là một sự quyết chí tới cùng nàng phải thực hiện, khi nghe anh kể lại giấc mơ trong thơ. Trinh đã hiểu tường tận và thương anh lắm. Vì quá thương nàng mà anh có giấc mơ dài và kinh khủng... Và anh đã muốn cùng nàng bỏ xứ ra đi chung sống bên nhau...

Thế là một đêm tối trời đó, Đạo tìm cách dẫn Lệ Trinh băng đường rầy xe lửa theo vào ga PM. Trinh không thể, không còn thời gian để thưa với mẹ, dầu Trinh là cô gái rất thương mẹ. Song tốt hơn nàng nghĩ, phải giấu luôn cả mẹ nàng. Miễn sao cho chuyến đi mình trót lọt, thành công hơn. Lệ Trinh nghĩ thế. Vì tình yêu, nàng bỗng trở thành một thiếu nữ, mới lớn nghịch ngợm bất hiếu rồi. Nhưng Lệ Trinh không thể nghĩ khác hơn nữa, nàng phải chọn gấp rút theo ý chàng thôi.

Ngọc Bình đợi ở đó. Đạo đem giao Lệ Trinh cho Ngọc Bình như anh mong giúp. Nhìn Lệ Trinh anh mừng rỡ:

- Anh chờ em. Chúng ta phải đi. Cám ơn em đến. Em yêu.

Lệ Trinh chỉ nói ba tiếng yếu ớt:

- Anh yêu ơi.

Và Ngọc Bình quay sang nói với Đạo.

- Anh cảm ơn em nhiều lắm. Anh nguyện với lòng sẽ đền ơn em sau này nếu có thể.

- Không có chi, anh em kết nghĩa giúp nhau được em làm.

- Em nghĩa khí lắm, anh mang ơn lớn nơi.

Đoạn Đạo cảm động nói lúc chia tay:

- Chúc mừng anh chị ra đi gặp nhiều may mắn.

- Cám ơn em giúp, tiếp sức cho anh. Anh sẽ không quên ơn em. Một lần nữa Bình nói để chia sẻ, để chia tay...

Rồi nhanh nhảu như cắt. Anh hành động như thoi đưa, không còn thời gian cho Đạo nữa. Bình lẳng lặng kéo Lệ Trinh vượt nhanh khi đoàn tàu đêm đến từ vùng ngoài vào ga, tàu chở hàng hóa là chính, chỉ ít khách... Và ga nhỏ nên không đứng lại lâu. Hai người chớp nhoáng đã kéo nhau lên tàu toa cuối. Đạo nhìn thấy họ. Trái tim anh reo mừng cho anh chị. Rồi Đạo chờ đợi cho tàu đi khuất bóng... Dù ban đêm Đạo thấy mập mờ. Còn nữa, lúc này đèn điện ở các ga này cũng rất hạn chế. Sau đó đoàn tàu mau chóng đi hút dạng để lại khoảng trống đen ngòm xa lắc... Đạo đứng tần ngần nhìn một hồi lâu, dù không còn thấy họ nữa. Đạo mới chịu quay về. Cậu đi hứng lấy cái lạnh về đêm cho riêng mình. Nhưng cậu luôn cầu nguyện cho hai anh chị Bình, Trinh hạnh phúc, an lành, tai qua nạn khỏi... Trong lòng Đạo thầm mong như thế. Cậu chưa ngừng nghỉ trong tâm tưởng của ước mong, và cùng nơi nhịp bước mạnh mẽ của cậu...

Đạo đi ngược hướng trở về, đi ngang qua một cái miếu nhỏ bên vệ đường rày, cũng cách ga không xa mấy. Đạo liền có ý tưởng, cậu vào dùng hộp quẹt và nhang có sẵn để thắp lên khấn vái “Mong thần linh bốn phương giúp cho anh chị tôi hạnh phúc.” Đạo nói ba lần và cũng chắp tay lạy ba lần, rồi rời miếu theo lộ trình cứ đi tiếp về nhà. Gió như thổi ngược, làm Đạo lạnh đến rát cả da mặt... Thỉnh thoảng cậu quay đầu lại thấy: một, hai người tay cầm đèn măng xông, và đèn pin tỏa sáng dìu dịu, họ đi kiểm soát các vùng đường rầy, hoặc tìm sai sót điều chi, hay vật thể cản chắn nơi đó, họ phải hổ trợ lấy ra, để tàu chạy đến an bình, thoải mái. Đạo dễ nhìn biết họ. Vì cậu bước đi trên lộ trình gần đường ray xe lửa đó mà, cậu lấy làm nhìn ngó thích thú, và quan tâm. Xe lửa đường sắt khâu này họ rất coi trọng, họ mong cho đường ray an toàn trước khi tàu đến ga, hoặc xuất bến. Nghề hỏa xa chính là những lá bùa hộ mệnh cho các chuyến đường sắt đi về thông hành, và mỗi cá nhân hành khách luôn nhận được điều mau mắn vui vẻ. Đạo cứ nghĩ mông lung nhiều điều. Cậu cất bước thoăn thoắt, qua nhiều lối rẽ, rồi xa đường ray, và về đến nhà trong đêm khuya lắc, với những bước chân Đạo độc hành...

Về Ngọc Bình Lệ Trinh. Hai ngày tàu chợ anh chị đã đến Sàigòn. Ngọc Bình cũng mấy lần ôm ẵm Lệ Trinh đổi tàu. Chứ tàu chợ lúc này chưa chạy suốt một mạch tới Sàigòn.

Dù chuyến trốn nhà ra đi, khó khăn mệt nhọc vì đường xá, nhưng Ngọc Bình, Lệ Trinh vẫn cảm thấy hạnh phúc. Họ lang thang, nhưng đâu rồi đã vào đó. Ngọc Bình có chút tiền nong anh dành dụm để mướn nhà nghỉ ngơi, và sau đó anh tìm cách làm việc, để bảo vệ Trinh - Người anh yêu nhất đời. Thật là một chuyến đi xa mà Ngọc Bình quyết tính bằng được. Anh dẫn Lệ Trinh đến Sàigòn sinh sống bất cứ giá nào. Câu anh an ủi cho nàng là:

- Lệ Trinh em, có em anh quý hơn ngôi vàng. Đừng lo một ngày rồi anh sẽ đưa em về mà.

- Em yêu anh, em quyết đi theo anh. Anh đừng làm em khổ, thất vọng nha.

- Không sao hãy tin vào anh đi. Tin vào tình yêu của chúng ta chứ em.

- Dạ em tin anh.

Rồi cuộc sống mới hình thành. Ngọc Bình sửa xe đạp bên lề đường. Ép vá vừa sửa xe vừa vẽ tranh bán ngay trên lề đường. Niềm đam mê anh cháy bỏng vẽ tranh, cũng có khách mua. Lệ Trinh thì xin làm một chỗ bán nước sinh tố. Nàng dễ thương, xinh đẹp nên dễ xin việc. Song chàng không để nàng đi xa, chàng chỉ xin nàng phụ bán nước sâm gần chàng sửa xe, trên vỉa hè đó thôi. Và rồi chàng cũng không chịu, lại cho nàng nghỉ. Chàng chỉ mong Lệ Trinh ở nhà, đến lượt đem cơm cho chàng ăn là đủ. Hoặc phụ cho chàng mấy bức tranh nếu khách ưa thích, nàng sẽ bán cầm lấy tiền. Phụ chàng lúc vá lốp, vá ruột xe, thay dây sên, bận tay vặn ốc v.v... Chàng chỉ thích thế với nàng.

Thời gian thấm thoát có người mét với gia đình. Đạo gởi thơ vô theo địa chỉ Ngọc Bình gởi về. Ngọc Bình nhận thơ anh sợ hãi. Nằm đêm anh vắt óc nghĩ trong căn nhà trọ thuê nghèo, ở chốn Thị Nghè Sàigòn. Ngọc Bình liền bảo Lệ Trinh:

- Anh dẫn em qua Miên sống. Ở đây có ngày em sẽ bị ba mẹ bắt về. Đạo gởi thơ vô nói thế em ơi.

- Em đi theo anh, sao cũng được. Em đâu muốn xa anh.

- Thương em nhất trên đời. Anh hứa không bỏ bê em.

Lệ Trinh nép mình vào lòng Ngọc Bình, nàng ngước đôi mắt bồ câu trộng thật đẹp, hiền hòa trong veo và đáng yêu nhìn chàng.

- Qua Miên là dự định tối ưu và an toàn nhất nghen em! Ngọc Bình nói thêm vậy.

- Vâng, em đi theo anh thôi mà. Lệ Trinh trả lời.

Hai tuần sau đó, Ngọc Bình lập tức đưa Lệ Trinh rời tổ quốc Việt Nam tới Miên, tức là qua Campuchia để sống. Anh dẫn đến Tây Ninh rồi băng đường rừng, hai người đi qua nhiều chông gai, khổ sở, đói khát, mệt lả... Nhưng họ bền chí vì thấy hoa tình yêu vẫn cứ nở trong lòng họ, trong đôi môi họ, và họ phải vượt lên tất cả. Sau thì cả hai tiếp cận được xe khách. Nghĩa là họ đến với đất nước Miên nơi biên giới, như điều khắc ghi của Ngọc Bình đang trông đợi.

Qua bên đó anh vẫn làm nghề sửa xe đạp bên đường. Anh vẫn vẽ tranh luôn bên lề đường để bán tranh. Khi buông tay vá ép, sửa xe đạp ai lỡ vận, giữa đường xẹp lốp, lủng bánh, lủng ruột, đinh châm, trật dây sên, tuột gai ốc v.v... Anh mê một cái nghề để kiếm cơm và anh mê một cái nghề bằng kỷ năng trời cho, anh không thể bỏ, không thể không làm được. Bỗng một hôm có nhà họa sĩ người Miên thích tranh anh. Ông ta đến lân la, săm soi ngắm nghía. Rồi ông ta tìm cách nói chuyện, muốn đem anh về phòng vẽ ông, hợp tác với phòng tranh của mình. Ông mỉm cười tỏ ý:

- Tôi rất hân hạnh xem tranh cậu ở đây. Và tôi rất thích nét vẽ phong lưu của cậu. Ồ cậu tên gì nhỉ? Tôi thì tên là Lee Chay - Người Miên gốc VN. Tôi có phòng vẽ gần đây mời cậu có thể hợp tác. Tôi vẫn rành… nói tiếng Việt chuẩn mà.

- Dạ. Tôi tên Bình. Ngọc Bình xin vinh dự được ông ghé mắt xem tranh tôi, và mời.

- Cậu có hoa tay lắm. Tôi mướn cậu về đó xin vẽ nơi tôi.

- Ông nói thật không? Ngọc Bình nói và nhìn ông ta.

Thật ra ông không già lắm. Độ lớn hơn anh chừng mười tuổi. Bình đã hai bảy, thì ông khoảng ba bảy tuổi thôi.

- Lee Chay này đâu có nói chơi với cậu đâu!

- Vậy xin thành thật cám ơn. Tôi có thể làm mướn cho ông. Nếu ông có nhã ý.

- Tôi muốn hỏi thêm cậu có vợ con gì không?

- Tôi có vợ, không con, chưa con.

- Vậy thì tôi có thể giới thiệu cho vợ cậu, có một chỗ làm bán phụ tùng xe đạp vùng này gần đó. Cô chịu không?

- Ôi. Thích nghi quá. Để tôi bàn lại với vợ.

- Được sáng mai tôi uống cà phê với cậu lần đầu, và là lần cuối cùng, Ngọc Bình nhận việc nhé. Tôi sẽ đến đây, đưa Bình đi uống coffee một nơi khá ngon và nổi tiếng. Sau đó nhận việc cho tôi nhé. Tôi xin nhắc lại kỹ…

- Cám ơn ông Lee Chay. Ngọc Bình nhận việc ắt sẽ đến. Hai người bắt tay để chia tay, như giao thề lời hứa.

Hội họa qua tận Miên để sinh sống. Lúc này cũng được ưa chuộng, anh vẫn làm nghề vẽ nhái lại những bức tranh mà dân Miên yêu chuộng, với nét sáng tạo riêng của mình. Dân Việt Nam vẫn sinh sống bên Miên khá đông, họ ở vùng biên giới này, dân Miên nói tiếng Việt rất thông. Lệ Trinh phụ đi bán hàng xe đạp cho một người Miên gốc Việt thu nhập cũng khá. Ngọc Bình không thích cô đi làm, song cô thích nên anh chiều. Và họ có một hạnh phúc tình yêu đem về chia sẻ cho nhau nồng nàn. Trong căn chòi nghèo họ sống tạm ban đêm, nhưng tâm hồn họ lại rực rỡ giàu có, giàu có bởi sắc màu tình yêu sức sống mãnh liệt, chói ngời ở tâm hồn... Họ như "*đưa nôi thần tiên, đôi uyên ương trong cõi hồng trần này...*"

Qua một thời gian làm ăn với phòng vẽ người Miên. Lee Chay có thêm một gian bán hàng chạm khắc gỗ, tượng, sành sứ, đá quý, thạch cao xịn, và bán linh tinh đồ gốm, nhựa, đồ vật dụng trang trí nội thất rẻ tiền một ít nữa... Nhưng không biết ông làm gì có gian dối không, mà đã dính líu buôn lậu có chất ma túy, ông đang bị truy bắt. Ông Lee Chay phải bỏ xứ trốn đi... Tình hình là thế coi ra vẻ nghiêm trọng quá, sợ sự săn lùng sẽ ảnh hưởng. Ngọc Bình suy nghĩ, liền dẫn Lệ Trinh rời khỏi công việc anh đang cộng sự với ông ta. Và anh cho Lệ Trinh nghỉ việc luôn. Anh rất lo ngại sợ ghép tội "đồng lõa."vẫn có thể phải ngồi tù, hoặc bị hỏi cung để khai thác. Thôi bằng cách nhanh nhất, Ngọc Bình phải tìm ra hướng mới, để tránh sự cố liên luỵ không hay này.

Nên anh dẫn Lệ Trinh đi hết chỗ này đến điểm nọ mà sống, sướng khổ cùng chia. Họ bang bương trong nhiều nước ở Asian như một số mệnh phải lưu vong. Và cuối cùng anh đưa Lệ Trinh đi vượt qua Thái Lan rồi đến Mỹ năm 1989.

CHƯƠNG 5

Qua đất Mỹ, Bình bỏ nghề vẽ, anh chuyển sang nghề học computer, chẳng mấy chốc thời gian như xuôi dòng, qua bao thác ghềnh rồi cũng tới đích an vui hơn. Anh trở thành người kỹ sư computer hạng giỏi, và vợ cũng đã rời nhà hàng lúc ban đầu đến Mỹ, đi học ngành y khoa. Thời gian thấm thoát, chẳng bao lâu Lệ Trinh cũng bước ra được "dòng dõi" bác sĩ nhi đồng ngoại khoa, cô làm việc ở một bịnh viện lớn...

Họ chỉ có một cậu con trai duy nhất tên là Tommy đang

theo đại học năm thứ tư của ngành computer, nối nghiệp cha. Con trai Tommy nhân một mùa Noel, ngoài trời hai hôm nay tuyết rơi hết hẳn. Chàng đi chơi trượt tuyết với người yêu đã thỏa mãn hết rồi...(Người yêu của Tommy là cô gái Ấn thích môn trượt tuyết này, và cô là người chơi môn thể thao này rất đặc sắc...) Đến hôm nay nắng ấm, gió êm, cây chào, lá hát cũng vui thay đón mừng họ... Và Noel này Tommy đem người yêu về nhà giới thiệu với ba má. Cả gia đình đang xem bộ phim Con Tàu Titanic trên kênh tivi số 2. Mà Trinh rất ưa chuộng. Khi có dịp thì gia đình họ không thể bỏ qua chuyện movie tuyệt hay này. Họ vừa ăn bánh, vừa uống coffee vừa nói chuyện vừa coi phim ấy.

Phim coi xong đoạn cuối ai nấy ngậm ngùi. Thương số phận của người con trai tên Jack, đã vì người yêu chàng phải chết đi. Nhưng cái chết chàng hóa ra bất tử, và mối tình họ đẹp như hoa nở giữa đại dương...

Bống Bình đem quyển sách bày trước hai mặt con và bảo:

- Đó là phim nổi tiếng xuất sắc của một thời kỳ, một thời đại, vẻ khai phóng mà vẻ thực tế, niềm vinh dự của lịch sử chứng minh một tình yêu đẹp. Ba má cũng có một cuộc đời như một bộ phim hay nơi thời đại mình...

Im hai giây Ngọc Bình nói tiếp:

-Vì mỗi tình yêu đẹp không ai giống ai? Ở sự diễn biến bố cục và tâm lý, cùng bối cảnh luôn luôn phải khác hẳn. Song những chuyện tình hay đẹp, luôn để lại cho người đời yêu thich và ấn tượng con à. Đây là chuyện tình ba má. Cho con học hỏi "Má vì tình yêu đi theo ba, ba vì tình yêu mà bỏ nghiệp vẽ.

- Wow tuyệt vời ba ơi, quý thật đó ba. Thằng con Tommy chen vào như thán phục.

- Nếu như ta tìm ở đó một tình yêu thật sự, thì ta có thể đổi lấy cả một giang sơn để được ánh mắt giai nhân người mình yêu...!" "Và hơn thế nữa con nhé. Cuộc sống đôi lúc, con người ta vẫn đổi nghề là lẽ thường. Con hãy vì tình yêu của tiếng nói chân thành. Con hãy làm nên tất cả, ba mong vậy... Nhưng giấc mơ ban đầu của mình thì mình khó quên.”

- Ba giảng nghĩa về tình yêu hay quá. Wow con thích thật.

- Đây là câu chuyện ba má được nhà anh em kết nghĩa, hiện là một nhà họa sĩ lớn trong tỉnh nhà. Là người viết văn khá xuất sắc, anh ta đã đúc kết thành truyện, viết tặng cho ba má năm ngoái, nhân ngày sinh nhật ba. Ba đã đọc. Ba thuê người dịch nghĩa giỏi ra English cho ba, để bạn bè cùng đọc. Con đọc lịch sử ba má, mà nhớ ghi những gian truân của ba má, đi qua cuộc đời rủi may này, nhiều biến động, hoặc trưởng thành như thế nào?...

- Ba má là một tác phẩm kỳ diệu hoàn thiện, con nghe má kể hoài. Con có nghe má nói nhiều về người chú này. Sao ba không giúp đỡ làm giấy bão lãnh chú sang chơi?

- Ba má giúp chú ấy nhiều lắm, vì ân nhân của ba má mà. Và làm giấy tờ bảo lãnh du lịch rồi con trai ạ. Vấn đề còn lại chỉ chờ thời gian...

- Vậy thì phần này ba làm tốt quá, con vui lắm. Phần sách hai con muốn đọc ngay bây giờ, đó là tác phẩm này nhé ba? Được không?

- Được chứ. Ba có ý định đó mà. Nó được dịch sang tiếng English, hoặc song ngữ đứng bên. Ba má có để nơi các thư viện Mỹ có, Việt Nam có. Hôm nay cũng là ngày trọng đại. Hai con nên đọc qua, xem cuộc hành trình của ba má, để thấy ba má sống cho tình yêu như thế nào? Có vĩ đại một mối tình trong ba má không? Chúng con nên tìm hiểu, nên biết điều đó chứ.

Ngọc Bình thuyết với con trai, và luôn tự hào mình có một mối tình trung thực thật đẹp, thật diễm kiều góp mặt trong thế kỷ này. Nó là coi như của tác phẩm sáng giá, không phải là điều hi hữu hoàn toàn!

Lệ Trinh lắng tai mỉm cười nghe chồng nói:

- Đúng không em? Bình xoay sang nhìn Trinh hỏi tình tứ.

Lệ Trinh chỉ mỉm cười thêm mà không nói gì. Nhưng

con mắt chiếc miệng nàng như đã nói, như tràn đầy ý nghĩa rồi...

- Con phục ba má sát đất mà. Lần này thì Tommy nói hoàn toàn tiếng Việt.

- Cứ ở nhà đọc đi. Coi sơ rồi hôm nào coi kỹ lại vẫn được. Con không rành tiếng Việt thì phải đọc nhiều lần... Đọc Tiếng Việt mới hiểu hết ý nghĩa như ba thích. Và ba vẫn luôn mong con giỏi tiếng Việt tiếng mẹ đẻ, nguồn gốc quê hương mình... Thôi ba má đi ra ngoài kiếm cái gì ăn chút. Đi nghen em Trinh! Hết tuyết hai ngày rồi mà em, có đi hái hoa tuyết cũng không còn, thì ra đường thôi nghen. (Ý Ngọc Bình quan niệm là những cánh tuyết đổ xuống đọng trên cành cây lá, như đã tạo thành như hoa tuyết đẹp thôi...) Ngọc Bình quả quyết ý tình đó, nhìn Lệ Trinh lần nữa.

Lệ Trinh nghe xúc động, nàng gật đầu ưng thuận thoáng liếc ra ngoài. Và nàng chuẩn bị để đi ra đường cùng chồng...

Đúng như hái hoa tuyết là không có rồi. Hai vợ chồng chỉ đi ăn như dự định. Còn lại Tommy đã phải đọc cho bạn gái người Ấn Độ nghe bằng English. Qua phần đầu câu chuyện tình "Chiều Thị Trấn." (Lời ba khuyên tiếng Việt thì để khi nào một mình, Tommy hãy từ từ coi đọc kỹ, ngẫm nghĩ thong thả như ba mong. Chàng hiểu ý tình ba.)

Rồi cả hai thích nhất ở đoạn miêu tả cuộc sống ông bà ngoại hiện giờ bằng tranh đính kèm khá sinh động. Tommy với cô bạn gái Linda ra sức hình dung, lòng ngập tràn niềm vui sướng vô biên. Trong lòng họ như chim ca, hoa nở!

"Một vườn cây trái đươm bông, có vườn hoa bao quanh. Ông bà ngoại đã hạnh phúc, trồng hoa, chơi kiểng, nuôi đủ loại chim hót líu lo. Để khách đến mua hoa thưởng ngoạn. Một business của ông bà ngoại đầy ngoạn mục thú vị là thế. Hai đứa hứng khởi lắm, cứ tưởng tượng gắn mình vào nơi đó, họ như từng về thăm ông bà được vậy. Đất như trẻ lại, người như hồi sinh, vạn vật như nõn nà... Bởi họ là tuổi trẻ lãng mạn và tin yêu cùng mơ mộng...

Tommmy, Linda mơ thích quá nhiều! Như trong từng

lồng xương, ống ngực họ in bóng tươi son... Cả hai như phim được đóng thật thơ mộng! Mà "diễn viên" là hai người như cảm giác, được thưởng thức tận ngọn ngành...

- Ba má anh đầu tư cho ông bà ngoại khai thác thế mạnh. Họ chăm sóc vườn tược, bán hoa, chơi cảnh. Sống vui làm việc, cùng hưởng thụ. Linda em thấy không? Anh đưa em về thăm nơi đó nha. Tommy thỏ thẻ bên tai nàng Linda.

- Em cũng thế! Em hình dung... Quá tuyệt vời anh ơi. Vâng chúng ta đi travel. Em thích lắm Vn. Vườn đẹp quá...

- Em thích nhiều phải hôn?

- Chứ còn gì nữa. Hoa đẹp quá! Thật bất tử cho một giấc mơ. Chúng ta nên về thăm, thực hiện một giấc mơ ở đó anh yêu. Em hy vọng! Linda vui vẻ trả lời nhìn vào mắt người yêu Tommy.

Và hai đứa chăm chú về phía bên nội.

- Đây đây bên ông bà nội nè em. "Một nhà hàng nơi huyện lỵ cũng tưng bừng, vui nhộn. Từng cặp đôi, hai mươi, hai tám, ba mươi, hoặc trên nữa họ đám cưới trong mùa Noel... Hay các lễ hội lớn, hoặc sự kiện gì đó luôn có party mở rộng quảng cáo nè...

Tommy nói thêm:

- Business này do ba má anh gầy dựng cho ông bà nội, trên quê hương của ba má anh đó.

Tommy nhìn vào gương mặt cô gái Linda coi nàng phản ứng gì, rồi nói tiếp. Chàng chẳng chờ nàng trả lời.

- Cảnh sinh hoạt ông bà nội, ông bà ngoại hiện giờ coi thật đẹp đẽ, sinh động. Em Linda mến yêu ơi? Nội ngoại anh có cuộc sống giá trị đáng quý trên đất họ. Mình phải về thăm. Đồng ý theo anh không? Anh thích đi có em cùng bên anh. Là tuyệt vời lắm?

- Em thích Việt Nam mà. Anh hiểu lòng em rồi chứ. Em sẵn sàng đi theo. Hãy đưa em đi đến viếng thăm vùng trời yêu dấu đó anh nhỉ! Hứa nghen nè?

- Vào mùa hè năm tới nhé em.

- Yes! Em chờ. Đừng quên nha anh!

- Of course nghe đây! (chàng lại hát:) *Mùa hè năm sau*

anh sẽ đưa em về phố chợ lâu ngày. Qua miền xa mà nghe rừng thiêng gọi lá. Tiếng nỉ tiếng non khi chiến trường xưa còn in lửa khói... Đứa bé nhìn cha đang chờ giặc dưới dây thông hào/ Tìm về xa xưa em sẽ thương những vùng đất lở song bồi. Bạn bè anh giờ đây người sương người gió. Chí cả trót mang nên chẳng cần về thăm trường cũ. Có đứa từ lâu nay vẫn còn đi biệt chưa về. Quê hương ơi nắng hạ cũng buồn. Nước sông ngăn đôi sơn hà. Còn gì đâu em còn gì đâu em. Mùa hè qua mau đi nữa đi chỉ con đường quê hương mịt mù thương những chiều nắng dội bờ sông.

Mùa hè năm nay anh sẽ ru em tròn giấc ngủ trên ngàn ,em nằm nghe mà nghe niềm tâm sự réo. Trăm họ ước mơ, mơ mái nhà chiều quê lửa ấm. Lứa tuổi tròn hai mươi tìm lại những đêm ân tình...

Tommy bắt chước lời ca ba Ngọc Bình thường hát, anh hát bài ca này cho Linda nghe. Nàng không hiểu nội dung lắm nhưng nghe điệu nhạc nàng thích và cười cười, vui tươi:

- Anh hát gì thế nhỉ?

- Bài ca "Đưa Em Vào Hạ." Một sáng tác rất nổi tiếng của nhạc sĩ Vn. Ba Ngọc Bình anh hay hát cho mẹ Lệ Trinh nghe hoài đó mà.

- Vậy sao?

- Ừa em. Đúng vậy.

Tommy nắm tay người yêu bóp nhẹ, như cảm động. Và anh nắn nót nhìn vào mặt nàng, trăm ngàn yêu thương không đắp bằng, chàng gởi hồn vào đôi mắt đó... Linda lại càng cảm động tha thiết bên chàng. Qua một giai điệu chàng đã đưa hơi hướm thử hát... Thật ra chàng ca vẫn hay đó chứ!

Xong đoạn đi ra ăn ngoài, Ngọc Bình, Lệ Trinh lại quay về nhà. Họ không buồn đi đâu nữa. Như các cặp vợ chồng thường đi ăn với nhau trong mùa lễ. Ngọc Bình, Lệ Trinh về thấy hai con còn say sưa chăm chú vào sách với tranh phụ kèm. Và say sưa xem ngắm hình chụp, trong sách in phần sau phụ đính. Ngọc Bình lên tiếng:

- Vẫn không rời sách của ba má phải không? Ba đề nghị con về đất Việt một chuyến thăm ông bà, đem cô bạn gái theo cho cô biết. Đất nước xứ sở con người Việt Nam mình, để hãnh diện con Tommy nhé.

- Con tính rồi sẽ về thăm thôi. Đi với cô bạn gái không đi với ba má nữa đâu nha?

- Ai cũng muốn đi với người bạn gái mình thôi. Ba má từng bỏ nhà đi vì tình yêu.

- Vậy tụi con cũng bỏ nhà đi nha? Tommy lại muốn khôi hài chọc ba.

- Tụi con ở trong trường hợp khác.

- Con đùa thôi chứ... Nhìn má Trinh một chút. Tommy cười nói tiếp:

- Coi ra má gan dạ lắm đó ba.

- Không gan sao có con bây giờ. Lệ Trinh vui vẻ nói.

- Má trả lời hay quá ba ơi! Má thật dũng cảm!

Cô gái Linda không nghe được tiếng Việt rành, nhưng cô biết chút chút nên cứ chúm chím mỉm cười thật tươi, như hớn hở.

- Thôi bây giờ chúng con muốn ra ngoài tý nha? Tommy hỏi ba, và nhìn ra bên ngoài.

- Đương nhiên tụi con có thể đi. Ngọc Bình bảo.

- Hai con trả lại không gian sự im lặng cho ba má đó. Hi.

- OK thôi. Ngọc Bình vui vẻ lắm, trả lời.

Con trai duy nhất của Ngọc Bình Lệ Trinh biết nói tiếng Việt rành vì học thêm trường Việt, và hay sử dụng tiếng Việt ở nhà với ba má. (Đoạn trên nói chuyện với cô bạn gái người Ấn Độ là English hết, nhưng tác giả muốn để qua tiếng Việt cho độc giả Việt chúng ta đọc, dễ theo dõi, dễ hiểu luôn.)

Nhìn hai con tung tăng ra xe. Ngọc Bình, Lệ Trinh đứng ngắm. Hai vợ chồng lại mường tượng mình. Lúc tuổi trẻ, lúc còn thơ ngây, hay thanh xuân mới bước vào đời của họ... Ôi thời gian đã qua nhanh thật, với hình ảnh đầy ắp yêu thương, đầy ắp kỷ niệm những ngày nào...

Ngọc Bình đặt lên môi vợ Trinh một nụ hôn mà tưởng

chừng không bao giờ tắt, trong niềm xúc cảm nhẹ nhàng, nhưng sâu kín của người Việt Nam mà anh hằng như có...

Ngoài đường hai con cũng đặt cho nhau những nụ hôn đầy mãnh liệt của tuổi trẻ và thời đại. Làn sóng tình yêu mới của chúng, nồng nàn thống thiết, bất luận không sợ ai nhìn, hoặc ai quở trách... Và chúng cũng như đang nghe bài nhạc sôi nổi tình tứ "I Wanna Love You Forever" của Mỹ mà cả hai cùng ưa thích nhất /*

HDT. Viết trong năm 2015-

TÌNH YÊU VÀ NƯỚC MẮT

CHƯƠNG 1

Bùi Thế Tôn ngồi trong căn nhà màu tím nhẹ, đưa mắt nhìn ra khoảng đường xe chạy... Nhà ông là một khu nằm trên đồi nhìn quang cảnh khá đẹp. Bùi Thế Tôn nhìn mà lòng nhớ thương hình bóng Lily khôn nguôi.

Thế Tôn buồn, ông vội đi mua mấy cánh hoa, rồi đi ra nơi hồ (lake) mà ngày xưa ông cùng Lily ngồi ngắm cảnh hằng giờ nơi đây. (Ông đưa nàng khi thì sáng sớm, khi trưa nắng đổ, khi chiều tà v.v...) Ông đang ôm hôn những cánh hoa mang theo mà lòng tưởng nhớ đến nụ hôn của Lily vậy? Thế Tôn biết ông lãng mạn nhưng sự thật ông thèm cảm giác. Bây giờ nàng đã xa hút... Ông đưa mắt nhìn mặt hồ nước, những con vịt bơi trong cái hồ hơi có vẻ hoang dã đó, song ông và Lily đã từng thích. Cái hồ mãi đến giờ nó vẫn còn giản dị, quê kịch, thô thiển, đặc chất cũ... Thậm chí chẳng có cặp thiên nga nào, vẫn chỉ là những chú vịt trời, ẩn mình bơi lội, hoặc đột nhiên chúng nó ló ra, bay vòng rồi trở về vị trí ban đầu, theo vòng bay quay nhẹ như bưng của chúng...! Vậy mà Thế Tôn thích nơi này mới ác chứ. Khi có Lily bên cạnh, và từ khi nàng vắng bóng ở xứ sở này, ông vẫn thường xuyên đến nơi đây ngồi một mình nhiều.

Hôm nay, nhìn một vài cặp vịt trời đi chung, vài con đi riêng, vài con tụ tập. Thế Tôn thấy lòng buồn lắm, tuy nhiên ông cố tịnh, ông đưa mắt nhìn các đôi nhân tình, hoặc vợ chồng ngồi bên nhau thỏ thẻ kia, họ ngắm cảnh vật, hoặc họ cười khỉ, hoặc chuyện trò gì ba láp bao đồng, nhưng họ thích... Riêng ông, sao ông cảm thấy mình càng cô đơn quá, ông đứng dậy. Có lẽ Thế Tôn cho mình ngắm cũng quá đủ rồi, có thể là nhiều rồi, không cần thiết nữa. Ông lại ra về...

Thế Tôn cho xe lao vào thư viện ngày xưa ông thường cùng Lily tới đó. Ông đi lựa sách cho nàng muốn. Thư viện này đầy đủ, giàu có các loại sách tiếng Việt, Anh, Pháp, Nga, Mỹ, Tây Ban Nha. Trung Quốc, Đài Loan, Ấn Độ, Mễ, Nhật, Ả Rập... có đủ cả được dịch sang VN hoặc English. Có lẽ Thế Tôn muốn tìm mãi hình bóng Lily - Người ông rất yêu và rất khổ với nàng! Ông không thể giết chết hình bóng, vuông tròn của nàng, ông mãi lởn vởn nàng. Lily người phụ nữ như đang ngự trị lồng vào trái tim Thế Tôn một cách mạnh mẽ. Cũng chỉ là ảo ảnh nhưng ông thèm khát, khó chống chọi lại được giấc mơ...

Thế Tôn đứng suy tư như ai hốt hồn, rồi tạm mượn vội vài quyển thơ nổi tiếng của thế giới được dịch qua tiếng Việt, Thế Tôn cho xe quay về nhà mình.

Bắt đầu vào câu truyện chính...

Đó là một ngày hình thành tình yêu giữa ông và Lily. Khi Bùi Thế Tôn sáng lập làm chủ bút, và thực thi tập thơ cho Phụ Nữ TNV xứ ngoại, có nàng tham dự qua sự giới thiệu của một nhà thơ nữ Thu Nguyệt. Thu Nguyệt một phụ nữ làm thơ văn trước thời 1975, cùng ông đã chấp nhận cho Lily có tham gia. Ông cảm được nét thơ Lily hồn nhiên, linh hoạt, trong sáng nhưng dễ thương và khá lãng mạn. Chính hôm ra mắt thơ, Thế Tôn lựa đọc những vần thơ của nàng gởi đến độc giả. Nhiều diễn giả trong hội đồng tạp chí thơ, chọn khác nhau hôm đó. Người thì chọn nhân vật A, người chọn nhân vật B. Người chọn nhân vật C. Ông chọn thơ Lily. Ông nhấn mạnh Thơ Lily ở thể loại thơ hai câu "Tả chân và tả tình" hết sức đặt biệt khả ái. Và miêu tả trăng của nàng cũng rất là hình ảnh ngoạn mục, phiêu diêu. Ông rất thích...

Những bài thơ hai câu đó là.

Nhan sắc

Một trong quốc sắc thiên hương
Khả năng trí loạn điên cuồng những ai...?

Ta về

Ta về cắt đứt dòng thơ cũ
Bỏ lại sau lưng một lời bình!

Mùa xuân về
Mùa xuân về nhẹ như hoa
Trên hàng cây giăng săn búp nở...
Hoa giấy
Hoa giấy nghiêng vai hôn vạt áo
Hôn nàng Kiều hay hôn má em tôi?
Một nữ hoàng
Ôi nữ hoàng ra biển đêm nay
Áo choàng nàng đã... lá lay cát bờ!
Hỏi ngõ yêu đương
Níu cành cây ta hỏi lòng của gió
Ngõ yêu đương? Ai đó chẳng mềm lòng ...
Biển tắm...
Biển tắm ta, hay ta tắm biển
Biển muôn đời mặc khiển cuộc tình ta?
Tình yêu và gió...
Gió không lướt, chiếc áo dài thiếu đẹp
Tình không cay tình đó khó nồng?
Nhìn trăng
Trăng ơi, trăng nơi đó Chị Hằng
Ta nhìn trăng đêm nay lòng vui trẻ lại.
Đường Thiên lý
Đường thiên lý băng ngàn ta không ngại
Vì giấu trong em một thiên thể trăng nàng?
Nắng kia
Nắng kia đang trải trên đồi
Tình tôi nhỏ bé... Em tôi lỡ làng...?
Chiều về
Chiều về mây có giăng ngang
Giăng lòng tôi đến tình nàng tóc mây!
Người về
Người về mang chút nắng Atlanta
Mang một Mitchell yêu dấu đó là...?
Người đi
Người đi cách bước tình thêm lộng
Một ngôi sao chẳng lặn thời gian qua...

Trăng non
Ánh trăng non mơ màng bên cửa sổ.
Em mơ màng chàng thố lộ hôn em.
Hoa kia gởi
Hoa kia gởi chút nói gì?
Hoa kia gởi chút từ bi mắt nàng.
Ta đợi
Ta đợi người một thuở trăng mơ
Người chờ ta hàng cây thoai thoải...
Nơi nàng
Ta vực nàng mang mang thương nhớ
Hoa vực nàng để dạng... cho hương!
Sớm mai
Gió sớm mai lả lơi vuốt tóc
Hoa đồng thương, bay đắp ngực nàng.
Vẫn cứ thua
Thế gian này muôn vàn tinh tú
Vẫn thèm ru hương thắm ngực nàng!
Ước gì
Ước gì ta hóa là nàng
Để đứng đầu làng cầu cạnh thiên nhiên...
Hoa đẹp...
Hoa kia đẹp nhất để là:
Hoa mong được nở, để mà được phai?
Chia về
Thơ nàng là cả đam mê
Quyện trong gió lộng chia về cho anh.
Em có nhớ
Em ở bên người có nhớ xưa
Hồn ta ngất lịm một chiều mưa...
Bể ái tiễn đưa
Người đi ngày ấy lòng tôi nhớ
Bể ái trời ân khóc mây giăng...
Tôi ghét
Tôi rất ghét cứ khen khi con người đã chết
Bom căng hơi và kéo lưỡi thêm dài...

Tại sao
Lúc người sống phỉ báng và đố kỵ
Miệng tắc kè ... để chê chắt chuyện thất kinh...
Giả đò
Giả đò thương chi người đã chết
Khi đói cơm đợi sốt đến đau lòng!
Liễu sóng...
Hoa muốn nở không bao giờ nở.
Liễu vô tình liễu gây sóng trong tim...
*****
Và thơ cho trăng ông đọc tiêu biểu những bài:
Mùa Trăng
Mùa Trăng về ngây dại
Anh nhớ em, em yêu.
Anh yêu trăng rất nhiều
Nhưng sao bằng em nhỉ...!
Gió mênh mông hát khỉ
Dồn tặng anh nhớ thương,
Nhớ ai vẽ trên tường...
Theo sau vầng trăng sáng!
Vầng trăng kia lãng mạn.
Tô Thị khóc một mình...
Vầng trăng nay thất bính
Anh đoạt tóc người thương!
Băng qua đường dị thường
Băng qua người run khẽ
Nếu trăng buồn cô lẻ
Da ai cắt lạnh buồn
Máu tâm tư khơi nguồn
Anh nhuộm đồi trăng mộng!
Ta vẫn tặng anh một làn hương...
Ai say khướt cùng ai đêm trường vô tận?
Mặt trăng, mặt nàng cô gái băng trinh tuyệt tận...
Nàng tặng ta một làn hương, thương lần thứ nhất...
Dù khó xa, ta cũng rất nhung nhớ để giữ gìn?
Những vầng trăng thân ái

Những vầng trăng thân ái
Nên tình về không ngại
Sao trên trời đang chẻ ...
Trăng lọt vào khóm tre...?
Những vầng trăng thân ái
Cùng ta qua đường me
Trăng chân chim in dấu
Anh vẫn cười lấy le...
Những vầng trăng thân ái
Giấu nỗi ước mơ em
Trên vầng mây xa lắc.
Bỏ nhặt xuống dòng sông...
Những vầng trăng thân ái
Ôi mùa về nhân ngãi
Khi đông tàn chưa tan
Trăng lủi vào giấc ngủ
Cho cuộc tình yêu ru...

Giọng Bùi Thế Tôn đọc rất là truyền cảm. Ông đọc không phải là ông quảng cáo, để bán sách cho nàng, hoặc quá đề cao nàng. Mà ông đọc vì riêng ông cảm kích mến mộ dòng thơ nàng thôi, cũng như bao người đọc các vần thơ khác, tùy họ chọn. Sau khi ông dứt lời, Lily đã đem hoa, bó hoa huệ trắng dâng lên cho ông và nói lời cám ơn chân thành... Lily dứt lời tiếp theo lại một ca sĩ Nhật Hùng lên tặng hoa hồng đến nàng và hát bài ca "Biển Tình" tặng cho nàng luôn. Và chính nàng là người phụ họa tiết tấu múa cho bài hát, mà hai người đã được tập dợt. Nhật Hùng chỉ cho nàng về phần vũ đạo mới nhất này...

Lily thông minh có sự tỏa sáng về nhiều mặt trên nghệ thuật. 90% số người yêu mến, nhưng cũng có 10% ganh ghét, tìm cách bôi nhọ nàng! Đời vẫn thế, song Lily đâu ngán, nàng không hề quan tâm đến sự tồn tại của ai ganh ghét. Nàng chỉ chăm chú quan tâm tới sự yêu thương kia là lớn lao hơn.

Sự ganh ghét đó là quá nhỏ đối với Lily... Nàng tựa hồ nó như những gương mặt hề dở trước mắt nàng! Nó chẳng đáng hào xu nào, để nàng phải bận trí, bận tâm chi điều vô ích!

Thế nhưng tại company chuyện rối lại phải xảy ra...

CHƯƠNG 2

Lily đang làm việc nhân ngày birthday nàng. Nàng và cả một nhóm nhỏ ăn mừng bằng cắt bánh cake, ca hát trong giờ time break.- Happy birthday to you, happy birthday to you." Bốn người Mễ, ba người Vn, hai người Lào, ba người Miên, một người Ấn trong nhóm. Nhất là người Mễ thì bao giờ cũng ưa ca hát và vui chơi khi có cơ hội. (Có nhiều bạn khác khá thích, nhưng không cùng giờ nghỉ để tham gia chung.)

Bà Chăm Pha bước vào phòng ăn, họ đang vui bà la lên:

- Hôm nay làm gì thế. Tại sao được tổ chức như thế, dẹp dẹp bỏ hết không được như thế? Không được như thế đâu?

- Ôi hay! Giờ nghỉ mà, birthday của Lily. Chúng tôi chúc mừng cho cô ấy, vui ấy đơn giản mà. (Tất cả các câu nói của bà Chăm Pha lúc Việt lúc English, nhưng tôi viết ra đây hoàn toàn tiếng Việt. Và dĩ nhiên Mễ thì họ đáp trả bằng tiếng English thôi, nhưng tôi vẫn ghi theo nghĩa Việt.)

- Không được. Tôi bảo nghỉ dẹp là dẹp hết. Đây không phải là nhà hàng restaurant hoặc nhà của cô ấy.

- Mới một nhóm nhỏ mà bà dương oai ngăn cấm như thế, còn lớn nữa chắc chết với bà quá... Ha ha. Ở đâu cũng được, miễn hiểu nhau, và vui thôi! Mấy người Mễ dạn miệng nói. Còn người VN, Miên, Lào thì nhát gan làm thinh, ể ỏi đứng nhìn, họ như bị mất khí thế đi phần nào...

- Đã bảo không là không. Lily còn bình chân như vại đứng đó sao? You chủ mưu ra việc này phải không?

Lily đứng góc tủ lạnh, kề tủ Coca-Cola đáp:

- Dạ không. Tôi không có mưu, nhưng các bạn vui chút.

- Cô không thể mở tiệc tự do đây! Phải tuân thủ ý tôi.

- Đâu có gì mở tiệc? Chỉ vài cái bánh, vài ly cup vui, trong dịp giờ nghỉ chung thôi mà.

- Đừng cãi, tốn thì giờ của hãng. Tổ phí thời gian đó.

- Ngày xưa hãng có mở tiệc birthday từng đợt cho mọi người, cho từng cá nhân. Lily buồn bã phải nói thêm vậy.

- Hồi kia khác, bây giờ khác. Náo loạn bậy bạ, bộ rảnh lắm sao. Nên tôi muốn nói phải dẹp. Cô biết không?

Bà Chăm Pha tức điên vì Lily có ấn tượng với friends. Họ vui vẻ tổ chức cho nàng dù một nhóm không nhiều, và sẽ lai rai. Nhưng bà thì lấy đâu ra, không có được một phần tư niềm hân hạnh như Lily, nên bà ganh ghét.

Sau đó một ngày bà mưu chước tìm cách hại, để lật đổ Lily. Bà bưng một hộp box- nghĩa là một thùng hàng của Lily và bà bảo lớn tiếng:

- Cô Lily, cô bốc hàng dơ bẩn, và thiếu nha số lượng...

Lily nhìn vào thùng hàng cô trả lời:

- Không phải của tôi, chữ ký này của ai thôi mà.

- Chữ ký ai mà giống bà, dùng tên bà ghê luôn vậy chứ.

- Giống thì giống như hoàn toàn không phải của tôi ký.

Cả đám "ẹ" lên một tiếng kéo dài, cười như chọc quê bà Chăm Pha không cẩn thận khi tuyên án ai. Bà thua và bỏ đi. Như chồn cụp đuôi... Nhiều bạn xấu miệng bụm cười la ha há.

Nhưng bà chưa thua, lần sau bà Chăm Pha tấn công nàng tiếp. Có lẽ những ngày bà ăn ngủ không yên vì lòng quyết "thắng" con nhỏ mà bà cho Hồ Lily này.

Hôm đó một ngày mới, cách lần thứ nhất không lâu, lúc mới bắt đầu vào ca làm việc khoảng mười lăm phút. Bà kệ nệ bưng thùng cheeses boxes. Mặt mày thì đỏ lưởng lờ, như xuyên qua mấy kiếp giận ai pha tím bầm, bà hống hách:

- Nè đây của cô đây. Có chữ ký cô. Hàng dơ dirty quá rồi! Không thể chối nữa nha. Nhất định là không chối được nữa nha. Hứm coi đi...

- Are you sure của tôi?

-Yes, Chính xác. Cô không thể làm việc lơ là. Tôi quyết định có chứng cớ. Và cô phải nghỉ việc để làm gương.

- No, không phải của tôi. Tên tôi Lily, họ ghi tên của tôi là Lily. Song không phải tôi viết đâu. Nét tôi ghi khác chứ.

- Nữa rồi. Tại sao cô không tự ký tên mình, khi nó là một hiệu lịnh? Bà Chăm Pha càng tức sôi máu, bà đưa tay chống nạnh, để đứng trừng trợn nhìn về phía Lily.

- Ô bà không biết đó. Trong guidebook không có bảo đến việc ký tên, hoặc ghi tên. Còn nói không nên mang viết lách vào nơi chứa hàng hóa. Để tránh nguy hiểm ngăn ngừa vật dụng lọt vào thùng sản phẩm, nếu lọt vào thức ăn, đó là điều tối cần mà! Nên xử lý các trường hợp sai lầm. Bà đã quá nhầm lẫn chăng?

- Xí. Biết vài ba câu tiếng Anh làm thầy đời há.

- Bà thù oán gì tôi, nên chiếu tướng về tôi mãi thế vậy ta? Bà nên biết trong bộ phận kiểm chứng các QC, đều gật đầu bảo hàng tôi bốc khá đảm bảo. Ít có trường hợp sản phẩm xấu, khi tôi để vào thùng được đóng nắp mà?

- Tự tin há?

- Tôi không kiêu ngạo, song phần nào tôi nói lên sự thật. Vì bà có vẻ không ưa tôi, không hài lòng tôi, và hay kiếm chuyện với tôi quá... Nên tôi phải cố gắng tự bảo vệ mình.

- Hứ. Thôi được bây giờ bà còn dành phần hơn lần chót nha, nhưng làm ơn ghi tên ký tên ở đó đi, để biết của ai? Quyển guidebook là một chuyện lâu rồi. Company đang thực thi một cách làm chuyển mới, thay đổi trong nội bộ. Tất cả đã chịu đồng ý, idea của tôi... Mục đích hẳn hoi. Bắt đầu loại trừ kẻ bốc hàng ẩu, phải giữ hàng, giữ sản phẩm cho sạch...

- Vậy sao? Trời ơi phá luật lệ thì có.

- Absolutely chuẩn! Nếu không ghi tên sẽ bị đuổi trước. Coi như policy hãng, đã đưa ra cố thực hiện triệt để. Lily nên nhớ cho. Và không thể chối từ lâu hơn nha. Tôi như dặn kỹ hết rồi. Ở đó mà làm cho đúng, thật nghiêm chỉnh đi...

- OK thôi. Tôi sẽ chấp hành, nhưng mong đừng gian lận, vu khống, lương lẹo chứ.

- Làm đi, nhiều chuyện à, talk too much...

- Freedom, talk tý thôi mà. Lily đáp.

- Bà quá lên...? Nhiều chuyện nha. Chăm Pha õng ẹo khi đi lui đi tới nói. Nhưng rất tiếc cái lưng bà hơi ngắn, nhìn chỉ độ hơn hai gang tay nhỏ của người thấp bé.

- Tôi lúc nào cũng bình thường như những người bình thường mà. Lily nhìn lưng bà và trả lời.

- Hứm! Đúng là ngạo phách, lối lướt, chán lắm. Bà Chăm Pha cố bĩu môi, giống con sâu chẳng duyên dáng chi. Bà biết mình, nhưng bà không thể làm cách khác hơn, vì theo thói quen bà.

- Thiệt chứ có gì đâu mà ngạo trời.

Lily nói tỏ ra lúc nào cũng hòa nhã tự nhiên vốn có. Song bà Chăm Pha không ưa, lại là tức thêm. Bà như ghi tạc vào ruột gan mình chờ cơ hội...

Mọi người ở đây làm việc theo dây chuyền có trách nhiệm riêng nên họ chú tâm đến công việc, và không để ý đến chuyện quát tháo của bà Chăm Pha cho mấy. Với lại tánh tình của bà thì họ cũng không lạ gì, cứ đì người để lấy niềm vui đó mà.

Mấy hôm sau bà Chăm Pha gọi tên Lily, đem hàng bốc kém chất lượng bà ôm ra, bỏ trước mặt nàng một cái thịch, như dằn mặt Lily rồi dằn giọng:

- Đây hàng này không sai chứ, tên này Lily ký đúng không? Cô có quyết định nghỉ, vì làm việc cẩu thả, bừa bãi.

- No, chữ ký thì của tôi, mà mục đích người nào đã bắt bỏ hàng xấu vô để tố cáo tôi. Không phải tôi bốc.

- Không ai dư công làm việc đó cả. Bà cứ tự tin nên hỏng việc hết. Công ty chỉ cần những ai work hard tích cực, và thải thành phần làm việc ẩu, thiếu cẩn thận, không làm đến nơi đến chốn như Lily.

- Không dư công? Hừm. Thật là khó khi ở chung có kẻ xấu ác, chuyên phá... Như vậy bà nói đuổi tôi. Fire tôi sao?

- Yes. Đương nhiên. Không ai xấu ai cả. Chỉ vì công ty không chấp nhận những việc làm sai trái. Đó là luật, rule...

- Thế nào là sai trái, thế nào là rule. Láo thật, chữ ký tôi nhưng không phải hàng bàn tay tôi bốc mà? Ký tên chính là giết sinh mạng tôi? Cơ hội cho bà vu khống tôi, bà thảy hàng xấu vào, cho kiếm, cho có chuyện với tôi?

- Làm sao mà tôi làm việc này được chứ! Hàng chục, hàng trăm con mắt trong nhà máy. Cô cứ muốn chạy tội và làm rắc rối, gây rối rắm ra.

- Rối rắm gì? Nơi bà sắp xếp tất cả. Bà muốn làm gì không được, ai mà rảnh đi theo dõi rình mò như…

- Shut up! Tôi có quyền thông báo, cô kiện cáo gì lên office cùng tôi, nhưng không phải một thùng, mà là ba thùng hàng xấu chính chữ ký của Lily hết. Cô nên biết.

- Thôi được nghỉ hãng khỏi cần lên. Bà cứ kiếm chuyện hoài làm sao tôi làm nổi… Hổng hiểu sao company giờ stupid quá, một sự vu khống vậy mà cũng tin, tôi lấy làm tiếc thế thôi. Đồng thời hổng hiểu sao QC lại câm miệng không bảo vệ cho tôi.

- Ê nè không nên mắng company stupid nha! Không ai có thể lên tiếng. Bộ cô tưởng cô là con ông trời. Họ cũng lo chén cơm họ chứ? Tôi đem ra, cho thấy ba thùng như thế, chẳng có ma nào dám tỏ binh cho vướng…

- Số phận tôi không còn làm việc nơi đây thì tôi đành nghỉ thôi… OK. Tôi tạm nghĩ tôi là quá stupid, nên tôi đành, chứ không phải hãng…

- Đúng vậy. Cô ngu và lấy hàng xấu vào. Cô nên biết: QC nói không có bằng chứng, bảo vệ miệng suông đâu được. Tôi nói có bằng chứng đó mà. Họ làm gì dám hó hé với tôi.

- Bằng chứng nơi bà bằng ma vẽ. Thôi được hôm nay tôi làm việc bữa cuối. Tôi không thích đôi co gì nữa cả… Bà có thể im đi cũng vừa.

- Ai thèm nói chi nữa. Chỉ đưa tin thôi. Làm đi rồi ra về nghỉ hưu sớm.

- OK chắc bà vui lắm.

- Đương nhiên. Lily làm ẩu thì bị kỷ luật sa thải chứ. Bà Chăm nói rồi đi.

Lily buồn cắm đầu làm, song cô vẫn check hàng rất khéo, giúp cho bạn bè một bữa kết thúc làm chung. Mặc dầu LiLy rất giận chuyện không đâu. Có một người phụ nữ Mễ hỏi:

- What happened Lily?

Nàng lắc đầu không nói. Lily cảm thấy buồn, lòng lạnh chùng xuống, hơn lòng suối tuyết lạnh trời khuya. Dù trời ban ngày, và hôm nay nhiệt độ trong room rất là nóng...

Sau một hồi bà Chăm Pha xuống đưa giấy cho cô ký, Lily ký và ra về luôn.

Cuộc đời làm hãng company cô kết thúc từ đó! Điệu ru buồn nước mắt cô không chảy ra, mà nước mắt chảy ngược vào tâm tư của cô gái phải nuốt... Lily cứ tưởng tượng, e đó như hiện tượng những chùm hoa bí mật, của thiên thần, có đầy tia sáng phía sau, như dấu hiệu cô phải bước đi trong ngang trái! Lily có vẻ bướng bỉnh dấu kín tâm tư này. Sự tưởng tượng của cô, vượt ra khỏi thời gian không gian của trí não. Lily biết thế... Cô vẫn chẳng muốn hoài mong hay điều chỉnh, hoặc than thở gì nữa cả? Phải chăng sự yêu đời buông bỏ, của Lily đi quá xa, nó chạm tới "đà," đến nỗi cô lạc lỏng mất rồi ư...?

CHƯƠNG 3

Thời gian không bao lâu nghỉ hãng mà Lily đụng chuyện đó. Sau cô xin vào một hãng khác nhỏ hơn - Cắt giấy làm bông, chọn vải vụn nối ghép làm bông. Và nhiều hình thức lạ để chọn làm bông nữa. (Hãng trước Lily làm là hãng công ty của Mỹ làm về thức ăn food cheeses, peanut, butter và các trái cây nước uống, hoặc rau quả được chế bến đóng hộp, đóng gói v.v... Hãng thứ hai này cô xin vào là hãng của người Tàu Việt lai.) Lily được chủ nhận thử việc, ông coi đánh giá cô có hoa tay sắc sảo, khéo léo lắm. Lily lại làm nhanh, nhẹ gọn, mau hơn những người làm ở đây lâu rồi, gấp mười lần... Ông tỏ vẻ cảm tình và ưng ý nhiều về cô.

Đi qua một tuần ông thấy cô có tài riêng biệt đã chứng minh. Những cánh hoa của cô làm đẹp lắm, kể cả nụ hoa, búp, lá, nhánh, màu phối màu, sắc pha, sắc trộn hợp lý và tương tác đẹp tuyệt đỉnh... Ai nhìn công nhân mới, công nhân cũ đều phải nể mặt tán thán cô, có tài khéo tay bậc nhất.

Vậy mà cô cũng chẳng may, khi gặp người ganh ghét cấp tỉnh, cấp số nhân nữa!

Một hôm Lily nói chuyện với người bạn ở phone. Thì người tên nữ Yến Hoa cùng làm chung trong shop này lại quyết lòng tìm cách phá cô. Vì kẻ gian bao giờ cũng nấp bóng, đi trốn coi, thám thính nghe lỏm, nghe rình mò, để tìm cơ hội phá người giỏi, người lương thiện... Lúc Lily đang nói:

- Em thấy cũng OK anh.

- Vậy em cố gắng học đi, mình có thể mở một cửa hàng nhỏ em làm chủ, một tiểu thương nhỏ hơn.

Bên kia đầu giây nói gì, Yến Hoa không nghe rõ, nhưng Yến Hoa nghe sự trả lời của Lily. Khi Yến Hoa nấp nơi một cánh cửa, cô cố ghi âm.

- Ừa nếu mà mình giỏi, thì mở một shop độc lập cũng OK anh, nhưng em phải coi học hỏi kinh nghiệm đủ thứ đã.

- À được anh sẽ tiếp vốn cho em.

- Hứa nghe anh!

- Nhất định rồi.

- Lily sẽ cố học làm hoa, thắt hoa, và em học cách làm quản lý nữa. Cần nhiều thứ học qua kinh nghiệm đó anh à. Học ở thực tế trước mắt là hay nhất, chứ không phải sách vở.

- Anh hiểu. Mình mở nho nhỏ thôi. Lấy công làm lời, nếu em có hoa tay.

- Okay anh! Em sẽ nghe anh học nghề để làm riêng!

Lily đang nói chuyện với thầy dạy cho cô làm thơ, viết văn trong cuộc sống. Thật ra anh chỉ đưa những cuốn sách để cô học hỏi thôi. Còn xét về bình diện, phương pháp tài nghệ thì chính cô tự khám phá, tự hun đúc lên cho mình thôi. Nàng tựa hồ là Bùi Thế Tôn cho nàng chiếc chìa khóa có bí mật vạn năng, nhưng chính nàng phải chịu khó, biết cách để đi mở lấy kho báu vàng kia... Và Lily luôn nhớ một câu nổi tiếng của người Do Thái nằm lòng, đó chính là châm ngôn trong lối đi của mình. "*Không học hỏi khám phá riêng thì cứ mãi mãi là người đưa thư thôi.*" Công nghệ là một thứ khám phá luôn phải đổi mới. Nghệ thuật đòi hỏi khám phá sáng tạo còn cao hơn, mới hơn. Hay nói cách khác hơn; Nghệ thuật sẽ chết nếu sáo mòn, và dẫm chân trên lối cũ... Lily rất hiểu nhiều sự việc của mối tương quan...

Cuộc trao đổi giữa Bùi Thế Tôn và Lily. Yến Hoa đã nghe lén, ghi âm tìm cách mét lại với ông chủ. Một hôm Yến Hoa thưa với ông chủ Lê Lai như vầy:

- Ông chủ ơi con Lily ghê lắm, định học ăn cắp nghề nơi ông, rồi ra mở tiệm cạnh tranh với ông đó.

- Thiệt không? Làm sao cô biết?

- Cô ta nói chuyện với người thân. Tôi nghe rõ ràng. Nghe lén là một chuyện xấu, nhưng không nghe làm sao mà biết được tin này thưa ông chủ. Đúng không?

Nhìn ông chủ Lê Lai im lặng, cô Yến Hoa nói tiếp:

- Ông không nên mướn cô ta. Cô ta mở tiệm ông sẽ không còn độc quyền... Và cô ta làm hoa rất đặc biệt. Rất rất là talent. Cô học rất lanh.

- Ừa đấy. Biết tính sao đây!

- Đừng lo lắng dong dài. Cho cô ta nghỉ ngay, cô ấy mới biết chập chững thôi... Bấm chết ngay từ đầu. Chớ để cô ta còn cơ hội học hỏi gì thêm nữa.

- Thế thì mình cũng ích kỷ lắm!

- Nhưng sự sống còn, và độc quyền của công ty, đương nhiên không ít thì nhiều vẫn có ích kỷ. Tùy ông chọn, máy đó ông nghe rồi suy nghĩ. Tôi chỉ muốn ông thành đạt 100%, và duy nhất, độc quyền phân phối sản phẩm với những đôi tay công nghệ, công ty ông chiếm giải. Tôi đi chút, ông tự nghe biết rõ. Ông nên nhớ, tôi không giả giọng cô ấy được mà? Vô tình bất lợi đến với ông, nên tôi thả ghi âm...

Yến Hoa nói và bỏ đi. Lê Lai nhìn theo cô đi khuất rồi ông mở máy nghe lại. Đúng Lily có một cuộc nói chuyện sẽ học hỏi nghề và mở riêng tiệm...

Với người khác thì có thể không, riêng cô gái này chuyện cô ước vọng là nằm trên tay thôi. Cô ta dễ trở thành tài năng mà, chỉ cần cô học biết một chút là đủ, và sẽ sáng tạo 10 lần, 100 lần hơn... Trong vài phút ông suy nghĩ mông lung, chưa ra gì để xác định một bài toán khó. Thì Yến Hoa quay trở về. Yến Hoa bảo:

- Nếu ông tin cậy tôi là quản lý chuyên môn hãy nghe tôi: get out cô Lily ra khỏi shop, khỏi công ty là thượng sách, triệt tiêu cô ta mọi mặt ngay từ đầu. Nếu mở shop, mở tiệm, khả năng cô ta còn lôi kéo công nhân từ nơi mình nữa. Ôi một cái mầm không lợi cho chúng ta chút nào. Lily không làm mướn mình lâu đâu? Và nguy cơ một số người sẽ theo cô đó là rất có thể. Như vậy thì ông hẳn biết, sự lợi hại của Lily sẽ đến như thế nào với chúng ta rồi.

- Để tôi tính cô yên chí!

Thực tế phũ phàng quá, rồi cô Lily bị đuổi ra khỏi tiệm làm hoa giấy và hoa vải... Bằng một câu nói tự nhiên của ông chủ Lê Lai, lúc cô lãnh phần lương cuối tuần:

- Cô Li. Cô tạm thời nghỉ việc vì công ty tôi dư người.

Tỏ ra lịch sự ông nói thêm:

- Khi nào cần tôi gọi. Song tôi hy vọng cô tìm việc khác đừng trông mong công ty tôi lắm. Có thể thải thêm nhiều...

- Cho tôi hỏi một câu hỏi. Tôi làm việc có gì phật ý ông không? Tôi có thể xin lỗi và khắc phục chứ?

- Ô không! Tay nghề cô mới nhưng cô có năng khiếu lớn lắm. Và cô work hard. Ôi tích cực lắm, mà cô biết không? À... à...

Im lặng tý, ông lại nói tiếp:

- Lily đang làm những cánh hoa sắc sảo loại nhất, của mọi loài hoa, hoa hồng, hoa huệ, hoa sen, hoa lan, thược dược v.v... và tất cả. Cô đang là chủ nhân của các loài hoa làm đẹp. Song tôi đành... Vì sa thải là sa thải những công nhân mới, những người vô sau so với thời gian...

Những lời nói của ông chủ Lê Lai chẳng khác nào làm cho Lily tủi thân thêm. Luật pháp bao giờ cũng có độ hở, khe thoát. Thiếu gì công ty sa thải người cũ, vẫn giữ người mới. Họ đủ cách để biện luận mà. Khi họ thích hoặc không thích. Muốn đen cho ra đen, muốn trắng cho ra trắng. Boss có quyền tối cao. Cô hiểu, cô cố gắng ngăn những giọt nước mắt chảy ra. Rồi cô từ giã những cánh hoa cô vừa làm, Lily như trao gởi lại một linh hồn mình nơi đó. Linh hồn cô luôn trong sạch, yêu thương hơn là cô buồn trách chúng? Cô ra đi trong im lặng và nhìn nó còn luyến tiếc, để rồi cô lui gót quay chân… Những cánh hoa giả sắc thì có rồi, còn hương thì... Với Lily, cô như hiểu hết thảy, nó vẫn mang giai điệu, hương sắc thần bí của nó…

Như vậy Lily đã mất thêm cái job thứ hai mà cô mang nhiều khả năng đó chứ. Cô hy vọng sẽ có người support, cô sẽ leo lên một bà chủ nho nhỏ của shop hoa giấy, hoa vải, cùng với hoa thật một business nhỏ khởi nghiệp. Cô định mở, nếu cô học lấy thêm tý chừng mực kinh nghiệm! Vậy mà, đúng là mình muốn là một chuyện, trời không cho là một chuyện, chúng ít đi chung với nhau như mình nguyện. Tuy nhiên Lily lúc nào cũng không đánh mất sự lạc quan, yêu đời trong cô, dầu cô vẫn đau đáu ngậm ngùi… Lily cho rằng đời vốn không công bằng cho cô, muốn làm khó, hay thử thách cô? Lily không biết mình sinh vào ngôi sao hạng gì? Mà vẫn cứ lao đao như người bị ngập lụt! Hoặc có những khối đá vô tri chực sẵn, cố tống đang đè nặng lên vai nàng. May còn phước nàng có sức chịu đựng, không buông lơi thế cuộc, luôn giữ lấy một tâm hồn, cùng với một khí chất mạnh mẽ…

Nằm nhà một tuần. Ly bắt đầu đi xin một job mới khác hơn xem sao?

CHƯƠNG 4

Cô tới trực tiếp xin làm một hãng làm bánh của người Tàu lai Việt nữa, có thể nói một Shop bánh VN trong khu chợ siêu thị Hong Kong này. Ở đây cô xin làm khâu phụ công việc làm bánh, cắt bánh, và phụ bán bánh. Lily được nhận chân làm trên bốn ngày. Cô bán rất có khách, mặc dầu cô ít mời mọc. Bà chủ thấy lượng bánh đi nhanh, hết gọn, thu được nhiều tiền, thì bà vô cùng mừng rỡ. Nhưng đúng, trời còn bắt Lily phải chảy nhiều nước mắt, nhiều giông tố, đâu có thể nào nàng dễ nhận lấy hạnh phúc mau chóng đơn giản? Đâu đâu Lily vẫn cứ còn gặp người ích kỷ, ganh tỵ, hơn thua vây quanh bắt tội nàng. Lily không hiểu sao ông trời tạo cho cô nhiều ngang trái, nhiều lúc đáng khóc thầm như thế!

Cô bạn làm việc chung tên là Khánh Mận, với Khánh Mận luôn khoe khoang mình, nói xấu Lily. Đạp Lily xuống và nâng mình lên, lại "vua nịnh" bà chủ nữa rồi! Khánh Mận lui tới bảo với cô chủ:

- Lily bán hàng mà mặt như đưa đám ma. Nó chẳng mời mọc ai, may thay có con. Tất cả là nhờ miệng con đó.

- Nhưng tuần nó vô mình bán chạy nhất là sao ta? Cũng có nhiều khách nói cô ta dễ mến, nói năng vừa đủ, từ tốn họ thích... Bà chủ Thanh Nhạn phân minh với Khánh Mận.

- Hứm... Vài người nói xàm đó. Khánh Mận trề miệng cho dài ra, và lắc đầu nhún vai.

- Có nhiều người nói nhìn tư cách cô ta, họ muốn mua thêm bánh để ủng hộ đó con... Họ nói Lily có vẻ đẹp người đẹp nết.

- Nói năng mời mọc mới khó, chứ yên lặng câm mồm dễ òm mà? Còn đẹp... Xí. Một số người có mắt cũng như đui thôi.

- Hì. Nghệ thuật nói năng hay im lặng vẫn là nghệ thuật riêng, hay còn gọi là trời phú, những phương cách hấp lực riêng! Đôi lúc cần nói, nhưng đôi khi để khách tự chọn, mình đừng làm phiền họ, và mình nên ít nói. Để họ trong yên tĩnh, thưởng thức màu sắc hương thơm, mùi vị v.v... Có nhiều khách hàng vẫn thích vậy.

- Thôi nó hưởng theo công người khác mà cứ khen. Chính xác... She được hưởng theo công con thôi. Cô thấy không? Đi trễ hai ngày liên tiếp đó. Làm thì quên trước quên sau, lượng bột lượng nước, cứ ngẩn ngừ, như ma mắc nạn...

- Nó mới, nên lọng cọng và cũng muốn chế biến thay đổi một chút đó. Nhưng nó có vẻ thông minh sáng kiến chứ! Ma mắc nạn gì con Khánh Mận?

- Ma mắc nạn là lạng quạng như ma mất hồn. Còn công thức ta làm chứ thay đổi chi cô Thanh Nhạn?

- Cái hay là chỗ đó con khánh Mận. Nên nhớ dựa trên công thức cơ bản, ta có thể thay đổi hàm lượng nào, thêm bớt một chút, hương vị sẽ ra khác hơn. Mà cách nấu lâu, chậm mau, cũng ra màu sắc khác hơn chứ. Sách đã dạy, con nên đọc và học lại một cách đầy đủ. Phải sáng tạo hơn thôi...

- Cô nói, làm như nó thiên tài với khả năng nhận biết.

- Hi hi, thì nói chung vậy thôi, chứ có khen nó riêng đâu! Song cô có thử bánh nó làm ngon nghen? Cắt bánh để show ra, nó cũng thật đẹp tay.

- Thiệt sao cô Thanh Nhạn?

- Ừm ừm.

- Có gì đâu mà ngon cô Thanh Nhạn? Còn cắt phần bánh dễ òm. Ai làm cũng như nhau mà.

- Cái lưỡi con bị bịnh rồi sao Khánh Mận? Ngon thật mà, phải phục nó chứ! Dạy sơ qua là nó tiếp nhận ngay, nó còn dở sách coi học hỏi đó con. She chịu khó, thông minh, có tính kiên nhẫn luôn. Nó cắt bánh chia phần: rất đều, mịn màng, sắc sảo, sạch sẽ...

Khánh Mận không thèm nói nữa. Bà chủ Thanh Nhạn bận việc, vội bỏ đi chỗ khác.

Mận đứng một mình suy nghĩ tự nói "mày number one hã? Sic. Never đi. No way đi. Tao không để con nhỏ này có giá trị hơn tao đâu. Tao sẽ tiêu diệt mày, hạ thủ mày. Khánh Mận nói căm tức tựa chứa trong đôi mắt cô ả. Rồi cô bỏ đi để tìm mưu cách. Như chờ đợi một cơ hội nào đó...

Thật vậy. Chiếc xe Lily cũng làm khó cho cô. Hay tới thời suy yếu của nó, nên xe cứ bịnh lặt vặt, cô đến không đúng giờ hai ngày liền. Nhưng cô biết rồi làm về muộn hơn để bù lại, phụ thêm việc linh tinh cho bà chủ Thanh Nhạn. Vì Lily biết cô đang làm mướn mà, nếu chủ không vui không hài lòng, thì cô dễ bị đuổi nữa.

Còn Khánh Mận hiểu được thế càng tức lắm. Khánh Mận đi tới bà chủ:

- Nghe nè... Chiếc xe nó lái coi cũng không ra hồn, cũ rích mà cô cứ khen lấy khen để, như nó đang làm giàu cho cô...

- Xe thì ăn nhập gì đến khả năng làm việc và đức hạnh con người đó đâu.

- Người giỏi phải đi xe ngon. Xe xấu dỏm thì trễ tràng, kéo theo lôi thôi công việc.

Bà Chủ Thanh Nhạn không còn để ý đến những bàn tán của Khánh Mận. Bà đang lo công việc của bà nhiều nữa mà!

Cô gái Khánh Mận đã tự ái rồi bỏ đi...

Nhưng Khánh Mận đang tâm đã rắp, để phá Lily cho bằng được. Cô tìm ra một kế sách mới. Cô ảnh hưởng ám ảnh từ, một cái duyên cô mới coi những đời sống của dã thú đêm qua nè, cô trực tiếp liên tưởng, cô như thấm hiểu được phần nào sự sống của các dã thú trong môi trường, những sinh vật tranh nhau ức hiếp kẻ khác yếu, để làm được phần thắng cho mình. Khánh Mận nắm bắt ngay, ý tưởng tranh bá tranh quyền, "tranh anh hùng ở đấy!" Bởi nên người ta nói không phải nhìn một sự kiện mà đem vào lòng người với niềm rung cảm như nhau. Sự kiện đó người xem cảm thấy thương tâm xót xa. Sự việc ấy người xem lại mang vào thân học lấy điều hiểm độc, gian ác, hóc búa, tạo nghiệp. Khánh Mận tơ tưởng lòng đố kỵ, manh ác, gạt gẫm. Nên cô tự bảo:

- Loài dã thú kia tao coi cũng có vị trí hết. Tao nhất định không thể để mày hơn tao. Hãy chờ mãnh lực và trí khôn tao nhé. Mạnh được yếu thua vẫn là qui trình...

Nàng cười ha hả một mình. Khánh Mận cố rắp tâm, cố tìm những mưu kế, tinh xảo nhất để hại cho bằng được Lily. Nàng sẽ làm cho thỏa chí bình sinh...

Khánh Mận tỏ ra vui vẻ tâm đắc lắm, thích thú cho sự sắp xuống tay của mình "Bánh Bò, Nướng Bò Bánh, Khét Bánh Bò, Bông Lan, Bông Lan, Bông Lãng, Muối Mặn Bông Lan, Bông Lãng..." Mày sẽ gục chết ở mưu này chớ có than nha con. Ha ha. Ha ha. Mới nghĩ mà Khánh Mận kêu rống lên như đã nắm hết phần thắng vậy!

Như thế là sự việc lại diễn ra như tuồng, Lily làm bánh Bông Lan. Khánh Mận lén bỏ muối thêm vô cho thật mặn. Và Bánh Bò Khánh Mận pha thêm bột màu cho đại gắt nơi thau lớn mà Lily đã làm để sẵn. Ai nào ngờ Lily không để ý, cứ tưởng tất cả là của mình gia vị lượng bột, màu, nước, đâu đó các thứ đầy đủ rồi, hợp lý rồi. Lily vui vẻ làm xong đặt vào một chỗ trong ngăn tủ, để cất vào nơi tủ riêng ấy, nàng sẽ chuẩn bị vào phần nấu hấp sau cùng...

Nhưng như thế đã có ai nào ngờ, một bàn tay ẩn nấp Khánh Mận giúp "tham gia kín." Là chiếc bánh Bông Lan và Bánh Bò ra lò, với những thành quả của Lily hết sức khác. Toàn là sản phẩm vứt đi thôi.

Chủ tiệm Thanh Nhạn thích thử "nêm" trước khi đem ra chào hàng. Trời ơi bà ngạc nhiên:

- Ôi trời ơi sao thế này là thế nào ta? Bánh muối quá nhiều nhỉ. Oh lạ kỳ vầy? Lạy chúa! Nhạn không nhầm lẫn chứ?

Bà kiểm thêm Bánh Bò lại càng ngạc nhiên hơn. Bà lẩm bẩm càu nhàu tiếp:

- What? Ôi sao mà màu gắt thế kia... Con nhỏ này bị gì rồi ta. Tại sao lại xao lãng? Sao lại nó đi thụt lùi thấy sợ nhỉ? Oh my god. Lạy chúa ơi!

Thanh Nhạn thử tiếp mấy bánh Bông Lan liền, ăn mặn như muối biển đông nguyên chất đi vào. Bánh Bò thì màu đại gắt, ăn như đắng nghét! Bánh Bò này làm bằng chất bòn hòn thế sao?

Bà Thanh Nhạn vẻ muốn run lên và đổ mồ hôi hột, khó mà tin sản phẩm Lily hôm nay lại tồi đến thế? Suy nghĩ nhanh như cắt bà gọi Lily:

- Lily đâu vào đây coi những phần bánh ổ bánh cô làm. Ôi chao ơi tôi không thể thất vọng hơn?

Lily chạy vào khi Lily đang gói hàng cho khách phía trước, cô hỏi bà chủ ngay:

- Có chuyện gì thưa cô chủ Thanh Nhạn.

- Còn gì nữa? Cô làm hỏng hết bánh rồi. Bông Lan mặn

chát, như đổ muối hết biển đông vào, còn Bánh Bò thì màu đỏ hỗn thế kia, màu xanh cũng hỗn xanh thế kia... Đắng nghét, nuốt chả vô. Và không nên làm màu, cả màu xanh, màu đỏ nặng như thế lắm, còn vị bánh lại chì ngắt, bánh bột không nổi, không thể làm như thế. Lily cô nên hiểu chứ...? Cô bỏ thứ gì vô thế, trời ơi...

- Dạ khi con pha muối đã thử như mọi lần OK mà. Và màu cũng chỉ như mọi lần mà!

- Khác hoắc lạ lùng, y đâu mà y?

- Vậy ai phá con, sau khi con đi đâu đó?

- Phá con ai mà phá chi? Con lỏng lẻo công việc quá đấy. Chớ chủ quan nha...

- Dạ con nghĩ hiểu công thức, con không làm sai thế!

- Bằng chứng thế mà con cãi Lily.

- Con sợ Khánh Mận có phá con không?

- Đừng đổ lỗi cho người khác, mà để cô kêu nó hỏi luôn.

Lily nuốt nước miếng khó trôi, nhìn thái độ bà chủ. Bà chủ tằng hắng rồi kêu:

- Khánh Mận đâu tới đây cô hỏi việc này.

Khánh Mận lanh lẹ chạy ra làm bộ lễ phép:

- Dạ có chuyện gì thưa cô?

- Mày có bỏ muối và thêm màu, thành phần các bước thứ bánh Bông Lan, Bánh Bò của Lily làm không? Phá gì của nó làm không?

- Trời ơi sao cô hỏi con câu hỏi dư thừa thế... Nó khùng khùng điên điên, không nhớ làm lộn thì có chứ ai? Cứ tưởng nó là siêu sao, nên cô phục hầm... hứ... è ... ẹ.

Khánh Mận nói mấy tiếng và bỏ đi.

- Không, lại đây cô Thanh Nhạn hỏi thêm Mận nữa nè.

Khánh Mận quay lại chanh chua thêm, chưa cần bà chủ hỏi gì. Miệng Khánh mận trề dài cùng bĩu môi nói:

- Cô tin nó thì cứ giữ nó, nó làm việc đâu cũng bị problem hết, mà cứ ca ngợi sự khéo léo thông minh có một không hai của nó. May chưa đem ra tiệm bán, cô sẽ bị kiện đóng shop luôn. Hừ chán...

- Tôi không làm thế, ai phá tôi đó thôi. Lily lên tiếng.

- Ai mà phá mầy! Đồ điên. Đầu óc ngớ ngẩn lúc này lúc khác, lúc được, lúc không thì có.

- Thôi im đi... Liệu cô tính. Cô chủ Nhạn bảo thế.

- Tính gì sờ sờ.... Như thế gian này chỉ có nó làm bánh ngon. Ừa cô giữ nó đi ăn cho hết. Đi làm thì trễ, đầu óc bấn loạn, làm bánh như thế mà còn giữ. Tôi nghĩ cô hay đó nha!

- Đã nói thôi được để cô tính mà.

- Anyway cho con xin lỗi... Nhưng con nghĩ sản phẩm đó có ai phá con, phá vào thau đựng chứa của con. Xin cô nghĩ lại thương cho con.

- Hứm nó cứng đầu, mà cô cho nó đứng đó nói mãi.

- Thôi được để cô coi lại. Cả hai đi làm đi.

Lily buồn bã bước đi va vào chồng đĩa bị đụng, nên tuôn đổ hết xuống sàn nhà...

Khánh Mận thấy vậy liếc mắt nhìn:

- Hứ, cái đồ không thể nói là không hư?

Lại nữa vì lo ngại run tay nên Lily bưng thau bột và cô trượt chân té, bột một nơi thau một nơi, người một nẻo. Khánh Mận vui chí reo:

- Khen quá té hen ăn cho hết... Cái đồ sớn sa sớn sát quá mức... Không thể tưởng nổi...

Những va vấp bất ngờ cho bà chủ Thanh Nhạn hoang mang. Bà đã quyết định sa thải mau Lily hơn... Vì bà thấy không lợi cho bà. Bà sợ Lily giỏi thì có, nhưng đầu óc có vấn đề rối loạn, tâm tư như bất thường...

Một ngày mới sớm cô lái xe đến làm. Nhưng cô chủ Thanh Nhạn đưa ra câu nói mới nhất:

- Thôi đành tôi không nhận cô làm việc nữa. vì business chứ không phải là nơi thánh đường... Cô hiểu cho. Cô Lily nên hiểu biết là như thế...

- Cô Thanh Nhạn giữ con lại, nghĩ lại mà thương cho con nhờ cô ơi. Làm ơn giúp con...

- Làm sao mà tôi giữ được. Lily hư chính mắt Thanh Nhạn thấy nhiều mà. Lời của tôi đã là một quyết định của riêng tôi. Sorry cô thông cảm nhé.

Cay đắng thật Lily muốn khóc thầm, và cô phải bước ra

khỏi tiệm. Cô chào tiệm, nhìn tiệm trong hơi thở nặng nề của mình, của một cô gái mất job, vì bị đuổi nữa. Rồi cô lặng lẽ lái xe về nhà trùm mền suy nghĩ những sự việc cứ xảy ra... Cô như muốn khóc to, dù bản tính cô rất cương nghị. Song tính cương nghị vẫn đâu đó, kiềm tỏa được nước mắt đang rưng rưng chảy kia dừng lại...

CHƯƠNG 5

Nàng coi báo và đến hội nhà thơ trình diện, đem những bài thơ mình viết và mong được làm một cái gì ở đó cũng hay. Nhưng không, nàng vẫn chưa nhận được việc, còn lấn cấn một vài thứ, lương nơi này họ còn cho biết rẻ hơn bèo nữa. Vì ở đây họ làm việc với tính cách giải trí hơn là kiếm tiền. Lily nghĩ trong vòng mấy tháng cô mất liên tục ba cái job. Mà job nào cô cũng có khả năng thích nghi? Lily không hiểu sao thiên cơ nàng lại xấu đen đến như thế. Thôi để mặc cho ông trời minh định! Nàng có khóc nhưng cũng như khô nước mắt rồi... Buồn quá nàng gọi điện cho một tri âm, một người đàn ông già, hơi gầy song ông rất giàu trí tuệ, theo trong mắt nàng. Ông là người thầy của nàng, nàng đem lòng khá thích ông ta, và ông ta cũng khá thích nàng. Có thể gọi là yêu Lily, là Bùi Thế Tôn đó.

Lily vốn một phụ nữ đa cảm, song tâm hồn chuyên chính. Nàng từng lập gia đình với một người đàn ông lớn hơn nàng năm tuổi. Con của gia đình H.O. Nàng đi qua nước Mỹ bằng diện gia đình H.O bên chồng. Người chồng vài năm ở Mỹ, rồi ăn chơi phóng túng vì khoe mẽ tiền bạc, về lại VN dành gái nơi một tửu điếm, và anh bị thù địch hạ sát giết chết mà không thấy xác... Một thời gian như thế nàng rất buồn...

Nàng có một bé gái đang học ở năm thứ nhất của đại học. Và hướng đi của cô con gái nàng là doctor. Lily không còn tình yêu dành cho ai hơn là con nàng! Và với nàng, bé cũng thế... Bé là học sinh giỏi của trường high school nhưng ngày tốt nghiệp bài diễn văn của bé để, có kẻ đánh cắp, bé không có giấy mà cầm đọc. Nên bé hiểu được cuộc đời má cũng có những gian truân vất vả, vì những kẻ hiềm tỵ, ganh ghét, đố kỵ... Họ phá má như những lần có kẻ phá mình, là một điều quá dễ hiểu...

Nói về Lily từ ngày chồng mất, Lily ít nghĩ đến đàn ông mặc dù thơ nàng làm rất tình và văn truyện nàng miêu tả rất khéo, phải chăng hồn nàng đã trải lên lớp sương khói khao khát. Nhưng thực tế nàng cuộn tròn trong chữ nghĩa, tìm vui trong những mẩu truyện thi vị. Với lối viết đầy phóng sự như thực, trộn pha chút ảo huyền. Phong cách mạnh, action nhiều. Bởi con tim và bàn tay nàng biết tạo dựng! Đọc thì rất hấp dẫn, nghiệm thì thích thú, tình tiết thì rất dễ thương... Song ở ngoài đời Lily trốn nó, nàng trốn một tình yêu, như trốn một định mệnh, nẻo về một biên giới vô hình mà nàng cố tránh... Tuy nhiên về tình dục nàng vẫn là một người đàn bà, và một người đàn bà trẻ đúng nghĩa với bản năng của nó...

Được gọi, Thế Tôn quả mừng. Ông người đàn ông góa vợ, song tài năng có trên nhiều lĩnh vực, chơi kèn, viết sách, bình thơ, diễn giả, phụ tá manager một công ty, giúp đỡ trợ lý, tìm công nhân làm việc công ty người già "Việt Day Home Care." Ông chuẩn bị mấy ngày nay để nói với Lily. Thì hôm nay có cơ hội, nàng gọi lại Thế Tôn với một ít tâm sự "mất một job mới nhất nữa." Và ông nghe rồi bảo Lily:

- Hay là em đi làm job này thử. Assistant tức là caregiver cho những người già ở chương trình Việt home care, day care. Anh thấy vẫn được đấy em.

- No, em không làm được đâu, em muốn nói với anh, em kể anh nghe thôi, là anh yên chí. Em sẽ theo Nhật Hùng ca sĩ địa phương nơi đây, em học hát và anh ấy sẽ dẫn em vô hãng ảnh làm cho xong chuyện...

- Nhật Hùng... Nhật Hùng... Thôi thôi đủ rồi, em mà nghe những thằng hứa cụi đó để cho tương lai em đen như chó mực luôn sao? Hát ở đây thì chỉ vui chơi thôi, không thể nuôi sống em được. Anh đề nghị em đi làm một job có lương, có check hẳn hoi. Rồi làm gì tính sau... Không ai sống bằng nước lã, em nên nhớ!

- Vậy anh muốn Lily làm gì cụ thể nào?

- Em phải đi xin đơn để làm việc cho Day - Home care Việt. Job này đơn giản cũng không có gì khó. Chẳng cần kỷ năng nhiều, chỉ cần em biết yêu thương khách mình, giữ giúp họ chăm chỉ siêng năng. Em ăn nói ôn tồn lễ phép chân thành... Cũng có thể gọi tạm đủ yêu cầu chừng đó.

- Ừa thôi làm thử nha!

- Anh nghĩ Lily làm được mà!

- Vậy trước mắt làm thủ tục gì anh?

- Anh đưa em đi khám sức khỏe em, check background, họ coi em có làm hung thủ gì không? Thế thôi vậy đó. Anh nói và cười.

- Thôi Lily nghe theo anh chứ còn biết tính sao? Thiệt ra em cô đơn và không có thân nhân ở đây, ngoài cô con gái một năm gặp hai lần...

- Anh hiểu... Em cô đơn nhưng em sướng, ít ai làm phiền đúng không?

Lily cười buồn hồn nhiên. Nàng làm thinh không trả lời.

Sau đó thì Thế Tôn đã đến đưa Lily đi qua các bước của chương trình apply form. Họ cần phải chứng minh, khám sức khỏe, check background. Và cuối cùng cô đã được hoàn tất để nhận việc.

Người khách của cô là một phụ nữ vừa tròn sáu mươi bảy tuổi, nhưng thích ca hát yêu thơ văn và nhạc kịch không khác gì như Lily. (Lúc interview Lily có trả lời sự thích thú của cô là thế.) Để Manager có quyền định liệu cho khách mình. Nên Manager đã giao cho cô một khách hạp với Lily. Cả hai chẳng mấy chốc, đã trở nên tâm giao tri kỷ. Họ vẫn thường thỉnh thoảng đưa nhau đi giải trí ở các chương trình hội người cao niên, chương trình lễ hội, birthday người lớn tuổi. Lily tìm chỗ ngồi chuẩn bị chu đáo, lo nước nôi, coffee, bánh ngọt, trái cây, món ăn cho người khách Day - Home care của cô. Lily lo cho cả việc ghi tên chuẩn bị bài hát người khách cô làm v.v... Lily hổ trợ chân thành và lễ phép, luôn giúp cô ấy nhiều khi đến hội chơi... Cô ấy rất là thích. Cô tên là Kim Châu, cô hơi yếu đôi chân. Nhưng Kim Châu vui vẻ với môn hát, và cô ưa trích ca về cải lương những tuồng tích xưa hơn... Mỗi lần Kim Châu hát thì mọi người lắng tai, tán thưởng nồng nhiệt. Bởi cô Kim Châu trời cho giọng ca còn đầy xuất sắc, đậm đà óng mượt...

Lily thỉnh thoảng cũng hát giúp vui, khi mời. Tiếng hát nàng lại được khai sáng bừng nở những nơi đó!

Được làm việc với một khách Day - Home care, Lily có điều kiện gặp gỡ, hát chung với Nhật Hùng ở các chương trình. Chủ của chương trình giải trí, họ mời anh đến dự, dẫu sao anh vẫn là một nam danh ca "cây nhà lá vườn" nơi tiểu bang này. Lily Nhật Hùng gặp nhau địa bàn ca hát hơi nhiều. Họ như song kiếm hợp bích nối lại. Hai người đã hát chung qua các bài tình ca. Lily thân với Nhật Hùng còn hơn xưa...

**

Nhật Hùng là một danh ca, sống đời độc thân, anh đã li dị vợ trên ba năm rồi. Lily lên nhà anh để tập dợt ngoài giờ đi làm của nàng, saturday, sunday, những khi rảnh rỗi... Tuy nhiên Lily cứ bảo: Xem Hùng như một người bạn thường. Và cô cho biết, cô có hẳn một "Men" để cô yêu thương rồi!

Vậy mà lần đó lên chơi tập dợt song ca trong nhà anh ta, đêm đã quá khuya Lily không về nổi, nàng muốn ở lại tạm nghỉ, trú chân... Nàng từng nghĩ tâm hồn nàng trong sạch, thì có gì phải sợ? Còn Nhật Hùng cũng khá thanh cao, hồn trong suốt như ngọc xưa nay thì có chuyện gì xảy ra chứ? Khó lòng làm chi. Tại sao phải đắn đo, đề phòng sai số nhỉ? Khuya quá rồi biết làm sao bây giờ? Nàng phân vân tự hỏi, rồi tự bằng lòng cho một đêm tá túc ở nhờ lại nhà Nhật Hùng là tốt hơn. Mặc khác Nhật Hùng cũng không muốn cho Lily về nhà, về khuya đường lạ trên một tiếng rưỡi đồng hồ của ban đêm... Biết đâu chừng rủi ro cho Lily, làm sao ai dám bảo đảm cho nàng hết trên những lối về, trơn tru không rắc rối xảy ra kia? Ai mà dám nói trước, chắc ăn trăm phần trăm chuyện gì hết đâu...

Thế là đêm đó tập xong. Nhật Hùng cho nàng một phòng riêng của mình trên lầu. (Nhà anh rộng rãi có bốn phòng ngủ mà.) Nhật Hùng chuẩn bị sẵn sàng, cho Lily yên giấc ngủ, dù có hay không của một đêm mộng mơ thần tiên ở đây...

Rồi chính đêm đó chàng hồi hộp khó ngủ. Riêng nàng giấc ngủ đến với Lily, êm đềm nhanh và ngon lành, mãi đến 5Am. Nàng mới chợt thức dậy, khi nghe tiếng chân Nhật Hùng đi qua phòng kitchen để pha coffee sáng thì phải?

Lily lắng tai choàng tỉnh, uốn mình soi gương chưa kịp súc miệng, nàng đi ra ghé xuống cầu thang nhìn thử chàng làm gì?

Thì chính lúc ấy Nhật Hùng thấy nàng, chàng bần thần rồi tự nhiên nhanh như chớp, chàng chạy lên, tới ôm xốc nàng ghì vào lòng giữa thang lầu, miệng không ngớt:

- "Hùng yêu Lily cả đêm ngủ không được" Lily ơi có biết không? Lily có biết không nhỉ?

- Thôi coi nhau như bạn. Lily còn tâm trạng bình tĩnh.

- Không, yêu mất rồi. Nhật Hùng ôm hôn lên miệng Lily, và tay chàng nắm lấy tay nàng thật chắc ghì xuống.

- Lily chưa làm vệ sinh, Lily chưa súc miệng trời ơi... Nàng ngước nhìn Nhật Hùng thật sâu, và bảo thế.

- Không sao. Miệng vẫn thơm mà! Chàng nói rồi sẵn sàng ẵm bưng nàng đi xuống để trên ghế salon hôn lấy hôn để. Chàng như con thú được mồi bất ngờ...

Nàng rũ rượi tóc cũng chưa chải, song cùng buông xõa mềm mại. Nàng không chống lại đôi tay mạnh của Nhật Hùng được, và tình vô tình nhẹ nhàng, nhưng rơi vào khoái cảm. Lily hình như đã có gì xúc tác...

Nhật Hùng như không biết mình là ai, chàng ôm chân và thân hình Lily thả xuống sàn nhà mát mẻ hơn, và chàng cởi quần áo nàng ra hết. Lily cũng không còn biết mình trong tình huống của ý thức? Nàng chỉ biết mềm nhũng không còn chống đối gì nữa... Chiếc đồng hồ treo tường vẫn rơi tí tách, hai ly cà phê phòng khách vẫn đang chảy giọt. Hai hơi thở thật nồng nàn đang, vẫn như đi vào quyện chặt... Thời gian ơi, thế giới hỡi, đau thương và hạnh phúc, như dẫn đưa họ đi về đâu...

Sau đó họ tỉnh lại, súc miệng uống coffee. Rồi hứng chí Nhật Hùng tự ôm đàn hát. Lily thì vừa bẽn lẽn, vừa sung sướng, vừa có những cảm giác lạ... Nhật Hùng lại hân hoan hơn, anh muốn có một tư tưởng mới. Hùng nghĩ và sung sướng muốn đưa Lily vào rừng chơi thêm. Chàng vui vẻ mà rằng:

- Lily ơi nè. Hùng mời Li đây, có thể đi, đi bộ vô rừng với Hùng tý, gần đây thôi.

Lily chưa trả lời. Hồn như còn trong mộng. Nhật Hùng bảo tiếp:

- Vậy là OK chứ, ta đi chơi nhé? Nghen?

- Vâng cũng được. Câu nói đùa... Song nàng đã gật đầu nhìn chàng.

Hôm nay mới saturday ngày mai vẫn chỉ là sunday nhỉ? Coi như thì giờ dư chán để quay về và làm việc mà? Lily đã cắt lock hết phone, không trả lời bất cứ ai từ buổi tối hôm rồi. Lily thầm nghĩ là nên đi chơi cũng được thế thôi... Rừng vốn là làm nàng yêu thiên nhiên hơn từ hồi nào đến giờ, và thoải mái hơn, qua những giờ phút làm việc mệt mỏi tập dợt ca hát với chàng. Sở thích của Nhật Hùng cũng là một phần trong tim nàng, thì làm sao không chạm và hút nhau chứ? Nàng biết cảm ơn Nhật Hùng đã cho nàng những phút giây bên chàng. Chàng cũng thế, rất chạnh lòng nơi tâm huyết...

Cả hai họ đã đi vào rừng như ước muốn. Rồi những giây phút, chàng nàng chia nhau để đi một hướng... Lily được đi riêng một mình trong rừng, lắng nghe tiếng chim hót đâu đó hữu tình nàng thêm rung động... Đột xuất nàng thấy con nai ăn lá cây, nó ngóng cổ cao cách mấy feet trước mặt nàng. Nàng vội kêu lên:

- Hùng ơi có con nai nè Hùng ơi.

Con nai quay lại nhìn thấy nàng. Nó như sợ biến lủi đi, hay chạy mất xác rồi.

Hùng chạy lại không thấy. Chàng liền trách Lily:

- Đâu? xạo vừa vừa nghe cô nương?

- Có đó, nó mới đi rồi. Lily thấy mà.

- Bây giờ đi chung đi, sẽ thấy một lượt nha. Hùng như đề nghị.

Lily mỉm cười gật đầu, hai má nàng tự nhiên đỏ bừng e thẹn...

Đúng vậy sau đó nàng bước theo Hùng đi dạo chung. Một đoạn cả hai lại thấy một cặp vợ chồng nai đang đứng trước một hốc đá đang âu yếm nhau. Hùng ra hiệu cho Lily giữ im lặng, để chàng chụp lấy được ba kiểu hình trên máy iPhone.

Lily nhìn cảnh vật, nàng khẽ bảo:

- Chắc hồi nãy Lily thấy là con của nó đó.

- Có thể. Hùng trả lời.

Rồi cặp nai nghe tiếng người nói, tiếng động từ nơi chân của Hùng cùng Lily dẫm lên lá rừng. Nó lại sợ sệt biến chạy nhanh mị trong rừng nữa... Lily chỉ biết lắc đầu, và cười rộng miệng hơn nhìn Hùng. Còn lại hai người nơi Hùng, Lily chỉ coi hình chàng mới chụp chúng nó thôi.

Xong một đoạn, họ vẫn dắt tay dạo tiếp. Tới một chỗ nọ. Chàng lại mời và ra dấu cho Lily ngồi xuống. Hùng cảm giác mê thích quá liền hôn nhẹ nàng trên đôi môi, nhưng chàng nhanh ghì giữ chặt. Lily cảm xúc lại chạy về ở lồng xương ống mạch nàng. Và rồi hai người lại ôm cuộn nhau lúc nào không biết, cả hai trong tim rộn ràng, đập như chung nhịp với nhau... Và họ như thầm cảm ơn cơn gió rừng liếm trên tóc tai cả hai, và vờn lên da thịt họ... Nhật Hùng và Lily là bạn tình hay không bạn tình đây trong lúc này? Song họ đã như rơi vào xúc động hơn, mãnh liệt hơn nữa, niềm khoái lạc thật là thiêng liêng vô biên, đến mầu nhiệm quyến rũ họ trong vô tình mà cố ý, tác động của ngoại cảnh làm họ say sưa quyến luyến... Họ coi như một khái niệm đã đến, hôm nay được hưởng cái thú đi vô rừng đã đủ, và bên nhau thật tuyệt vời... Rừng gió rừng thì thầm lời yêu dấu, người với người thì thầm lời để yêu nhau...

Niềm ái ân nào cũng kết thúc, hoan lạc nào cũng trôi

qua, hai người đã trở về thực tế. Sau đó chàng định đưa nàng về lại nhà. Họ dìu nhau đi thật tình tự. Đường đi từ rừng về nhà không xa lắm. Chàng nghĩ một điều, chàng có cua biển trong refriger. Chàng mua cua đó hơn tuần rồi, chàng sẽ hấp lên đãi cho người đẹp. Lily sẽ ăn một bữa với chàng thật đầm ấm xôn xao cái đã...

Đúng về đến nhà chàng làm liền, đi hấp cua liền. Chàng bảo Lily nên vào phòng nằm nghỉ tý cho đỡ mỏi chân:

- Lily nè nghỉ đi. Hùng có món đặc sản nghĩ trong đầu rồi. Hùng biết cách làm nhanh, Lily theo đứng bên Hùng là Hùng không làm được gì đâu. Anh nói và mỉm cười.

- OK nhưng Ly đứng cạnh coi Hùng làm sẽ vui hơn chứ. Nàng vẫn trả lời hồn nhiên, vô tư đẹp như trăng mười sáu...

- Cám ơn người đẹp nhưng kẻ si tình đứng bên người đẹp, thì hỏng hết mọi chuyện chung quanh thôi.

- Hứm cái miệng Hùng vừa phải thôi nghen.

- Thiệt chứ.

Nàng cười hồn nhiên nữa bảo thêm:

- OK đến lúc Ly chỉ còn tuân lịnh phải không?

- Đúng vậy đó.

- OK Ly đợi há. Người anh hùng làm đi.

- Sure thôi!

Nàng phải đợi Nhật Hùng nấu xong như ý chàng, Lily bỗng dưng ngoan ngoãn nghe lời Nhật Hùng hay là nàng cũng đã mỏi chân, nàng muốn nghỉ lưng một chút chắc. Lily tới ôm chiếc gối, đầu gối hờ nằm trên ghế salon. Nàng bấm tìm youtube trên tivi kiếm ca nhạc, nhưng thôi Lily tắt nguồn nàng nghĩ chuyện chi đó, và mỉm cười thầm kín một mình, rồi Lily giả vờ nhắm mắt ngủ... Hùng quay lại nhìn Lily ngủ, anh tìm youtube một bài hát hay, để mở ru giấc nàng thêm, và anh vừa làm việc vừa enjoy âm nhạc với bài hát "Duyên Quê"... Tuy thế chàng biết chắc nàng giả đò ngủ thôi, chứ không thể nào nàng ngủ thiệt.

Xong khoảng hơn hai mươi phút, Lily cựa mình. Nhật Hùng gọi nàng ra bên cạnh bàn, chàng dọn lên một cách đầy đủ sau khi làm sẵn sàng, nào cua biển, nào chanh, nào muối ớt tỏi, gừng tiêu, nước chấm có đủ.

Lily đưa mắt ngắm Nhật Hùng, miệng nàng vui thổ lộ:

- Đâu có ngủ... Ly chỉ giả vờ nằm nghe nhạc. Đã ghê nha, khi nghe bản nhạc Duyên Quê thật là rung động...

- Hi hi Hùng biết mà. Thôi hai ta thưởng thức, mồi ngon rượu quý, tất cả có sẵn rồi.

- Chao ôi, hết sảy luôn. Nàng như muốn khen chàng.

- Phải thế thôi.

- Lily xin thank you một người có lòng hào hiệp...

- Được. Uống rượu với người đẹp là một hạnh phúc lớn.

- Không dám nhận chức danh người đẹp đâu nha.

Ly nói thế nhưng vui mỉm cười, thật tươi bên chàng thưởng thức chút mồi với cốc rượu vang đỏ... Hùng đã đập càng lấy phần thịt ngon đưa cho nàng. Và chính chàng tự làm cho mình, rồi nhâm nhi uống rượu cùng nàng nâng tay. Nhạc du dương chàng mở trông thật lãng mạn, nên thơ... Tìm đâu ra một cảnh tượng hiếm hoi dễ thương này. Nói như tiếng Mỹ là rất romantic đây rồi!

CHƯƠNG 6

Về lại nhà mình, Lily tắm rửa xả hơi nàng mở phone lại như thường. Thế Tôn gọi nàng và trách tại sao "cup phone" Nàng biện luận:

- Đi thăm một người bạn.

- Đi thăm bạn mà cúp phone thật là chưa từng thấy ai? Mà bạn trai hay gái em?

- Gái anh à.

- Vui lắm hay sao mà khóa máy vậy em?

- Thì cũng OK vui thôi. Nhưng em không muốn liên lạc... À lúc đó với friends ai, em đều cúp phone hết mà.

- Em thiệt tình làm anh lo. Anh có lại nhà em, thấy không có em vắng hoe. Anh buồn chết được.

- Em đi rồi mà.

- Sao không nói cho anh biết, anh lo em có chuyện gì? Xe cộ, sức khỏe em, công việc em v.v...

- Vâng cám ơn anh. Em có lỗi với anh.

- Bây giờ anh đến thăm em nha mới sunday.
- Thôi được rồi để khi khác, em mới lên bạn về hơi mệt.
- Ừa vậy em, thôi nghỉ đi.
Bùi Thế Tôn lại hỏi thêm:
- Công việc em ổn chứ Lily.
- Thanks anh. Khách rất nice.
- Vậy là ngon rồi.
- Em ngủ nha. Em đi chơi về hơi mệt thiệt...
- Ừa chúc em sleep well!
- Chúc anh an bình, em sẽ gặp lại.
- Ok bye.
- Bye Bye anh. See...

Nàng cúp phone bỏ xuống và nằm suy nghĩ. Thế là mình đã nói láo với một người mà lẽ ra mình không nên nói láo với người này? Nàng cảm thấy xấu hổ và có tội, nhưng nàng khai thật là tự giết mình!

Chiều đến. Thế Tôn mời đi ăn, nàng không từ chối. Vì nàng muốn làm vui lòng Thế Tôn, thật ra nàng chưa muốn đi vào lúc này. Lily sợ khó xử khi chàng hỏi gì, rồi sự thật, sẽ có thể... sẽ làm nàng lúng túng, bại lộ không đây...

Nhưng Thế Tôn đáng kính, người nàng mang ơn nhiều nhất. Làm sao nàng nỡ khước từ. Đành chịu, nàng cứ thử, cứ đi cho vẹn toàn. Sau đó Lily tỉnh táo gọi lại cho Bùi Thế Tôn. Lily đồng ý sự gặp gỡ nàng với chàng sớm nhất buổi chiều đó, nếu chàng muốn.

Thế là Thế Tôn được tin mừng rỡ đến nhà và sẽ chở nàng đi một xe của mình. Lily đã chuẩn bị đánh thêm phấn hồng nước mà chàng thích, pha phút son cánh sen đậm chàng ưa, rồi mắt thì không kẽ chi là y như chàng chuộng vậy! Quần áo thì nàng tự do hảo ý chọn. Chàng không khó việc này, nên Lily đã chọn đồ nàng thích bộ váy kiểu dài trắng, có chút pha ngã màu ngà mỏng, nàng mê...

Đón Thế Tôn và đi với Thế Tôn. Nàng vẫn vui, mà đi ăn lần này, nàng ít nói chuyện hơn những lần trước, khi mà ngồi trong xe bên chàng.

Sau đó chàng lại bảo, lúc cả hai bước vào nhà hàng để đi

ăn thịt bò bít tết, đó là nơi một nhà hàng Waffle House của Mỹ chàng và nàng cũng thường đến. (Món này Lily không hảo lắm, song với Thế Tôn chàng rất chuộng...)

- Ăn xong anh sẽ đưa về nhà anh nha. Lâu quá muốn thổi kèn xasophone, có em. Anh mới cảm hứng thổi hơn!

- Dạ được. Nàng đáp và nhìn chàng.

Đúng một dịp đi ăn cho chàng vui, và nàng cũng cố vui theo. Khoảng hơn nửa tiếng chàng đã trả tiền và nhường chỗ cho người khác, Lily cũng đứng dậy rời ghế. Thế Tôn đưa Lily về nhà. Thỉnh thoảng anh vẫn đưa nàng về house, chủ nhân anh, Thế Tôn thổi kèn nàng nghe là thường...

Lần này nghe hết hai bản. Nàng vẫn ngồi đó nghe chăm chú. Thế Tôn say trong mắt, trong môi nàng, và chiếc váy màu trắng ngà thanh khiết, cùng tay chân yểu điệu nàng, trời cho kia. Nhưng nàng đã hơi lơ đễnh bảo:

- Thôi em về nha!

- Sao vậy em? Em là nguồn cảm hứng bất tận cho anh!

- Để khi khác, em hơi mệt. Và em chuẩn bị cho ngày mai, đi làm cho khách nữa chứ. Monday đầu tuần rồi anh ơi.

- Vậy em về đi. Anh cứ thổi cho anh vui. Anh cứ tưởng em còn ngồi đó thôi cũng được.

- Ừa anh vui đi.

Lily nói và ra về. Nàng tới hôn nhẹ Thế Tôn để giã từ.

Thế Tôn vẫn ngồi thổi mà không tiễn chân nàng. Không biết chàng giận nàng, hay say mê tiếng kèn xasophone của mình, không muốn ai phá vỡ vì đang đến độ hăng, của cảm hứng, của cao trào... Không biết chàng ở trong lối nào, một trong hai lối đó?

CHƯƠNG 7

Chuyện đời như những trang sách lật cứ đi qua. Lily đã biết cái sai của mình, lại nhập cuộc ái ân với danh ca Nhật Hùng! Nhưng sai có tiếp nối sai không ta? Nàng lại vui vẻ và nhận đi học nhảy đầm ở một chỗ vũ sư Minh Hoàng. Lily biết người này cùng từ nơi sinh hoạt của Day

Home care chàng có đến đó tham gia. Chàng nói có biết Lily từ thuở ra mắt thơ 15 người trong nhóm TNV. Chàng có đến dự chung vui hôm đó. Nhưng Lily busy, nên "nàng thơ" không để ý ai mấy. Vậy mà chàng lại yêu thơ nàng và thuộc lòng mới ác chứ! Một hai bài để chứng minh khoe với nàng, Minh Hoàng biết gallant hay, kiểu nhớ anh lại khá siêu hạng nữa. Bởi vậy anh được lòng cảm phục Lily mau chóng. Đương lúc anh nhìn nàng tươi cười hỏi:

- "Tôi thích được một mình" em viết vầy đúng không?

- Đọc đi. Lily nói và nhìn Minh Hoàng tươi vui.

- Nhé nghe nè.

Đó là những lần, sau khi anh dạy cho nàng một vài điệu căn bản xong. Kiểu quay gót chân thật êm và bất ngờ. Người thì không nên cứng lắm, lại không cần làm bộ ẻo lả chi phối lắm, chỉ cốt là sao tự nhiên, và hồn nhiên, có rung cảm từ bên trong nội lực. Điều đáng tin cậy hơn là điệu nhạc phải ảnh hưởng lan tràn từ tiềm thức nơi mình nhận biết... Khi Minh Hoàng thấy nàng hiểu mau mắn, thông tuệ, anh sẵn hết lòng vui để chia sẻ với Lily nữa. Và anh đang muốn đọc thơ nàng. Giọng anh thật lưu loát cảm thông theo con chữ, pha chút sắc bén trong thơ nàng, của lòng mến mộ giao cảm:

Tôi thích được một mình/ Lênh đênh trong nỗi nhớ
Dẫu lòng ai ngờ ngợ/ Chia buồn cùng âm thinh...
Tôi thích được một mình/ Lang thang miền gió cát
Cánh chim sương kêu hạt/ Thương mắt tôi lệ nhòa...
Tôi thích được một mình/ Nhìn sao đêm khuya lắc
Để thấy điều khoan nhặt/ Ru tình tôi thiên thu...
Tôi thích được một mình/ Để thấy điều kỳ diệu
Một tình yêu hữu hiệu/ Trong không cách hiện về?
Tôi thích được một mình/ Nhìn đêm đen thương xót
Để biết mình đã trót/ Yêu người trong tâm linh?
Tôi thích được một mình/ Trong miên man suy tưởng
Để biết tôi thần tượng/ Là tôi yêu người nào...?

Lily lắng nghe thầm khen, chờ đến khi chàng dứt lời thì Lily vỗ tay. Và nàng nhanh miệng thán phục:

- Giỏi quá ta ơi... Em không ngờ anh...

- Làm sao mà ngờ, anh thuộc rất nhiều nhưng tiêu biểu đọc em một bài cho "Nàng Thơ" chủ nhân biết. Lily cần anh đọc nữa không nè?

- Thôi một bài cũng đủ rồi anh.

Thật ra Lily có thân hình dẻo nhẹ tự nhiên, thì nàng nhảy đẹp, song nàng chẳng giỏi mấy về căn bản, và không điêu luyện lắm, thành ra nàng muốn học thêm. Nàng giấu Thế Tôn với cả Nhật Hùng.

Minh Hoàng dân business, có shop rượu của người VN lớn nhất ở đây. Anh yêu thích nhảy đầm, anh đã mở lớp dạy, và thỉnh thoảng tới những cộng đồng nơi vui ca để tập dợt họ...

Minh Hoàng luôn luôn tặng hoa cho nàng, anh mua quà cũng như nói yêu nàng nhiều lần. Tuy nhiên Lily luôn từ chối:

- Em không phải là phụ nữ tốt đâu, đừng yêu em chi, có ngày hối hận và ghét em, đỡ không kịp đó nha?

- Đã yêu là bất chấp... *Không cần biết em từ đâu/ Không cần biết em là ai/ Không cần biết em ngày sau/ Ta yêu em bằng mây ngàn biển rộng/ Ta yêu em qua đông tàn ngày tận..../* Vì đó là em, lời Diệu Hương đã nói vậy mà Ly.

- Anh đừng có nói như ca nhạc và tiểu thuyết nha. Hơn nữa em có yêu thật một người rồi.

- Yêu thật một người rồi? OK không sao? Được em yêu một tý cũng vui rồi, dù em đã có ai mượt, anh không care!

- Anh can đảm ghê, nhưng em không muốn làm phiền anh?

- Sao lại phiền chứ! Được yêu lại là phiền hi hi. Em nói ngốc thế nhỉ cô gái đẹp? Minh Hoàng lại nheo mắt hỏi nàng.

Lily lại cười buồn không trả lời.

**

Nhân đó ngày birthday của Minh Hoàng đến nhanh, anh mời được Lily đi du thuyền với anh. Nàng ham vui nên nhận lời. Song nàng vẫn nói, nàng vẫn coi chàng như bạn tri âm.

Đi chơi du thuyền vào một ban đêm, trên một hồ L.R sông nước... Đêm ấy có ánh trăng chưa tròn lắm, song trải chiếu sáng thật đẹp vô cùng. Cảnh nên thơ cũng làm nàng mềm lòng yếu đuối hơn, chụp với chàng những bức hình rất "hot" nhưng hình chỉ là hình thôi. Hơn nữa nàng và chàng vẫn còn ranh giới cấm. Nàng thơ Lily làm chủ được, không cho Minh Hoàng đi xa. Anh chỉ được phép hôn nhẹ nàng như tình bạn. Tuy nhiên Minh Hoàng còn nuôi hy vọng một ngày nàng sẽ yêu anh hơn thôi... Anh hy vọng ước mơ có thể chiếm đoạt được trái tim Lily. Và công anh không phải là dã tràng theo xe cát biển đông chứ? Phụ nữ khôn khéo, ai mà chấp nhận tình yêu đến mau chóng vánh ấy bao giờ đâu? Minh Hoàng hy vọng và cứ hy vọng... Anh vẫn lịch sự và cứ lịch sự.

Ấy vậy mà về anh post hết hình lên facebook. Cá tính mỗi đàn ông mỗi khác. Nhật Hùng thì đam mê nhưng biết kín đáo che giấu, Thế Tôn thì điềm tĩnh hơn, chững chạc và sâu sắc. Còn Minh Hoàng thì lãng mạn hơi quá, ưa chuộng nổi, thích khoa trương.

Chẳng mấy ngày, dân có facebook lại kéo nhau thấy hết hình nàng và Minh Hoàng đi chơi du thuyền trong đêm thật lãng mạn, tình tứ, đầy ngoạn mục...

Rồi đến Nhật Hùng cũng thấy. Thế Tôn cũng biết. Nhật Hùng gọi phone chỉ bảo Lily rằng:

- Chao ơi thích thật, mình thiếu chiếc du thuyền nha! Nếu và chỉ nếu...

Nàng cười trả lời:

- Cho vui đó mà. Anh ấy mời dịp sinh nhật ảnh?

- Nhưng sao không mời ai. Anh ta lại chú ý mời chỉ only you, Lily được đi du thuyền cùng thôi. Chuyện lạ nha?

- Chuyện qua rồi đừng nói nữa Hùng ơi. Nhưng mà đâu có gì, là hình giản dị thôi.

- Nhật Hùng chọc Ly thôi. Chỉ đưa hình giản dị màn một, còn màn hai, màn ba có đưa lên gì nữa? Ai biết được.

- Màn hai là màn gì?

- Như lớp diễn thì nhiều chương, nhiều hồi, nhiều màn. Màn sau bao giờ vẫn đậm đà sắc nét hơn, hot hơn, hay hơn, bất ngờ hơn, thú vị ấy mà. Ha ha.

- Không có gì, Ly nể lời đi tý trong dịp birthday anh đó.

- Chọc Ly tý thôi. Ly đâu phải là của Hùng duy nhất. Chỉ Bùi Thế Tôn mới là người được mệnh danh người yêu số một của Lily. Đúng không?

- Biết vậy thì đừng nói thêm hơn! Lily xin lỗi tất cả?

Vừa lúc đường dây Thế Tôn gọi vào nàng. Lily khẽ bảo Nhật Hùng:

- Lily có ai gọi. Sorry nha!

- Được không sao, mình nói cho đỡ nhớ nhau tý thôi đủ rồi. Hi hi...

- OK. Lily hiểu. Nàng vẫn vui vẻ mỉm cười.

Vừa lúc Thế Tôn gọi tới, nàng bắt phone say hi... Chàng la lên ngay:

- Lily em mới đi chơi với Minh Hoàng trên du thuyền đêm qua phải không?

- Dạ. Anh ấy mời em nhân birthday ảnh hai hôm rồi?

- Sao không mời ai mà mời em, vậy em đã yêu rồi còn?

- Em không có yêu, chỉ đi ngắm cảnh cho vui.

- Minh Hoàng đưa hình lên facebook tình quá mà, không yêu thì làm sao?

- Em đã trả lời em yêu anh, và em đi vì em nể ảnh với phong cảnh đẹp... Hoặc như tình bạn, tình anh em. Thế thôi.

- Em lie với anh, em đi học nhảy không báo cho anh?

- Em học cho vui khi ra hội họ nhảy, mình phải biết thêm nhiều điệu... Và em hát nó cũng theo nhịp để khá hơn. Cho vui thôi mà.

- Hứ thôi em vui đi, quên anh đi. Anh không xứng với em, nên em đã đi tìm người khác.

- Không có, em yêu anh thật mà, sâu kín nhất nơi lòng. Em với họ như một diễn viên chốc lát diễn cảnh thôi, không có chi đậm đà.

- Không có chi đậm đà. Chưa chắc em đã nói thật với

con tim điểm này đâu? Quá đủ rồi em muốn tự do, anh không thể ràng buộc em, thì anh rút lui trước. Chúc em sung sướng và hạnh phúc.

- Anh?

Thế Tôn cắt phone nhanh. Lily không kịp nói gì thêm, nàng bỏ phone xuống, tự nhiên Lily nghĩ gì đâu, nàng phải nằm khóc, nước mắt nàng rơi rơi trong buốt, nàng hứng lấy vào tay mà nhìn... Lily nghĩ mà tức cho mình, hay tức cho Thế Tôn, hay cho những ai ai...

CHƯƠNG 8

Mấy tuần nay đi làm, khách của nàng lúc này chân bà hay đau, nên Lily phải chở bà đi massage hơn là đi ca hát như xưa được. Và nàng cũng phụ làm massage cho bà tại nhà rất nhiều. Tuy nhiên tới doctor, thì phần trị liệu đầy đủ hơn.

Cứ về đến nhà thì Lily gọi phone Thế Tôn. Thế Tôn vẫn không bắt. Lily không hiểu tại sao nữa?

Và rồi nàng bỗng lâm bịnh. Nàng báo cáo công ty và xin nghỉ để trị bịnh allergy, Lily ho hơi nhiều. Người khách cũng đồng ý và thông cảm. Vậy mà Lily chẳng bớt bịnh. Gọi Thế Tôn nhiều lần không bắt phone. Buồn quá Lily gọi Nhật Hùng, thì anh đã đi sang tiểu bang khác để hát, vì họ mời chàng không kịp về lo cho nàng được. Lily buồn gọi Minh Hoàng sang giúp, anh ta bảo bận, sẽ đến thăm sau. Vậy mà ba hôm không thấy chàng léo hánh. Lily thấy buồn như chưa bao giờ buồn hơn thế. Chẳng còn ai nghĩ đến mình lúc đau bịnh. Nàng muốn gọi con nhưng chẳng dám vì sợ con lo lắng, con sẽ thuyên giảm việc học hành của nó thì tội lắm! Thôi thà nàng cắn răng chịu... Đến một hôm Thế Tôn gọi lại. Khi anh đang chơi một bản nhạc với kèn thổi xasophone "Trên thảo nguyên cho cuộc tình" mà anh rất thích. Mỗi lần buồn anh chơi xong bản này như trút bỏ, tâm tư lại vui hơn, đó là liều thuốc giá trị cho anh... Tiếng kèn, hơi thổi với anh là thế... Anh cất dụng cụ kèn về vị trí nó, anh chống cằm nhưng rồi thư thái và đã gọi tới nàng:

- Ly em, đau sao hã em, thấy công ty bảo em xin nghỉ.

- Em nghỉ lâu rồi ba hôm nay rồi, em gọi nhờ anh lo cho em tý mà anh đâu thèm bắt máy.

- Em có nhiều thằng để nó lo cho em chứ! Đâu cần anh chi? Chàng trả lời như còn chút hờn mát.

- Em không có ai cả, làm người thì phải có tình cảm đôi lúc, cũng chỉ là bạn bè thôi song họ đi xa và bận hết. Em ít có bạn gái thân.

- Thôi được để anh đến.

Chàng nói và nơi lòng thương Lily mà hết giận. Chàng lái xe đến. Thật sự Bùi Thế Tôn đã biết nấu nước xông lo sẵn sàng, để giờ mang tới.

Đến thấy Lily đau ốm, tiều tụy da xanh, mắt buồn, trán héo... Nàng vẫn còn ho hục hặc, anh có hỏi và xem sao nàng uống thuốc gì? Lily trả lời bâng quơ chẳng đâu ra đâu. Xong anh trị theo phương pháp người Phương Đông Châu Á. Anh cho Lily sẽ xông hơi nước kèm theo các loại cây lá bạc hà, gừng, tranh cỏ, sả, quế, hồi, dầu xanh nóng v.v...

Chàng cắm phích. Nước được nấu lại nóng hơn để xông đúng kiểu, đúng tiêu chuẩn. Thế Tôn bảo nàng cởi đồ quần áo, chỉ che một cái khăn, để chàng trùm mềm lên sàn giữa nhà, và dưới chân nàng có lớp chiếu trải ra. Chiếu lót chàng cũng mang từ nhà mình tới để nàng lót xông... Lily đã lắng nghe, vui vẻ làm theo yêu cầu của chàng muốn. Thế Tôn ngồi canh chừng thời lượng, cho nàng khoảng nửa tiếng xông gắt sau mới lấy ra.

Đúng vậy, ôi mồ hôi nàng giã ra... Chàng giúp lau mồ hôi cho Lily nhãi nhễ đổ như nước. Từ tóc trán đến cổ, lưng bụng, tay chân, ngực vú... Thấy Lily hai má đỏ bừng thở mạnh vẻ gấp mệt và e thẹn. Thế Tôn nhìn nàng, đem hảo ý:

- Em đổi đồ mới rồi nằm nghỉ ngủ đi.

Lily ngoan ngoãn lắng nghe và gật đầu làm theo như thế, để mong mau mắn bớt bịnh, cũng là để tôn vinh những kiến nghị mới mẻ nơi chàng.

Cuối cùng nàng mặc đồ mới vào, rồi nằm lại để ngủ

ngon giấc khoảng nửa tiếng. Chờ tỉnh dậy Thế Tôn cười hỏi:

- Em thấy khỏe chứ Ly?

- Cảm giác đỡ lắm, nhẹ đầu sảng khoái, mạch máu như tuần hoàn tốt hơn, tim phổi cũng cảm giác khỏe ra anh ơi…

- Ừa anh đau, và các bạn anh, ai anh vẫn bảo xông, rồi ngủ như thế, để mà hiệu quả cả.

- Cám ơn anh, em đã làm anh buồn nhiều, sẵn đây em xin lỗi anh Tôn.

- Không có sao, em bớt đau… anh đang mong nhất.

- Mình yêu nhau lại đi anh Tôn. Có gì mà anh không tha thứ cho em? Hay là anh có ai rồi.

- Anh chẳng có ai, nhưng thấy em không yêu anh nên anh thôi, để em tự do.

- Không có đâu, và qua nhiều thử thách, em mới biết, em yêu anh hơn đó. Im lặng Lily nhìn đồng hồ tường, rồi nhìn Thế Tôn nàng nói thêm:

- Nếu anh cưới, em bằng lòng không còn chần chờ, và vứt đi tất cả những gì em làm anh buồn.

- Nhớ nghen. Vậy là em đừng làm anh buồn nữa nha?

- Hứa mà.

Nàng nói và gục đầu vào vòng tay chàng. Thế Tôn ôm nàng và hôn lên má nàng, mắt nàng, sau bao ngày xa vắng. Tình như hâm lại nhẹ nhàng mà nóng bỏng của đam mê! Nàng đi mở nhạc, và ôm chàng nằm xuống miệng cười nhẹ:

- Em yêu anh, yêu anh nhất trên đời. Chỉ có anh yêu em nhất. Cho xin lỗi. Cho em xin lỗi anh nhiều nha. Anh yêu…

- Đừng nói nữa, nằm nghỉ đi, anh đi mua cháo cá nấu sẵn cho em ăn nha!

- Nằm với em tý đã.

- Không cần đâu để khi khác, em đang bịnh dưỡng đi.

- Vâng em nghe lời anh.

Rồi chợt nghĩ ra một điều gì mới mẻ. Thế Tôn quay trở lại vào bên nàng. Anh chậm rãi mà rằng:

- Thôi anh gọi phone họ đem tới, anh cần ở bên em nghen em yêu!

- Dạ. Nàng nhìn vui vẻ đáp.

Chàng hiểu ý nàng, và rồi đi gọi...

Gọi xong, chàng đấm bóp thoa dầu xanh thêm cho Lily.

Tý tất 15 phút cháo order họ đem tới. Anh ra đón và mang vào đem tận tay Lily. Miệng anh bảo trót:

- Em ơi nóng ăn cho ngon. Anh về nhà lấy đồ sang ngủ bên em đêm nay.

- Ừa em ăn, anh đi đi... và đến với em đêm nay nhé.

Nàng ăn ngon lành và thích thú. Xong, dọn dẹp và súc miệng ngồi chờ Thế Tôn...

Chàng đi về và trở lại nhanh chóng. Trong đêm đó hai người đã nằm bên nhau. Tình yêu họ đằm thắm dịu dàng. Và cả hai cảm thấy quá khứ của họ như qua rồi mùa giông bão... "Đêm nay mới thực là đêm..." Chàng thích chiết lấy câu thơ của Nguyễn Bính đem ra đọc cho cảm hứng lòng mình đêm ấy, khi nhìn người yêu của chàng trong vòng tay...

CHƯƠNG 9

Không bao lâu. Đám cưới họ lại được tổ chức một nhà thờ công giáo. Chỉ có hai người và ông cha thôi, họ là vợ chồng với nhau, họ không cần phải đông đảo. Thế Tôn chỉ thích vậy.

Lily vẫn đi làm khách ở công ty Việt Day Home care. Lily hết bịnh. Nàng lại đưa Kim Châu đi chơi ca hát. Nàng gặp lại Nhật Hùng. Nhưng Lily ý tình đã khác:

- Em đã có chồng rồi. Hãy quên em đi.

Và với Minh Hoàng nàng cũng đã từ chối không nhảy đầm với anh nữa!

Nàng đi làm và về nhà. Ly đang cố gắng mang tình yêu dành cho chồng Thế Tôn. Và nàng cố gắng gửi thử thách với chính mình. Dù con tim nàng thì còn thật nhiều lãng mạn...

Tuy nhiên Thế Tôn vẫn còn ghen bóng ghen gió, khiến Lily buồn, nên nàng không muốn nàng làm job này nữa. Lily đề nghị anh cho nàng đi học lớp massage, để xin vào phụ phần trị liệu massage nơi bịnh nhân, thấy nơi đó cũng hay và khá tiền hơn! Lily sẽ tránh gặp những người mà Thế Tôn hay đề cập. Đôi lúc vẫn làm cho nàng cáu kỉnh và bực mình với Thế Tôn, hoặc cãi vả với chồng thêm tốn hơi. Dù những chuyện vặt vãnh, không đáng. Thôi thì nàng sẽ thay đổi chiến thuật. Nàng cố gắng trốn họ... Coi như được bịt miệng Thế Tôn đủ rồi.

Nghỉ chăm sóc Day Home care Lily buồn nhớ chị Kim Châu, nhớ tiếng hát mình, bạn bè nơi đó. Nhưng nàng vì chồng, mang khát vọng lớn hơn rồi. Ly đành chấp nhận! Thế giới của nàng bây giờ là chồng Thế Tôn và một cái job mới hơn.

Hơn một năm học nàng thi đậu có bằng. Nàng xin vào làm công nhân chốn ngày xưa nàng hay đưa Kim Châu đến trị đôi chân nhức đau khó đi đó. Chẳng bao lâu ông chủ thấy Lily lanh lợi, ý thức tốt, thạo nghề, ông đã sang lại cho nàng ông về hưu!

Lily trở thành nữ chủ nhân của cơ sở massage tên Đông Phương Health...

Cơ sở nàng ngày càng lớn mạnh. Lượng khách ngày càng nhiều, không mấy chốc thời gian trôi thấm thoát... Nàng trở nên giàu có, và cơ sở nơi làm ăn thật nhiều uy tín.

Cái người đi tìm cách đuổi nàng trong hãng giờ đau giò, tê chân đi làm không được vô tình đến đây điều trị... Bà không ngờ nàng vượt xa, đã thành công đến như vậy. Bà chỉ đến một lần vì mắc cỡ không đến nữa, khi thấy Lily quá thành đạt. Nhưng bà Chăm Pha lại đem lòng ganh tỵ, bà loan tin nói cơ cở Massage Đông Phương Heath, là một cơ sở trị liệu không ổn, công nhân worker không đủ nghiệp vụ, làm cho bao người gãy xương, trật khớp, liệt tay, nhũn chân, bại vai, cả bà bị gãy bể sườn non v.v... Chuyện không mà nói là miệng của kẻ ác. Có người báo cho Ly Ly để kiện mụ Chăm Pha ra tòa, khi ăn nói hàm hồ thêu dệt, xảo trá vô căn cứ...

Song Lily đã không màng hơn thua với bà phù thủy Chăm Pha này. Nó chỉ tổ tốn thời gian cho cô vô ích. Vả lại nàng từng hiểu "Ơn kẻ oán chứ không ai ơn người hiền." Phương châm câu nói ấy nàng phải học lấy, suy gẫm. Và trong Lily từng học chữ nhẫn nại lớn nhất, là lớp sương dày đi qua trong bão táp... Cùng với lấy đức từ bi làm trọng điểm. Nàng chỉ biết vun vén cho cơ sở mình đi lên, không cần phải nhức đầu với những kẻ vô lại nham hiểm... Lily chỉ mong cơ sở làm ăn uy tín, để lớn mạnh hơn các cơ sở khác với kiểu như vậy ở đây. Nàng mong nhân viên phục vụ chu toàn nhiệt tình, đạo đức hy sinh, chăm chỉ luyện nghề, và dụng cụ đầy đủ hơn, trang bị tiên tiến hơn thôi... Hay là thời hên của Lily không biết đường nào, khi trời cho, thì trời tính tất cả...

Vậy mà một ngày kia, Lily lại suy nghĩ khác đi, óc nàng lại kiến tạo những dự định, nàng rượt đuổi những ý tưởng mới mẻ hơn, có vẻ khai phá hơn nữa. Nàng muốn sang cơ sở lại cho một người. Lily muốn tiến về phía trước. Nàng đã đủ tiền sống và dư dã, thì giờ nàng muốn để đi làm từ thiện. Nàng thích thế, nghĩ thế... Nàng nghĩ là con người chết đi, mà lòng từ thiện không bao giờ chết được. Nàng nghe câu nói hay đâu đó, đã thức tỉnh tận da thịt nàng...

Lily yêu Thế Tôn nhưng nàng còn yêu những em bé nghèo nàn, số phận hẩm hiu đói khổ, hoặc côi cút, hoặc thất học trên trái đất... Rất nhiều nguyên nhân để các em bị khổ. Nàng xin Thế Tôn cho nàng ra đi giúp đỡ. Nàng ước nguyền sẽ trở về bên chàng mong đợi...

"Tình yêu hãy nhớ nhau và nghĩ về nhau khi xa cách. Tàu có ra khơi gặp phải sóng gió, mới biết người thủy thủ nào tài giỏi hay không? Người xa người, người hỏi người... Mới biết rằng, hay ai vẹn nghĩa thủy chung...?"

"Lily đi chứng kiến mọi miền trên trái đất, thấy thực tế, dạy cho các em cách sống và nguồn vui, chú trọng vệ sinh và hợp lý, văn minh và phát triển, khoa học và tiến bộ, tâm linh và bản ngã... Bằng hành động mình và bằng tiếng nói English ở simple nơi cô."

Chàng Thế Tôn không cho đi nhưng nàng cứ bảo rằng:

- Rồi ta cũng phải xa nhau, đâu có ai lột da sống đời với

nhau. Em muốn sống cho ý nghĩa hơn. Anh phải hy sinh cho em làm điều, những điều. Em muốn mang lại hạnh phúc hơn, cho những em bé có đời sống bất hạnh rủi ro. Các em sẽ nhận nguồn vui mới bằng sự an ủi của chúng ta, bằng sự hy sinh cao cả của chúng ta. Em yêu anh và chỉ duy anh nơi ái tình em mà thôi. Hãy tin em, nhất định không có người nào em yêu, trong lòng em hơn anh đâu... Trái tim em nào ai dễ lấy!

Nói thế và nàng đã "khăn gói" ra đi mà Thế Tôn cản không được. Cô đi qua nhiều nước Châu Phi, Việt Nam, Lào, Campuchia, Thái Lan, Miến Điện, Mã Lai, Pakistan... để dạy cho các em từng con chữ, cách sống và tiếng English. Lily đã có tiền cô tích lũy. Và cô xin thêm các nơi, các hội chi nhánh thiện nguyện, những cá nhân muốn làm từ thiện, cùng hội cứu trợ quốc tế để làm từ thiện...

Gần hai năm mà nàng chưa về thăm nên Bùi Thế Tôn cứ nhớ nàng, những hình ảnh say đắm bên nàng. Lily vẫn còn sống đó chứ chết đâu? Sao chàng thấy như sinh ly tử biệt với chàng... Nhớ quá là nhớ!

Bùi Thế Tôn mong một ngày Lily - Nàng trở lại thăm chàng dù, trước khi chàng có nhắm mắt...!

Và rồi chính một ngày nàng trở về để đền cho chàng tất cả. Còn chàng nhớ nàng, chàng Thế Tôn chỉ biết ngấm ngầm vẽ hình để ngắm, trong tư tưởng của trùng trùng yêu dấu...

**

Thời gian đó trôi đi không bao lâu. Đúng thế Lily về lại mái nhà thật không ngờ và cảm xúc biết nhường nào, khi nhìn hình mình, ôi là những hình mình, qua nhiều bức họa khác nhau của Thế Tôn, của những ngày xa cách... Ôi Thế Tôn đã vẽ. Ôi với cuộc tình đã trải qua nhiều biến động nơi họ... Và giờ họ thật sự hạnh phúc không có cán cân nào đong đếm hết! Những hạnh phúc hôm nay, nàng chia sẻ hết mình với Bùi Thế Tôn lang quân khi ở gần chàng... Thỉnh thoảng rảnh, họ đi lại lối xưa tìm kỷ niệm, uống chút cofffee, tìm hoa dại nở nơi cạnh hồ ngày ấy, hay tìm thấy một đàn chim, hay đàn vịt trời vụt mình bay nhanh trong khoảng lặng...

Và những khi rảnh nữa nàng hát chàng thổi kèn tại nhà, Hoặc khi nàng ngâm thơ, chàng bói tiếng sáo... Tình yêu của nàng là như thế.

Dẫu rằng Lily nghĩ: Nàng sẽ ra đi làm việc ở một ngày, một ngày ở tận phương xa. Nàng lại vẫn phải lên đường đi nữa... Ra đi để làm việc công hữu, ra đi để làm việc lớn cho đời hữu ích, và chính tựa trái tim mình thôi thúc... Và sẽ có một nửa linh hồn nàng đã gởi lại cho chồng Thế Tôn, trong ý niệm trọn vẹn của yêu thương...

HDT. Viết 2015

CHO TRỌN CUỘC TÌNH

CHƯƠNG 1

Một buổi sáng mùa thu nhưng bầu trời trong veo, những giọt sương rơi chảy cũng đã tan biến. Làm cho bà Ngọc Lan cảm thấy, cảm thấy đôi mắt mình như muốn trong veo theo. Bà nhìn nơi sân nhà và ngoài đường theo lệ thường...

Mỗi sáng. Ngọc Lan đón nhận người làm home care cho mình, nhưng hôm nay bà thấy lạ. Mắt Ngọc Lan tốt mà? Sao Ngọc Lan nhìn gà hóa cuốc, hay bà ảo tưởng chăng? Bà dụi mắt nhìn kỹ thì thấy một cô gái xuống xe tiến vào. Bà đang mở cửa. Ngọc Lan như còn ngỡ ngàng, cô gái thì đi nhanh khi bà mở cánh cửa, cô thưa liền:

- Thưa bà con tên là Jinni là con của má Thục Linh. Con xin làm thay cho má vài hôm vì má con đang bịnh.

Cả hai bước sâu vào nhà, Ngọc Lan chỉ vào ghế:

- Mời cô ngồi, sao má bịnh không bảo cho công ty cho nghỉ. Họ sẽ điều người khác làm mà. Tội nghiệp Thục Linh.

- Dạ thưa, má con nói nếu người khác làm e chăng má sợ mất cơ hội nơi bà, mất một cái job, nên má con tiếc... Sorry con đến bất ngờ bà ngạc nhiên lắm phải không? Nhưng mong bà vui lòng để con giúp, thay má Thục Linh. Má con sẽ chờ hết bịnh độ vài ngày.

- OK, không sao. Tôi cứ tưởng là mắt tôi ảo tưởng nên nhìn gà hóa cuốc. Mà đã sự thật cô là cô gái trẻ quá và là con của Thục Linh.

Dạ thưa phải... Vậy đúng giờ rồi con bắt đầu làm việc được chứ? Jinni nhìn Ngọc Lan hỏi với thái độ lễ phép.

- Ồ cứ nói chuyện tý đã, sau đó cắt cho bà mấy loại trái cây. Then so, quét giùm cho bà cái nhà phòng khách này. Rửa cho bà mấy cái chén, ly tách. Dọn phụ ngay ngắn nơi phòng ngủ bà nữa tý thôi. (Ngọc Lan nói tiếng Việt hết, thỉnh thoảng có chêm vào một vài từ English ngữ.)

- Dạ. Jinni đáp.

- Tôi nói có vẻ lung tung, song làm thì nhẹ và gọn lắm.

- Dạ con hiểu. Jinni vui vẻ trả lời.

- Cô còn trẻ, sinh ở đây hay VN mà biết nói tiếng Việt khá rành. Đó là một chuyện tôi ngạc nhiên thứ hai nha.

- Dạ cháu qua Mỹ lúc tám tuổi. Cháu biết tiếng Việt một tý ty. Nhưng cháu hay tiếp xúc với cô chú người Việt, bà con cộng đồng người Việt nên cháu không quên tiếng Việt. (Không hiểu sao Jinni lúc đầu, nàng bé xưng con giờ nàng lại xưng cháu. Jinni có run gì đâu mà lúng túng. Thôi sao cũng được, xưng hô cấp dưới thôi mà. Jinni nghĩ thế...)

- Vậy thì đáng khen lắm. Có viết được tiếng Việt không? Ngọc Lan cũng tỏ ra niềm nở nhiều.

- Dạ viết được nhưng không hay lắm. Cháu chỉ viết theo cách đơn giản, dễ hiểu. Gần đây cháu học lại văn phạm tiếng Việt nên cũng khá hơn.

- Wow. Tôi chúc mừng lắm, cháu lúc nãy có giới thiệu tên là Jinni phải không?

- Dạ phải.

- Cô tên Ngọc Lan. Vậy Jinni theo Ngọc Lan xuống đây phòng kitchen. Cô đem trái cây từ tủ lạnh ra, Jinni cắt trước sắp vào khay này cho cô nha. Cô thích kêu cô Ngọc Lan cho trẻ hơn một chúc nha Jinni. Được không nào?

- Dạ được, cháu thích thế.

Ngọc Lan vừa nói vừa dời chân đi, cô kéo cửa tủ lạnh đem ra các thứ trái cây để trên bàn cho Jinni. Và cô cũng lấy cái dao từ trong tủ ngăn hộc, bỏ ra cho Jinni dùng. (Lẽ ra mẹ của Jinni làm thì Thục Linh biết nơi chốn để, tự làm lấy hết.) Nhưng với Jinni thì lạ mới, khác hơn nên Ngọc Lan phụ họa cho Jinni bước đầu.

Cô gái trẻ đi làm thế cho mẹ, đang đứng ngắm nhìn dưa hấu, nào đu đủ, nào bơ, nào thơm, nào cam, nào chuối, nào mango, nào apple v.v...

Chỉ một tí tất thì Ngọc Lan đổi ý:

- Thôi vào phòng Ngọc Lan trước, việc này làm sau cũng OK. Ngắm phòng ốc cô tý. Chăm cô thì phải biết phòng cô là việc đầu tiên chứ nè?

- Dạ cám ơn cô nói.

Jinni như bỏ ngang công việc sắp kề tay để làm. Cô bé theo cô Ngọc Lan rẽ vào lối hướng, ngược lại phòng khách và rẽ phải thì phòng Ngọc Lan.

Phòng không rộng lớn lắm, tất cả các phòng trong nhà này Jinni đoán thế, hẹp nhỏ hay trung bình thôi. Bước vào phòng Ngọc Lan một mùi nước hoa thơm thơm, lan tỏa nhè nhẹ huyền hoặc mơ hồ, mà dễ thương... Phòng chỉ độ dài năm mét, rộng bốn mét. Nhưng nhìn thoáng do cách trình bày và thu xếp gọn gàng của cô. Một cái bàn để sau chân giường giáp ranh khu áo quần, móc treo. Jinni thấy toàn là mũ len được đan móc rất đẹp, chúng có nhiều màu, các màu: xám, trắng, nâu, xanh, tím, đỏ, vàng được xếp từng lớp chất lên. (Một lớp chừng khoảng 8 đến 10 cái.) Trên giường còn lở dở một cái, để đó đan chưa xong. Thiệt ra Ngọc Lan đã xếp cất hết vào thùng, chỉ giữ lại một số ít bên ngoài. Ngọc Lan muốn thế là lấy làm niềm vui cho mắt cô thôi. Và chắc để cô nhìn nó đem lại lòng ham muốn hơn, khi cô làm việc.

Jinni đưa mắt nhìn chợt ngạc nhiên bảo:

- Ôi mũ đẹp quá. Cô Ngọc Lan đan chi nhiều thế cô?

- Cô đan đỡ buồn, và cũng một đam mê hữu ích. Cô gởi về VN cho những người lính chiến VNCH còn ở VN, vì điều kiện đi chưa được, hoặc không đi bởi những lý do này nọ.

- Ôi cô có tâm ý thật tuyệt vời. Một người như thế cũng vĩ đại quá.

- Thanks Jinni. Ngọc Lan nở nụ cười tươi nhìn cô bé Jinni. Ngọc Lan lại nói thêm rằng:

- Thế là đủ thấy căn nhà "room phòng lý tưởng" của cô Ngọc Lan rồi phải không? Jinni ra cắt trái cây đi. Xong chúng ta đi mua ít búp len cho cô nha. Khi chờ cô móc thêm phần mũ còn trên giường cho hết nha. Được không hã?

- Dạ được chứ. Jinni nói và dời chân ra khỏi phòng, mắt như còn vướng vài tranh ảnh Ngọc Lan treo trên tường đẹp. Nhưng đi, Jinni phải đi làm là trước tiên! Cô bé cầm thấy người khách má làm khá đặc biệt, cuộc sống và enjoy cũng khá thú vị...

Nhìn dao nhỏ, thớt để đã chờ. Trái cây có sẵn, nhẹ nhàng Jinni nắm con dao trong bàn tay của mình, cô bé giữ thật chắc, bắt đầu khai lễ trái dưa hấu. Dưa hấu không lớn lắm. Đến một trái đu đủ, một trái thơm nhỏ sau đó 2 trái bơ, 2 cam, 2 mango, 2 táo. Chuối là cái cuối cùng Jinni chỉ cắt cho một cái. Với một hình thức cắt trái cây, và sắp xếp cho đẹp thì Jinni rành lắm.

Vừa làm Jinni nghe lí nhí từ trong phòng cô Ngọc Lan vọng ra lời bài hát. Vì phòng riêng của cô Ngọc Lan có một cái máy nghe CD nhỏ tròn, cô ưa mở riêng để nghe cá nhân... Tuy nhiên bên ngoài âm thanh Jinni vẫn nghe được, mà kiểu là nghe không rõ ràng lắm, chỉ là chữ được chữ mất thôi...

Móc xong cái mũ hoàn tất phần chân mũ, thường Ngọc Lan móc mũ dài đội phủ sâu cho ấm tai. Ngọc Lan bước ra ngoài, nơi Jinni phụ làm trái cây cho mình. Ngọc Lan thích vô cùng khi thấy cô bé cắt trái cây quá đẹp, sạch sẽ, và trình bày còn sang hơn cả mẹ Thục Linh. Ngọc Lan bỡ ngỡ:

- Ồ Jinni có hoa tay quá, có học trường lớp không? Mà cắt trái cây trình bày thật xuất sắc?

- Dạ cháu thường cắt. Jinni vui mừng trả lời.

- Thôi đem lại đây ngồi vào bàn phòng khách này, ta ăn một tý cho vui. Rồi đi công chuyện với cô Ngọc Lan nha.

- Dạ.

Jinni nói, và Jinni đi dẹp hết vỏ rác còn lại, cho vô bịch trash lớn, rồi rửa tay cho trơn tru, cho sạch sẽ hơn, lau giấy ở gần bếp nữa. Xong, Jinni bưng khay trái cây hình con cá lại bàn; lấy thêm vài cái nĩa cắm, ít napkin để sẵn sàng luôn. Jinni đặt nhẹ nhàng xuống cạnh bàn. Ngọc Lan đưa tay làm hiệu cho cô bé Jinni ngồi xuống bên cạnh mình.

Người phụ nữ tên Ngọc Lan đó, như đang chờ một cái gì, cô hướng mắt nhìn tivi trước mặt phòng khách. Thì ra cô bật lên tìm đài ca nhạc, có sẵn chương trình hộp Uno help giúp... Bài Tơ Vương của nhạc sĩ Trúc Phương.

Em tiễn anh đi mà tim ngập đau thương/ Đêm dài còn lại em cô đơn bóng/ Yêu đương là tơ vương/ ly tan thì thôi/ Vui ngoài vành môi nhưng nước mắt ướt trong mi/ Khi biết không trọn tình yêu của một người/ Khi nửa vòng tay buông xuôi ngăn cách/ Ta không còn trong nhau/ Tơ duyên ngày sau/ Xin để vào tim hình bóng cũ thuở ban đầu/ Rồi đây đêm đêm nghe lời ca cung thương hòa giọng đàn/ Em nhắc bao kỷ niệm. Yêu một người... Nhớ một đời.../ Dù rằng xa cách làm sao quên...

Ngọc Lan vừa ăn vui vui, buồn buồn và nghe ca sĩ hát. Còn Jinni có vẻ tập trung cho bài hát hơn ăn. Ngọc Lan thấy vậy vội hỏi Jinni.

- Ăn đi cưng. Nghe nhạc buồn quá há, chắc khó ăn há? Mà Jinni thích ca nhạc VN không? Ngọc Lan quay nhìn Jinni như có vẻ thân thiện hơn nhiều.

- Nhạc buồn nhưng hay quá, não nề luôn cô ơi...

- Bản ruột nơi cô thích nghe đó, bắt nguồn từ phim Tơ Tình, Thẩm Thúy Hằng đóng. Tiếng ca của Tuyết Hằng thay cho nhân vật chính Thẩm, êm đềm mộng mị quá... Giọng thật đặc biệt.

- Dạ. Con thích phim và nghe nhạc Việt Nam chứ.

- Cô giải trí nhiều thứ, nhưng thích nhất vẫn là ca nhạc, dòng nhạc trước 1975 ở VN. Vì cô Ngọc có nhiều kỷ niệm ở thời điểm đó. Ngọc Lan nói với giọng xúc động hơn là vui.

- Vậy hả cô? Jinni nhìn Ngọc Lan hỏi cũng một cách thân thiện vui vẻ.

- Ồ nè con xinh đẹp quá. Nhìn con cô thêm nhớ tuổi trẻ mình giờ đã trôi qua. Thời gian thật thấm thoát Jinni ơi... Ngọc Lan vẻ như cảm xúc thêm nữa. Cô im tý sau đó, rồi Ngọc Lan lại nói tiếp:

- Ừa mà Jinni ăn nữa cùng cô nha. Cô sẽ ăn tý cho vui. Cắt ra như thế nhưng cô ăn vài hôm mới xong.

- Dạ con vui bên cô. Jinni nhìn Ngọc Lan đáp lời lễ phép.

Người phụ nữ được Jinni tới giúp thay mẹ đó, lại lấy nĩa nhựa nhỏ ghim một miếng đu đủ ăn nữa, đu đủ ngọt lịm.

Jinni cũng bắt chước cầm ghim lên tay một miếng dưa hấu bỏ miệng mình thưởng thức theo.

Tivi đài vẫn ca nhạc qua nhiều bài khác. (Chỉ có bài Tơ Vương, Ngọc Lan mở lớn hơn để nghe, sau các bản khác cô lại vặn âm thanh nhỏ hơn để nói chuyện...) Tiếp theo Ngọc Lan lấy thêm miếng dưa hấu, và Jinni ghim ăn thêm miếng apple mỏng. Ngọc Lan như vui hơn lên, cô thả chữ từ đôi môi mình:

- Nhạc hay lắm đấy, nhưng chắc chúng ta tạm ngưng. Để đi công chuyện cho cô chút nhé. Cô muốn đi mua vài búp len để đan thêm mũ gởi cho đợt này, sắp tới ngày họ chuyển luôn... Có được không Jinni?

- Đương nhiên là được chứ. Thưa cô Ngọc Lan.

- Ok. Vậy cô chỉ ăn tý đó nha. Con bưng cất vào nơi tủ lạnh. Cô sẽ thay đồ để đi, cứ để ca nhạc ỏng ẻng cho xôm tụ nha Jinni.

- Dạ cô. Jinni gật đầu.

Ngọc Lan rời ghế vào phòng mình. Jinni làm như Ngọc Lan muốn, bưng khay trái cây cất cẩn thận. Cô gái trẻ gom gọn những nĩa, và napkin đã dùng cho vào bịch trash. Rồi nàng bé tìm được chổi để trong góc gần máy giặt, máy sấy quần áo, Jinni cầm lấy quét nhà, phòng khách và kitchen... Thật ra nhà có lẽ quét hằng ngày sạch sẽ, nên không có chi bụi bặm hay rác nhỏ. Chờ đợi Ngọc Lan, Jinni đi đến rửa thêm cho cô Ngọc vài ít chén, vài cái ly, tách, đang ở chỗ sink cho gọn.

Xong đâu vào đó Jinni ra phòng khách ngồi đợi cô nữa. Ca nhạc thì ủng ẻng mặc kệ. Jinni không quan tâm mấy, lại chỉ bận lòng nghĩ đến Ngọc Lan thôi... Jinni đang ngồi nghĩ về Ngọc Lan - Một người khách má Thục Linh làm rất dễ thương, nhã nhặn và tri thức... Tâm hồn cô có lẽ đẹp lắm... Dù mới gặp nhưng Jinni dám chắc là như thế.

Vừa nghĩ tới đó Ngọc Lan bước ra phòng khách. Cô mặc một bộ váy dài xẻ ôm đôi chân thật dễ thương, môi mắt Ngọc Lan đánh tý phấn hồng gợn, song không diêm dúa lắm. Cô nhìn đồng hồ đeo tay rồi nói:

- Thôi ta đi con nhỉ? Đến địa chỉ này con nhé.

- Ô cô đẹp quá. Jinni chớp mắt nhìn khen chân thành, và đưa tay cầm lấy cái thẻ địa chỉ cô đưa.

- Ôi một thời thôi con. Cũng tạm gọi là OK thôi. Bây giờ thì đẹp mà đẹp chìm chứ không còn đẹp nổi nữa. Ha ha.

- Lời cô nói nghĩa là gì cô Ngọc Lan? Jinni nhìn đôi mắt Ngọc Lan và hỏi hồn nhiên vô tư.

- Cô đùa chữ thôi, đẹp "chìm" là lặn xuống không còn thấy nổi nữa đó. Làm sao mà đẹp nổi nữa con.

- Cô lại biết nói chuyện chơi vui quá. Chẳng để cho tâm lý già đi được nha?

- Thank Jinni. Gặp con làm cô nhớ lại tuổi trẻ cô ngay từ đầu, cô yêu tuổi trẻ cô vô cùng. Nhưng đã đi qua, để dịp khác cô vui kể. Bây giờ mình đi mua búp len đan mũ trước.

- Dạ. Jinni trả lời và hiểu ý ra xe. Cô ấy sẽ đi theo. Ngọc Lan tắt ca nhạc ở chương trình Uno, và sẽ clock cửa nhà đi sau thôi.

Jinni ra xe nổ máy chờ đợi, nàng bé nhìn quanh quẩn khu vườn trước sau của Ngọc Lan. Có hoa hồng khá nhiều. Jinni thoáng nghĩ có ai ở chung với Ngọc Lan, và lo chăm sóc kỹ nên vườn hoa mới xinh thế kia. Thoáng chợt nghĩ đến điều ấy. Rồi cô bé bấm máy chỉ đường ngay, tìm bản tin sơ đồ để sẵn trước. Nơi address vùng này, Jinni chưa bao giờ đến, tuy không xa Jinni nghĩ bụng vậy. Chắc độ 15 phút thôi theo map chỉ. Đoạn chốc chưa đầy hai phút Ngọc Lan đã ra kịp. Cửa xe Jinni đã mở sẵn Ngọc Lan lên xe gọn gàng. Jinni biết người phụ nữ này ưa nghe nhạc VN nhẹ. Nên CD có sẵn cô bé bật mở liền, âm thanh vặn một chút nho nhỏ gợi cảm... Ngọc Lan thì có vẻ ưng ý lắm khi bước lên xe nghe nhạc rỉ rả như vậy. Cô bé gật đầu làm dấu hiệu như đi, và nắm tròn tay lái cho xe chuyển bánh... Người phụ nữ dễ thương đó cũng nhoẻn miệng cười mau, vẻ hiểu ý gật đầu, tay thì đưa chỉ hướng mới ra là quẹo bên phải, như một thói quen của cô. Một buổi sáng 10 giờ nơi mùa thu đẹp, gió như gởi chút hồn nên thơ, mây bay đâu đó chắc cũng đẹp mộng mơ lắm, gợi cảm vô cùng... Dầu lái xe

Jinni khó nhìn thấy hết, song cô bé trong lòng cảm tưởng, khi đưa đôi mắt nhìn lên bầu trời một thoáng qua, để mà yêu thương thôi...

Chỉ một khoảng nghe chưa hết ba bài nhạc tình. Họ đã tới của hiệu, cả hai xuống xe, bước vào shop len mang tên JOANN FABRICS and CRAFTS.

Phải nói rằng Jinni rất ngỡ ngàng khi nàng bé đến nơi đây. Một nơi bán hàng len đan móc và vải vóc quá lớn, đẹp mắt làm sao. Ngọc Lan tự đi chọn kiểu len với màu sắc mình mong, Jinni thì theo sau đưa mắt nhìn chung quanh. Jinni cứ trững lại nhìn riêng những hình quảng cáo, những tấm vải đủ màu sắc: màu xanh, màu vàng, màu đỏ, tím, lam, trắng, cam, óng ánh đẹp quá... Và những cây vải hoa dài cao ngất, được sắp bày tư thế để đứng thẳng, cũng thật đẹp nữa. Jinni đưa tay sờ chúng như thấy thích lắm, như tìm thấy những báu vật quen thân yêu kiều, mà cô không có quyền cầm lấy đi hết, hoặc di chuyển chúng... Chỉ có thể nhìn thôi, Jinni hiểu ngầm là so sánh như thế. Nàng bé thấy vui vẻ tinh nghịch nghĩ, hợp lý cho tâm trạng mình thư giãn quá...

Ngọc Lan tìm và mua cả mười búp, lớn nhỏ, đặt vào một giỏ xách mang đi. Rồi Ngọc Lan kêu Jinni nhìn thêm búp cuối cùng. Jinni xoe tròn đôi mắt và tán thán búp len màu tím hoa cà đó, cô bé phải kêu lên một tiếng trước mặt.

- Wow!

Ngọc Lan vui miệng hưởng ứng:

- Beautiful. Perfect hĩ?

- Rất beautiful, and perfect. Jinni đáp. Cô bé cười mũm mĩm nhìn Ngọc Lan thêm.

Xong hoàn tất, một chốc cả hai ra nơi cashier tính tiền để về. Đi bên Ngọc Lan Jinni nhận biết cô rất minh mẫn thạo việc mua búp len lắm. Jinni chợt nghĩ một điều lạ lùng. Nàng bé đặt ra câu hỏi: Ngày trước chắc Ngọc Lan cũng có thể biết lái xe nhưng một lý do nào cô tạm ngưng chăng? Ngọc Lan người phụ nữ rất là sáng láng, thông tuệ khác thường, và minh triết quá mà?

Hai người đã mua xong như ý, tính tiền xong như tình. Họ rời shop ra về. Cô bé tiếc mãi một không gian vải vóc búp len, còn nhiều thứ vải đẹp nổi bật, hấp dẫn khác nữa. Rất mê hồn đối với Jinni ở shop JOANN FABRICS, CRAFTS này.

Lên xe Ngọc Lan tự nói:

- Ngày trước cô biết lái xe, nhưng đã ba lần vượt đèn đỏ. Và hai lần nơi cua quẹo, cô bị người ta chạy đụng hút hông xe, lý do đó nên con gái cô không cho lái nữa. Và cô đang bị bịnh cao huyết áp, huyết áp lên xuống không bình thường nên xin được chương trình này. Ngọc Lan có cơ hội, có người giúp đỡ chăm sóc cô thêm. Con gái cô thì đi làm không có thời gian đủ để lo. Cám ơn con đã thay mẹ giúp cô hôm nay quá là niềm vui.

Để cô Lan nói một câu dài cho trọn vẹn ý. Jinni lễ phép thưa:

- Dạ con với má Thục Linh cảm ơn cô đó chứ? Con xin thành thật nói thế.

Cô bé vừa đang lái xe qua đoạn công viên thể dục, mang tên "People work out." Có người đi bên trong, có người đi bộ cả bên ngoài. Ngọc Lan đưa mắt nhìn:

- Dừng lại đây tý con nè. Vô đây dạo bộ tý cho vui cũng gần nhà mình đó. Cô cùng má Thục Linh con hay ra đây đi bộ ngắm cảnh vật, hoặc đi bộ mỗi thứ hai đó Jinni...

- Ôi hôm nay là ngày gì mà bong bóng treo khắp nơi, gần sân bãi thế cô Ngọc Lan? Jinni nhìn những chùm bong bóng vàng, đỏ, xanh, tím, treo cột dọc đường và hỏi.

- Ừa có lẽ là sắp trung thu nên người VN, TQ, ĐH, TL, AL, CPC v.v... Của Châu Á muốn làm lễ chi đó con.

- Tuyệt quá cô Ngọc Lan.

- Ừa.

Hai người đã xuống xe đi bộ quanh khu vực, một đoạn chừng 10 phút. Họ vào bên trong khu vực ngắm thử, họ tắm mắt một hồi. Đúng là xứ sở - Một quốc gia Hợp Chủng Quốc tự do và đủ cách enjoy này. Đặc biệt là thể dục thể thao ở đây rất nhiều kiểu, đủ dạng, thu hút, lôi cuốn, và mời mọc. Ngọc Lan xem đồng hồ tay mình:

- Thôi nhân tiện cho con xem tý để biết, ta về thôi. Khi khác ta đến nhá Jinni.

- Dạ được cô ạ. Nhìn thấy bong bóng treo và cô Ngọc Lan nói, làm con cứ nhớ tết trung thu khi còn ở VN, dù nghèo vẫn vui lắm, được chạy ra ngoài trời nhiều. Qua bên này, những năm đầu khổ khó. Má con chỉ mua bánh trung thu ăn âm thầm, uống nước ngọt hoặc trà xanh trong nhà…

- Vậy sao Jinni? Cám ơn con biết nói một sự thật. Nghe con nói đến trung thu, ăn bánh trung thu. Ngọc Lan cũng nhớ đến quê hương mình. Bây giờ cô lìa xa, hầu như gần bốn mươi năm cách trở…

- Cô xa gần bốn mươi năm hã cô Ngọc Lan?

- Đúng gần một nửa thế kỷ con à. Nhớ quê hương lắm…

Hai người nói chuyện tâm tình vãn một chốc. Cả hai lại ra xe để về nhà. Mọi khách ở đây hay nhìn nếu họ thích. Nhưng họ chỉ là nhìn tự nhiên thoáng qua, chứ chẳng ai nhìn chòng chòng như một số người Vn cá tính còn thiếu văn minh, ưa nhìn người khác, đến mức để cho người ta phải ái ngại đâu...

Về nhà, vô nhà. Ngọc Lan mỉm cười:

- Con có thể làm ơn cho cô ly cam vắt có sẵn trong tủ lạnh đó rồi. Và lấy trái cây lúc nãy để ra bàn, mình ăn tiếp nói chuyện vui vẻ. Cô rất vui hôm nay gặp Jinni. Cô nhắc lại, cô Ngọc Lan rất vui đó…

- Má con bảo có thể giặt đồ cho cô. Và xếp cho cô nếu cô thấy mệt...

- Thôi hôm nay không cần đâu Jinni ạ.

Ngọc Lan vừa nói vừa vào nơi phòng riêng cất búp len và thay đồ. Jinni sẽ trải lòng làm những điều cô Ngọc Lan vừa dặn dò. Tý tắt ly cam vắt được rót ra, khay trái cây được mang đến, nĩa và napkin cũng đem tới sẵn sàng hơn. Chỉ đợi chờ người thưởng thức!

Chờ Ngọc Lan bước ra phòng khách hơi lâu. Jinni đi vào phòng Ngọc Lan. Như má Thục Linh từng bảo thấy cô vắng lâu, hoặc một tý nghi ngờ là phải theo dõi, coi để ý cô liền nha. Đôi lúc vì cô bịnh tình huyết áp, phải nhìn ngó kiểm tra, ngăn ngừa tình hình xấu có thể xảy ra, ý thức cao được cho cô... Phải biết lo lắng cho cô khi chạm tới nguy hiểm... Và nhất định con phải biết cách, làm tròn trách nhiệm...

Thoáng nghĩ Jinni vô thấy Ngọc Lan thay đồ xong, nhưng còn lục kiếm cái chi chi. Jinni nhìn, Ngọc Lan vội bảo như giới thiệu:

- Hình lưu niệm của cô ngày xưa nè. Lúc cô 17, 18, 19, 20 tuổi đó. Con coi cho vui. Như tuổi con bây giờ.

- Dạ cám ơn cô chia sẻ.

Jinni nói, nhìn cầm quyển album từ tay Ngọc Lan trao.

- Đến phòng khách đó, Jinni coi cho thoải mái. Cô có tới ba quyển như vậy. Coi trước một quyển đi. Cô cất gọn lại mấy quyển rồi cô ra sau. Cái việc này cô làm được. Jinni không cần help đâu.

- Dạ. Cô nhớ ra uống cam vắt, con có đem ra nơi bàn.

- OK cô Lan sẽ...

Jinni nói rồi bước đi. Ngọc Lan cất hai quyển album còn lại xong. Cô nối gót theo sau. Ra phòng khách, người phụ nữ tên Ngọc Lan đó tuy lớn tuổi, nhưng còn vẻ phong lưu giữ lại trên mắt trên môi, đến bưng ly ngay nước uống như đã khát đúng dịp. Jinni nhìn cô thấy thương yêu và kính phục quá, dù chỉ mới quen biết nhau trong vài tiếng đồng hồ đây. Jinni cũng uống nước lọc lúc nãy vừa mới xong.

Ngọc Lan để ly xuống nói:

- Thanks Jinni. Coi đi con, cô vẫn thích có một vài bạn trẻ để chia sẻ cảm xúc quá khứ.

- Dạ con hân hạnh. Jinni đang ngồi bên cạnh Ngọc Lan. Nàng bé lật qua những trang album. Trạng thái Ngọc Lan vui vẻ cởi mở, làm Jinni dạn dĩ hỏi hơn, khi dừng lại một bức tranh:

- Ảnh lính này của ai đẹp quá cô?

- Người yêu cô lúc đó đó.

Jinni lật tiếp tục thấy bức ảnh hai người ngồi bên nhau, bên cạnh hình chụp có đá lởm chởm leo như sắp, nơi bãi biển đẹp quá. Jinni mắt sáng lên để cảm nhận, và hỏi thêm Ngọc Lan:

- Cô và chú đó nữa nè? Ảnh chụp tình tứ đẹp ghê cô ơi. Chú hình như lính hả cô?

- Đúng rồi. Sao Jinni biết là lính hay vậy?

- Vì chú mặc đồ lính.

- Lỡ người ta mượn đồ lính thì sao? Hi hi.

- Thì con đoán trật.

- Cô đùa thôi, chú ấy là lính 100%. Nhưng chú không còn sống nữa, đã mất lâu rồi.

Nói tới đây Ngọc Lan cảm thấy xúc động vì nhớ chàng vô cùng, dù gần hơn 40 năm trôi qua. Dù người yêu duy nhất của nàng đi vào một giấc ngủ muôn đời, chàng yên giấc tọa thiền nghìn thu... Nhưng nỗi nhớ chàng, nàng như không rời trong tâm tưởng. Ngọc Lan mím môi khi đưa mắt nhìn Jinni. Xong lại bảo:

- Mới biết Jinni hôm nay, song như một cái gì mách bảo Ngọc Lan thích lắm. Khi nào cô kể thêm chuyện tình cô cho Jinni nghe. Thời đó yêu nhau chắc khác hơn bây giờ đó con nhỉ? Đúng không Jinni? Hôm nay cô muốn đi chơi một chút đi. Lâu quá cô không đến vườn hoa ở Center Atlanta, hoặc cảnh đẹp núi đồi ở Stone Mountain Park. Cô hơi nhớ... Đi được không nè? Cô rất muốn đi với Jinni. Nếu không thì thôi không sao. Cô chỉ có một lời đề nghị nhỏ thôi.

- Đi thì dễ mà. Jinni sẵn lòng cùng cô. Nhưng cô thấy khỏe trong người không? Đó là chuyện con cần phải biết?

- OK. Hôm nay cô vui nhiều hơn. Nên thích...

- Vậy ta đi được, con lại muốn cô kể về chú lính này. Tại sao cô phải xa chú. Và chú qua đời, không còn có mặt ở trần gian? Cô giữ hình kỹ vầy. Chắc cô yêu chú lắm phải?

Ngọc Lan nghe Jinni hỏi thì bối rối xúc cảm thêm. Song như cố gắng kiềm chế. Ngọc Lan trả lời:

- Để hôm nào cô kể khi con xem vài quyển album nữa. Bây giờ cô chuẩn bị, Jinni cùng cô đi chơi nhé. Định với má Thục Linh con lâu rồi, mà lại là duyên nơi con... Ôi thật định mệnh hay nha!

- Đi rong chơi cô sẽ kể Jinni nghen. Vì con chỉ làm thay má thời gian có thể ba, đến bốn ngày cô Ngọc Lan ơi.

- Ừa cô hiểu. Thôi được rồi nhé. Thấy con tuổi trẻ như về lại... Giờ đã già, cô tiếc lắm. Ước gì mình như có cánh chim thần để kéo ngược về quá khứ, nâng lại tình yêu? Ôi một thời đã qua. Mà nào ai níu lại được thời gian con nhỉ? Vâng cô sẽ kể mối tình cô, và vì sao cô yêu nhạc lính VNCH? Người nào có trong kỷ niệm thì khó quên trong kỷ niệm.

- Wow cô nói văn vẻ hay quá. Câu nói chót cô thật tuyệt vời. Con thích câu đó.

- Đúng vậy mà. Lan vui cùng Jinni. Ngọc Lan bảo tiếp:

- Con cũng là người chuộng văn chương câu nói nha.

- Dạ câu nói hay thì quá thích cô ơi.

Im một chút người phụ nữ đó nói tiếp:

- Cô biết tâm hồn Jinni. Thôi cô thay đồ nhanh, chúng ta đi rong chơi chứ?

- Dạ cô. Jinni vừa trả lời, vừa vui, vừa lễ phép ngồi chờ. Ngọc Lan vô thay đổi thêm bộ cánh mới, hợp với đi picnic hơn. Cả hai uống thêm chút nước ở ly. Rồi họ ra xe, Ngọc Lan mang thêm một quyển album nhỏ hơn cái trước, nơi ví đầm mình. Dù cuộc đi chơi này rất tình cờ, và coi như nóng hôi hổi buổi hôm nay...

Ra xe. Jinni cho xe chạy và hỏi:

- Cô thích đi Vườn Hoa, hay Stone Mountain Park?

- Tùy con.

- Vậy chúng ta đi Stone Mountain Park thú vị hơn cô nha. Lâu quá con chưa trở lại chốn đó.

- OK. Tốt con ạ.

Suy nghĩ bâng quơ, cảm nhận bâng quơ, nhưng không huyền hoặc? Sự thật hiển nhiên đây mà. Jinni cho xe chạy nẻo đường trong một ít, cô bé ghé mua ít đồ ăn nước uống theo ý mình và cả cô Ngọc Lan thích. Sau rẻ lối về hướng 78, đi về phía Stone Mountain chính thức. Một vùng đồi núi trập trùng đẹp, hoa hai bên dọc đường vẫn còn nở giữa mùa thu lác đác. Ngọc Lan đón nhận thiên nhiên hoàn toàn, khi nhìn những rừng cây che chắn gió vi vu, lá như hát thì thầm, trôi dọc theo những bờ suối, hay dòng sông nối dài kia...

Ngồi trên xe Ngọc Lan cảm giác thi vị quá. Và đôi lúc cô mở kiếng window cửa thả xuống một tý hơn. Cho gió lồng vào để Ngọc Lan hưởng trọn không khí mát lành của thiên nhiên. Song Jinni nhìn e ngại, đã tế nhị mà rằng:

- Cô Ngọc Lan. Cô ơi khó chạy xe khi gió lồng. Nên cô lên kiếng kín lại đi nha.

- Vậy sao? OK cô sẽ lên kiếng lại nếu không hạp với Jinni.

Thật sự Jinni sợ Ngọc Lan cảm lạnh. Thì lỗi này làm sao Jinni đền trả được. Nếu cô ấy mang bịnh, không tốt cho chuyến đi chơi xa bởi giới hạn tuổi tác, thì một cái sai đáng tiếc nơi mình. Chứ không phải là Jinni chạy xe vì gió thổi, sẽ không được. Đôi khi nói dối có lợi cho người nghe, vẫn là một việc hữu ích. Và mình phải biết hy sinh dù lời nói đó sai với lòng mình.

CHƯƠNG 2

Jinni đưa Ngọc Lan đến trung tâm của Park Stone Mountain không quá nửa tiếng. Hai người lần lượt vô cổng xuống xe. Ngọc Lan cô có chính sách vé sẵn, cả parking xe nữa. Nên rất mau chóng, an toàn, dễ dàng... Và họ bắt đầu chương trình tham quan. Trước hết Jinnni, Ngọc Lan lấy "bản đồ ngắm nghía coi lại toàn bộ khuôn viên ở đây để định hướng đi xem. Họ đã đến khu vực các con động vật hiện ra theo lối họ bước tới, nhất là những con Khủng Long (Dinosaur- AT- Rex.) Ôi chúng rất bắt mắt Jinni và Ngọc Lan thích làm sao. Mặc cho chúng loại động vật giả, cấu trúc tuy giả, nhưng được chế tạo bằng chất mủ nhựa gì đặc biệt của tiên tiến, giống hệt như thiệt không khác một ly. Miệng chúng bành mở và hú gầm y như thiệt luôn... Ngọc Lan tựa một góc ngắm nghía, để nhìn quan sát cho kỹ, Jinni thì cũng đứng đó nhìn theo giống Ngọc Lan. Rồi cả hai chụp nhiều kiểu hình vào iPhone của mình để làm kỷ niệm... Cũng có một số người quan sát, ghi hình không khác chi Ngọc Lan cùng cô bé Jinni.

Sau thì Ngọc Lan đưa tay chỉ biển hiệu mang tên Yellow Daisy Flower Glass Crafts Market. Ngọc Lan ra dấu thêm cái gật đầu, Jinni tinh ý quay gót đi nhanh về phía Ngọc Lan, họ sẽ vào nơi đó. Đây là một nơi mà Ngọc Lan khá thích nữa. Vì những dụng cụ bình lọ, chén bát, hoa hũ, đĩa, sáp được thổi bằng kỷ năng tinh nghệ, với kiểu cách màu sắc rất đẹp. Ngọc Lan không mua vì nhà cô đã mua khá nhiều lần ở nơi này. Jinni cũng thế không mua thêm. Chỉ là cả hai nhìn cho ưa mắt thôi... Chậm đi vài phút, Ngọc Lan cùng bé Jinni lại bước sang không gian nơi thợ đang làm, có những vị khách cũng đang cần thấy ngay tại chỗ, họ cần sự biểu diễn của thợ trong đơn đặt hàng của họ, những vị khách không đặc hàng vẫn có thể đứng nhìn, để chứng minh cho họ, và cả khách ngồi chờ đợi cái chi chi luôn phải mỉm cười thầm khen, ngạc nhiên... Ôi ai cũng nghiêng người kính cẩn, ai cũng rất thú vị vì được xem trong giây phút, với các nghệ nhân ở đây làm. Không biết họ học ở đâu, tự bao giờ mà họ thành thạo quá, những đôi tay works mềm mại, và thao tác lưu loát, tựa như nước chảy xuôi trôi đẹp tuyệt của các nghệ sĩ anh tài kia... Trững nơi đó một thời gian xem, rồi những nơi khác như réo gọi, cô Ngọc Lan cùng bé Jinni phải ra đi đến điểm khác. Ngọc Lan ngoái lại nhìn vị trí và biển hiệu như cố tìm ghi vào lòng mình, một cái gì đó đáng nhớ, đáng thương hết sức...

Chốc chốc thì cô Ngọc Lan, Jinni nhìn bản đồ (map.) Ngọc Lan Jinni đi về phía viện bảo tàng. Và họ dừng lại rất lâu ở nhà lịch sử các tướng lĩnh, cùng các sự kiện... Sau thì cả hai đi xem phim ghi lại lịch sử xây dựng, lối thể hiện kiến tạo của Georgia Stone Mountain State Park một thuở xa xưa. Đã xem nhiều lần nên Ngọc Lan và Jinni vô ngồi một khoảng, chừng như thấy đủ rồi. Không đầy mười phút họ lại đi ra, với bao người khác cũng thế. Ai thích thì ngồi xem, không thích thì cứ lẳng lặng bỏ chiếc ghế mình cho khách mới đến sau... Nếu cần tìm chốn khác cứ tự nhiên rời bỏ bước đi, không giờ giấc, không vé ra vào hạn chế nơi đây... Cả hai Jinni Ngọc Lan sau đó tiến ra trước mặt tiền sảnh tượng đài bốn vị nổi tiếng. George Washington, Thomas Jefferson, Theodore Roosevelt và Abraham Lincoln. Cả hai ngắm thật lâu vào các vách đá khắc hình mà cảm xúc. Đó là quà tặng giá trị, họ như muốn gởi một sự ngưỡng mộ của tâm hồn mình đối với bốn vị anh hùng, có kỳ tích bất tử trong nước Mỹ. Rồi Ngọc Lan và Jinni cũng không bỏ sót, họ chụp vài bức hình để lưu dấu nơi đây. Jinni chụp cho Ngọc Lan, cô Ngọc Lan chụp lại Jinni. Thỉnh thoảng Jinni nhờ khách du lịch chụp cho nàng bé và Ngọc Lan đứng chung.

Cả hai tiếp tục đi thăm nhiều nơi khác, đi đã nhiều. Stone Mountain Park là một thắng cảnh nhất nhì của Georgia- Atlanta. Và cũng là một quê hương có nhiều người tài giỏi xuất chúng, họ được sinh ra lớn lên từ nơi đó. Mà Ngọc Lan đem lòng rất hãnh diện và quý mến. Nên lâu lâu người phụ nữ đó muốn đi thăm để đỡ nhớ trong lòng... Ví cho cao cả hơn, cô như một người tình muốn đi thăm một người tình lâu ngày vậy! Ngọc Lan cảm giác cũng xao xuyến bâng khuâng, hồi hộp lạ thường mỗi nơi, mỗi chốn đến! Nơi mà người đàn bà này yêu thích nhất còn lại, đó là gần con nước bờ lake có dựng một tượng đài Carillon cao ngất mười mấy mét, cấu trúc khá đơn giản chỉ làm bằng những thanh sắt cứng, đứng chung liên kết gộp lại mà sừng sững hiên ngang dưới đất trời, khi đỉnh cao nó được va chạm với gió suông, hổng hiểu sao nó lại phát ra những thanh nhạc tự nhiên thánh thoát, nghe lạ lùng, mà réo rắt đến du dương... Vì nó ngân lên một vẻ êm đềm, như điệu nhạc hát không lời để lưu luyến, để tưởng chừng như ru ngủ dội đánh vào tâm thức người nghe, khách nghe. Thời gian họ nghe như một buổi hòa nhạc nhỏ ngoài trời... Ôi thật tuyệt vời, nơi của West Lake- Phía hồ với hiện tượng...

Ngọc Lan thích ngồi lại nơi đây hơn dăm phút lắng nghe nữa. Nhìn con nước gợn sóng rất dễ thương, hoặc nhìn chúng vỗ về vào những ghềnh đá lớn bé, mép bờ kêu lách tách kia... Như để nghe lòng mình thêm, mơ hồ rung động một thứ gì đó xa xôi gọi về...

Hai người được đi cùng với bao người đi du lịch picnic khác, nhiều thổ tộc, với nhiều sắc dân khác. Hôm đó Ngọc Lan, Jinni thấy người của China và Ấn Độ hơi bị nhiều bên cạnh mình. Họ cũng chụp hình qua các iPhone lấy làm kỷ niệm. Ngọc Lan cả cô bé Jinni vẫn làm như thế, cứ đi và đi dạo những nơi đó. Khi Ngọc Lan có vẻ mỏi chân. Cô nhìn bé Jinni và dừng lại. Jinni cởi mở lời nhanh:

- Thôi ta dừng lại nghỉ tý đi cô Ngọc Lan. Đi quá nhiều rồi cô. Cô kể chuyện con nghe đi. Uống nước thêm nữa cô ơi. Jinni nói và lấy chai nước có sẵn đưa cho Ngọc Lan. Ngọc Lan cầm lấy uống xong lại cười:

- Thôi để hôm nào kể nghen Jinni.

- Chúng ta ăn đi rồi kể... Hôm nào nữa cô? Jinni nói và đưa cái bánh mì bọc gói của subway, bánh bông lan có quế, bánh chocolate diet cho Ngọc Lan.

- Khi nào sẽ gặp lại mà! Ngọc Lan vừa nói vừa ra hiệu như chưa đói, cô đẩy bánh lui lại tay Jinni để cất.

Jinni cố nhắc nhở:

- Cô hứa với con rồi khi đi... Và có một câu ý rằng: "Không nên để sự việc cho ngày hôm nay qua ngày mai." mà cô?

Ngọc Lan ngồi cười tươi khi nghe Jinni năn nỉ và có câu nói hay, rồi cô lại thoáng buồn. Cô nhìn cây lá có vẻ ngơ ngác điều chi. Ngọc Lan chưa trả lời. Jinni thúc thêm:

- Thôi cô kể con nghe đi. Coi chừng mê tham quan quên kể mất cô Lan ơi?

Ngọc Lan vẫn làm thinh. Jinni thúc giục tiếp:

- Con van nài mà. Xin cô kể đi cô Lan. Biết đâu chúng ta khó có thể gặp nhau như thế này. Con tha thiết hôm nay.

Lưỡng lự nhìn mây trời một chút. Và nhìn cột trụ Carillon cao ngất đẹp kia một chút. Ngọc Lan chân thành:

- Ô Vâng! Thôi cũng được cô sẵn lòng. Có thể con nói đúng. Duyên khởi, duyên đến, và duyên đi... Đời vẫn thế không cản được. Biết đâu rồi con không còn làm cho cô nữa. Cô cũng muốn có nhiều, hoặc một vài kỷ niệm với Jinni.

Jinni gật đầu như thán phục lời Ngọc Lan, bé không nói nữa. Jinni hướng về mắt môi Ngọc Lan đầy tâm trạng.

Đúng là Ngọc Lan đang nghĩ. Jinni như hiện thân của mình thời tuổi trẻ, không phải vì tâm hồn hay cá tính... Mà là tuổi thanh xuân của quá khứ, khiến Ngọc Lan chạnh lòng tiếc nuối... Ôi thời gian đi qua như tự khoác lên một chiếc áo dĩ vãng son vàng để rồi tan biến. Ngọc Lan chợt nghĩ là: "Có lẽ mỗi người chỉ sống được một lần với tuổi thanh xuân. Thanh xuân cũng chỉ băng qua cuộc đời mỗi người một lần. Và chính xác nó chỉ một thời kỳ mà thôi..."

Hai người đã ngồi xuống trước mặt cảnh núi không xa, bên hông là dòng nước của bờ hồ. Bên cạnh còn lại là một vài cụm hoa lưu ly màu tím, và màu xanh cùng với màu trắng và hồng nhạt... Chắc do bàn tay con người trồng nên, tạo dựng ra nơi ấy, để xem như một kỷ niệm khi ai viếng thăm. Cũng có thể để nhắc nhở chuyện tình liên quan đến một loài hoa trong tiếng English (Forget me not.) Hay là để tôn trọng một tình yêu mình đang có. Và có những tảng đá lởm chởm nghiêng ngã, cách độ cột Carillon mấy chục mét cũng không xa.

Ngắm cảnh như đã tạo nên tình sống lại nơi lòng Ngọc Lan rồi. Và cô bắt đầu kể cho Jinni nghe:

CHƯƠNG 3

Coi như câu chuyện lui về quá khứ trải ra.

Vào khoảng đời người đẹp nhất... Lúc đó Ngọc Lan mười bảy tuổi, là một nữ sinh trung học cô quen biết một sĩ quan Đà Lạt, tên là Nguyễn Nhật Nam. Một đêm đó biểu diễn văn nghệ - Đại nhạc hội cho chương trình kỷ niệm thành lập QĐVNCH tại rạp hát Trinh Vương Quy Nhơn.

Ngọc Lan được tham dự và biểu diễn hát bài hát. Huyền Thoại Một Chiều Mưa. Rừng Lá Thấp. Và Nhật Nam hát hai bài Đa Tạ, Bông Cỏ May. Ngọc Lan còn hát chung với

Nhật Nam qua bài Em Hậu Phương Anh Tiền Tuyến, Vườn Tao Ngộ...

(Xin được chép bài RLT Ngọc Lan hát vào đây.)

Rừng lá xanh xanh cây phủ đường đi. Thành phố sau lưng ôm mộng ước gì. Tôi là người đi chinh chiến dài lâu. Nên mộng ước đầu tôi nghe đã chìm sâu.

Từ máy thu thanh cô nàng vừa ca: "Trọn kiếp yêu anh lính khổ xa nhà" Giữa rừng già vang tiếng hát thật cao. Nhưng giữa rừng già tôi có thấy gì đâu?

Sao không hát cho người giết giặc trên cầu. Khi bùn lầy còn pha sắc áo xanh. Trong khói súng xây thành. Mắt quầng thâm mất ngủ, tàn đêm khói lửa. Giờ chỉ còn hai tiếng "mến anh" Sao không hát cho những người còn mải mê. Lá rừng che kín đường về phồn hoa Sao không hát cho những bà mẹ hằng đêm nhớ con xa. Hay hát cho những người vừa nằm xuống chiều qua.

Rừng lá xanh xanh lối mòn chạy quanh. Đời lính quen yêu gian khổ quân hành. Nghe từ ngày thơ tiếng súng triền mien. Đánh giặc lâu bền cho non nước bình yên. Lời hát xin gây rung động thật sâu. Đừng hát như chim giữa rừng lá sầu. Xin thật lòng qua câu hát đầu môi. Như lính giữa rừng yêu lá thấp mà thôi.

Nhật Nam hát bài: Bông Cỏ May. (Xin được chép bài hát BCM vào đây.)

Những ngày chưa nhập ngũ,

Anh hay dắt em về vùng ngoại ô có cỏ bông may.

Ở đây êm vắng thưa người, còn ta với trời.

Thời gian vào đêm, rừng sao là nến, khói sương giăng lối cỏ quen. Tóc mây thơm mùi cỏ. Đưa anh thoát xa dần vùng trần gian với những ưu tư, cỏ may đan dấu chân tròn, đường đi bước mòn. Sợ khi người đi để thương, để nhớ

Tiếng yêu đương ai nỡ chối từ.

Đường hành quân, nắng cháy da người. Tuổi vui thiếu niên, vẫn thương mình thương đời. Nhiều khi trong giấc mộng một hồi kêu tên em, kêu chỉ một tên...

Những ngày anh đi khỏi. Xin em chớ đi lại vùng tình

yêu, lắm bẫy nhân gian, để đêm khói thuốc tay vàng, tìm nhau thấy gần. Ngủ trên cỏ may, thường khi vào tối.

Nhớ hương may, nhớ cả người...

Vô tình những bài hát dành cho khán giả, nhưng dành cho nhau đó, như định mệnh ký thác cho tình yêu họ, ái tình họ.

Và tiếng hát Ngọc Lan xuất thần, xuất sắc quá, đáng yêu quá. Khiến mọi người không ngớt tặng hoa khi cô hát xong. Nhật Nam lại tặng hoa và móc thêm một "lá thư tình" trên cánh hoa hồng một cách tự nhiên của anh. Ngọc Lan đã phải lòng ngay. Cô không trách cứ thắc mắc anh, mà cô cho là đáng yêu, ngoạn mục, hết sức dễ thương ấn tượng nữa là khác...

Thế là sau đó Nhật Nam, Ngọc Lan tiếp tục hẹn hò. Và họ yêu nhau thật sự cuồng đắm. Tại thành phố Quy, nơi bãi biển, chốn nhà thờ nhọn, các rạp hát xi nê, đại lộ Quang Trung như đã in dấu chân họ đến để lưu niệm vô hình...

Rồi một cuộc nói chuyện mà Ngọc Lan không bao giờ quên, hay nói cách khác nàng nhớ nhiều nhất hôm đó Ngọc Lan hẹn hò với chàng, nàng y phục trong chiếc áo dài trắng nữ sinh và đội mũ nồi màu hồng phấn hơi nhạt rất đẹp. Chàng thấy vậy cười tươi, chọc ghẹo người yêu:

- Sao em không đội mũ trắng luôn thể anh sẽ bảo:

"Mũ nón em trắng quá anh nhìn không ra" "Áo em thì trắng rồi nha..." Ha ha.

Ngọc Lan giật mình hiểu, cô vui bỏ chiếc mũ nồi xuống tay, còn chiếc áo dài nàng làm sao cởi? Nàng chỉ dấm dúi vô nơi cổ chàng cười e thẹn, mà hồn nhiên. Nhật Nam biết thế, chàng phải thả cười ha hả thêm, chàng lắc đầu thật vui hơn...

Nhật Nam là một người giỏi thơ. Hễ nàng mặc áo gì cũng có thể chàng lấy thơ thuộc, biến chuyển để ghẹo nàng. Ngọc Lan mắc cỡ. Tuy nhiên nhưng mà nàng lấy như thích lắm...

Chàng hay đọc thơ cho nàng nghe. Mỗi khi được gặp, khi chàng làm trao về cho nàng. Ngọc Lan nghe rất là cảm động hai bài thơ. (Xin ghi vào đây.) **Bài Tóc em**

Tóc em là một bài thơ,
Đẹp hơn tất cả trăng mơ sông dài...
Anh về ôm lấy hình hài
Ướp vào đêm mộng, hương lài thoảng thoang...
Như trong hun hút lối mòn
Ngẩn ngơ anh gọi chim non mềm lòng
Thương em sợi tóc em hong
Nhớ em sợi tóc chao lòng vấn vương
Ngày đêm khắc khoải canh trường
Em ơi có biết anh tương tư tình
Một thương mơ tưởng bóng hình
Mười thương mơ tưởng tóc xinh của nàng...

**

Bài Bao mùa trăng anh xa

Bao mùa trăng anh xa
Mấy mùa trăng trở lại
Em vẫn đẹp mặn mà...
Thơm thơm đôi gò má
Tình tình con mắt em
Thon thon bàn tay nhớ
Nhè nhẹ tóc ôm mông...
Giữa trời đêm mênh mông
Một tiếng sáo đưa ngân
Thầm thì em mơ thấy
Đôi ta đã vợ chồng...?
Những ngày nhớ xa trông
Là những ngày bão giông.
Là những ngày hôn lễ...
Chờ tình ý thêm nồng...

Nhật Nam đọc xong thơ. Ngọc Lan nghe rồi cười nhẹ nữa. Nàng đội mũ nồi lên một cách khác, hồi nãy thì nàng đội lệch xiên một bên, nghiêng một góc về gương mặt, giờ thì nàng đội kiểu ngược tuột về phía ót, để cho vầng trán nàng hiện rõ đầy đủ. Ngọc Lan vui hết cỡ nói:

- Thơ làm cho em hay quá. Có thưởng cho anh nè...

nhắm mắt đi nha.

- Ừa anh thích làm thơ cho em yêu! Ồ ai bày biểu mà chọn cái mũ nón nồi đội đẹp thế nhỉ em?

- Đêm qua nằm mơ thấy anh bảo.

- Mơ thật tuyệt vời em Ngọc Lan.

- Ừa há. Bây giờ nhắm mắt đi anh.

- Hân hạnh có giấc mơ cho em. Hân hạnh thứ hai có tặng phẩm nữa chứ. Hi hi.

Chàng nói xong, Nhật Nam nghe lời nhắm mắt. Nàng bỏ trốn đi hoang mất tích. Thiệt lâu chàng mở mắt không thấy nàng đâu. Chàng la lên:

- Trời ơi tôi bị gạt. Oan khiên không ta ơi?

Nàng cười giòn và ngưng ngay, núp đâu đó bay tới bảo:

- Đi hoang chút thôi mà. Giờ thiệt nè, nhắm mắt lại đi anh. Nhật Nam ngoan ngoản làm lại lần thứ hai theo ý nàng.

Nàng lại hôn chàng và vuốt chiếc mũi chàng. Chiếc mũi Nhật Nam đẹp lắm nàng thích. Ngọc Lan vội đem đeo cho chàng chiếc kính mát của mình, mà lòng vui khôn tả được. Riêng chàng khi mở mắt, thì nơi lòng chàng cũng sung sướng vô biên. Chàng hôn lại nàng, làm cả chiếc mũ nàng rớt xuống, chiếc kính kia cũng như gọng nó, vội rời mắt chàng rớt ghim nơi mặt cát trắng luôn. Ôi tình yêu say đắm khiến họ vui sướng thật… Như cả thế gian này sóng nước trời cao kia đã đi vào tan biến hư vô, và chỉ còn họ, hai người đùa giỡn mà thôi…

Sau đó, Nhật Nam nhặt lấy kính nàng tặng cầm tay. Nàng cũng bắt chước chàng cầm mũ trên tay, cho chàng những cơ hội mới hơn của tình yêu mình. Và đúng Nhật Nam lấy mái tóc nàng quấn mãi trên mũi mà hít. Chàng thèm mái tóc nàng mỗi khi gặp lại, thật là đáng yêu lắm, Mái tóc dài mềm mại, thanh lịch nơi Ngọc Lan như đã là một món quà thiêng liêng dành cho, đối với chàng rồi!

Và rồi hai người lại tiếp tục đi bộ cho vui trên những vùng đá nhỏ lởm chởm. Nàng lại nhìn chàng trong quân phục thật đẹp trai. Tự nhiên chàng đứng lại nói:

- À em. Anh có quà này cho em coi hay lắm đây nha.
- Quà gì vậy anh Nam?
- Đố em đó.
- Khổ thiệt mỗi lần gặp em toàn cho quà đố. Làm cho em căng tim ra mà nghĩ. Nhưng đâu dễ dàng trúng được anh?
- Cứ nói đi. Trúng trật vẫn có giải mà em yêu.
- Hổng nói đâu, trật quê lắm...
- Không nói thì anh show ra đây nè. Tấm ảnh thôi.

Ngọc Lan ngạc nhiên khi Nhật Nam đưa ra một tấm ảnh đen trắng, chàng cầm tay con bé dắt đi, bé đang nhìn chàng...

- Bé nào vậy anh? Nàng ngơ ngác hỏi, và đội chiếc mũ lại trên đầu.
- Con anh đó.
- Thiệt hôn đó anh đừng làm em đứng tim nha. Nàng nói và buồn nhìn qua mắt chàng.

Nhật Nam cười khỉ mà trả lời:

- Đùa với em thôi. Tuần rồi anh có đi công tác ngoài quận PM. Anh có đến thị trấn và chợ búa Mỹ Quang PM. Anh vô chợ nơi đó. Anh thấy một em bé đòi ăn bún cua chua. Người ngoại không đủ tiền, bà lo kéo đi, kéo tay bé đi về nơi bà. Anh thấy tội nghiệp. Khi cảnh tình trông vậy, anh liền dắt cho bé tới ngồi ăn. Anh cũng ngồi ăn hai chén liền như bé...

Nghỉ một chút nhìn vào đôi mắt đẹp của Ngọc Lan. Chàng cảm động và lại nói tiếp:

- Mắm cua bún ở đó ngon lắm em. Chắc anh phải nhớ cả đời. Rồi sau đó anh mượn người ta chụp hình bé làm kỷ niệm với anh thôi.
- Trời ơi. Sao anh rành vậy? Ngọc Lan cũng nhìn Nhật Nam đắm đuối và hỏi thiệt như thế.
- Anh thăm chợ, để biết cuộc sống dân tình sinh hoạt nơi đó ra sao? Anh còn làm công tác truyền thông truyền tin mà em? Phải biết hiện thực chứ. Anh có thấy bà ngoại bé, ngồi bán khoai mì, khoai lang, khoai môn gì đó. Khi bé

đã đòi ăn, đến hàng bún ngồi trước ở đó rồi...

- Trời ơi. Vậy nữa sao anh? Thật dễ thương và tội nghiệp cho bé nhỉ. Chắc là gia đình nhà nghèo đó anh ơi?

- Thì có lẽ như thế nhưng bé kháu khỉnh. Xinh, xinh lắm... Có chút gì đó giống em.

- Trời ơi đi đâu cứ thấy ai cũng giống em? Con nít vẫn cứ thấy giống. Hi hi. Mà làm sao con nít giống em được nè? Anh nhỉ?

- Em không từng con nít rồi lớn lên đó sao?

- Hì... Nàng bẽn lẽn nhìn chàng. Và nàng lắc đầu vì chàng, rồi nàng lại lấy chiếc mũ cầm ra nơi tay nữa.

- Thì nhớ quá nên vậy đó mà. Chàng đáp.

- Ngọc Lan cười tươi hài lòng:

- Em hiểu rồi anh. Khi nào có dịp anh dẫn em đi về nơi đó. Em ăn một bữa bún cua chua thử nha. Thơm lừng lá gừng non phải không anh?

- Chắc vậy. Sao em cũng rành?

- Em có nghe một vài người bạn kể món ăn đặc sản của chợ Mỹ Quang- PM đó chứ.

- Em không lạc hậu, về tầm nhìn văn hóa mỗi miền...

Không hiểu sao nàng vẫn còn nhìn tấm hình chăm chăm trên tay mình. Sau Ngọc Lan nghĩ ngợi đôi chút và kêu lên:

- Anh ơi, em muốn là...

- Gì em?

- Nè... Mình có thể cưới nhau nha anh. Em muốn có con với anh. Em thật sự mắc cỡ câu nói này. Nhưng em thích chúng ta là vợ chồng có con với nhau. Thì hạnh phúc nào bằng, sung sướng nào bằng. Anh nghĩ xem?

- Hi, thấy hình em bé nhìn đã ham nha. Anh cũng từng nghĩ như thế, song làm sao cuộc chiến tranh. Anh chỉ sợ "Sai một ly đi vạn dặm mất."

- Vậy thế nào hã anh? Em chưa hiểu ý anh? Ngọc Lan có sốt lòng, vẻ ngây thơ.

- Hừm! Anh vận dụng không chính xác. Nhưng ý anh nói mình cưới nhau, có con biết đâu rồi sai. Vì như chinh chiến anh lỡ chết đi, con mình sẽ mồ côi. Chắc em sẽ buồn lắm. Đúng không?

- Nói bậy hà, anh không chết đâu.

- Thiệt chứ. Không bậy đâu. Chiến tranh mà em?

- Nhưng mà nói cho cùng có con, em không buồn đâu? Nếu như em có con với anh dù trong hoàn cảnh nào, em vẫn vui. Mà điều lớn nhất để mơ. Là em nghĩ một câu "anh sẽ sống bên em và con trọn đời chứ?"

- Đúng thế. Nhưng chiến tranh thường tàn khốc. Đời sống lính như nghìn cân treo trên sợi tóc. Vậy anh biết lắm, nên anh chờ. Và em cũng phải chờ...

- Hừm, thôi anh Nam. Anh đừng bi quan vậy. Đừng nói "đời sống lính như nghìn cân treo trên sợi tóc" nghe anh? Em hổng muốn nghe câu đó...

- Thiệt chứ. Anh đã mồ côi cha nên anh không muốn lặp lại vết xưa. Anh không muốn con anh mồ côi cha nữa. Nếu như trời thương tình, sau khi chấm dứt chiến chinh. Anh còn nguyên vẹn, anh sẽ về bên em ta cưới nhau. Rồi em sẽ có con với anh. Anh nhắc lại vẫn không muộn chứ em Lan của anh? "Sẽ một ngày, sẽ một ngày anh cùng em không muộn đâu em... Ta làm lại từ đầu." Để có một ngày cho chúng mình. Chàng tự nhiên bắt giọng, lên hơi như muốn hát bài ca "Giã Từ Vũ Khí" rồi lại chợt im...

- Muộn tuốt luốt sao không muộn anh yêu? Ngọc Lan lại cười, mà ráng như nhăn mặt để nhìn chàng bảo thế.

- Hừm. Chàng nói tiếng một tự nhiên rồi nhìn nàng. Ngọc Lan làm cái chi trông cũng đẹp, kể cả nhăn nhó hoặc hờn giận... Anh lại ngắm nàng mà cười vui thêm.

Thiệt ra Nhật Nam đã mồ côi cha. Cha anh đi tập kết ra Bắc khi anh lên ba. Anh nhớ mang máng ba anh hôn anh và mẹ trước khi tập kết đợt cuối. Lẽ ra ba anh không đi nhưng vào giờ chót họ quyết định bị điều đi... Và ba không trở về sau khi một cuộc cãi vã chính sách, đến khi ba anh bị kẻ hại mưu lấy làm xử tử, để hô báo ba bị bịnh chết. Nhưng tin thật đồn ra ai cũng biết. Nhật Nam rất ghét chiến tranh, con người làm mồi cho lửa khói, cho tham lam, cho hoạt tính. Nhưng làm trai thời loạn, trái đắng nào cũng phải nhai chứ? Làm sao không đi trả bổn phận; khi chế độ nào họ cũng cứ mãi rêu rao, anh dũng, hy sinh, quật cường, chính nghĩa, công lý v.v... Nhật Nam mang dòng máu nghệ sĩ hơn là chính trị. Anh yêu vợ, yêu ca hát, yêu nghệ thuật văn chương hơn là chức vị, danh lợi... Song đời không cho phép Nhật Nam thỏa mãn ước mơ. Tuy nhiên từ khi gặp Ngọc Lan, anh như bắt được một thứ, một thứ quý hơn vàng ròng. Tuyệt vời lắm...

Nhật Nam yêu Ngọc Lan, anh như yêu từng hơi thở của anh vậy. Và như yêu một mầm non trẻ trên thân sống. Anh sợ nỗi đau cho nàng nếu như một ngày rủi ro... Nhật Nam là một khí khái có bản tánh yêu đời, vẻ hồn nhiên, song đâu phải anh không hiểu cho thế sự. Nên Nam dùng dằng trả lời với nàng như thế đó, dẫu chàng cố trốn buồn làm vui, biết làm sao cho trọn vẹn với người tình...

Ngọc Lan nghe chàng khúc chiết thì buồn lắm. Khuôn mặt tươi biến đâu mất. Nàng dẫn đờ, Ngọc Lan như hờn mát:

- Thôi tùy anh hay có cô nào ngoài em? Em nào biết được.

- Trời ơi ghen bậy vậy ta? Anh chỉ có một mình em thôi. "Bông Cỏ May" của Trúc Phương chỉ để dành hát cho em thôi. Anh không thề, nhưng mong chứng giám mà Ngọc Lan.

Nàng lại trở về trạng thái vui tươi làm lành:

- Thôi em tin anh há. Mong anh đừng buồn em nghen.

- Làm sao anh buồn em được, đó không phải là công việc của anh. Anh mãi yêu em nhất trên đời này là công việc của anh...

Thấy chàng biết nói hay. Ngọc Lan lại hôn đền chàng... Nàng dúi đầu vào vai chàng thổn thức... Hai đứa lại lặng yên một khoảng, nhìn sóng biển dào dạt tình tự kia, như thế là cho nhịp tim, tâm hồn họ đang quấn quyện bên nhau, sẽ quyến luyến một đời của nhau không phai nhạt...

CHƯƠNG 4

Lần ấy, một lần anh về quê Thái Lơi thăm mẹ ở, rồi ra anh kể lại. Khi anh về phép sinh nhật bà. Mẹ vốn là người kính mến, yêu quý lớn nhất của Nhật Nam. Anh thưa rằng:

- Má ơi má có biết là... Con đem lòng yêu một cô gái cha mẹ gốc Huế, tên là Ngọc Lan. Nhưng cô sinh tại Quy Nhơn, cô lớn lên từ đất Quy Nhơn đó má. Hình này nè má coi có vừa ý không?

- Đâu đưa đây má nhìn thử?

Nhật Nam đưa hình cho mẹ và anh còn bảo thêm:

- Cô ấy hát còn hay hơn má nữa đó.

- Những kẻ hát hay duyên phận hay bẽ bàng lắm con. Má sợ cho duyên tình tụi con. Như má đâu có gì lấy làm hạnh phúc. May ra con còn hiếu thảo là niềm an ủi cho má.

- Má ơi con nói má nghe. Những kẻ hát hay là thiên tài trong thiên hạ, chỉ cần cơ hội dịp may để họ trưởng thành, nếu như mà không có thì đành chịu. Còn con nếu như trời thương miễn lính, hết chiến tranh. Con về, con ra đó cưới Lan nghen má.

- Biết bao giờ hết chiến tranh con.

- Cũng có ngày chứ. Có bắt đầu thì có kết thúc mà má.

Mẹ anh nhìn anh, một người con trai duy nhất của bà, có đôi mắt đẹp mơ mộng hơn là thục nữ con gái. Bà bảo Nhật Nam:

- Lẽ ra con phải là cô gái đó?

- Sao vậy má. Má không thích con là con trai sao?

- Thích chứ nhưng ý má nói, mắt con hợp với con gái.

- Hi hi. Má thương thích con gái nói vậy thôi. Con là con trai hết trăm phần trăm mà.

- Tổ cha mày... Bà nói và hôn Nhật Nam trên tóc như còn trẻ thơ vậy. Bà thấy hơi vui vui trong lòng khi Nhật Nam về phép bên cạnh bà.

Rồi loay hoay với má ít hôm nơi nhà. Sau thì vì anh nhớ ngày birthday của Ngọc Lan anh lại ra sớm hơn. Chia tay mẹ thật bịn rịn nhưng hồn anh đã gởi tận Quy Nhơn rồi... Làm sao anh ở lâu nữa...

Nhớ Ngọc Lan quá... Nhật Nam có gởi thư cho nàng trước khi ra Quy Nhơn, thơ đi đúng ngày nên tới nhanh. Nhận được lá thơ Ngọc Lan cầm đọc, hôn lấy hôn để với những lời anh viết. Nàng tưởng chừng như tiếng nói, hơi ấm của chàng hiện lên nơi đó.

Ngọc Lan yêu quý nhất của anh

Anh về phép thăm mẹ. Rồi anh ra Quy Nhơn đúng ngày anh hẹn nha. Thơ đến trước nhé... Nhớ em trong từng hơi thở. Nhớ em trong từng nụ cười. Nhớ em trong từng cái giận. Mãi mãi trọn vẹn trong tình yêu em... Anh yêu của em. Anh sẽ kể chuyện về má anh cho em nghe nữa. Người yêu em muôn thuở: Nhật Nam.

**

Anh ra đất Quy, nàng đến điểm hẹn. Nàng sửa soạn và hai đứa đi chơi. Ngọc Lan là con gái duy nhất của một nhà buôn vật liệu xây dựng giàu có nhất nhì đất Quy Nhơn. Cha mẹ khó lòng, nên nàng lén lút hẹn tình với chàng mà chưa cho cha mẹ biết.

Nhật Nam đi ăn mừng cho birthday người yêu Ngọc Lan, cũng gần ngày sinh nhật của má chàng, chỉ cách sau hai tuần với má thôi. Ngọc Lan chỉ thích ăn cơm phần. Hai đứa đi ăn cơm phần ngon nhất có hạng ở Quy Nhơn, sau đó đi ăn kem ở một tiệm sinh tố mang tên "Anh Yêu Em" Nhật Nam kể lại chuyện về má cho Ngọc Lan nghe. Nàng chăm chú nghe và thương má chàng lắm. Nỗi vui buồn của má, khi gặp người con trai về phép dăm hôm, bên người mẹ hiền yêu dấu... Nàng hiểu và cảm động nhiều... Vì hoàn cảnh anh mất ba, chỉ còn duy nhất là má, đấng sinh thành anh...

Sau đó thì chàng chuyển một ý mới mẻ hơn:

- Ý anh quên tặng em cái này nè, của birthday em chứ.
- Anh tặng gì cho em vậy?
- Nói đi. Em cứ làm nàng tiên thầy bói đi.
- Không nói đâu, sợ trật lắm...
- Trật trúng gì em cũng đạt giải anh cho mà.
- Thiệt hôn?

- Vậy nói nghen... Dây chuyền phải hôn anh?

- Trời ơi trúng phóc luôn. Đúng là nàng tiên anh làm thầy bói loại một nha.

- Em thích nó nên nói thôi. Hi hi.

- Đúng rồi dây chuyền nè. Nam nói và đưa ra sợi dây chuyền trong ví được bọc bởi hộp nữ trang, màu hồng pha cam đỏ đẹp lấp lánh bên ngoài đến tay Lan. Nàng cầm lấy thích lắm. Ngọc Lan cầm đặt nó trên tay kia của mình để coi kỹ, nàng liếc nhìn cái mặt hình trái tim lung linh và có hai cái tên khắc dính liền viết tắt N&L. Nàng thêm ngạc nhiên đến sửng sốt, đi kèm với sung sướng nữa... Nàng nhìn chàng thật âu yếm, mãnh liệt, cùng biết ơn. Nam chỉ còn gật gật cái đầu. Cả hai cùng mỉm cười hạnh phúc. Ngọc Lan ngã đầu thêm trên vai chàng, như tỏ vẻ hơn nỗi niềm thích thú quá.

Đoạn thì Nhật Nam lấy lại cầm trên tay mình, rồi vén tóc nàng, đeo được sợi dây chuyền đó vào chiếc cổ trắng ngần của nàng. Chàng ngắm Ngọc Lan. Và nàng như thu hình hết gương mặt chàng qua đôi mắt của mình nhìn, để xúc cảm yêu thương vô vàn với một người tình. Nàng như muốn nói thêm mà hết lời... Chỉ có nụ cười nàng thì còn mãi gia tăng...

Một chốc anh vui trả tiền, họ lại rời quán đi rong chơi. Nhường lại cho khách mới vào. Ra đường Nhật Nam bảo:

- Tối nay mình đi xem xi-nê em nhé.

- Phim gì anh?

- Thấy quảng cáo "Định Nghĩa Một Tình Yêu"

- Thôi em thích hai ta ra dạo biển, đi chơi ngoài bờ biển mát hơn. Khi về khuya ta coi cũng OK. Nhiều xuất mà anh?

- Tùy em.

- Em nói đi học cua, học thêm không đó? Ba má em không cho yêu như thế này đâu? Ba em nói nghe ram ram về hai chúng mình. Em bảo họ đồn ẩu. Chỉ là mến nhau tiếng hát thôi ba.

- Có gả cho anh không chứ, mà em ham đám cưới.

- Yêu không cho, nhưng đám cưới thì cho.

- Đất nước mình còn trong cái kén lạc hậu, nhưng anh nghĩ cũng hay.

- Vậy em yêu anh là sai hã? Hừm anh? Nàng tỏ vẻ giận dỗi.

- Không, em lại nghĩ sai câu nói anh rồi.

- Em đùa chọc anh thôi. Em hiểu ý anh mà. Nếu mình yêu nhau chân chính. Ba má sợ em trao trái tim lộn người nhầm, vì trào lưu yêu trong loạn lạc say mê, nhưng hoang đường xảo trá.

- Ồ anh hiểu mà.

- Anh hay quá hả anh, cứ như ở bụng dạ người lớn nha.

Nhật Nam vẫn nhẹ gật đầu mỉm cười nhìn Ngọc Lan, chàng như muốn ngắm nàng mà không thèm nói cái chi nữa.

Ngọc Lan nhìn lại chàng:

- Em cũng có thơ cho anh đây. Thưởng anh hôm nay đây. Anh thích không?

- Cố nhiên là thích chứ. Đưa anh xem, sao có đem theo không chứ? "Nàng Thơ" của anh lại biết làm thơ nữa à?

- Biết chút chút thôi. Birthday em. Mà em làm thơ tặng anh mới lạ đó nha. Đây nè nha anh ơi.

Ngọc Lan nói và bỏ lên tay chàng:

- Đọc đi anh.

Nhật Nam cầm lấy nhìn theo dòng chữ ngoằn ngoèo, lạ lẫm. Nhưng có vẻ nét đẹp phong-ta-gi của nàng.

Chàng đọc: ***Em yêu anh***

Em yêu anh từ độ kiếp nào
Em yêu từ thuở, sao chưa nền trời?
Vì yêu nên gió góp lời
Bóng Hằng Chú Cuội không đời chia hai...
Dù cho sông cuộn sóng dài
Trôi về biển cả Ngọc Trai ngậm hồn...
Lệ bàn chúc tụng sầu tuôn
Bao nhiêu ngọc lệ mấy truông cõng tình...
Dù thuyền rẽ lối linh đinh
Con thuyền định mệnh chung tình không phai.

Và bài thứ hai
Kiếp xưa. Kiếp này.
Kiếp xưa em một loài hoa
Anh là Hoàng Tử hay đùa với em...
Nắng lên sương đọng bên thềm
Giang tay không hái anh cười cợt hoa...
Nõn nà ngực xuyến em rung.
Tim anh khấp khởi, xanh trời mây tan...
Kiếp này em lại là nàng.
Để anh thao thức trăng tàn năm canh.
Ước gì anh một bức tranh?
Cho em bỏ gối, gối tay anh mềm...

- Em làm thơ tuyệt chứ. Ý tứ truyền thống lại có ý tứ tân kỳ, phải khen em mới được.

- Thương anh nhớ anh nên làm vậy thôi, cho đỡ nhớ. Dù hổng hay vẫn mượt kệ thôi.

- Hay mà em?

Lan nói xong bẽn lẽn ngắm chàng. Nép người vào...

Hai người lại cảm xúc không nói được. Thơ đã nói nhiều và hết rồi. Giờ thì họ hôn nhau, mà lòng như chưa hết say đắm, với bao tình cảm thương yêu tràn trề, dào dạt... Những con đường Quy Nhơn họ bước đi, như chia sẻ được niềm hân hoan vô tận trong trái tim họ... Và đưa họ đến dần lối ra, nơi những con đường kề đến biển, gần biển hơn... Sự nhung lụa giàu sang khoa trương trên phố, vẫn không thể nào so sánh với mặt trăng nghiêng mình trên biển vắng, hoặc vài cơn gió đùa giỡn sóng, đang vẽ nước lúc lả lơi...

**

Về biển Quy Nhơn hình như một điểm luôn là thắp sáng tình yêu Nhật Nam và Ngọc Lan. Ngọn hải đăng kia luôn là đèn thắp nến giữ gìn sự huyền bí, cẩn trọng nơi tim họ. Và họ ưa ra biển nhất, về khi chiều tà và có cả về đêm, để tìm sự bay bổng lãng mạn hòa nhịp của biển trong tình yêu họ, và như để kiến tạo sự mãnh lực luôn dâng đầy ở ái tình, hay thần phép may mắn của tình yêu, trao cho họ đó chăng?

Sau thì hai kẻ yêu nhau một hôm nữa đi chơi. Một hôm đó nàng không mặc áo dài mà mặc bộ comple, váy ngắn. Chàng thì không mặc quân y, mà đổi mặc xavin, quần tây hạt màu cà phê sữa, áo sơ mi màu cam nhạt. Họ đã ra vùng biển, chàng đi bắt còng cùng nàng. Có hoặc không có còng họ vẫn cứ đi, dọc trên lộ bờ cát bồi khi về chiều. Ngoài kia sóng vẫn nhấp nhô vỗ vào bờ cát êm ả… Và cả hai vui chơi, thú vị, họ thích với trò chơi này lắm. Không phim ảnh nào rao giảng hết tình yêu họ trên biển cát, không có không khí nào chắn lấy được tình yêu họ tha thiết cho nhau… Không có không gian nào đẹp và thơ mộng, đủ đầy hơn nơi đây. Gió như hát, trăng như sắp giỡn vờn, yêu hơn trên tóc, trên mắt, trên môi hai người họ... Vùng biển Quy Nhơn nơi chứng kiến hứa hẹn, nơi thăm dò ý tưởng bao cuộc tình. Ngọc Lan và Nhật Nam đã có những cuộc hành trình yêu thương, mang nhiều kỷ niệm về nơi đó.

CHƯƠNG 5

Chàng là lính, rồi một cuộc chiến xảy ra. Khí thế đổ quân, hành quân mới. Nhật Nam là truyền tin nhưng tham gia trong trận và có chiến đấu dữ dội phía Bắc Bồng Sơn. Hai bên đã đánh nhau mù mịt bất phân thắng bại hai ngày...

Tin thời sự chiến chinh được chiếu trên truyền hình tivi- MNVN. Ngọc Lan ngồi xem mà nghe đau nhói con tim. Vì nàng lo sợ, vì yêu Nhật Nam nên cô phải siêng theo dõi, thỉnh thoảng cô phải coi tin tức về các trận chiến…

Ngay sau đó một tuần Nhật Nam về thăm nàng. Hai người lại đi chơi với nhau, đó là của những lần về thăm nàng ngấm thương đỡ nhớ khi xa vắng… Anh về kể lại một trận chiến ác liệt xảy ra, anh ngủ mơ thấy. Có một giấc mơ kỳ lạ nhất trên đời… Nơi tiền đồn anh đi tác chiến, anh bị đạn đối phương bắn xé, xối xả để sát hại nhau. Anh và nhiều đồng đội phải bị thương lăn lóc, chết vẫn có. Vì trận chiến dữ dội gần như xáp lá cà. (Cuộc chiến giao tranh lần này có vẻ đối mặt nhau mà.) Riêng anh bị thương sắp chết thôi, nhưng Ngọc Lan từ đâu phóng đến ôm anh trong chiếc áo dài trắng nữ sinh, và dìu anh chạy dưới mưa đạn ngập trời, nàng như dũng cảm không sợ bất cứ cái gì, cô gái nữ sinh ấy, người tình bé bỏng ấy đem anh đến một căn chòi xa, nàng để anh nằm xuống, nàng nhìn anh thương xót không lời... Rồi Ngọc Lan làm như một nữ y tá cứu thương băng bó kỹ vết thương cho anh. Thế giới chung quanh lại dịu êm, an bình, thanh thản quá... Mắt nàng mộng mị ngấn lệ nhìn anh thêm... Anh ôm nàng vào lòng và hôn. Anh kể tới đó. Ngọc Lan la lên:

- Anh đừng mơ bị thương hay chết. Làm ơn đi em sợ...

- Chẳng lẽ mơ thấy mà không kể em nghe.

- Em nhìn tin tức trên tivi nhiều lần đã ngán. Anh ơi đừng kể nữa.

- Nhưng em coi TV đâu có vụ em cứu anh...

- Em không muốn anh bị thương đâu.

- Tuy nhiên một giấc mơ đẹp quá ở đời lính mà em.

Nhật Nam nhìn nàng, chàng vẫn cười vui vẻ yêu đời, chàng là người chiến binh trẻ, chàng là người mang máy truyền tin thông đạt, sống chết với chàng vẫn coi thường mà. Chàng cười khiến nàng cũng nhìn chàng cười vui tươi lại, nàng muốn bù trừ cho chàng. Hai người như hiểu nhau hơn!

Rồi chàng lại đi ra đời lính như những ngày. Thăm người yêu khi về phép mấy hôm rồi cũng phải trở về đơn vị. Chàng rất thấu hiểu lời bài hát 24 Giờ Phép của Trúc Phương. Chàng cũng thầm thương vô ngần, nên hát bài ca đó hoài. Chàng hát bài hát đó để sung sướng, và chàng cũng hát bài hát đó, để luyến tiếc đau khổ, những khi trong lòng mình nhớ người yêu nơi ấy phương xa. (Xin trích một khoảng lời bài hát hay này anh hay hát - *Từ xa tôi về phép, 24 giờ, tìm người thương trong người thương, chân nghe quen từng viên sỏi đường nhà, chiều nghiêng nghiêng nắng đổ, và người yêu đứng chờ ngoài đầu ngõ bao giờ...*

Cửa tâm tư là mắt, nên khi đối mặt chuyện buồn dương gian lần mất, đưa ta đi về nguyên thủy loài người, mùa yêu khi muốn ngỏ, vụng về ngôn ngữ tình làm bằng dấu đôi tay...

Bốn giờ đi dài thêm bốn giờ về, thời gian còn lại anh cho em tất cả em ơi, ta đưa ta đến vùng tuyệt vời. Đêm lạc loài, giấc ngủ mồ côi. Người đi chưa đợi sáng, đưa nhau cuối đường sợ làm đêm vui rũ xuống.

Thương quê hương và bé nhỏ tình này, ngậm trong đôi mắt đỏ, vì mình 16 giờ bỏ trời đất bơ vơ...

Tiếng hát ấy, lời bài hát ấy an ủi cho nhịp tim chàng rất nhiều...

Rồi có một lần khác lạ hơn khi về phép. Họ không đi chơi biển, không cần dạo thành phố Quy Nhơn nữa. Lần đó thì hai người định lên lăng Mai Xuân Thưởng, họ muốn viếng thăm vị anh hùng - Mai Xuân Thưởng là một sĩ phu yêu nước của phong trào Cần Vương, Nhật Nam và Ngọc Lan rất tán thán con người này. Họ cũng muốn đi xa dả ngoại một tý. Lần đó nàng vẫn không mặc chiếc áo dài trắng tinh, cũng không mặc comple chi, mà nàng lại đổi cách ăn mặc lạ lắm, Ngọc Lan mặc áo các thiếu nữ TH, con nhà khuê các khuê môn đi chơi, đây là ý tưởng của chàng. Chàng thì cũng không mặc quân y đồ lính, cũng không mặc đồ thư sinh xavin- kiểu quần âu tây, hoặc áo sơ mi tân tiến. Mà chàng mặc theo đồ đàn ông của người Mãn Thanh cho vui. Đối với chàng và nàng ăn mặc là một phong cách, là thời trang, một nghệ thuật giải trí theo mốt, chứ không phải ăn mặc chốc lát, là để nô lệ cho một tinh thần tư tưởng, cho bộ đồ suốt cuộc đời... Tuy nhiên Ngọc Lan không đồng ý hết, nàng "hạ chiếu chỉ" sẽ chiều chàng phân nửa thôi. Nghĩa là nàng thì y phục như thế. Nhưng riêng chàng, nàng lại nói:

- "Em thì coi như OK. Còn anh phải y vận khăn đóng áo dài như một hoàng tử Bảo Long đi. Vì đó vẫn là niềm tự hào dân tộc, Bảo Long lúc đầu đăng quang đó anh? Để cho các em và cho toàn bộ người dân, họ có nhìn thấy cũng vui mắt mà không trách cứ xa xôi. Mình không phải phản loạn đi theo Phong Kiến Mãn Thanh chứ! Vậy nhé anh."

- Thật nhiều chuyện em. Song hay hay, anh tuân lịnh.

Thế là chàng cảm được lời nói của Ngọc Lan không đến nỗi sai, Nhật Nam để khen lòng người yêu mình, chàng đã y phục như nàng mong. (Chắc chàng sẽ đẹp ra như Hoàng Tử Bảo Long đây, Ngọc Lan nghĩ vậy.) Lúc hai người vào chợ lớn Quy Nhơn thuê đồ, và họ mua kẹo, mua bánh trái chuẩn bị trên đường đi. Chàng đã đi dọ tìm mướn con ngựa thành thục, nơi một người luyện ngựa giỏi, cũng tại thành phố Quy Nhơn này. Nó có tiếng chạy đường xa ngoan hiền, lễ phép, thông minh, và vâng lời. Rồi anh cùng Ngọc Lan xuất trình từ Quy Nhơn đến lăng Mai Xuân Thưởng cầu lễ, với lòng mến mộ người chí sĩ của hai cá nhân họ…

Trên đường đi chàng gặp những em bé reo hò mừng rỡ khí thế, khi thấy Nhật Nam, Ngọc Lan, cùng con ngựa đẹp là lạ, xuất hiện qua các nẻo đường, qua giữa những lối đi... Đó vẫn không phải là cỡi ngựa như một kỵ binh ở cuộc chiến, tro trọi và gan dạ, mà chỉ là chiếc xe ngựa chuyên chở có hai bánh, có mái vòm để chàng dễ lái cùng Ngọc Lan ngồi đi cho an toàn thôi, ít gặp nguy hiểm hơn thôi. Với lại đồ đạc được chở mang nhiều trên xe như ý. Thế đấy có lúc chàng cầm dây cương giật giật, cho ngựa đứng lại, để chàng thảy nhẹ kẹo bánh đến cho các em vui mừng, chào đón, khí thế... Đúng rồi được các em chào đón tưng bừng khí thế nhộn nhịp, các em vui hứng bằng tay, hoặc mũ nón, và cả vạt áo mở bung bê ra đón nhận lấy quà nơi một chàng trai thanh tú và một cô gái dịu dàng, từ đâu xa lạ đến hiến tặng…

Ngọc Lan đã mua bỏ sẵn nơi thùng giấy, thùng thiết mỏng, thùng kẽm mềm, và có cả gồm những xách, hay bịch nhỏ được gói theo giấy kiếng bóng đủ màu sắc xanh đỏ, tím vàng, trắng nâu... Nàng có bàn tay làm khéo léo sắp xếp, với kiểu màu sắc đẹp chàng thích như thế... Đó là niềm vui cho các em, thay lời chào chúc mừng đến các em trên quê hương, từ nơi làng xóm với những nẻo đi, nẻo tới…

Nhật Nam, Ngọc Lan thích chơi một trò chơi, thú vị và hữu ích này, trong một chuyến đi ngựa đường xa… Cả hai mỉm cười sung sướng, cùng mấy em được quà thì rất là thích thú, vì trẻ thơ mấy em thấy cảnh lạ người xa từ đâu, mà đến biếu cho quà cáp thì vui nhộn nào bằng, nói sao cho hết... Và rồi cuối cùng hai người Nhật Nam và Ngọc Lan họ yêu nhau đó, đã đến nơi để xin cầu lễ vị anh hùng chí khí Mai Xuân Thưởng...

CHƯƠNG 6

Nhưng thời gian như gieo rắc bao thảm sầu. Thì anh không chết khi giao tranh đánh nhau, hoặc những trận đổ bộ, để hành quân càng quét đối phương. Mà Nhật Nam chết vì một vụ ám sát lộn người, hay họ cố tình ám sát anh không biết.

Ngọc Lan nghe tin về như thế. Cô như chết nửa người, cô vật vã khóc than nhịn ăn, nhịn uống ba ngày. Hồn và xác thân nàng rã rời đau đớn, vì quá tiếc thương người yêu, Ngọc Lan đem lòng nghĩ ngợi là phải xin ba mẹ nàng để chịu tang chàng. Tuy thế ba mẹ Ngọc Lan đâu có thể nào dễ dàng chấp nhận.

Riêng phần mẹ ruột Nhật Nam nghe được tin, bà uống thuốc tự vẫn, bà chết buồn bã liền theo sau đó. Bởi không có người kịp thời cứu giúp, hay ngăn cản. Người mẹ đang trong cơn sốc lớn cho thế cảnh nhà mình. "Cha Nhật Nam đi ra Bắc cũng chết yểu, con trai bây giờ cũng chết non... Cuộc đời bà còn gì buồn để có hơn, đơn độc hơn..." Nên bà đã quyết quyên sinh không chậm.

Ngọc Lan thì để tang Nhật Nam hai năm, nàng năn nỉ ba mẹ mòn cả nước mắt mới được. Thế là muộn còn hơn không. Khi lúc đầu ông bà Lê Sinh không chấp nhận cho con gái, chịu tang cho người con trai chưa từng là hôn thú, nhưng vì biết Ngọc Lan quá đau lòng, quá thảm khốc suốt những chuỗi ngày tháng. Nên họ không cầm được, họ không thể hoãn được sự suy tư của Ngọc Lan. Nên đành khoảng thời gian sau này ba mẹ mới đồng thuận cho nàng một "điều ước" nơi tấm lòng trung trinh của nàng...

**

Qua năm thứ ba. Ngọc Lan buồn bã muốn đi tu làm

soeur cho xong chuyện, xong đi một cuộc đời của kiếp người mang nhiều đau khổ. Nhưng ba mẹ nàng không đồng ý với điều này nữa. Ngọc Lan chỉ có quyền chọn lựa đi dạy học, ba má tạm cho phép Ngọc Lan với sở thích đó thôi. Nàng sẽ dạy học ở các trường của nhà thờ.

Cuộc đời Ngọc Lan lại chuyển hướng. Nàng chuyên đi thăm các danh trại mồ côi của nhà dòng. Đúng như lời thề, nàng chỉ yêu duy nhất Nhật Nam. Chàng trong mối tình đầu, và là mối tình cuối...

Một ngày Ngọc Lan thưa với ba mẹ:

- Con muốn được xin đứa con nuôi, con không muốn lập gia đình thưa ba má.

- Gia đình hôn nhân hạnh phúc làm người là quan trọng.

- Tư tưởng của con người mới quan trọng, chứ không phải sự kiện quan trọng ba ạ.

- Con đã biết lý luận rồi. Nhưng con có biết truyền thống gia đình chúng ta. Họ hàng chúng ta chứ.

- Tạm thời là như thế. Con chưa có dự liệu gì khác hơn, con sẽ đến cô nhi viện xin con nuôi trước.

- Con định xin con nuôi thật à.

- Dạ đúng vậy thưa ba.

Ba Ngọc Lan ông Lê Sinh lắc đầu ngao ngán cho một sở thích đứa con gái ông. Mẹ Ngọc Lan, Hồ Lệ Cúc chỉ ngồi đó nghe chồng và cô con gái nói. Bà im như cái nhíp thôi. Ba Ngọc Lan tiếp tục phát biểu:

- Ba thấy xáo trộn về cuộc đời con nhiều, song ba không có tư tưởng rào cấm, khi con đang mang những tư tưởng cấp tiến, cá nhân và tự do. Ba thật sự có phần bất bình với những lựa chọn của con, Lan ạ.

- Dạ con xin cám ơn ba nhận định. Nhưng con vẫn tôn trọng lễ giáo của ba, có mới cũ hòa hợp mà. Ngọc Lan chưa phải là đứa con hư, con chưa làm gì bất hiếu thưa ba. Ngọc Lan xin ba nghĩ rằng, ba nên hiểu con như thế...

Những cuộc nói chuyện với ba mẹ Ngọc Lan thì tương tựa như vậy, dù nhiều lần.

**

Hai tháng sau tiếp đó, rồi cũng đến nhanh Ngọc Lan đến cô nhi viện LT và nàng muốn xin con nuôi như quyết định trong lòng.

Nàng làm thủ tục, đang nói với một soeur tên Mỹ Hoa:

- Sao cũng được. Soeur cho Lan em nào thì Lan sẽ nhận em đó.

- Tôi cho Ngọc Lan một em bé gái. Nhìn khá xinh xắn và có vẻ giống Ngọc Lan. Em bé vẻ lai Tây.

- Cũng được thôi. Bé mấy tuổi rồi.

- Độ bốn tuổi. Bé khá giống cô. Tôi nhắc lại.

- Làm gì có bé giống tôi. Do soeur tưởng tượng thôi hà.

- Giống thật đó, Ngọc Lan sẽ nhìn nha. Người giống người là thường mà.

- Nếu có được như vậy cũng hay lắm, mừng thôi.

- Vậy ngay hôm nay tôi có thể giao luôn được chứ. Thủ tục ở đây nhanh, tránh rườm rà lôi thôi, tốn thời giờ chúng ta.

- Tôi vẫn mong vậy. Cám ơn soeur.

- Một chốc trôi qua, Ngọc Lan được đưa đến nơi gặp em. Và soeur Mỹ Hoa bảo với em bé, khi Ngọc Lan đứng bên cạnh nó:

- Con theo người này. Cô này muốn làm mẹ con đó. Con ngoan ngoãn theo về nhà cô ta ở nha.

Ngọc Lan nhìn bé trong lòng vui lẫn buồn. Bé cũng thế ánh mắt bé vui cả buồn. Ngọc Lan nhìn bé thì thương lắm. Nàng liền hỏi:

- Bé tên gì thưa soeur?

- Bé tên Mai. Bé lanh miệng và tự biết giới thiệu tên mình như thuộc lòng.

- Vậy Mai sẽ về ở với cô. Cô sẽ là mẹ của Mai. Cô sẽ chăm sóc cho Mai nha.

- Dạ.

Bé dạ một tiếng có vẻ tươi hơn, Ngọc Lan tiếp đến bồng bé lên tay một chút, rồi để xuống. Hổng biết chuẩn bị từ đâu, Ngọc Lan có sẵn cái kiềng đeo tay bằng nhựa màu vàng, đẹp óng ánh lắm, từ trong ví xách tay nàng lấy ra đeo cho em. Và nàng thổi lấy chiếc bong bóng màu tím nữa, rồi cột dây đưa cho bé cầm luôn. Bé Mai cầm vui, pha chút ngỡ ngàng, có vẻ biết ơn nữa. Bé hớn hở hơn ở đôi mắt của tuổi thơ mình.

Rồi Ngọc Lan cùng bé Mai giã từ soeur Mỹ Hoa, giã từ trại mồ côi LT từ buổi hôm nay...

Giấy tờ nàng làm ký hết xong. Vả lại đúng là thủ tục ở đây cũng rất đơn giản. Không rườm rà, hay thể thức chi lắm!

Và rồi giữa ban trưa ban ngày. Nhưng Ngọc Lan tưởng như đâu đó có vài sao trời lấp lánh đẹp chiếu, đang đổ xuống chân theo dấu hai người. Nơi một người mẹ cầm tay một người con. Họ vui vẻ bước đi...

Đó là của bầu trời LT năm Việt Nam 1973.

CHƯƠNG 7

Thời gian tình hình chính trị chiến trường Miền Nam khoảng ấy thay đổi đi nhiều. Một Nam Việt Nam những năm tháng ấy, đã đổi đi nhiều thế vị. Và cũng căng thẳng đi nhiều với chính phủ Mỹ của hiệp định Paris. Sau đầu xuân năm 1975. Là chính quyền Nam Việt Nam Cộng Hòa không còn ký tính các hiệp ước gì nữa, chỉ còn suy sụp thất thủ và chờ đi đến sự bại vong. Vì khi mà chính phủ Hoa Kỳ cắt nhiều viện trợ và cũng không còn mặn mà với chính thể Quốc Gia Nam Việt Nam. Trong lúc khi chính thể Miền Bắc VC, họ có chiêu bài mặt trận giải phóng Miền Nam Việt Nam lãnh đạo. Nhưng thật sự Việt Cộng Miền Bắc và Cộng Sản Thế Giới đã hổ trợ để tấn công Miền Nam. Miền Bắc lúc ấy thắng thế, đi đến chiếm cứ Miền Nam hoàn toàn - Của cuộc tổng tấn công của họ mùa xuân 1975.

Gia đình của Ngọc Lan là tư sản nên bị đánh phá gọi là đánh phá tư sản và tiểu tư sản ngoại bang lúc đó... Trước cuộc sống có nhiều thay đổi biến động. Ông Sinh ba Ngọc Lan nói với Lệ Cúc vợ ông nhân một hôm:

- Tôi thật chẳng sung sướng gì và cảm thấy khó thở, ngộp thở trong cuộc sống này.

Bà Sinh. Lệ Cúc chớp cặp mắt an ủi chồng:

- Người ta sao mình vậy lo chi anh, vạn người triệu người mà anh Sinh?

Ông như không để ý lắm câu nói của bà, và bà khoan thêm mấy câu nói từng làm cho ông tối mặt nhíu mày:

- Do ông hết. Ai biểu ông chi? Sự thật với tin tưởng...

Ông đang lẩm bẩm, tiếng ông to dần lên âm thanh:

- Quốc Hữu hóa, Xã hội hóa, Hợp tác hóa, Xí nghiệp hóa, Công nghiệp hóa, Thủy nông hóa, Nông nghiệp hóa... Cái con khỉ khô hóa. Của người ta lấy hết. Chèn ép tước đoạt khống chế thì có, chứ con mẹ gì hóa hóa? Hừm...

Thấy chồng buồn quá bà Lệ Cúc lại trấn an ông:

- Để rồi coi thử... Thôi mình ơi... Anh nên yên tâm đã.

- Coi kiết cái gì? Nói một đường làm một nẻo? Chứ như chính sách thì cũng đỡ thở đi. Họ ép ai được thì ép. Có thân thế bao che. Có cây to bóng mát thì đỡ. Có vây cánh, ô nhờ, dù lọng bao phủ sẽ khác hơn mình.

Bà Sinh vẫn điềm nhiên nhưng lên giọng:

- Mà tại hồi đó rục rịch tứ phía khắp nơi. Tôi bảo ông đi xuất cảnh ông nói, ông yêu quê hương VN, ông thương cái đất nước hình cong chữ S này. Thì giờ phải chịu thôi...

Ông Sinh gục đầu im lặng suy tư điều chi như không để ý bà Sinh nói. Rồi một chốc ông lại bảo rằng:

- Chắc phải bằng lòng về với luật rừng đành chứ sao?

- Suỵt ôi. Ông nói nhà có vách mách có chứng đó.

- Tôi mà sợ ai, người một lần chết chứ mấy. Khỉ khô, khỉ mốc. Quá lắm ta lên núi sống cho quên đời cũng đủ rồi.

Thế thì với giai đoạn đánh phá tư sản và tiểu tư sản. Quốc Hữu hóa, Xã hội hóa, Hợp tác hóa. Nhiều thứ hóa hóa nữa. Cha của Ngọc Lan ông Sinh bị mất hết của cải sanh ra buồn phiền, nên ông có chí hướng từ trước. Ông lên non ở. Cùng với vợ Lệ Cúc lên núi ở như ở chùa trồng hoa, ngắm hoa nơi sơn cước mà cố vui để sống. Ông như muốn quên của cải, bỏ bạn hữu, rời phố xá, tránh kẻ hung đồ...

Riêng Lan ở lại phố Quy Nhơn cùng bé Mai. Lan suy tư

cô không muốn cho trẻ thơ vào núi sớm. Tội cho con thơ.

Ai đâu ngờ rằng chuyện đau lòng, sau thì cha Ngọc Lan bị kẻ xấu hãm hãi giết. (Kẻ xấu là những người chiếm hữu riêng của cải ông đó rồi họ âm thầm ra tay.) Rồi mẹ buồn cảm mạo đau đơn sơ nhưng cũng mất đi luôn. Mẹ chết, cách cái chết của ba Sinh không xa mấy. Chỉ sau ba tuần… Họ bỉ ổi, gian tà, ác độc, làm khổ cho gia đình Ngọc Lan nhiều. Nàng đành rằng biết, rồi chấp nhận khó mà than thở với trời đất nữa. Đời nàng bây giờ đi nhanh và buồn bã thêm.

Ngọc Lan lại thương cha, khóc mẹ trong hoàn cảnh đứng trước mộ bia nơi chốn thâm sơn cùng cốc, nhưng cô phải về thành phố mà sống. Nàng tự đứng lên, đi làm trong một nhà hàng chạy bàn tại cảng Quy Nhơn. Nàng cùng bé Mai thuê ở nơi một căn nhà nhỏ, hẻm nghèo, của xóm Ga Bàu lao động, xóm nghèo nhất nhì Quy Nhơn. (Lúc trước thì nhà ba mẹ nàng ở trên đường Gia Long, khu trung tâm thành phố…)

Một ngày nọ Ngọc Lan nhìn người thương binh tàn tật, có cụt một cánh tay bên trái của hệ quả chiến tranh, của phía cánh miền Bắc đi ăn xin. Trông anh ốm yếu, buồn khờ, khó khổ đến tội nghiệp, nao cả tư tưởng nàng. Lan động lòng cảm xót quá, nên đem anh về nuôi, và nhận làm anh em kết nghĩa với nàng. Họ sớm hôm nương cậy có nhau trong thời điểm này. Thời gian miền Bắc tập kết lần lượt tràn về, như đàn chim về vỡ tổ. Quân dân miền Bắc của thắng thế 1975, trùng trùng điệp điệp cứ như đổ bộ vào khắp phố phường Miền Nam. Quy Nhơn vẫn nằm trong biểu đồ đó, dòng chảy đó…

Thì chuyện xảy ra đau lòng với Ngọc Lan hơn thế nữa. Một anh cán chính, cán bộ miền Bắc về "vai vế cũng có cỡ" ra sức cua, tán tỉnh nàng, tấn công nàng. Cô không phải là Thị Hến, nhưng ông ta muốn mình là Quan Huyện chắc. Ông ta tên là Lai Đình Nhu. Ông có vợ hai con, và lủ khủ tình nhân ông muốn... Vậy mà một hôm ông đến nhà Ngọc Lan thấy người chung chiến hào của mình, chung giới tuyến ông, tức là Trần Hữu Nghĩa. Lúc anh Trần Hữu Nghĩa đang đứng làm một vật gì đó, dùng một tay mà uốn cong một sợi thép móc đồ cho Ngọc Lan chắc. Thì hắn Lai Đình Nhu tới thấy rống lên, và hình như Lai Đình Nhu quên đi điều lịch sự tối thiểu làm người. Hắn cố la lối om sòm, dù giọng hắn thật vẫn nhỏ thó the thé, thua một con dế gáy canh chiều mà. Hắn đang kênh kiệu bảo:

- Thằng này mi làm gì ở đây. Thân hình mày có đáng cho Ngọc Lan kề cận không chứ? Trời ơi chỉ có ông này mới xứng đáng với dáng ngọc, thân ngà của nàng thôi. Mày không có cửa, không có quyền ở đây. Cút đi nhanh tao nhờ...

Bực tức khi nghe thấy thái độ Lai Đình Nhu lỗ mãng. Ngọc Lan phản ứng ngay:

- Anh là ai mà vô đây nói năng thiếu tế nhị. Anh Hữu Nghĩa là anh em kết nghĩa với tôi. Anh đừng phát ngôn linh tinh, bừa bãi. Anh không thể nào có mặt trong trái tim tôi. Anh phải biết thế cho tôi nhé ...

- Dẫu sao anh có. Anh có chức có quyền, có địa vị. Còn thằng này có gì. À ha ha ha. Hắn lại cười to như điên.

Ngọc Lan ghê tởm lườm hắn. Lai Đình Nhu bảo tiếp:

- Ha ha nó có chứ. Nó chỉ có một thứ trên răng dưới g... Nhưng biết đâu Ngọc Lan này lại mê thứ của đó. Đàn bà đẹp lại càng mê ra thứ đó. Ha ha.

- Anh im ngay đi, đồ súc vật. Ông ăn nói không ra gì cả.

- Ha ha, đừng hỗn nha. Ông này nếu không ăn được thì có cách làm cho mày trầy da tróc vảy đó. Nên nhớ nha.

- Đồ bần tiện, đồ bẩn thỉu. Anh ra khỏi nhà tôi ngay.

- Đuổi tao hã mày đâu có dễ. Ha ha. Phụ nữ vùng lên hã mày. Tao muốn kẻ nào sống thì sống. Tao muốn kẻ đó phải chết, tất phải chết. Phải nhớ lấy câu này.

Chỉ có Ngọc Lan đối chấp với Đình Nhu. Còn Hữu Nghĩa vẫn đứng trơ ra đó. Anh sợ hắn như sợ một chủ nhân phạt tội, nên Nghĩa đứng im ru. Anh nhìn hắn, Đình Nhu đang hung dữ, như có vẻ tím mặt lạnh lùng, tuy hắn cố gắng làm sôi nổi thái độ:

- Lính đâu vào đi kéo thằng này bắn bỏ xác cho tao hã giận. Tại nó mà người đẹp, Ngọc Lan này xài xễ tao. Tao thiệt ra muốn ăn tươi nuốt sống thằng ni, tao mới hả gan lận.

Con bé Mai đi đâu về nép sát bên mẹ. Chắc đi chơi trong xóm với mấy đứa nhỏ. Nó nhìn chú Hữu Nghĩa nó thấy thương quá. Nhưng cũng ánh mắt đó, bé Mai liếc nhìn Lai Đình Nhu nó sợ hãi và cả gớm ghiếc nơi lòng.

- Anh không thể, không được người giết người vô tội. Ngọc Lan mạnh mẽ bảo thêm.

- Mày chịu lên giường với tao, thì Hữu Nghĩa được tha. Nếu không thì tao sẽ...

- Hừm... Không bao giờ đâu. Thân ông con heo bẩn thỉu, sao mà nằm trên giường với tôi mới được chứ? Quả là thứ hồ đồ ngấy sợ.

- Không ngờ Ngọc Lan quá hỗn. Thế thì nó phải chết. Nó phải chết. Liệu hồn nha...

- Thôi để anh chết đi em Lan. Hữu Nghĩa nhìn Ngọc Lan vẻ xót xa cho nàng.

- Không được, anh phải sống anh Nghĩa.

- Anh không muốn em vì anh mà phải đau đớn xác thân, ngậm ngùi với tuổi thanh xuân mình... Anh có chết đi cũng được em. Đừng tiếc cho anh để mà làm gì. Chỉ là thêm hại em thôi.

- Không, em là em gái anh. Em phải cứu anh chứ. Em không để anh mất trong một trường hợp vô lý đâu.

Lai Đình Nhu chen vô nói:

- Thật là một sự kiện hy sinh cao cả. Ha ha đáng quý mà, đáng được khen mà. Sẽ được ngưỡng mộ thôi. Ha ha

Ngọc Lan suy nghĩ thiệt hơn, nơi lòng mình có vẻ đau. Nhưng mà cô phải chọn sự tạm thời chấp nhận đi đã. Và mọi chuyện có thể thay đổi khác hơn. Nàng quay lại nhìn Lai Đình Nhu. Ngọc Lan lên tiếng rằng:

- Vâng tôi bằng lòng mong ông tha cho anh ấy. Nhưng không nhất thiết, ông không phải cần tôi hôm nay chứ...?

Một tích tắc Ngọc Lan đã thông minh, nghĩ ra dự định

của lòng cô một thế cờ khác để thực hiện... Sẽ như có thể, một trang viết tiểu thuyết phải sang chương bất ngờ thôi... Riêng Lai Đình Nhu háu mắt mừng rỡ. Hắn sốt sắng, và sỗ sàng nhìn về phía nàng. Hắn đưa lịnh mới:

- Được thôi em cưng. Trong hai ngày tới. Anh Lai Đình Nhu có thể muốn bất cứ lúc nào.

- Tôi sẵn sàng cho ông toại nguyện. Một ngày tôi sẽ cho anh thỏa mãn... Ngọc Lan trả lời trong dịu dàng bi đát.

Lai Đình biết Ngọc Lan kêu ông lúc anh, lúc ông. Nhưng Lai Đình Nhu không bắt lỗi và điều đó không cần thiết nữa với ông - Người anh hùng đang mê gái này. Ông chỉ vui vẻ vì ước mơ:

- Ha ha. Người đẹp Ngọc Lan này còn biết điều lắm đó. Thân ngọc này sẽ là của tao, thuộc về tao ha ha... Phải thế chứ, phải thế chứ. Nàng sẽ lịch duyệt như hảo ý của tao. Ha ha ha.

Và hắn thích chí "cười dê" một tràng dài thêm một cách rùng rợn, thô lỗ, của kẻ thắng cuộc. Hắn như sống với thế giới, một cõi của mình mà không ai biết. Tại sao trời lại sinh những con người tính khí như thế nhỉ? Ngọc Lan buồn bã nhìn hắn. Nàng như muốn lắc đầu...

Sau những giờ phút thỏa thuận và chiều đêm bọn lưu manh ra về. Ngay đêm đó Ngọc Lan dự định rồi. Nàng cùng anh Hữu Nghĩa và bé Mai con nàng cùng thu xếp đồ gọn gàng những thứ cần thiết mang theo thôi. Họ sẽ bỏ nhà ra đi trốn vào miền Nam tức khắc giờ phút này. Họ sẽ dẫn nhau rời nhà ra bến ga tàu... Và họ sẽ ẩn nấp khéo, dìu nhau bước lên tàu, để rồi phải đi tàu cho trót lọt. Cả ba tự ý hổ trợ, và rốt ráo hành động để khẩn trương mau lẹ nhất. Đúng vậy họ vất vả để ra đi, và đã ra đi, dù họ sang nhiều tàu, nhiều trận, nhiều khê. Nhưng rồi đâu đã vào đấy, hên nhiều...

Và Ngọc Lan đã chọn được điểm đến... Họ ba người tìm được một nơi, cuộc sống mới bắt đầu với họ. Họ chỉ mướn một cái nhà, đúng hơn một cái lán trại nho nhỏ, sống và buôn bán hàng lặt vặt gần chợ XL. Cũng giống như bao người "gạo chợ nước sông" thời ấy có chi khác.

Cả ba đùm bọc. Cuộc sống mới Hữu Nghĩa, Ngọc Lan cùng với bé Mai như một gia đình hạnh phúc, dù nghèo. Thực chất Ngọc Lan chỉ thương hại một quân nhân tàn phế, bị gạt ra lề đường. Và là bên kia giới tuyến của người yêu mình. Anh ta thiếu đi sự may mắn ở cuộc chiến xảy ra. Anh là hậu quả của thương đau, của chiến tranh... Tuy nhiên nàng vì tình yêu lòng nhân đạo bao phủ, làm tan mỏng đi lòng thù nghịch giai cấp trong nàng. Trong lòng Ngọc Lan, lòng nhân đạo lớn hơn sự thù nghịch của ý thức hệ. Nàng không muốn nói là nàng cao thượng. Nhưng Ngọc Lan chỉ mong, mình làm một việc cho có đạo đức, có tình người lên trên hết.

Nhiều lúc nàng vẫn ước ao giả định: Giá như Nhật Nam như thế này thì nàng vẫn có hạnh phúc hơn. Nhưng làm gì, nàng tìm được chàng đâu trên cõi đời này nữa. Chính vì niềm lưu luyến đời lính, lính nếu bất hạnh trên chiến trường dù bên nào, bên này hoặc bên kia vẫn nhận lãnh niềm đau khổ riêng. Nên nàng chạnh tâm "lượm nhặt" Hữu Nghĩa về nuôi, an ủi cho anh được phần nào... Còn chàng Hữu Nghĩa thì vẫn thương nàng như đứa em gái, nàng gặp phải lúc hiểm nghèo bất trắc, dù gia thế nàng từng là con nhà giàu có...

Song chẳng bao lâu, không biết từ đâu, bọn chúng chạy kiếm săn lùng tìm ra. Chúng độc ác kết thúc cuộc sống tốt đẹp chân tình của ba người Ngọc Lan, Hữu Nghĩa và bé Mai...

Bọn chúng bắt được, đem "làm thịt" anh Hữu Nghĩa vì lòng ganh tỵ. Hắn Lai Đình Nhu và hai người tay chân đồng bọn, đã dẫn anh vô núi và xử bắn ở núi Trăng Châu L.T "Đời không trăm lần vui mà vạn lần sầu." Hữu Nghĩa mang gánh nhục trên vai nhưng trước cái chết anh có an bình tự tại... Anh nhận một tràng đạn AK, vì chúng nó bịt mắt anh, dắt đi để xử bắn một cách vô lý thù vặt. Người chủ mưu sát hại Hữu Nghĩa là Lai Đình Nhu một cán chính bụng bự kia.

Nàng Ngọc Lan khóc than nhưng vô ích không được

gì. Theo chủ nghĩa cá nhân của Lai Đình Nhu đang tung hoành trả thù dù vô lý. Rồi nàng lại bị bắt về căn nhà cũ ở Quy Nhơn làm ngày "đại vui" cho tên Lai Đình Nhu. Nàng khóc lóc như mưa, vô cùng đau đớn. Mặc kệ Lai Đình Nhu vẫn thụ hưởng trên thân thể nàng như chẳng hề nghe tiếng khóc nàng than vãn... Trong lòng ông như mùa xuân, nhưng với nàng là cả một mùa thu tàn khốc. Lúc đó con bé Mai nhóc, nghe mẹ khóc rú lên kháng cự, nó biết và mang dao bén đứng phía sau. Nó toan muốn giết Lai Đình Nhu dễ ợt như trong tay nó. Song Ngọc Lan nhìn kịp được bé Mai, sợ rắc rối thêm. Ngọc Lan ra hiệu thầm cho con.

- Đừng con, hãy lui gót vào trong đi.

Bé khựng lại nhìn mẹ. Bé như hiểu lời mẹ của ánh mắt. Bé Mai chịu rút lui cất dao bén, ngồi ôm đầu khóc thầm hụ hụ nơi một góc xó. Vì nó biết mẹ nó sợ rủi ro thì khổ thêm cho hai má con, và không thể giải cứu được...

Lai Đình Nhu hí hửng "hưởng thụ ái tình vui vẻ" trả thù đời xong. Hắn mừng rỡ, vác xe chạy xe máy mô-tô ra đường thì nghênh ngang, không kể trời đất là gì nữa, lòng hắn còn mộng mơ với Ngọc Lan những cuộc vui khác sẽ êm ả hơn, đẹp ý hơn... Thì hắn bị một xe khác kềnh càng chở hàng rác thải đi hút mạnh, liếm nhanh vào xe hắn. Không ngờ một phút đụng xe ì sèo, trời đất đó... Lai Đình Nhu đã hồn lìa khỏi xác. Nhu không còn một cơ hội nào để than vãn. Thật chuyện đời không thể lường hết được cái chết...

CHƯƠNG 8

Vài tuần đi qua, Ngọc Lan lên núi thăm mộ ba má. Nàng van vái ba má cho nàng vào miền Nam trở lại.

Trở lại miền Nam. Nàng bắt đầu buôn bán hàng rau ngoài chợ. Lúc đó nàng cũng chỉ là bước vào trên tuổi hai mươi không xa. Mẹ con hẩm hiu mua bán. Cuộc sống Ngọc Lan và bé Mai lăn lóc song tạm ổn. Ngọc Lan cho con ăn học. Bé đi học về cứ quấn bên mẹ, dù mẹ làm lụng vất vả để kiếm miếng cơm, bát cháo cho hai mẹ con. Mà mẹ luôn xinh đẹp và tươi tắn lạ kỳ. Bé Mai cảm nghĩ thương mẹ lắm...

Ngọc Lan luôn mua đồ mới, quần áo mới cho con nhiều, nếu nàng mua bán kiếm được lời, có tiền một ngày đó vượt trội hơn. Ngọc Lan khuyên bé Mai phải siêng ăn học. Vì nàng rất quý ở con người phải có chữ nghĩa... Có chữ nghĩa thường thì làm chủ cuộc đời. Và có chữ sẽ nhận thức giỏi, phân tích hay, hiểu biết lớn, ít lầm lạc bởi, những thời thế xu nịnh... Ngọc Lan từng bảo bé Mai:

- Con phải siêng học nha. "Nhân bất học bất tri lý. Nhỏ không học lớn lên làm sao có ý chí."

- Mẹ quý yêu. Là sao câu nói như thế hở mẹ.

- Hì hì. Lớn lên con hiểu nhiều, giờ phải lo học thôi con.

- Dạ.

Và bé đã lớn dần. Bé đi học về nhà, nhiều khi buồn bé cứ bảo và than với mẹ Ngọc Lan thường ngày:

- Mẹ ơi có những đứa bạn không ưa con, ghét con, chúng kêu con Mỹ Lai mười hai lỗ đít mẹ à.

Ngọc Lan cười. Nàng an ủi con:

- Con yêu... Đừng buồn gì hết con, tại nó không xinh đẹp bằng con. Nên tụi chúng ganh tỵ đó thôi.

- Hổng phải mẹ ơi. Hổng phải đâu...

- Hì hì... Tin mẹ đi. Không sao cả mà.

- Hừm mẹ ơi. Bé nói và nhìn Ngọc Lan, nó vẫn không vui. Bé nước mắt đổ dài, đôi khi lấm lét...

Nhìn con thấy thương. Lan ôm bé vào lòng thương nó lắm, như chính nàng đẻ ra vậy... Nàng cứ nghĩ nó như là đứa con mà Nhật Nam đã tặng cho nàng trên trần gian này vậy!

Mẹ con Ngọc Lan, bé Mai sống một cuộc đời tha phương cầu thực, bỏ thành phố Quy và đến nơi đây lập nghiệp, một căn nhà nhỏ gần phố thị, bán buôn lặt vặt nhưng lớn dần. Ngọc Lan đảm đang nuôi bé. Giống như bao người đã phải xa quê, để tìm đến cuộc sống sinh nhai cơm củ gạo tiền tại một miền xứ khác, đất lạ xa quê tìm chút an vui, cuộc sống cho ổn định. Hoặc có thời thì khá hơn, hoặc cứ dành lấy những định mệnh nghèo túng mãi, hay trời ban phất cờ đột ngột không ai biết được? Phần nhiều thì cuộc sống bỏ xứ ra đi tìm nơi xứ khác lúc này, làm ăn kinh tế dễ dãi hơn, không đến nỗi khắc nghiệt lắm. Và vì đa phần dân chúng bỏ làng bỏ quê đến đất mới họ tự kiếm sống là lập nghiệp theo ý họ, mở mang theo thị trường của họ. (Dĩ nhiên là không phải những vùng kinh tế, của chính phủ đưa đi nơi rừng thiêng nước độc đâu.) Nên đa phần họ thường khá giả hơn lụn bại. Vì ở nơi này có tự do hơn, thoải mái hơn, ít có sự định hướng giả hiệu và kèm kẹp quá đáng của chính quyền. Nàng với bé Mai thì cũng bắt đầu đủ sống ấm áp, và có chút an nhàn hơn xưa rồi.

Thời gian mãi trôi qua... Thời gian của ngày mai tương lai sẽ bước đến. Thời gian của ngày hôm qua của quá khứ cứ lui dần... Thời gian sẽ hủy hoại con người nếu tư tưởng mình yếu hèn yếm thế và không tự quyết. Nhưng chính thời gian sẽ là cánh hoa vạn năng cho người biết yêu thương, và biết năng động trong cuộc sống. Thời gian Ngọc Lan đã chuộng lấy và vượt qua những khó khăn vất vả, những gian nan trăm bề, để cân bằng cuộc sống, cân bằng định mệnh, và làm tròn bổn phận người mẹ nuôi con chu đáo. Rồi vào một ngày kia trời như êm ả nắng đẹp phương nam, không gian như hữu tình tha thiết vẫy gọi... Nàng được nghe như lịnh có chương trình “Mỹ Lai xuất ngoại.” Ai có Mỹ lai nơi gia đình, tức là mình sinh đẻ, hoặc ai từng nuôi con lai Mỹ sẽ được đến đất nước Hoa Kỳ, ở một diện đi xuất cảnh hợp pháp hoàn toàn. Nghĩa là được định cư hợp pháp hoàn toàn trên đất nước America- Một quốc gia thể thức hợp chủng quốc này. Ngọc Lan đã sớm làm đơn thỉnh cầu theo nguyên lý và nguyên tắc. Sau thời gian tám tháng chờ đợi, ôi đơn trương đã chấp nhận của hy vọng nàng!

Câu chuyện Ngọc Lan kể còn dài nhưng Jinni chỉ ghi tới đây, thế là khá đủ cho những gì Ngọc Lan cần san sẻ...

Cuộc sống Ngọc Lan đi qua Mỹ, và ở Mỹ với những ngày sang đất nước này đầu tiên. Jinni coi như không có gì để ghi chép. Bởi chúng ta dễ thấy, dễ cảm, và dễ nhìn ra. Cuộc sống ban đầu định cư bao giờ ở đâu cũng khó khăn, gian nan, nhưng dần dà đi vào ổn định, dành lấy thế mạnh cam chịu và đi lên v.v... Người Việt đa phần đến đất Mỹ đều là như thế, dù đi bất cứ ở diện nào, trường hợp nào. Họ luôn phát huy thế mạnh chịu khó cần cù của người Việt.

Jinni ngưỡng mộ thật sự với cô Ngọc Lan, tâm hồn cô đẹp lắm. Jinni như muốn chắp tay bái phục trái tim nhân hậu cùng một mối tình đẹp, nhịp thở cô đẹp lắm... Cuộc sống cô đã đóng vai trò vất vả nhưng đẹp vô cùng. Cô Ngọc Lan ơi, khó tìm một người như nơi cô lắm. Và những gì đau khổ vây quanh, quấy rầy cô Ngọc Lan ở tuổi vẫn còn thanh xuân đáng yêu quá...! Mà Jinni chỉ cần ghi thôi. Ghi để chia sẻ cùng cô như một tâm tình, một cơ hội gặp gỡ của chúng ta thiện chí, và được biết đến.

Thành thật viết ra để chia sẻ...

HDT. Viết 2015--------------

KHI NGƯỜI KHỜ LẤY VỢ

CHƯƠNG 1

Cô Sáu đang vừa quét bụi. Bụi và một ít mạng nhện, tơ sa giăng trong các góc vách, trần nhà, khung cửa, đóng tòng teng. Tuy ít nhưng Cô Sáu vẫn thường làm cho nhà sạch sẽ. Xong bà vừa ngưng tay kể cho chồng:

- Ông, ông có nghe gì không? Trời ơi con Vân nó nói thằng Jimmi đòi cưới vợ ông ơi.

Ông Sáu Cân ngồi bên chiếc bàn thấy vợ bảo thế nhìn bà, ông hỏi:

- Nó đòi vợ là đòi làm sao và như thế nào?

- Thì nó nói cưới vợ cho nó đó. Như bạn bè trang lứa nó đó. Nó thấy họ ấm áp, nó thì đơn lẻ. Nó ham...

- Trời ơi mỗi người mỗi cảnh. Họ khác Jimmi khác. Nó đòi là đòi như thế nào ta? Trời ơi ghê thiệt.

Im một tý ông Sáu Cân nói tiếp:

- Chèn ơi. Ai mà lấy nó mà đòi. Họ nghe bỏ chạy xách dép hết thôi.

- Bỏ chạy xách dép là làm sao? Ông nói tôi nghe kỳ quá.

- Coi vậy bà còn lạc hậu nghen. Thì họ giật mình. Chịu thua Jimmy... Trốn chạy... Không tin tưởng bỏ chạy chứ sao?

- Vậy chứ không phải xách dép chạy tới cho nhanh hã?

- Bà còn nói khùng như cháu ngoại nữa. Bà lây nó hã.

- Tôi đùa với ông thôi. Nhưng nếu ở VN họ vẫn tranh giành lấy Việt Kiều hay ngoại quốc về đó ông?

- Người ta lanh kìa. Còn cháu mình khùng mà ai giành?

- Thì tôi mong vậy nên nói đại mà.

- Chán hết sức. Nửa mê nửa tỉnh đòi lấy vợ. Không biết lấy vợ làm chi mà đòi nữa đây thằng Jimmi này. Lúc xưa nói không thèm cưới vợ. Bây giờ thì đòi. Lạ chưa?

- Im một chút ông Sáu bảo:

- Vậy đó có khi nào lại đổi ý không chừng nữa đây hi.

Cưới về cho ba má cho ông bà ngoại chứ tôi không thèm lấy vợ đâu. Như thế sẽ lớn chuyện và mệt nữa đó nha.

- Thôi biết đâu. Nó đòi thì mình xem cũng nên giải quyết đi. Vì có một cháu ngoại duy nhất. Và chúng ta đong theo phước trời mà chịu. Phước ông bà còn cho sót lại thì lấy, chứ biết làm sao nà ông...

- Ớn thiệt. Vụ này tôi... Ông Sáu Cân tỏ vẻ ý nhún vai, đứng lên rồi ngồi xuống ghế lại.

Vừa lúc đó có Vân Đăng lái xe về. Mới vô ngõ cách hàng bông tường vy chừng ba trăm feet. Bà Sáu Cân nhìn ra. Bà lên tiếng:

- Con Vân nó về kìa. Chắc là thằng con Jimmy đòi quá. Nên con Vân về bàn tính gấp đó ông?

- Ai biết được nó về chuyện gì, để coi đã.

Vừa lúc Vân xuống xe vào nhanh, vô nhà cô thưa liền:

- Hello ba má. Thưa ba má con về đây, để bàn tiếp vụ thằng Jimmi đòi vợ.

- Thiệt rồi đó sao con? Ông Sáu Cân hỏi như thắc mắc.

- Dạ ba. Vân trả lời.

- Lấy vợ thì cũng dễ, nhưng giữ được vợ hay không? Đối với nó là khó lắm.

- Biết vậy. Nhưng không hiểu sao năm này Jimmy lại muốn có vợ. Bài hát, cứ hát toàn bài đám cưới không đó ba ơi? Con không hiểu tại sao nó lại tha thiết có vợ như vậy. Đòi thấy ham luôn đó.

- Thôi để từ từ hãy tính. Bà Sáu phân trần.

Vân kiếm hình trong album đưa cho má xem:

- Cũng có người làm mai cho con cô này nè, ở Việt Nam. Dì cô ta làm chung hãng với con. Kiểu nói chơi cách đâu khoảng năm tháng gì đó chắc? Lúc đó con không nghĩ Thằng Jimmi muốn lấy vợ. Giờ thì nó cần, nó thúc. Con trả lời với dì Hai là thằng Jimmi muốn vợ rồi, con sẽ đưa nó về VN cưới cho nó được. Ba má nhìn hình đi, để nghĩ sao?

- Hình con nhỏ này hã? Đẹp quá ta. Trời ơi đẹp ghê.

Bà Sáu phát biểu mấy lời và cười tươi rói nhìn Vân Đăng như đặt một niềm tin, hay kỳ vọng về cô gái này ngon xớt.

Vân Đăng tiếp tục khen:

- Nhìn hình cô gái này đẹp hả má? Đúng không?

- Ừ đẹp đó nhưng chịu ưng con cháu mình hay không là chuyện khác. Mà sao má nhìn hình cô ta má thấy thích thích.

Vân nhìn má cười cười chưa nói. Nghĩ lúc cô lại nói:

- Được hã má? ngắm hình cũng thích thật má há? Giọng Vân Đăng hỏi rất ôn tồn thân thiết với mẹ.

Bà Sáu Cân ngẫm nghĩ chi, cũng nhanh miệng thốt rằng:

- Thôi nó muốn thì tiến hành đi, con có dâu cũng vui cửa vui nhà mà con? Má tán đồng và sẽ mừng cháu ngoại dâu nữa chứ.

- Hừm nghe hai mẹ con trò chuyện thấy ham. Đâu đưa hình tao coi thử. (Vân có dự định đưa tham khảo với má trước, ba cô sẽ đưa sau. Vì cô tin tưởng người mẹ có cách nhìn sắc sảo hơn...) Vân Đăng giờ nghe ba nói, cô cầm đưa qua tay ba. Ông Sáu Cân đứng dậy cầm lấy, rồi nhìn khen trầm trồ giòn giã nữa, không thua gì bà Sáu. Ông kêu lên:

- Ôi con nhỏ đẹp hết biết bay ơi. Hình hiền lành phúc hậu quá. Nếu nó chịu ưng tiến hành đi. Cứ cho là thằng Jimmi có lý đi.

- Thì ông chê nó. Rồi giờ khen nó có lý. Chán ông ghê.

- Có sao. Trước chê sau khen là thường mà. Sợ trước khen sau chê mới mệt đó. Tôi là ông ngoại nó, nói kiểu nào không được mà bà bắt lý. Đổi ý ủng hộ nó là tốt mà. Ha ha...

- Chán thiệt quá. Miệng ông giòn tan như bánh tráng nướng giòn hà.

- Ý í có sao chứ. Thằng Jimmi coi bộ cũng giống ông ngoại, giống tôi đó chứ. Chỉ mỗi tội hâm hâm khác tôi thôi. Hè hè.

Cả hai mẹ con lắc đầu cười nhìn ông Sáu Cân. Tự nhiên họ thấy vui vui. Vân Đăng thưa tiếp:

- Vậy nha ba má. Chắc vợ chồng con lo tiến hành đó. Qua báo cho ba má nhìn hình bấm quẻ tý thôi. Giờ con về...

- Trời ơi làm cái gì như nước nóng đổ dồn, như ma đêm

gặp lửa vậy con. Thủng thẳng để tao nói vài chuyện đã Vân.

- Chuyện gì má?

Bà Sáu liếc nhìn, ông Sáu Cân vẫn ung dung cầm tờ báo ngồi coi. Ông đang dướng cặp mắt cận thị nhìn cho những con chữ nhỏ rõ ràng hơn chắc. Bà thì nhanh chóng thò miệng vô tai Vân Đăng thì thầm vài chữ:

- Má sẽ đi tìm thầy phong thủy coi nhà mình, đoán giúp cho, hậu vận tốt cho gia đình nha. Được không?

Vân Đăng hiểu ngầm ý mẹ. Nàng trả lời:

- Ôi được má. Má cứ làm đi nghen. Vân đồng ý thôi, ý kiến má biết chừng hay và linh nghiệm đó. Thử đi má đa.

Thì ra mẹ nàng vừa hiến kế sách mà không muốn cho ông ba Cân nghe. Nàng Vân hiểu và nàng đâu sợ, cứ nói to. Nàng đưa tay trỏ bấm lên tay cái, tạo thành vòng tròn ra dấu hiệu như thế là tốt - very good. Do dự tý, Vân Đăng đã đồng ý mạnh, 100% như khuyến khích mẹ nên tiến hành...

Rồi nàng cũng không ở lâu hơn, Vân định ra về thôi, sau khi cho biết tình hình thằng con trai khờ mình muốn cưới vợ, và cho ba má coi hình cô gái ở Vn đã có người mai mối cho nàng rồi. Vân ra xe lên xe, cho xe chạy ra đường về nhà mình. Xe nàng to cao, làm má Sáu cố nhìn mới thấy Vân Đăng cười ngồi như chễm chệ, vì tướng cô không mấy nhỏ con. Vân Đăng trên ghế ôm tay lái, mà cô vẫn cứ suy nghĩ điều gì đó chưa muốn chạy. Một lát sau cô mới bắt đầu cho xe lăn bánh...

Ông Sáu Cân còn mãi mê đọc các tin tức bốn phương uống nước trà khì khà, mắt vẫn còn dán trang chữ. Bà Sáu thì nghĩ vớ vẩn chuyện lạ, bà vào bàn thờ lạy Phật. Bà chẳng còn thời gian chú ý ông chồng nữa. Khi Vân Đăng lái xe đi xa khuất bóng... Bà đang chú ý nhất là ông địa. Vì ông địa đang tươi tắn mỉm cười nhìn bà kia kìa...

CHƯƠNG 2

Tại nơi nhà bà Sáu Cân một hôm. Bà đang nóng ruột chờ cho nhà phong thủy tới. Sốt ruột đón đợi lâu lắm. Gần hai tiếng trông đợi giờ ông thầy Tịnh đã tới. Ông Tịnh xuống xe… Ông vô nhà ngó trước, ngó sau như tên trộm. Bà Sáu Cân bước ra thềm sốt sắng lên tiếng:

- Trời ơi sao ông để tôi chờ lâu thấy mồ vậy? Còn nhà tôi đó. Có chi mà ông Tịnh ngó như quà quạ vậy. Tay chân sợ ai run lẩy bẩy thế kia cha?

- Không giấu gì đi làm nghề này. Nó cũng như bao nghề khác kiếm sống. Mà còn ý nghĩa hơn các nghề khác nữa. Song mà họ vẫn chê cười cho là khoác lác, xạo đời, lừa bịp… Nên tôi hay thận trọng. Riết thành ra thói quen, như kẻ đi ăn cắp gì nhà, ở VN đó mà.

- Trời ơi thật tội nghiệp ông nghen.

- Hè he. Nói đùa đó, nói vậy không phải vậy đâu. À tôi phải nhìn, ngó coi để phán đoán gia đình tương lai may mắn hay xui xẻo, hạnh phúc hay đang lung lay, xâu xé hay mở cửa, hậu vận trong gia đạo bà đó thôi. Nên tôi cần tò mò, tỏ mỏ phải dẻ dặt, phải nhìn kỹ, phải cẩn trọng, phải mô phạm. Ha ha ha là vậy… Ông thầy Tịnh đáp thế.

- Dẻ dặt à, trời ơi chữ nghĩa cũng biến chất, đa sắc màu… Thiệt tình ông. Bà Sáu Cân vui vẻ muốn chọc ông.

- Nói bẻ miệng cho nó xinh. Ồ không sao được rồi. Thì giờ không có. Thì giờ quý như vàng. Nên tôi muốn hỏi bà ngay. Bà muốn giúp gì nào?

- Từ từ tôi nói, vội chi giục tốc bất đạt. Nhưng sao không tự trách mình, mà trách tôi. Ông đến quá trễ với hẹn…

- Ở đời ai lại nhận mình sai chứ? Chỉ gần hai tiếng chứ mấy mà trễ. Hi hi… Bà cũng giàu chữ nghĩa quá sá đó nha.

- Hai tiếng đồng hồ mà bảo chứ mấy? Trời ơi… Thôi giúp đi, đừng dài dòng nữa. Nhà cửa coi có gì sai lỗi không? Cần sửa đổi gì không nè? Để giúp help tôi đi.

- Nhà cửa bên trong, sân ngoài hay lắm. Sạch sẽ, gọn gàng, minh sáng, ngăn nắp hết. Chưng diện quang cảnh vừa phải nhẹ nhàng. Hợp lắm lắm nha…

- Xin cám ơn thầy Tịnh. Mời ngồi đi. Tôi sẽ trình bày cho ông hiểu và đi trúng đường, coi cho tập trung hơn.

- Dạ được. Gì vậy?

Người thầy Tịnh ngồi xuống ngó ông địa kỹ. Vẻ mặt ông

chăm chú, thì bà Sáu Cân bảo lời rất tỉ tê:

- Thôi này là điểm then chốt quan trọng. Không giấu gì… tôi có đứa con gái, nó có thằng con trai hơi lừng khừng, lửng khửng. Quê mình gọi là man man, hay hâm hâm gì đó.

Nghe đến đây người thầy phong thủy nhí nhổm ngay trên ghế. Ông cố giữ vẻ bình tĩnh mà thốt lên:

- Vậy sao? Oh my god?

- Thì mục đích tôi mời ông đến đây. Để coi thử gia đạo, tình duyên cho con trai nó. Ông nhìn qua cách thức nhà tôi.

- Ủa trời ơi. Tại sao tại sao của gia đình con gái bà, mà bà mời tôi coi phong thủy nhà bà sao ta?

- Chuyện đời hài hước trong bi thảm mà. Thì thằng chồng con Vân, khó khăn trong vụ phong thủy hoặc thầy bói, thầy toán lắm… Nên tôi mời về đây. Có vậy đó thôi.

- Vậy à. Trời ơi…

- Thằng chồng con Vân đó, cũng hay đi chùa. Nhưng nó quan niệm: "Tất cả là thiên định, là do đức hạnh tạo ra duyên phận. Con người mình có thể chuyển tâm, chuyển hướng thôi…" Không có ông phong thủy nào thay mặt, thượng đế nào. Hay thầy bói nào là đúng cả.

Bà Sáu Cân im lặng, như lắng tai nghe ông trả lời. Vị thầy Tịnh lại hỏi:

- Vậy sao? Ở bà. Bà nghĩ thế nào?

- Tôi thì khác. Cũng nên tin tý đỉnh chứ. Khó nói lắm… Nhưng tôi thích để tạo một niềm tin. Hoặc để tránh tai nạn vẫn không sao. Ý tôi là vậy. Ông hiểu không?

- Ừa tôi hiểu. Bà đúng mà 100% luôn.

- Tôi nói thêm nhà tôi. Ông coi cho nó cũng được chứ?

- Ngộ vậy hã? Ông Tịnh hỏi có vẻ đăm chiêu rồi cười.

Bà Sáu nói thêm:

- Vì mẹ nó, mẹ thằng bé lừng khừng là con của tôi. Người ta cho biết luôn ảnh hưởng ba đời họa phúc. "Hưởng phúc cũng tới ba đời. Mà họa cũng có thể xảy ra trong ba đời."

- Bà đúng. Y thôi…

- Như tôi trình bày, ông rõ rồi chứ. Nên coi con gái tôi... nó cưới vợ cho con trai nó. Có được không chứ? Phong thủy nhà tôi có tốt không? Ba đời liên quan là như vậy đó.

- Ô thì ra là như thế. Oh my god... Nhà bà vị trí không cao ráo lắm nhưng thoáng. Phía trước tôi nhìn có mấy lô hoa. Tôi thích nhất là cây Nha Đam. Tiếng Mỹ gọi là cây Aloe Vera. Nói chung sắc thái bên ngoài được hưng phấn. Không có gì ảm đạm. Tương lai sẽ có nhiều thay đổi. Nhưng điềm tốt sẽ đi về sau, nhiều thử thách biến đổi, dù lên ghềnh xuống thác...

- Trời ơi ông nói như thuộc lòng vậy. Nói ít từ từ tôi nghe đã chứ?

- Thần nhập vào trí thì nói nhanh vậy thôi. Có khi nói lại không ra chữ. Bà thông cảm cho. Nghe bao nhiêu cũng được thôi. Có gì sau cuối cùng tôi gút lại. Tôi sẽ dồn, điểm lại.

- Ừa vậy cũng được nghen.

- Dạ thầy sẽ tuân lịnh.

- Cái gì mà tuân lịnh.

- Nói cho trịnh trọng chứ. He he. Mà nó định lấy vợ lấy cô dâu ở đâu? Cậu con trai đó...

- Là nè. Ở Việt Nam người ta làm mối.

- Vậy à? Ông Tịnh bấm đốt tay đọc chữ: Nhân duyên. Nhân duyên. Nhân duyên...

Hữu duyên thiên lý năng tương ngộ

Vô duyên đối diện bất tương phùng.

- Ông đọc thơ đối hay. Ông lợi hại về chữ nghĩa nha.

Vừa lúc thời gian đồng hồ như đổ chuông. Không để lâu thời gian qua mau. Bà Sáu tìm hình đưa và rằng:

- Ừa hình hai đứa nè. Mẹ nó gởi tôi đưa ông. Coi đi cho ý kiến. Tôi chuẩn bị sẵn hết cho ông đó.

- Hay hay lắm. Có thể tôi đoán được khi có hình.

Hình này hai đứa xứng đôi.

Làm ăn phát đạt cơ cầu cũng nên...

- Thơ ở đâu ông lại thuộc loạn thế.

- Nhìn hình hồn vía tôi xuất ra thôi.

Ông Tịnh tiếp tục nhìn hình đưa ra điều phán đoán:

- Nên cưới đi. Nên lắm. Con bé này đẹp mà chân thành lắm. Nhân trung này khó phản trắc ở tâm hồn lắm. Còn cậu này là bà nói lừng khừng đó hã. Khó tin lắm.

- Ừ nó đó. Ông nói gì toàn chữ lắm nhiều thế.

- Nói lắm lắm cho vui đó mà. Điệp từ khi sử dụng nhấn mạnh. Ồ còn cậu này ai mà biết lừng khừng hay man tửng ta? Nhìn kỹ còn không biết nữa nghen? Con mắt cậu trong sáng lắm. Tâm thể cũng không đục. Cậu có thể cưới vợ được mà. Tương lai cậu sẽ rộng mở hơn khi cưới vợ.

- Vậy hã, thiệt hôn?

- Tôi nghĩ để cho cậu cưới vợ dù thất bại cũng nên cưới?

- Ông vừa nói. Tương lai cậu sẽ rộng mở hơn khi cưới vợ đó. Giờ ông lại nói. "Tôi nghĩ nên để cho cậu cưới vợ dù thất bại cũng nên cưới?" Là sao trời ơi?

- Thì chuyện đời coi như cơn nước thủy triều lên xuống. Nhưng vận mệnh tốt ở cuối đường hầm. Là vậy đó...

- Ý ông Tịnh nói luôn không ngờ, hay thất thường bởi trời cho tia hy vọng cuối cùng có phải không?

- Đúng y vậy. Bà cũng văn hoa đáo để.

- Chút chút vui. Bà Sáu Cân nhìn thầy Tịnh hỏi thêm:

- Định đoán của ông cuối cùng là sao nè?

- Nên cưới vợ cho nó con nhỏ này. Nếu nó chịu ưng tiến hành ngay. Đảm bảo về sau sinh lợi...

- Hĩ. Sinh lợi là là...?

- Nó sinh con, đẻ cái với thằng này gia đình sẽ hạnh phúc chớ sao. Tin đi. Có chê, có cãi gì cũng tái hợp thôi à...

- Vậy nghen ông Tịnh?

- Chắc chắn vậy. Đi đâu cũng về La Ma thôi.

- Là gì nữa trời?

- La Ma, là La Mã đó mà. Ở Mỹ hết rồi thì nói bỏ dấu cho nó oai, văn minh khác lạ chút chứ.

- Ông cũng ưa dài dòng tốn thì giờ.

- Dài dòng nghe được không phải là chuyện chơi, không giá trị nha. Thôi nói sát ý nè, dân gian từng nói: "Công việc không chạy đường trời. Đâu cũng vào đó." La ma - La mã.

Mình tạm hiểu một nghĩa như vậy cho hay, cho ổn đi đã.

- Cám ơn ông. Lời ông coi, tôi say sưa yêu thích, và mừng lắm. Tôi bảo con gái tiến hành ngay được chứ...

- Chắc vậy. Nên làm... Nhất định nên làm.

Bà Sáu im lặng tý rồi nói rằng:

- Thôi được rồi. Tôi đã hiểu ý ông truyền đạt. Ông có thể về... Tôi gởi cho ông bao nhiêu tiền ạ?

Con sóc sau nhà lao xao chuyền cành như chở một niềm vui vào tâm tư... Ông bà Sáu Cân còn làm phước treo lơ lửng hai bình nước nhỏ cho chim chóc ở những đâu khát nước, thì cứ đến hút nước trước hiên nhà, nơi phía trước gần mấy cụm hoa. Độ rày mấy con chim đang mùa khát nước chắc, chúng bay tới hút nước cho thoả mãn. Thường thì nó tới nhiều cữ, nhất là những ngày trong mùa hè chúng bay đảo nhanh, tranh giành không ngớt... Phần ông thầy Tịnh phong thủy, bói toán này cũng được quá đấy, bà lấy nước cam vắt sẵn mời. Ông bưng lên uống một hơi như đúng dịp. Còn bà Sáu muốn đi ghé mắt, bà đi nhìn lũ chim chúng, đang thăm thèm nước kia. Chúng mỏ mổ, bay chạy, hân hoan... trong đôi cánh vung lượn thật đáng yêu... Bà thích một chút độ lượng vui vẻ nhìn lũ chim nhỏ, rồi quay lại vào phòng khách. Ông Tịnh thấy bà Sáu Cân thì bảo liền:

- Nước cam tươi uống đã quá vì tôi khát. Còn bây giờ bà cho bao nhiêu tôi lấy bấy nhiêu.

- Vậy nha. Hai trăm đô đó. Coi như tôi gieo cái phước. Mong cầu có cháu ngoại dâu như ông nói.

- Dạ được, tôi cám ơn bà lắm lắm.

- Không có chi. Bà Sáu nhìn người thầy phong thủy có vẻ sung sướng trả lời như thế.

Ông Tịnh thầy bói phong thủy đứng lên nhìn đồng hồ đeo tay phải, vừa vẫy tay trái để bước ra khỏi nhà bà. Thì ông Sáu Cân đi đâu lái xe về. Hôm nay cũng cuối tuần. Chắc ông đi đến vài nhà người bạn. Vừa liếc nhìn cái dáng đi thầy bói khẳng khiu, thầy "phong thủy thời đại," ông Tịnh này. Ông Sáu Cân lắc đầu cười nụ với chính mình.

Đợi ông thầy bói đi xong, ra khỏi địa hạt nhà. Sáu Cân bước vào hỏi vợ:

- Lão thầy bói Tịnh làm gì có trong nhà mình vậy bà?

- Thì tôi coi bói, coi phong thủy nhà. Cho con trai con Vân lấy vợ đó?

Ông Sáu Cân liền cười ngặt nghẽo rồi trở lại trạng thái im lặng hơn, nghiêm nghị ông như chỉ trích bà:

- Trời ơi là trời. Lấy vợ cho cháu trai lại bảo người ta tới nhà mình coi phong thủy, coi từ nhà bà. Là sao hã bà, hã hã?

- Ha ha. Ông lại tiếp tục cười giòn tan nữa không đợi bà mở miệng. Và lắc đầu nhìn bà như muốn tìm một sự chưng hửng nào đó của bà. Bà Sáu vẫn cố bình tâm trả lời:

- Thì sao? Người ta nói luôn ảnh hưởng ba đời. Hưởng phúc tới ba đời. Họa cũng có thể tới ba đời mà. Mình với nó chỉ mới đời thứ hai.

- Bà dám tin mấy thằng thầy bói, thầy toán đó sao. Thôi được bà dư tiền cho làm phước nên tôi chả rầy rà chi đâu. Chỉ thấy hơi ngược, lấy vợ cho cháu trai lại coi phong thủy từ nhà mình. Tại sao không dẫn ông ta về nhà thân chủ con Vân cho chuẩn hơn, hay hơn không?

- Oh my god. Ông này lạ quá. Bộ ông không biết thằng chồng con Vân nó ghét cay ghét đắng, mấy vụ con Vân cứ dẫn phong thủy về home?

- À tôi lú hay lừng khừng mất đấy. hi hi. Nhưng bà đừng có dại cho nó nhiều tiền là không được với tôi đó nha? May phước bà đó. Bà giải thích, tôi cũng khá xiêu lòng... Chứ nếu rủi hơn, tôi về sớm chút, sự việc lại có thể khác. Nghĩa là tôi ở lại chơi ba ván cờ cá độ tiếp. Nếu không là tôi về đây. Hừm. Tôi sẽ ghét, tôi sẽ tức, tôi sẽ mắng, xa xả vào ông Tịnh... Thì bà phải toát mồ hôi để binh hắn đó nha. Bởi vì bà mướn hắn mới tới cho bà? Trong rủi có may cho bà đó chứ.

Bà Sáu phì cười:

- Thì có phước tôi hên rồi. Ăn sáng gì đâu chưa, tôi nấu bò lagu rồi. Đắp vô miệng ông rồi nghỉ ngơi đi. Nói dai nói dại, nói quá đó. Tôi đi gọi điện cho con Vân đây...

Ông Sáu Cân bỗng thấy lạ, vui miệng đùa rằng:

- Hai mẹ con lo cho thằng con, thằng cháu lấy vợ mà như lo cho chính mình đi...

- Làm cha mẹ phải vậy chứ. Xí ông này nói như dở hơi.

- Hi hi. Tôi chọc bà, cám ơn bà lo cho tôi. Tôi đi ăn đây.

Ông Sáu Cân định hôn bà Sáu Cân. Nhưng bà né ra, bà toan vào phòng chốt cửa để kêu điện thoại cho Vân Đăng rồi! Ông cười và quê quẩy với một mình... Rồi ông lắc đầu đi kiếm món thịt bò lagu. Mà buổi sáng chủ nhật bà đã nấu cho ông... Ông muốn nhìn thử...

CHƯƠNG 3

Hai cha con đi chùa. Hôm đó một ngày lễ vía của Quan Thế Âm Bồ Tát.

Thấy hai vợ chồng nọ trẻ đẹp xứng đôi. Họ đứng chắp tay niệm Phật ba, bốn bàn rồi bước ra. Nhật Long (Jimmy) nhìn ngơ ngẩn cô gái đi bên chàng trai rồi kêu lên:

- Con muốn vợ con là cô gái này.

- Suỵt. Con ơi sao con nói tào lao mà không nhỏ thế.

- Có sao đâu ba?

- Làm sao họ đã vợ chồng với nhau. Vợ người ta. Vợ họ... Con đòi vợ con. Ác thiệt con ơi...

- Vậy hã ba?

- Chứ sao?

- Ý trời ơi ba thông minh mà chậm hiểu. Ý con ước mơ thôi. Con có giựt trên tay họ đâu. Cớ gì ba lo chi?

- Sao không lo xa? Con không được nói như vậy, họ tưởng mình có lòng xấu muốn cướp vợ họ. Trời ơi mày làm tao sảng hồn chết mất... Có nhiều người nhìn con. Chèn ơi. Trời ơi là Nhật Long, Jimmy con ơi...

- Họ nhìn kệ họ. Mình có quyền tự do và ước mong ngẫu hứng mà. Nếu thế thì. Thì tại họ cố tình muốn chế giễu con. Nhưng họ ngu không hiểu ước mơ con...

- Trời ơi thôi đủ rồi. Đi lạy Phật cùng ba đi. Đi... Ước mong gì đừng động đến của người khác. Con thành thật nguyện đi. Má mày đã nói ở nhà. Cứ đúng đó mà làm. Nhớ đừng nhảm nhí lung tung. Họ cười...

- Được thôi ba à. Let's go... Nhật Long trả lời.

Và sau thì hai cha con vào lạy Phật chung. Nhật Long để hình Vỹ Nga vào lòng như mẹ dặn. Nhật Long chỉ niệm nơi lòng. Lúc này không thèm nói tiếng chi cả.

Đảnh lễ xong bước ra bên ngoài. Tùng Sơn hỏi lại Nhật Long:

- Con ước mơ cầu nguyện niệm gì, là gì? Có không nào?

- Con thầm nguyện cưng vợ như trời. Nhật Long đáp.

- Câu nói tối nghĩa sai rồi... Trời ơi. Sai rồi con ơi. Ba Tùng Sơn phản đối.

- Con cưng vợ như cha mẹ. Được không? Thưa ba?

- Không luôn. Cha mẹ không thể ví cưng như vợ được. Hai giai cấp khác nhau, sai nữa rồi. Cha mẹ chỉ tôn kính yêu quý. Mà không thể cho tương đồng "cưng vợ như cha mẹ được." Không thể dùng từ cưng như nhau ở trường hợp này.

- Con niệm cưng vợ như... như Đức Phật.

- Sai luôn. Tối nghĩa quá ở câu niệm. Đức Phật và Trời là đấng thiêng liêng, cao cả của siêu đẳng, là niềm tin siêu nhân... Chứ không thể yêu quý và so sánh, cưng vợ như Đức Phật... Như thế là hỏng hết. Sai bét hết rồi...

- Vậy hã. Vậy con cưng vợ như hoa kia. Nhật Long nói và chỉ tay, mắt trực tiếp nhìn những cây hoa lạ đẹp đang chưng gần đó.

- Ừa có thể nên câu này. Và nghe hay đó. Ba Tùng Sơn đồng ý với Nhật Long.

- Ổn hơn rồi hã ba?

- Ừ được hơn. Cứ cho là như vậy đi...

- Vậy chắc há ba?

- Con vô cầu lại lẩm nhẩm câu cuối. Xin cầu lại đi con.

Nhật Long nghe lời ba Tùng Sơn vào tâm niệm một mình, xin phúc một mình. Còn Tùng Sơn đứng chờ, anh ngoái nhìn ra ngoài đường xe còn rẽ vào chùa đông như giăng lối. Tùng Sơn đứng để đợi con ra. Nhật Long vào chánh điện cứ nhẩm thầm "con cưng vợ như hoa kia" "con cưng vợ như hoa kia." Thoáng ba phút sau Nhật Long bước ra, gặp ba Tùng Sơn ở nơi đứng đợi. Rồi cả hai cha con Tùng Sơn cùng Nhật Long đi vào thăm các phòng, xem lễ, cúng dường bằng tiền, họ bốc xăm, cầu tự v.v... Họ vui gia nhập ăn uống nơi chùa tổ chức, và cùng thưởng thức ca nhạc ở đây. Có nhiều đội múa dâng hoa sen, hoa mặt trời, hoa cúc trắng, do các học sinh Việt Ngữ của trường Ban Mai ủng hộ, giúp chùa biểu diễn khá hay... Tùng Sơn không ưa phong thủy và bói toán. Nhưng lễ lộc chùa chiền, thăm viếng cầu tự thì Tùng Sơn luôn đi với con trai Nhật Long, như một niềm vui và gieo phước lành ở anh...

Nhật Long không bỏ qua cơ hội ca hát. Cậu đã lên ghi tên để hát cho được bài hát. "Đám Cưới Trên Đường Quê" Nhật Long hát với tất cả nỗi hân hoan, khai phóng và mới lạ, đẹp như ca sĩ chính thức... Mọi người nghe ngơ ngác theo anh. Trước thần sắc, điệu bộ của bài hát mà Nhật Long gởi vào rất cuốn hút. Cậu sinh ở Mỹ song rất sỏi tiếng Việt và thuộc nhiều bài hát tiếng Việt Nam. Đó là một thế mạnh của Nhật Long, của tuổi trẻ Việt sinh ở Mỹ, Nhật Long Jimmy có lẽ chiếm giải vàng được trong thiên hạ. Kể ra cũng rất lạ... Một con người bất bình thường của Nhật Long so bì với những thanh niên khác cùng lứa. Mà Nhật Long vẫn cứ hơn họ qua nhiều điểm...

CHƯƠNG 4

Vài tuần sau đó Vân Đăng - Mẹ Nhật Long bốc vé máy bay để hai mẹ con bay về VN, lo cho Nhật Long cưới vợ ở VN như anh đòi. Và cả hai mẹ con đã đang tự check-in vào phi trường. Nhật Long đứng ra gạt tay mẹ, dành mẹ làm những thủ tục này. Vân phải đứng tần ngần nhìn Nhật Long làm thôi... Cậu làm nhanh gọn hoàn thành thủ tục. Đây là lần đầu tiên Vân Đăng đánh giá con mình khởi sắc nơi công việc gọn gàng suông sẻ, lanh lợi, không chút rối đầu, rối cổ... Vân Đăng quá mừng... Nhìn con nàng cười hãnh diện. Nhật Long thì tung tay lên trời la lớn:

- Yes! Ta sẽ có cô vợ đẹp ta cưới. Nàng đẹp nhất trần gian. Ha ha. Ha ha. - Yes ! Yes! Ta sẽ có cô vợ đẹp ta cưới. Nàng đẹp nhất trần gian. Ha ha. Ha ha.

Nhật Long sung sướng la lên hai lần. Và tay không ngớt hô. "Yes, Yes,Yes"... Như tự mình phản hồi lấy.

Vân thấy con trai làm điều đó nàng kéo bâu tay áo:

- Con đừng làm như thế họ lại tưởng con điên. Cả khối người nhìn con kìa. Tại sân bay kỳ lắm con Long, Jimmy...

- Kệ họ má ơi. Nhật Long sung sướng, happy để con la cho đã gan chứ.

- Không được. Con về Vỹ Nga thấy con như thế nó chê con điên rồ, hâm hâm nó sẽ không chịu đó.

- Thiệt hả má vậy con phải biết control làm sao?

- Đừng nói nhiều tốt nhất. Vậy thôi.

- Dạ nghe lời má được vợ. Ôi vợ yêu quý của anh! Hi.

- Nữa con lại hư, lại nhập tâm rồi. Đáng nói thì nói, không thì thôi. Vân Đăng tâm tình với con, mà tự vuốt ngực mình bởi hồi hộp, với thái độ tư cách của Jim- Nhật Long.

- Dạ con hứa sẽ nghe má. Cậu lại nhìn má Vân thương cảm, và hiểu ra một điều gì mới hơn.

Vân Đăng nói tiếp:

- Con nên niệm A Di Đà. Hay Quan Thế Âm Bồ Tát trong lòng đi thì tốt hơn.

- Ồ niệm A Di Đà. Hi hi. Dạ A Di Đà Phật. A Di Đà Phật. Quan Thế Âm Bồ Tát Phật... Quan Thế Âm Bồ Tát Phật. Hi hi. Hay quá hả má. Hay đó nha má yêu!

Không hiểu sao. Sau đó Nhật Long lại chịu im.

Một hồi cả hai mẹ con đi vào bên trong theo hành khách, đi đến các cửa chờ đợi rồi lên máy bay.

- Con vào ghế trong, nơi cửa sổ đi. Vân Đăng nhẹ bảo.

- Dạ. Nhật Long đáp.

Vân như muốn nhốt Long bên trong cho khỏi đi lại nhiều. Vì ngồi phía ngoài lối đi, Vân sợ nhỡ Long cao hứng tháo dây belt đi liền liền, sẽ làm khổ hành khách hoặc nhân viên thì cô xấu hổ, và khó xử lắm. Có thể Long không đi. Nhưng Vân nghĩ "Phòng bịnh có khi tốt hơn chữa bịnh."

Đối với một người con trai ưa thích sự nổi loạn, và quá yêu tự do của nó...

Về VN xuống máy bay, ra sân bay Nhật Long thấy cô vợ đi tới chào mình. Long nhìn ra và bồng vợ lên cao:

- Vợ tôi đón tôi. Nàng đẹp như tiên. Tôi sẽ cưng như hoa. Tôi sẽ cưng vợ như hoa. Yeah, Yeah, Yeah!

Nhật Long. Anh làm Vỹ Nga vừa mừng rỡ vừa mắc cỡ. Còn mọi người đi đón chung quanh, thân nhân thì nhìn anh vẻ ngưỡng mộ lắm. Vì họ cho rằng anh chàng trai trẻ tuổi kia. Có lối mừng người yêu tân thời nhất, vĩ đại nhất, khi gặp gỡ người yêu lần đầu... Họ nhìn áo nàng, tóc nàng Vỹ Nga tung bay đẹp, khi chàng bồng lên thật đẹp tuyệt vời...

Một đoạn thì Nhật Long thả Vỹ Nga xuống hôn tóc nàng, hôn tay nàng thêm. Và anh hôn vạt chiếc váy màu hồng đính kim cương giả, bóng loáng của Vỹ Nga luôn.

Vân lúc này không nói gì được, cứ tự buông bỏ, và tự nhiên cô phú do nơi trời thôi, biết làm sao hơn. Vân đành phải nghĩ thế...

Vân lại đi nói chuyện với ba má Vỹ Nga, để mặc cho Nhật Long cùng Vỹ Nga sánh bước, tay trong tay, mắt trong mắt. Họ ngỡ ngàng nhìn nhau, rồi họ sẽ thân ái, ấm lòng nhau hơn... Vân một người mẹ trẻ, giờ chỉ đang mong vậy...

Một ngày khi họ được làm lễ cưới nhau tại VN. Một đám cưới không lớn lắm, cũng không nhỏ lắm tại miền quê. Họ ra mắt họ hàng dòng tộc bên Vỹ Nga. Nhưng nhiều trẻ em miền quê, lính xính chạy đi coi, ghé mắt tới... Chúng reo mừng khi thấy chú rể Việt Kiều được lấy cưới cô dâu đẹp nhất nhì trong làng thôi...

Trẻ em vỗ tay lúc mà thấy chú rể hôn mạnh cô dâu làm rớt vương miện... Chú rể cười to, hệch hạc phóng túng kỳ lạ chưa từng thấy, còn cô dâu mắc cỡ cười chúm chím. Và lũ trẻ cố cười to hơn như pháo nổ giòn, reo theo chú rể, có nhiều đứa vỗ tay không ngớt, kéo dài thêm, như quyết ủng hộ mạnh mẽ nơi chú rể...

Sau đó thì họ đi chơi một vài nơi nổi tiếng ở quê hương

để lấy hình kỷ niệm. Này Kỳ Cọ, Kia Bãi trứng, Nọ Ghềnh Ráng, Đấy Bán đảo Phương Mai. Nào Cát Tiên Phù Cát, Đó Tân Phụng Mỹ Thọ. Chốn Chùa Hang Động Mỹ Hòa v.v... Đi đâu, ở đâu Nhật Long cũng thường hay bồng nàng và hôn say đắm... Hoặc ôm, hoặc nắm tay, hoặc cười lả... Chàng vui mừng khôn xiết bên người vợ xinh đẹp, hiền lương...

PHẦN 2 - CHƯƠNG 5

Vỹ Nga đã được qua Mỹ và chung sống với chồng Nhật Long. Gia đình của Nhật Long, ông bà và bố mẹ có hai tòa nhà riêng. Cách nhau chừng 15 phút đi xe hơi. Ba Sơn đi làm construction. Mẹ giờ đi xếp quần áo, kiểm soát hàng, các khoảng dụng cụ tại một Walmart. Bà ngoại đi làm một tiệm bánh. Chỉ có ông ngoại là đã về hưu. Ông ngoại ở nhà đọc sách, hoặc đi đánh cờ tướng cùng bạn bè nơi các hội đoàn.

Vợ qua Nhật Long và gia đình cho đi học lớp Esl English để giỏi English thêm. Nhật Long đi làm ở hãng bánh mì Việt trên đường Buford Hwy. Đó là một tiệm bánh mì khá lớn của VN, có mướn công nhân Mễ và người Africa nhiều. Chỉ một số người VN...

Nhật Long đi làm, lúc nào rảnh ai làm gì làm. Phần anh cứ lấy hình vợ ôm hôn hít mãi:

- Vợ tôi đẹp như tiên tôi yêu vợ tôi, tôi cưng vợ tôi. Tôi cưng vợ như hoa mà.

Người ta thấy, nghe anh làm thế. Họ cứ cười cho hạnh phúc anh. Nhật Long có vẻ hâm hâm, nhưng làm lẹ nhanh, hết sức chạy việc. Anh không lười biếng còn giúp đỡ người khác phụ trong các công việc, dù nó không phải công việc của anh. Nên ai cũng thương yêu, mến quý Nhật Long lắm...

Một hôm anh nói lúc làm chung với một người bạn:

- Chiều nay tớ về đi mua quần áo thêm cho vợ, vợ mặc đẹp tớ ngắm cho đã con mắt nha...

- Hi. Đúng đó người bạn trả lời và bắt tay Nhật Long.

Nhật Long lại mừng rỡ bảo tiếp:

- Phải, phải thế đúng không? Hỡi người bạn phe ta?

- Đúng 100% luôn cứ thẳng tới. Hi hi. Cả hai lại cười.

Là những câu nói với English cùng người Mễ. (Nhưng tôi muốn viết gọn Việt. Cho ta dễ theo dõi câu truyện tiện hơn là thế.)

Sau chiều hôm đó Nhật Long cho xe chạy về Mall mua một lố đồ đủ màu xanh vàng, tím đỏ, đen trắng, lam nâu, xám nhạt, màu bông hoa nữa... Đủ kích cỡ to lớn, hoặc bé chút, nhưng anh đã nhìn thích là lấy hết. Có lẽ Nhật Long tiếc nuối nếu bỏ chúng lại, sẽ uổng công anh. Nên anh đưa lên mình áp ngắm, cười rồi vui vẻ ôm thảy ra tính tiền hết... Ai đi mua đồ nhìn thái độ Nhật Long người ta vẫn ngạc nhiên. Khi tính tiền người cashier vẫn sửng sốt đến hết sức ngạc nhiên, nhưng họ không nói gì? Ai mà dám chống chế, vì là ý anh mà! Xứ Mỹ lại tôn trọng tự do theo sở thích người khác nữa! Nên "Khách hàng luôn là thượng đế." Thành thử vô điều kiện suy luận. Ai muốn gì cứ muốn... Họ chỉ nhìn nơi anh, họ thấy anh lố ngố, lạ lẫm một chút thôi...

Xong chàng bê ra, lái xe về nhà. Vợ đang học bài. Nhật Long ôm bước vô khệ nệ:

- Anh mua đồ cho em. Mặc đi đã nha em. Đẹp lắm nè...

- Trời ơi mua đồ để em đi với chớ. Anh đi mua một mình làm sao chuẩn? Em nhìn sơ qua. Có cái lớn quá, có cái nhỏ quá. Em là size medium. Không vừa hết được. Mua làm chi cho uổng tiền vậy anh?

- Hi hi. Trả lại được mà em. Anh sợ người khác mua. Trời ơi... Anh lại mất cơ hội mua cho em, nên anh mua nhiều thế đó thôi. Hê hê...

- Trời ơi, anh điên thiệt, ở đây nhiều shop nhiều mall lắm. Người ta mua thì mình sẽ đi kiếm chỗ khác. Sợ cái gì anh như vầy thì? Đi trả lại cũng mất công anh chứ?

- Hay là mình để nhìn khỏi trả lại cũng được em?

- Trời. Anh làm coi như nhà mình có kho chứa quần áo thừa. Nực nội và không cần đâu anh Nhật Long à?

- Sao vẫn được chiều ý em. Nhưng em mặc anh coi thử.

- Em đang học bài mà. Khi nào em sẽ mặc.

- Không không. Em phải mặc ngay bây giờ cho anh vui. Đây áo này. Em đừng cam tâm làm khó anh hu hu.

- Nhật Long cầm lấy đưa... Vỹ Nga biết ý đem vào phòng thay.

Nhật Long vui hớn hở hát bên ngoài:

Nắng Sàigòn anh đi mà chợt mát.
Bởi vì em. Bởi vì em mặc áo lụa Hà Đông.
Anh vẫn yêu màu áo ấy vô cùng...
Anh vẫn yêu màu áo ấy vô cùng
Anh vẫn nhớ em ngồi đây tóc ngắn
Mà mùa thu dài lắm ở chung quanh.
Linh hồn anh vội vã vẽ chân dung
Bày vội vã vào nơi lòng mở cửa...
Em chợt đến chợt đi anh vẫn biết.
Trời chợt mưa chợt nắng chẳng vì đâu...

Sau vợ anh ra. Nhật Long ngưng ca nhìn vợ.

Vỹ Nga túm chiếc áo nhìn:

- Đó em nói trúng mà. Áo đỏ này bự lắm. Mặc giống con gà mang áo tơi chưa ri?

- Đẹp mà... Rực rỡ như công. Tuyệt rồng như phượng nè. Với màu đỏ chói trông "hot" đó chứ em.

- My God mặc người ra người, vải ra vải mà anh khen.

- Nổi mà em.

- Ghê nổi da gà thì có. Trời ơi là... Nga buồn nhún vai.

- Thôi em không thích thì mặc áo ni, anh coi đi. Nhật Long nhìn vợ âu yếm đưa một cái khác.

- Thôi được rồi em sẽ biết áo nào là vừa. Hợp và không hợp em sẽ mặc sau.

- Không được, mặc hết đi anh ngắm, làm ơn. Please. Năn nỉ em, vợ yêu quý của anh. Anh cưng em như hoa mà.

- Thôi được chiều anh. Nhưng cái áo này thì nhỏ lắm.

- Cứ mặc đi bó sát cũng là một nét đẹp, không truyền thống cũng tân thời chứ em?

Vỹ Nga vẫn chiều ý chồng, vào phòng để thay bộ mới.

Bên ngoài Nhật Long vẫn hát.

Anh yêu em nhất trên đời. Chỉ mình em thôi...

Chỉ mình em thôi...Anh yêu em nhất trên đời.

Chỉ mình em thôi... Chỉ mình em thôi ôi ôi. Ha ha.

Một đoạn Vỹ Nga ra một bộ đồ bó sát thiếu điều làm cô nín thở. Vậy mà Nhật Long ưng ý reo lên:

- Quá tuyệt, tuyệt quá, quá thời trang đó em... Bộ này hay lắm nghen. Anh nhìn ghiền ghê.

- Em thấy chật chội lắm. Sát bó coi được kia, là chuyện khác anh à. Cái này dí em chết nghẹt thở mất. Anh ơi...

- Vậy hã? Dí em ngộp thở thì anh hãi mất, thay đi em Nga. Mặc thêm cái này thử.

- Thôi được rồi anh. Em cám ơn... Thanks anh đã mua cho em, nhưng để em mặc cái nào. Em phiêu good em giữ. Còn cái nào bất tiện anh sẽ mang trả lại hết đi.

- OK với em, vậy mặc thêm cái này anh coi thêm thử. Chàng lấy đưa thêm một cái nữa.

- Cái đó thì vừa size em nghĩ. Nhưng lòe loẹt lắm em không thích. Không hợp với em.

- Chiều anh đi mà, bất quả tam ba lần mà. Năn nỉ vợ cưng của anh mà. Anh cưng như hoa... Vợ anh...

Nga không nói gì lắc đầu, cố gượng vui đi vào để thay bộ thứ ba.

Chàng vẫn ở ngoài. Lại hát và nhảy, bài hát "60 năm trong cuộc đời."

Em ơi có bao nhiêu 60 năm cuộc đời. Khi xa em rồi. Anh biết yêu thương ai? Nên khi yêu nhau thì yêu cho trọn đời. Em ơi ta sống là bao... Nên khi yêu nhau thì yêu cho trọn đời... Nên khi yêu nhau thì yêu cho trọn đời...

Lần này Vỹ Nga ít ngắm vì vừa vặn, nhưng chỉ màu mè nàng không thích thôi. Vỹ Nga bước ra chàng ngưng hát. Long sửng sốt la lên:

- Trời ơi em là ai. Em là công chúa hay giai nhân. Hay là Vỹ Nga vợ Nhật Long ta?

- Em là em thôi. Vợ của anh hâm hâm thôi. Nàng nói cười méo xù miệng nhưng lại trông rất có duyên.

- Trời ơi sao em nói anh hâm hâm vậy.

- Em đùa cho vui mà. Ha ha. Nàng đổi lại cười tươi như hoa và bảo chàng thêm:

- Bộ này đẹp song em không chuộng, với cá nhân, cưng em thì chiều em đi anh Long?

- Sao vậy cưng của anh.

- Em đã nói rồi, màu mè em đâu thích, đâu hợp với em.

- Ừa được, vậy thôi nhất quả tứ đi. Mặc thêm bộ nữa anh chấm, và em nhìn cho kỹ nha. Bốn bộ không được bộ nào kỳ quá em Nga.

- Chiều anh lần cuối cùng? Không có bắt nhiều nữa nha.

- Thanks em so much. Vào thay đi. Chàng đưa chiếc áo đầm, và cái quần rồi cố bảo:

- Hurry up lần này nữa thôi em. Theo ý em đó. Hi hi.

- Được giữ lời hứa nha.

- Sure, bảo đảm. Anh guarantee mà.

Vỹ Nga vào mặc. Lần này Nhật Long không còn hát nữa. Chỉ ngồi chờ đợi có vẻ hồi hộp hơn. Vỹ Nga bước ra. Chàng mở to đôi mắt như mừng:

- Perfect. Quá perfect. Perfect không chịu nổi luôn.

- Ừa em chịu bộ này thôi. Bao nhiêu kia không hợp đâu.

- Ý bộ vàng kia cũng đẹp em à.

- Không, anh hứa với em rồi để khi khác em thử. Nhưng em nghĩ bộ đó rộng lắm.

- Ừa thôi cũng được như anh hứa với em. Anh yêu em nhất trên đời. Anh yêu em nhất trên đời. Chàng Nhật Long nói và ôm vợ xoay vòng tròn, rồi ôm ngay vào phòng riêng của mình. Chàng vẫn hát một đoạn bài:

Từ ngày có em về/ Nhà mình tràn ánh trăng thề?

Dòng nhạc tình đã tắt lâu/ Tuôn trào ngọt ngào như giòng suối. Anh yêu em phút ban đầu/ Đẹp nghiêng nghiêng dáng em sầu... Trong mắt em buồn về đâu. Em ơi có khi nào mình gặp đây cho mai sau.... Chàng cười he hé, và lại cười to nhất ở ô cửa. Dầu ai không thấy hoặc thấy. Nhưng chàng như muốn cho mọi người, cùng cây lá thiên nhiên biết là "Nàng là vợ ta, nàng là một mỹ nhân ngư hóa kiếp đó. Mỹ

Nhân Ngư là gì ta quên quên, nhớ nhớ nhưng ta thích. Ha ha. Ha ha. Ta cưng nàng như hoa nữa nè. Nàng đang thắm đượm duyên bên ta nè... Ơi với những màu áo ta mua cho nàng nè... Ta là Nhật Long... biết tự hát, biết tự ca sĩ hay nhất mà nè... La lá la, là lá la "

- Hey? Vỹ Nga thẩn thờ nhìn chàng Nhật Long ăn nói với một thái độ vui sướng rất kỳ lạ.

Một lần nữa Vỹ Nga đi học, saturday cô vẫn tranh thủ đi học. Ở nhà, cuối tuần anh lại đi hút bụi nhà. Phòng nơi hai vợ chồng, và phòng khách. Lau bụi bằng chổi lông bám các tường góc v.v... Nữa, anh lấy đồ vợ ra giặt, anh lấy mỗi cái áo vợ khi bỏ vô cối giặt, anh đều hôn trước. Nhật Long lấy làm vui, mà anh cười thích chí lắm. Như hạnh phúc dâng tràn cả mắt môi... Xong rồi anh thở dốc rồi ngồi suy nghĩ sẽ làm gì nữa tiếp theo ta? Một lát sau anh nghĩ ra: Anh lo chuẩn bị chu đáo bữa ăn cho vợ khi về nhà. Anh lấy cơm, cá, thịt, dưa, dọn ngay nhanh trên phòng ngủ, trên giường hai người. Nhật Long ra vô liên hồi năm lần như thế. Song chàng không mỏi chân, nhưng chàng đã nằm một bên tréo chân ở đó chờ đợi Vỹ Nga về. Nhiệm vụ anh hầu như đã vẹn toàn. Nhật Long vui lắm, vui như chẳng thể nào hơn...

Đi học về Nga bước vào phòng thấy mâm cơm đặt để trên giường dưới lầu, nàng giật mình cái đụi. (Thật ra hai đứa có phòng riêng trên lầu, và cả dưới lầu một cái nữa. Tùy theo lúc họ muốn ở đâu theo ngẫu hứng của sự nằm nghỉ, ngủ.) Hôm đó thì như vậy. Nhưng rồi ý nhị nàng không la lên, mà Vỹ Nga nhỏ nhẹ bảo thân thiết với Long:

- Anh yêu trời ơi, cám ơn anh lo cho em. Nhưng đồ ăn như vầy không nên đặt vào giường ngủ mình. Sẽ hôi hám anh Nhật Long...

- Hôi đâu mà hôi, thơm phức mà em.

- Trời ơi anh. Thơm phức là bây giờ. Mùi nó không hôi bây giờ, nhưng sẽ hôi sau này.

Nàng nói và bưng mâm cơm ra ngoài đi tới phòng khách, nàng băng đến phòng ăn để xuống bàn. Khi nàng vào thì lại thấy Nhật Long đã nằm sấp người xuống sàn như con thằn lần tội nghiệp, tại room anh la làng:

- Trời ơi công phu anh thương em. Anh làm cực khổ sao em không chịu ăn. Em bưng ra chi? Anh nằm đây cắn lưỡi chết cho em hả dạ. Trời ơi là trời... Uổng toi công anh?

Vỹ Nga đứng nhìn chàng. Chàng vẫn nằm lì sấp la tiếp:

- Làm ơn bưng vô ăn với anh đi, em ăn với anh một miếng cũng OK mà. Anh năn nỉ em đó.

- Suỵt anh, em ăn thì được nhưng ba má thấy sẽ la em hư, anh hư.

- Anh hư thì kệ, anh muốn vậy. Lâu lâu ta dọn đón vợ ta ăn một bữa thôi. Bưng vào đi em. Em có biết kỳ công của anh chờ em. Nhật Long đã quay ngửa và ngồi bật dậy nhìn Vỹ Nga cố nài nói.

- Thôi ra ngoài ta ăn. Vỹ Nga đáp, nhìn Nhật Long.

- Không được. Em bưng vào anh với em ăn một miếng là anh đủ vui liền. Trời ơi, vợ ơi...

- Chà khổ não quá, ôi tánh anh ngang quá. Anh muốn còn hơn trời muốn.

- Anh làm tất cả vì em.

- Thôi chiều anh một lần nha. Nhớ nha anh.

Nói đoạn và Vỹ Nga ra phòng khách, xuống phòng ăn bưng mâm cơm nho nhỏ vào. Nhật Long đứng dậy tỉnh bơ sốt sắng:

- Anh cám ơn, giờ anh xin đút em ăn nha. Nhật Long vừa nói và lấy cơm, gắp cá chiên với món dưa cải chua nhẹ, móm tới miệng Vỹ Nga anh mừng hô lên:

- Ùm ùm nè nè.

Vỹ Nga chưa muốn ăn, nàng mới lắc đầu, đẩy tay Long ra không mạnh lắm, nhưng thình lình làm cá và dưa cải đụng văng ra tứ tung... Nhật Long giật mình thêm, anh bỏ chén cơm rơi ngon lành... Cơm gạo trắng phau văng tứ phía thêm trên sàn nhà nữa... Nhật Long trợn mắt như sắp ngã xĩu, rồi toan ngồi xuống lượm nhặt hết sự đổ tháo đó, bỏ vào mảnh giấy nhỏ. Sau Nhật Long vẫn cứ mời - "Ăn đi em. Anh năn nỉ mà. Anh khổ vì em. Anh sướng vì em. Anh năn nỉ em như muốn đứt hơi chết luôn đó..."

Không biết làm sao cho vừa lòng Nhật Long. Vỹ Nga đi tìm một tấm nylon xịn có sẵn trong nhà, nàng gấp bốn góc làm khăn trải mâm. Rồi lúc đó Nhật Long đi lấy thêm cơm và thức ăn, hai đứa mới chịu ngồi ăn một bữa cơm ngon lành, bình tâm thi vị... Nga vẫn có chút đắng ở tâm tưởng, vì đây là nơi phòng hai đứa ngủ, nghỉ... Chứ không phải là phòng ăn. Nếu ba má biết được nàng không biết phải nói làm sao với họ? May mà hôm nay ba má vắng, họ đi qua ông bà ngoại có việc chi... Nhật Long thì vui như trong lòng mở nhạc. Vỹ Nga chỉ biết nhìn chồng than thở:

- Hết biết, quá mệt với anh. Nhưng vẫn vui cùng anh.

- Anh cưng vợ nhất, thương vợ nhất. Thương hơn bản thân anh. Cưng em như hoa búp đẹp mà. Trong phòng ngủ đó gối mền, chăn đệm, rèm cửa, ổ khóa nữa. Tất cả như đang lắng nghe tiếng nói ồn ồn, và tiếng cười của hai người mình. Ba má đi vắng rồi. Anh biết. Em có biết không nà?

- Thiệt sao hú hồn. Vỹ Nga nói thế, nhưng nàng biết ba mẹ chồng vắng nhà. Nàng lại lắng nghe Nhật Long tiếp tục như giảng:

- Ba má đi vắng anh mới làm điều đó. Mà nói thiệt ba má có ở nhà anh cũng chả ngán. Bởi anh yêu em và thích làm gì tự do vì em. Anh không sợ ai cả.

- Trời ơi yêu em kiểu đó. Ba má chửi em chết.

- Có sao đâu em lo sợ chi.

- Làm sao không lo. Khi anh cưng em, anh hư như vậy.

- Ba má có la thì anh nằm vạ như con cá chết thôi.

- Hừm, anh Long tổ xử hư lắm nha...

Nga nói rồi làm thinh nghĩ ngợi. May hôm đó trời khiến cha mẹ chồng qua nhà ngoại có chuyện riêng hết rồi. Không biết nếu cha mẹ ở nhà thì họ sẽ nghĩ sao với hai đứa? Hai vợ chồng Nhật Long, Vỹ Nga này lạ nhất trần gian, hư đốn nhất trần gian chăng? Nga suy tưởng, chưng hửng cho anh chồng cứ bảo là thương cô như hoa. Anh muốn cứ tự làm, cho được ý mình. Nàng cảm giác hơi kỳ thực với ý thích nơi chàng. Nhưng chàng là mẫu người chồng siêng: quét bụi, lau nhà, giặt đồ, clean up. Giờ chót sấy đồ chàng dành ta help trót luôn. Nhật Long ra tay làm thế, giúp cho ta hết bao việc nhà. Chàng vẫn có tư cách người chồng tốt, hiền lành với những cái đáng yêu... Nhưng mà chàng rất ư kỳ khôi. Kỳ khôi như thể nàng không chịu nổi mất...

Một hôm khác. Đang ngủ cắt ngang, bỗng dưng Nhật Long thức giấc, tay chàng đánh nhẹ, lúc lắc vô tay nàng. Anh kêu lên:

- Dậy Nga ơi. Anh muốn hát karaoke cho vui em ơi.

- Trời ơi đêm khuya lơ rồi ca hát gì anh? Để em ngủ. Nga ngái ngủ, còn nhắm mắt úp mặt xuống gối hoa để ngủ lại.

- Dậy anh đang thích hát cho em nghe. Anh năn nỉ em.

- Em nghe nhiều rồi để em ngủ, ba má ngủ anh Long?

Chàng làm thinh kéo Nga. Nàng choàng tỉnh dậy khuyên:

- Hát là lúc mới tối kìa. Giờ khuya lắc khuya lơ midnight rồi hát gì nửa anh. Để ba má yên giấc nữa anh?

- Anh là nhất của ba má. Trời ơi ba má cưng anh lo chi em... Tỉnh dậy nghe anh hát đi em Nga.

Nhà có hai giàn karaoke một phòng khách, một nơi phòng riêng của Nhật Long. Nên chàng tha hồ muốn theo tiêu khiển của mình. Đã buộc vợ Nga ngồi dậy và anh hát hết bản "Em là tất cả - Thao thức vì em"

Em ơi suốt đêm thao thức vì em
Vì lời giã từ trước khi ra về...
Rằng mai đây anh lại đến
Ước nguyện trọn một đời là mình luôn có nhau.
Em ơi nhớ thương thương nhớ cả đêm
Làm sao ta quên được phút giây êm đềm.
Cầu mong sao cho trời sáng.
Đúng giờ mình hẹn hò. Là đời quên hết sầu lo...
Sao em ngồi lặng lẽ, để lòng anh tái tê... Hãy trả lời anh đi... Nghĩ gì mà đời chờ...

Nga bạo miệng nhưng nàng ngoan ngoản bảo chàng:

- Có em rồi ngủ đi. Hát chi thao thức vì em nữa?

- Hát để nhớ lại? Anh từng thao thức về em cho em biết.

Nga buộc lòng đã tỉnh ngủ. Cô ngồi nghe Long hát. Hát xong hai bài. (Bài đầu là Thao Thức Về Em. Bài thứ hai là

Nhớ Người Yêu.) Chàng mới vui cười và ôm vợ lại ngủ tiếp. Hẳn nhiên Nga đã theo ý chàng, cho chàng mừng. Nàng bây giờ như chiếc máy biết di chuyển. Nga thẩn thờ, trong thương trong giận chồng Long...

Và một lần xảy ra cũng trong phòng ngủ. Vỹ Nga đang nằm kê gối cao nơi lưng đọc sách. Một trạng thái của nàng đang như vậy. Có lẽ nàng đang học bài English đúng hơn là đọc sách. Nhật Long mang một trái thơm và con dao nhỏ đi vào:

- Hôm nay anh đãi em món này nha.

Nga thấy rồi nơi tay anh. Nhưng nàng cứ hỏi:

- Món gì vậy anh Long?

- Ăn thơm nè em. Anh gọt thơm cho em ăn nghen? Thơm này anh đoán ngọt và ngon lắm.

Nhật Long lập tức vào kê ở bên góc bàn TV róc trái thơm ngon lành. Vỹ Nga thấy vậy mất hồn vía liền la:

- Trời ơi sao vậy anh? Thơm mà đem vào đây cắt, róc, nó chảy nước, chảy non sẽ bẩn thỉu anh? Vì không có thớt. Vì không phải nơi đây cứa thơm anh Long à. Tại sao anh làm như vậy chứ?

- Lấy bàn này làm thớt được rồi em. Có sao đâu em? Nhật Long nói, anh đang cố cắt gọt cho xong trái thơm trên mảng giấy mỏng. Trái thơm còn hơi xanh vỏ, nhiều hơn màu vàng chín, nhưng nhìn rất đẹp.

- Nghĩ sao mà anh đem thơm trong phòng mình cắt róc như thế. Sao không để ngoài đó, cắt hay hơn vậy anh?

- Ở đâu cắt không được em? Miễn là mình không cắt ở nhà người ta, không cắt ở nhà hàng xóm là được.

- Trời ơi anh nói gì kỳ lạ ghê? Anh sẽ làm dơ nhớp nhà, phòng ốc mình đó anh.

- Nhớp thì lau nè có gì đâu em kỹ. Chàng nói vẫn tiếp tục cứa cắt ra từng mảnh nhỏ của miếng thơm. Nước thơm nhỏ rịn ràng chảy lung tung. Nhật Long dự định bỏ lên bề mặt một mớ napkin để sẵn thêm.

Vỹ Nga nhăn mặt than:

- Em thấy anh hư quá sá. Riết hồi em lây luôn. Thôi để

em đưa... đem ra ngoài đó làm cho có đĩa, có khay đồ dùng hay hơn, ngon lành trúng kiểu hơn chứ anh Nhật Long.

- Thôi để anh ra lấy đem bỏ vô mà. Em cứ nằm nghỉ đi.

- Trời ơi.

- Trời triết gì em ơi. Cứ tự nhiên đi. Anh cưng em...

- Không biết phải nói làm sao với anh đây nha? Thiệt tình...

Và rồi chàng ăn những miếng thơm được chàng cắt ra đó dù đã bỏ vô đĩa kỹ theo ý nàng, và chàng đã ráng mời mọc, ép uổng cho Nga ăn chung với mình trong lần ấy... Những miếng thơm ngọt ngào nhưng nàng cảm giác như đắng chát, cả chua cay cùng khó chịu ở nơi cổ mình...

Nga buồn suy nghĩ thương thì nàng được thương rồi. Song nàng thấy tủi hờn, khi đời mình lấy phải người chồng khờ khờ man man. Nên nàng không thể vui lâu hơn. Và cứ như ngày này tháng nọ, ở với nhau thế này chắc nàng sẽ điên mệt, sẽ chán chết đấy chứ? Rồi nàng thao thức suy nghĩ chắc nàng phải bỏ chồng về lại VN còn sướng hơn chăng? Nàng còn hãnh diện hơn chăng? Số phận Nga như ở tù, ở tội, như con chim trong lòng son kín, có sướng ích gì đâu? Nga không thể bình thản lâu hơn với những sự việc hằng ngày!

Nàng bắt đầu nặng trán suy nghĩ. Rồi Vỹ Nga quyết định khi lần cuối cùng đối mặt. Khi Nhật Long quá hư qua câu chuyện này...

Đêm đã về khuya Nhật Long đang ngủ, chàng choàng dậy. Rồi dựng lầu, dựng đầu Vỹ Nga dậy luôn, chàng bảo nàng:

- Em ơi anh có hứa với bạn nơi bida Hong Kong. Anh sẽ tới tối nay và có em. Em theo có mặt ở đó với anh nha...

- Nhưng anh quên rằng, khuya rồi làm sao mà đi.

- Đi tốt. Đêm vắng xe anh chạy mười lăm phút, là tới điểm hẹn. Mau lên em. Hẹn không đến là mất danh dự của anh. Em vợ của anh... Anh cưng như hoa ơi...

- Ôi khuya rồi em không muốn. Ngủ đi anh. Nga trả lời.

- Quan trọng là lời hứa. Anh cá độ là anh đem em ra dù

sớm muộn trong đêm nay.

- Trời ơi. Thôi anh đi đi. Em hổng muốn đi đâu. Để em ở nhà ngủ cũng được nha.

Nga nói và nằm xuống thèm giấc ngủ chưa muốn tỉnh...

- Trời em là nhân vật chánh, em tới đó coi anh đánh bida. Anh thích mà. Vừa nói Nhật Long kéo tay Vỹ Nga dậy. Chàng cố thuyết thêm nữa:

- Anh thương em nên anh thích thú. Nếu đêm nay anh mang em theo nữa chứ.

- Trời ơi thiệt tình anh? Anh thiệt tình...

- Có gì đâu thiệt tình, thiệt tình mãi. Đi nghen anh năn nỉ em mà. Giúp anh giữ lời hứa là danh dự.

- Em không biết nên nói làm sao với anh bây giờ? Khổ não cho em quá.

- Anh thương em, thì em thương anh nghen. Nga nghe và chứng minh lời hứa với anh hôm nay đi nghen.

- Ôi trời ơi... muốn ngủ mà không được, bởi phải nghe anh, em mệt ghê đó anh Long.

- Nói rồi, có gì mệt đâu, vì anh hứa có giao kèo. Coi như một hợp đồng hay hợp tác. Mình nên trọng danh dự.

- Ngay từ đầu anh nên từ chối thì tốt hơn, nói vợ anh không thích đi ra đường khuya chứ?

- Như thế thì anh đâu có ăn họ. Đâu chứng minh được em thương anh và em đã vì anh? Phải không Nga?

- Vì vì. Chán hết sức em chẳng muốn gì cả anh Long.

- Đừng nói vậy không nên em. Nghe lời anh đi. Thương anh đi mà. Anh năn nỉ em muốn đứt lưỡi luôn nè.

- Thôi coi như lần chót nha. Nga trả lời cô hơi phụng phịu kém vui rồi đứng dậy, làm theo ý Nhật Long.

Đêm đó Nga ăn mặc theo ý mình chỉnh tề để ra đường, và để chàng lái xe đem nàng đi. Lúc đầu chàng lạng quạng định đi cây xe của ba Tùng Sơn là chiếc motocycle anh vẫn có bằng về nó. Nhưng Nga nhìn nó cô lắc đầu, nàng như không thích. Nên chàng hiểu, chiều ý Nga. Anh đổi ra đi với nàng chiếc BMW xe hơi lớn của anh cho an toàn... Sau đó Nhật Long phóng xe đi nhanh, Nhật Long đã lạng, đua, liếc, lách. Hai ba lần xe bị anh thắng gấp làm Vỹ Nga sợ đến xanh máu mặt. Và nàng cứ niệm A Di Đà Phật. Quan Thế Âm Bồ Tát Phật cứu độ...

Cuối cùng họ đã đến nơi bida Hồng Kong. Đã 1h - Am (giờ sáng.) Mọi người bốn chàng trai chờ Nhật Long ở đó.

Người mặc áo vàng la lên, khi thấy Long dẫn xác vào:

- Trời ơi Nhật Long nó thắng rồi, nó dẫn xác nó. Còn mang vợ đến nửa đêm, hơn midnight như vầy rồi quý vị ơi. Các bạn ơi.

Cậu áo xanh lại xuýt xoa khen:

- Vợ đẹp lại chịu nghe lời... chiều chồng hết cỡ. Thằng Nhật Long chính danh này. Coi vậy nó có phước đó tụi bay.

Người áo trắng chộ tay vai người áo sọc lam:

- Tụi mình. Anh em mình thua đó nghen. Khờ khờ như nó Nhật Long vẫn tốt số mà. Ông bà nói "lù khù mang cái lu rất giỏi là nó đó."

Cả đám lại cười với câu nói của bạn mặc áo trắng.

Có anh mặc áo lam sọc là làm thinh. Chỉ nhìn Nhật Long cùng người vợ Vỹ Nga bước vào thôi. Có lẽ anh nhường phần cho các bạn nhanh miệng hơn mình rồi. Còn, còn nụ cười anh vẫn giấu và không thể cho ai.

Nhật Long chỉ tay cười tươi hơn để bảo rằng:

- Có vợ, thì đi đâu mình cũng thích có vợ đi theo chứ. Và mình đã hứa chắc. Danh dự mà. Riêng mà...

Cả bốn đứa "Ồ" lên một tiếng. Vỹ Nga chỉ gục đầu chào gượng gạo xã giao thế thôi. Hình như nàng ráng tránh những cặp mắt soi mói. Một đoạn họ bắt đầu chơi bida. Anh áo xanh là người bắt đầu. Bốn người đều đã cầm cây gậy "stick" chờ sẵn tột bóng. Nhật Long đâu có thể trốn chạy đi đâu, anh vẫn sẵn sàng cầm gậy chờ như chúng bạn? Anh cũng phải tham gia những ký kết...

Nửa tiếng tham gia Nhật Long đánh thua và phải chồng tiền. Anh vẫn vui vẻ đưa ra những ý kiến:

- Thôi tao đưa vợ tao ra. Coi như tao thắng. Còn chuyện thua bida là chuyện nhỏ. Bây giờ tao xin cáo từ.

- Không được, vì cuộc chơi phải dài hơn chứ. Anh áo

xanh phản ứng. Và anh ta bất đồng quạu quọ nét mặt.

Nhật Long vẫn điềm nhiên:

- Ô hay. Vợ tao buồn ngủ tao phải về. Tao thương quý vợ tao nhất. Long cưng vợ như hoa đó. Đã dẫn ra thì đủ rồi, thắng rồi. Trời ơi...

Cả bốn chàng cười một trận, và cố nài:

- Vậy uống một ly cho vui rồi về. (Chỉ ba chàng nói lọt sọt, và một chàng làm thinh...)

- Được nhưng tao bận lái xe vì luật. Sợ vợ tao buồn thành phải cẩn thận. Phải không vợ Vỹ Nga của anh yêu?

- Đúng rồi. Không... Anh không thể uống rượu khi lái xe. Biết chiều em một lần đi... Vỹ Nga trả lời.

- Anh biết, anh sẽ nghe lời em thôi. Thấy chưa vợ tao mới qua Mỹ chưa được một năm mà rành luật đó nha...

Ba, bốn đứa cười hi hi nữa, một anh chàng áo lam sọc có vẻ nghe chăm chú cười chỉ ít thôi. Nhật Long bảo tiếp:

- Tụi bay ở đó nha. Thôi đủ rồi. Long về cho vợ Nga ngủ.

- Không được, không được mà. Tụi tao nói chuyện này. Chàng mặc áo trắng dành nói thay cho chúng bạn.

- No way. Long xin bye bye. See you next time. Hẹn khi khác nhé. Ha Ha. Bằng thắng ghi có rồi. Vợ tôi ra rồi nha. Đây là một phần thắng thuộc về tao. Tao đã biểu diễn không thể chối, để bay cãi tao thua nha... Chỉ cần thế thôi... Quá đã quá đã, quá đủ quá đủ... Ha ha ha ha... Chuẩn bị tiền để chồng cá độ với tao đó nha. Hi hi...

Nhật Long nói cười rơm rả, rồi bồng vợ chạy ra xe, hôn vợ biểu diễn mấy cái thêm với trời đêm, và anh thả nàng đứng xuống. Vỹ Nga chưa kịp nhìn sao trời của miền xứ America này có gì lạ không? Và gió đêm bên ngoài ở đây có gì bí mật không? Thì Nhật Long đã mở cửa nói liền:

- Lên xe ta về em.

Nàng lẽo đẽo bước lên xe. Chàng vui quá đem lời tặng:

- Thanks honey! Con mèo ướt át của anh!

Vỹ Nga giờ chỉ im lặng, và dõi theo lộ trình Nhật Long chở về. Trên đường chàng chạy xe lạng quạng, nhưng sợ

Nga buồn nên chàng thay đổi cách lái cẩn thận, và chú ý kỹ lưỡng hơn, rồi cũng đủ lộ trình an toàn về đến nhà. Về nhà Long đi vào tắm. Rồi chàng hứng chí, chàng xuống phòng khách ca vài bản karaoke. Long biết ba mẹ ngủ trên lầu, ngủ từ lâu. Vỹ Nga bồn chồn, rồi cũng đã lên ôm gối mềm nằm. Nàng còn bảo một câu với mình:

- "Thiệt tình mệt muốn khùng điên với anh chồng ngố ngố, khùng khùng dại dại lạ đời này." Nói xong Vỹ Nga lắc đầu, nhưng ngủ nhanh tiếp. Vì nàng quá rành anh chồng ưa karaoke của thời điểm nửa đêm này...

Ca xong thỏa mãn hoạt tính. Chàng mới vào hôn vợ và cắn nhẹ lóng chân nàng. Hôn lên má nàng, cắn nhẹ hai tai nàng, Nhật Long dùng bàn tay vuốt ngực, vuốt trên môi, vuốt mí mắt Vỹ Nga thêm lần nữa, chàng hớn hở chia sẻ:

- Vậy nha ta cưng vợ như hoa kia. Hỡi người vợ yêu quý của ta nghìn đời.

Không biết thức hay đã ngủ mê. Vỹ Nga chẳng phản ứng gì mảy may...

CHƯƠNG 6

Nghĩ đi nghĩ lại nhiều lần với anh chồng ngố ngố khùng khùng. Nga thật sự muốn xa anh. Nga muốn bỏ anh chồng tên Nhật Long này. Nàng muốn dứt thật cho khỏe khẩn tâm hồn. Nàng như rất sợ rối loạn theo chàng mất! Nên Nga tìm cách về lại VN là ý nguyện trong lòng nàng đang trỗi dậy. Nghĩ thật nhiều, nàng không thể chần chờ hơn nữa...

Về VN. Rồi lại duyên nợ Vỹ Nga lại đi lấy chồng khác. Nàng có ý cũng muốn quên Jim- Nhật Long nhanh. Chàng rể mới và nàng vẫn có đám cưới nhưng chỉ có cha mẹ chứng giám. Đơn giản lạy bàn thờ, không có bà con lối xóm mừng vui lớn lao chi cả. Một đám cưới buồn như rệp chết vậy. Song một đám cưới rềnh rang với Nhật Long đã không ra gì rồi? Nên Vỹ Nga chẳng còn tham vọng, chẳng còn thiết tưởng gì nữa, show up đám cưới làm chi nữa? Miễn là có chồng để nàng quên đi một hình bóng Việt Kiều khờ khạo kia là đủ. Đối với nàng bây giờ là như thế...

Vậy mà chuyện đời lại khác. Vỹ Nga lấy được người chồng mồ côi, anh ở với bác họ. Anh tên là Đức Miên. Nhưng khi ưng nhau, chồng mới Đức Miên của Vỹ Nga muốn họ ở riêng. Bác họ và gia đình Vỹ Nga có cho số tiền đủ. Nên che cho hai trẻ căn nhà "đỡ mưa đỡ nắng gió ấy," tạm bợ trước mắt cái đã. Để chúng như đôi tân lang, tân giai nhân tự do theo ý muốn của tuổi trẻ...

Vậy mà Đức Miên quá lạm dụng tự do. Dù mới ưng nhau. Đức Miên đi chơi cờ bạc thâu đêm suốt sáng, anh tha cái mạng về tới nhà hầu như trời gần sáng là thường tình. Một hôm Nga ở nhà chờ chồng nóng ruột. Nàng gọi điện hai lần Đức Miên, anh chả bắt phone. Say xỉn về nhà Đức Miên lại mắng nhiếc vô mặt Vỹ Nga:

- Ô cái con đĩ này mày? Tao đi chơi kệ tao mắc chi mày gọi phone? Làm tao có thể chi phối tâm tư nên thua bài trắng tay đêm nay. Lúc trước tao hên ăn hoài. Cái tiền nhà này làm nên 2/3 là tiền tao ăn bài đó. Mày có biết không?

- Em không màng anh đi chơi bài để ăn thiên hạ đâu. Tết nhất xuân về, đánh xả xui vui OK, thì được. Ai mà giàu lên khi đánh bài anh? Nhà này có tiền ba má em phụ cho mà.

- Hê hê. Xí... Hừm ba má mày cho không đủ tao uống nước mía mà mày tính. Bác họ thì cho gì? Họ hô hoán lên cho oai. Được mấy trăm ngói thôi.

Nga lắng nghe buồn hiu. Vì những lời xúc xỉa xảo trá của Miên.

- Thôi bỏ qua đi. Tao không muốn nói nữa. Nhà bếp có gì ăn dưới hôn? Trời ơi vợ con làm chi. Vỹ Nga không tươm tất cho anh chi cả. Sao ở nhà không dọn lên để cơm cá, canh sẵn chờ anh. Phải giỏi lên chứ vợ. Chỉ có thể đó mới đúng là người vợ hiền theo ý anh chứ lị?

Nghe những lời ngọt nhưng có nanh, có gọng đểu cáng phía sau. Nga tưởng chừng chẳng vuốt ve được tình cảm sâu sắc trong nàng. Tuy nhiên, Nga vẫn lễ phép theo cảm tính:

- Trời ơi... Cơm canh đêm hôm đâu biết anh về hồi nào

mà dọn sẵn? Để lâu nó nguội lạnh, anh sẽ khó ăn. Em thật sự chưa biết hết ý anh...

- Nguội kệ anh. Miên thích chu đáo vậy đó. Nhớ nghen. Phải làm để sẵn và coi như sẽ hầu anh chứ?

- Thôi lần khác em làm theo ý anh Miên nha.

- Ừa vậy dọn cơm cho anh ăn đi. Ngay bây giờ đi.

- Dạ.

Vỹ Nga đứng dậy và xỏ dép xuống phòng ăn làm thủ tục "vợ hầu chồng..." Nàng lấy cơm lấy canh, lấy dưa, lấy cá hâm lại. Lòng Nga có chút đau. Song nàng cố gắng làm việc. Rồi nàng đem ra mâm sửa soạn bưng tới bàn nói:

- Anh ăn đi, rồi đi ngủ khuya rồi.

- Trời ơi lại khuyên khéo. Tôi không cám ơn đâu. Tôi cám ơn cô nếu cô lấy được của Thằng Việt Kiều cho tôi đời sung sướng hơn thôi. Ha ha. Vậy mà không làm được. Hèn thiệt không thể tin nổi...

Vỹ Nga chân thành trả lời:

- Em đi trốn mà của cải gì anh? Với lại mình có đôi tay thì chịu khó làm ăn gầy dựng. Chứ ham chi của phi nghĩa. Của lường gạt hay ăn trộm, hoặc ăn cướp của người ta...?

- Nhưng tôi muốn vậy.

- Vậy thì người ta nói mình sống tồi. Đời mình khó lên, con cháu mình mạt, ngóc đầu không lên luôn.

- Hi hi. Cô nói chuyện đạo đức quá. Nhưng tôi cần thực tế. Tiền và tiền.

- Tiền mình tạo ra ai chả thích. Chứ tiền lấy từ phi nghĩa mơ làm chi. Đôi khi là đại họa thì có.

- Tôi nói lại, tiền chính nghĩa, hay phi nghĩa đồng tiền nhìn cũng giống nhau thôi. Ha ha. Chuyện đó để bàn cãi sau, giờ để tôi ăn đã, cô hiểu chưa. Cô đi đâu thì đi, chút xuống dẹp rửa. Vậy OK rồi há, im đi đi nha.

- Dạ em chờ anh. Chúc anh ăn ngon.

Đức Miên làm thinh và anh bắt đầu ăn như tằm ăn rỗi. Chắc đói bụng. Mắc nghẹn thì la lên.

- Vỹ Nga Vỹ Nga, Ủa dọn cơm sao không có nước. Tôi bị nghẹn.

Nga chạy xuống:

- Em quên sorry anh. Nói và Vỹ Nga đi lấy nước cho Đức Miên.

- Hư quá vậy mà dám bỏ Việt Kiều khờ về lấy tôi.

- Anh đừng xúc phạm tôi và người ta. Anh muốn tôi, cầu hôn tôi mới lấy anh thôi nha.

- Ha ha binh hã. Xúc phạm tôi và người ta. Ha ha. Tôi không có quyền bình luận sao? Thôi đi đi. Tôi ăn xong hãy xuống dọn. Nói rồi mà.

Lần này Nga bỏ đi không thèm trả lời. Mặt cô buồn xo.

Đức Miên ăn xong cô phải lục đục dọn dẹp cho hắn. Công việc cô hầu hạ, cũng trót finished đi vào đâu đó. Nga lên phòng ngủ, nhìn Đức Miên đã ngủ mất đất từ hồi nào. Cô buồn bã vội ôm một con bup bê mân mê. Và sau đó nằm bên Đức Miên nhưng lòng thao thức chi lạ. Nga khó mà biết cô thao thức cái gì. Một nỗi buồn buồn, vui vui lẫn lộn như xâm chiếm. Như tấn công vào tim óc nàng Vỹ nữa. Bên ngoài gió vẫn rít, có vài chú bồ cạp còn cuộn mình trong lá cỏ, hoài vọng của giấc mơ đêm...

**

Lần đó Đức Miên vẫn đi chơi đánh bài và sau karaoke nơi quán bar. Ôm ấp các nàng móng xanh, móng đỏ rồi khuya cũng phải về. Ở nhà Nga dọn đồ ăn sẵn như ý Đức Miên dặn dò. Chờ mệt đến hai giờ sáng, nàng đã ngủ say...

Dẫn xác về Đức Miên réo kêu, nhưng kỳ lạ Nga không nghe vì yên giấc. Anh kêu ba lần: "Vỹ Nga ơi Vỹ Nga đâu rồi, hãy giặc đồ, giặt áo cho tôi. Đúng là mấy con quỷ cái, làm cái áo tôi bẩn như thuốc nhuộm rồi. Ối đồ tuồng mất dịch..."

Chàng Đức Miên cởi áo vắt vai, và lẩm bẩm rà rê chửi bới như chém gió. Nàng Vỹ Nga vẫn ngủ mê không thưa. Cửa hình như để sẵn, không khóa chốt, chàng xông bước vào nhà dễ òm. Thấy nàng ngủ Đức Miên làm thinh. Đức Miên tự xuống lục cơm ăn. Chàng nhìn cơm canh được dọn, nhưng mùi vị nguội ngắt, lạnh tanh hết... Chàng la làng và hốt hoảng réo vang:

- Trời ơi sao mà dọn như vậy nguội hết ai mà nuốt cho vô nè trời. Còn ngủ quên trời đất quỷ thần ơi, chuyến này quá hư luôn. Vợ con gì đâu... như bà chủ chiếm chỗ... Chán hết sức. Trời ơi là nè trời ... Chủ đây chắc là chủ...

Nghe quở trách Nga giật mình thức giấc. Dụi mắt cô vội đi rửa răng miệng, nàng nhanh bước xuống thưa:

- Sorry. Anh về, em không hay vì chờ lâu. Khuya quá.

- Ngủ mê như rắn chết mà hay cái con mẹ gì?

- Em sorry anh lần nữa. Nhưng anh đã bảo em dọn sẵn, nên em làm theo ý anh. Anh Miên còn nhớ không?

- Tôi không nhớ gì hết. Tôi giờ nhớ cô phải giặt cái áo này thiệt sạch cho tôi nhờ.

- Trời ơi áo sao vậy anh?

- Mấy con nhỏ nó đổ thuốc độc, ý quên thuốc màu nhuộm tóc chọc quê tôi. Cô đem giặt đi cho sạch nha.

- Trời ơi làm sao mà giặt được. Vỹ Nga nói và cầm cái áo sơ mi màu hồng phấn đó ra coi. Vỹ Nga nhìn Đức Miên cô bực tức trong lòng. Nhưng cô ráng nhịn, vẻ hiền thục... Đức Miên như ngứa cổ la lên:

- Mà nhất định phải giặt được mới giỏi nè nghen.

Vỹ Nga bực dọc nuốt nước miếng nơi cổ mà chua chát thổ lộ:

- Em không có can đảm để cho anh Miên tuyên dương điều đó đâu. Con nào đổ thì nói nó giặt, để khen nó. Tôi không thể làm chuyện này. Chắc chắn là như vậy. Anh đừng gây khó với tôi, và mong được như vậy đâu.

- Hứ cô hư quá. Tôi nhớ cô hư thôi. Cố tình không mở cửa, lại dọn cơm để quá nguội. Lại không chịu đi giặt đồ cho tôi nữa. Ba cái hư chồng chất gớm thiệt. Đức Miên nói và tự động, bưng đổ hết cơm cá thức ăn vô thùng rác.

Nga mở mắt to nhìn ngó, như không ngờ xảy ra nơi tay chân Đức Miên lại quá ác như vậy sao, cô ngậm ngùi những thức ăn cô cố tình nấu ngon cho chồng... Nếu mà chàng không ăn được thì hâm nóng lại chứ? Đức Miên không như vậy. Anh hàm hồ, cơn nửa tỉnh, nửa say tuôn hết "châu ngọc, cuộc sống." mà không tiếc. Nga giờ chỉ biết khóc than và nói với Đức Miên cuối cùng là:

- Biết làm sao, ý anh muốn thay như chong chóng quay. Chóng cả mặt em. Ngày trước khi đi cưới em, anh bảo yêu em "Mình sống trọn đời, không rời nửa bước." Giờ đi chơi hằng đêm không chịu về sớm. Em hết còn ao ước trông nom...

- Trời ơi có mấy ai mà giữ lời hứa được lâu dài đâu em. Cái con nhỏ này đòi hỏi khó khăn thế ta?

- Anh không giữ nổi một tuần chứ nói chi lâu dài.

- Hai hôm là nhiều rồi. Nói của một chuyện, thực hành lại một chuyện khác, em phải hiểu điều này. Sao dại dột tin điều đó thế.

Nga không biết nói như thế nào nữa đứng lặng thinh. Đức Miên rằng:

- Coi còn gì không hâm nóng lại. Tôi đi nằm tý sẽ ăn. Bữa nay không khá giả gì đâu, thua đậm. Chỉ có đi karaoke là vui... lấy lại nhựa sống thôi... Làm đi anh đã bảo nha. Anh cần ăn uống đó, anh đói bụng lắm rồi...

Đức Miên nói xong và bước vào phòng ngủ. Chẳng thèm để ý chi bức hình chụp như có thần đang nhìn anh khiển trách kia. Điều này chỉ có Nga mới nhận ra thôi. Mỗi khi có chuyện giận Nga hay nhìn nó. Với Đức Miên vẫn thấy nó, nhưng anh quá dửng dưng. Hai người với hai con mắt, điểm nhìn về một nơi, đâu phải có cùng cảm nghĩ giống nhau? Đức Miên, chàng như chẳng còn ham muốn nhìn Nga, chứ nói chi hình bóng chụp chung. Còn Nga thì khác. Hình bóng luôn len lỏi vào tim nàng, dù nhìn sẽ thêm đau đớn...

Nga ghé mắt nhìn nó xong một phút, rồi đi làm lại thức ăn mới cho Đức Miên. Cô lục đục khoảng 20 phút mới nấu được món súp cá trong hộp có sẵn. Món trứng chiên. Tôm ram. Thịt luộc v.v... mới đâu vào đó. Xong nàng dọn ra đi mời Đức Miên xuống. "Người chồng yêu quý của cô," giờ Đức Miên mới ung dung nếm hương vị và thong thả gật đầu. Chàng đưa tay ra lệnh như mời Nga rời chỗ đi. Chàng không cần cô ở đây nữa.

Thật là ông trời còn trái nghịch bắt cô phải khổ với người chồng này tới đâu nữa đây. Nga lên phòng nằm xuống giường ngủ, mà lòng cô không ngủ được. Lòng cô cứ khô cứng, nghe nặng trĩu âu lo. Nàng đưa mắt nhìn hình hai người đám cưới treo kia một lần nữa. Vỹ Nga buồn phát chán. Nàng muốn thong lên đập mà không dám. Và tự nhiên hình bóng Nhật Long thoáng qua trái tim nàng... Dù nàng không cố tình nhưng tâm trí nàng đã chịu ảnh hưởng một cách lạ lùng. Theo sinh học của sự va chạm, liên tưởng... Ôi những hình bóng đẹp của Nhật Long chạy qua não bộ nàng. Nhất là chàng bồng nàng lên hôn ở nơi bida Hồng Kông, và từng hôn lên cái chân nàng nơi nhà. Chàng hút bụi, lau nhà, giặt đồ. Chàng vẫn hào hoa, vui tươi, hồn nhiên ca hát...

CHƯƠNG 7

Phần Nhật Long khi Vỹ Nga xa rồi anh buồn như cây chết. Anh chỉ biết xin lên chùa ở luôn. Cha mẹ đồng ý và anh xuất gia. Song chùa còn đang đợi Nhật Long trong giai đoạn thử thách. Họ chỉ cho anh mượn chỗ để nuôi tâm linh, nuôi thân tâm an lạc mà thôi. Chuyện gì hãy tính sau. Chỉ đợi thời gian là viên thuốc của mầu nhiệm...

Tâm an lạc. Nhưng ngày nào Nhật Long cũng kêu lên:

- Vợ ơi. Vợ ơi em ở đâu, không về với anh. "Giận nhau sao không nói, ra đi không một lời làm giá buốt tim tôi." Anh yêu em nhất trên đời. Anh cưng em như hoa. Tại sao, tại sao em nỡ xa anh, hỡi trời...

Chàng như cố mãi than thở thêm:

- Vợ ơi. Vợ ơi, em ở đâu về với anh. Anh yêu em nhất trên đời. Anh cưng em như hoa. Tại sao em nỡ xa anh. Hỡi trời...

Lúc nào Nhật Long vẫn cứ xướng lên như bài hát trong anh. Lời của "Trăm nhớ ngàn thương – Nhạc nơi Lam Phương" Là Nhật Long nói từ hai đến ba lần vài câu hay điển hình này. Kỳ thay lúc nào bóng dáng Nhật Long bồng Vỹ Nga, ở trước sân bida Hồng Kông cũng chập chờn trong tim chàng. Và bóng dáng chàng hôn lóng chân Vỹ Nga lúc nàng ngủ, cũng chập chờn choáng chỗ ngập trong lòng chàng. Vỹ Nga cũng đã có một tâm trạng đó khi buồn sống với Đức Miên ở VN. Phải chăng Trời Phật vẫn còn cho hai trái tim, họ thao thức chung một điều, và ngự trị với nhau về một điểm tình yêu của họ như nhau?

Chính hôm đó. Thầy Trụ Trì Giác Hạnh bảo:

- Nhà chùa luôn từ bi và độ lượng. Nếu con mang nghiệp tình yêu sâu nặng. Thì cứ yên vị, cầu mong điều mình thích. Cửa Phật không bắt buộc tạo giả vì thiếu duyên. Con cứ sống của tâm linh trong sạch. Khi nào hết nợ thế gian, thì chùa mới nhận con là một con người mới hẳn hoi. Nghĩa là lúc đó con mới được là đứa con của Chư Phật xuất gia. Còn bây giờ con vẫn còn là một vị bồ tát với đời.

- Dạ con cám ơn. Nam Mô A Di Phật. Con buồn đến cửa Phật cho an bình, mà sao con vẫn còn nhớ nhung vợ con lắm. Con mong nàng về bên con, là con thiết tha từ tâm linh. Nhật Long cầu Phật hộ trì giúp đỡ. Nam Mô A Di Phật.

- Mong cửa Phật từ bi am hiểu lòng chúng sanh. A Di Đà Phật. Thầy Giác Hạnh thật tâm cầu nguyện cho Nhật Long như thế.

Khi nào ba mẹ anh đến thăm. Nhật Long luôn luôn hỏi:

- Vợ con về chưa. Nếu nàng về ba má cho con hay nha. Con mong lắm khi vợ con về... con mới về. *"Giận nhau sao không nói, chia tay không một lời, làm giá buốt tim tôi. Ai ngờ chim trời vỗ cánh tung bay... Người đi để nhớ cho đời, làm sao tôi đến bên người.. Bao giờ mây hồng đưa bước em sang. Hay từ đây dở dang.."*

Chàng thường đọc và hát câu hát đó hoài cho lòng mình nhẹ vơi. Rồi chàng cố bảo thêm:

- Mẹ ơi là mẹ ơi... Nếu nàng chưa về. Không thì con ở chùa cầu nguyện cho duyên tình con tái hợp thôi.

Mẹ Nhật Long- Vân Đăng thương yêu bảo:

- Vợ con sẽ về... con cứ cầu nguyện và giữ cho thân tâm an lạc đi.

**

Và một ngày lạ thật, Vân Đăng nhận được thư của Vỹ Nga từ VN gởi sang. Lá thư được viết:

Kính gởi ba má.

Con biết con có lỗi, mong ba má và anh Nhật Long tha cho. Con đã đi sai đường nhưng con thật lòng muốn trở lại. Con hối hận khi phải xa căn nhà có ba má và anh Nhật Long đã hết lòng thương con, và tử tế với con. Nếu ba má và anh Nhật Long tha thứ, con sẽ trở về một ăn năn... Con thề sẽ thương quý anh Nhật Long lại suốt đời.

Con: Trần thị Vỹ Nga.

Thơ viết ngắn có mấy dòng chữ, nhưng Vân Đăng đọc hoài. Nàng muốn lẩm nhẩm cho chồng ngồi đó nghe. Xong Vân Đăng hỏi:

- Thơ nó viết vậy anh Tùng Sơn thấy sao?

- Hừm, thì nó muốn trở về ăn năn là mình chịu thôi. Với lại thằng Nhật Long coi bộ thủy chung thương Vỹ Nga quá đấy. May nó còn thất tình kiểu dễ coi đó em. Nếu nó cứ đòi đi rông ngoài đường, thì cũng một kiếp khổ cho chúng ta.

- Anh nói vậy là anh chấp nhận Vỹ Nga trở lại đa. Em nghĩ như thế. Thôi cho em qua ba má, bàn tiếp chuyện này. Không thể để lâu nha anh?

- Ừa em qua ba má thử. Chứ anh thì cho nó về lại 100% thôi. Đánh kẻ chạy đi không ai nỡ đánh người chạy lại. Coi như chuyện châu về hiệp phố sum vầy tốt mà em. Nên lắm...

- Vậy em đi nha.

- Anh đồng ý. Mau để rồi còn báo cho thằng con trai ta, Nhật Long nó biết được nó sẽ mừng lắm.

- Chắc vậy anh ơi.

Nói xong Vân ra xe, lái một mình đến nhà ba mẹ ruột.

Bà Sáu Cân đang quét bụi. Cứ mỗi thứ bảy hằng tuần là bà quét mạng tơ nhện, giăng trên tường không góc này thì góc nọ. Không có, dù ít. Bà vẫn quét bụi theo thói quen cho nhà sạch sẽ, thoáng đẹp. Bà Sáu Cân đang làm việc đó, còn chồng bà ông Sáu Cân chưa đi chơi nơi, chỉ ngồi ghế đọc tạp chí mới sớm. Ông Sáu Cân coi một vài tin tức mới của VN và thế giới, ở phòng khách. Thấy con về bà Sáu Cân đưa tay như che nắng hay điện chóa nhìn ra. Vân Đăng xuống xe tiến vào nhà khi bước ngang qua cụm hoa đang nở. Nàng sờ nhẹ chúng như ngửi lấy mùi thơm trong lành, và lấy hên khi gặp mẹ.

Thấy con vẻ tươi cười nét mới lạ. Bà Sáu Cân vội vã lên tiếng:

- Có gì qua đây sớm coi bộ tươi giữ con gái. Chắc có gì hên không? Có tin gì mới mẻ không con?

- Dạ má đoán đúng. Có tin mới. Lẽ vui hay buồn đây má ơi? Con Nga muốn trở lại gia đình ta. Gia đình con. Và nó nói, nó ăn năn hứa sẽ thương thằng Nhật Long cả đời...

- Chèn ơi... Vậy thì tin vui chứ buồn chi.

- Con vui. Nhưng sợ ba má không chịu nên qua hỏi ý?

- Trời ơi tao thì chịu chắc thôi. Còn ba mày để hỏi ổng thử. Mà chắc ổng chịu thôi.

Đang đọc tờ tạp chí Văn Hóa Việt Nam Life Styles nổi tiếng. Ông Sáu Cân đã nghe. Ông bỏ nhẹ tập tạp chí xuống bàn. Ông nhìn hai mẹ con họ rồi nói nhanh:

- Cái gì, cái gì mà chịu, không chịu hã? Cái gì, cái gì nào?

Vân Đăng trả lời ngay:

- Con Vỹ Nga viết thư qua, nó nói muốn làm dâu trở lại căn nhà chúng ta lại đó ba?

- Ba thì đồng ý cái rột thôi. Quá tốt đó chứ. Nhưng còn thằng chồng mày, Tùng Sơn nó nghĩ sao?

- Ảnh chịu đồng ý cho Nhật Long vui, khi Vỹ Nga trở lại. Và ảnh bảo con đi mau qua ba má đó chứ.

- Vậy thì nên vui cả nhà. Con lên chùa Pháp Ân báo cho thằng Nhật Long Jimmy nó hay.

- Dạ.

- Nói vậy thì đi liền đi, chần chừ chi nữa.

- Vậy thưa ba con đi. Nàng nói với ba.

- Vậy thưa má con đi nha. Nàng nói với mẹ.

- Được đó về lo đi con Vân. Coi như mình còn phước

trời. Kệ nó ra sao cũng được. Bà Sáu Cân nói liếc nhìn gương mặt chồng ông Sáu rồi nhìn lại đứa con gái đứng đó.

Vân Đăng nhìn cả ba mẹ nói thêm:

- Dạ vậy con về nha ba má. Con muốn lên cho Nhật Long hay ngay, nó sẽ đỡ thất tình khi ở chùa làm phiền họ. Dù con biết chùa nơi nương tựa cho con người, và chùa họ luôn từ bi bao dung. Nhưng mà có cơ hội, thì mình không nên để gây cho họ nhiều phiền toái...

- Thiệt mừng quá đó nha. Vậy nhà ta còn phần phước lớn lắm. Chúng ta lại lấy phước trời đong mà. Ồ chắc cũng nhờ má mày niệm Phật, thằng Nhật Long niệm A Di Đà, Quan Thế Âm đó. Ông Sáu Cân vui vẻ, tiếp lời như vậy.

- Dạ cám ơn Phật Trời che chở ba ơi. Thôi con đi nha.

- Má thì niệm Phật luôn rồi. Má luôn cầu nguyện trong lòng. Vì có một đứa cháu lại bất bình thường. Trời Phật coi vậy nhưng chứng giám thầm lặng đó nghen.

- Dạ con hiểu con đi ba má. Vân nói cười, vẻ vui sướng rồi, mà chân cứ còn trụ, chưa muốn bước ra khỏi căn nhà.

- Nhớ cẩn thận mừng quá... Con lái xe coi chừng vượt đèn đỏ nha? Bà Sáu Cân muốn lo cho.

Vân Đăng hiểu ý. Nàng bảo:

- Cám ơn má dặn kỹ, con đi.

- Được được. Đi đi báo tin vui cho nó, con đừng để chậm. Bà Sáu Cân vui vẻ nhanh miệng bảo thế nữa. Miệng bà bảo, song lòng thì vẫn muốn Vân Đăng còn đứng lại để chia sẻ tin vui này hơn một tý. Người Việt Nam thường hay có cái tật rà rê vậy.

Ông Sáu Cân cũng bắt chước vợ:

- Được, được lắm. OK OK lắm. Tới báo cho nó hay đi. Biết đâu gương vỡ lại lành đó. Hi hi. Trên đời này cũng có nhiều mối tình sau hàn gắn, lại được vững chắc lắm chứ.

Bây giờ Vân mới thực sự rời khỏi nhà của ba má lên xe, nhưng cô lái về nhà mình trước, cô cần một số công việc. Trước mắt cô phải ngồi lại bàn, cặm cụi lấy viết thảo thơ cho Vỹ Nga đã. Vân hạ bút sau một hồi suy nghĩ rồi cắm ghi.

Vỹ Nga mến thương!

Ba mẹ và Nhật Long rất mong con trở lại. Nếu như con còn thấy mến yêu gia đình ba má cùng Nhật Long. Nhật Long đã lên chùa muốn đi tu mà vẫn nhớ con trong tâm linh. Nó luôn mong Nga về sum vầy...

Má vài lời cho con. Mong thời đại mới nhưng má cũng muốn gởi thư. Mong cánh thư con đọc sẽ nhiều lần. Như má đọc thơ con nhiều lần và mừng lắm...

Má, Vân Đăng.

Thư viết xong, ý như thế. Mà Vân đọc đi đọc lại mấy lần, thấy như được lãnh phần vui vẻ, Vân thích thú tâm trạng vào lòng, nên miệng nàng muốn tươi cười luôn. Rồi Vân ra lái xe đến chùa để gặp Nhật Long bởi nàng cũng nôn nóng lắm. Vân không thể để lâu hơn. Còn chồng nàng vui hẳn, Tùng Sơn đi coffee lai rai với bạn bè cuối tuần một chút...

CHƯƠNG 8

Đến chùa Pháp Ân- Cù Đàm Chánh Quả. Vân Đăng vào chánh điện bái kiến niệm:

Nam Mô A Di Đà Phật. Bổn Sư Thích Ca Mâu Ni Phật. Nam Mô Quan Thế Âm Bồ Tát Phật. Cho con được phép. Muốn gặp Nhật Long.

Có người đã báo. Nhật Long một hồi bước ra gặp mẹ. Chàng thưa:

- Mẹ đến chùa thăm con. Con đội ơn mẹ. Mẹ ơi con muốn đi tu mà lòng vẫn cứ nhớ Vỹ Nga. Nhớ thật không kể nổi xiết... Con mơ gặp lại Vỹ Nga. Nàng tiên của con lắm...

- Con ơi Vỹ Nga gởi thơ sang muốn trở lại gia đình ta, muốn sống bên con. Con tính sao?

Nhật Long nghe nói không cần hỏi lại mẹ. Chàng há hốc miệng để thở nhanh, như một giấc mơ đi về hiện thực, lòng anh mừng như có lễ hội hoa đăng. Nhật Long cứ nhảy lên trong cơn xúc động không dằn được, thái độ Nhật Long tươi vui quá thì bảo:

- Có thật không má. Ba má đồng ý chứ. Con vui lắm khi Vỹ Nga trở về bên con. Con ngày đêm tâm niệm cho nàng đến, về lại bên con đó mà.

- Vậy à. Thôi coi như linh ứng. Con nên lạy Phật Tổ cảm tạ ơn sâu nha?

- Dạ. Nhật Long nói mà vội vã đi ngay.

Vân Đăng đứng nhìn con lạy Phật rất trang nghiêm, thành tâm. Nàng mừng khấp khởi. Tim người mẹ cũng muốn rớt ra ngoài. Xong xuôi Nhật Long quay lại thổ lộ:

- Nếu Vỹ Nga về con sẽ đúc thêm tượng Phật cho chùa này. Và suốt đời ơn Phật. Má nhớ báo với con khi Vỹ Nga về trong một phút nha.

- Ừ chắc vậy rồi... Má sure...

- Mà thôi nay mai con về liền. Con sẽ đón Vỹ Nga chứ.

- Thì OK điều đó. Nhưng con bàn lại với sư thầy về hôn nhân sum hiệp của con. Con sẽ nhờ thầy trợ duyên, khấn vái tâm niệm độ trì thêm.

- Dạ con sẽ làm theo ý má hướng dạy.

- Thôi báo con hay. Má về nha. Hồi sáng giờ má mừng quá, chạy qua ngoại rồi về viết thư hồi âm cho Vỹ Nga. Rồi má lên con. Má chưa nghỉ ngơi gì ở cuối tuần.

- Thanks má tất bật vì tin mới cho con. Thôi má về nghỉ ngơi đi. Con vui lắm rồi. Nói với ba Tùng Sơn con vui lắm khi nghe tin này nha má.

- Chắc chắn là má nói vậy với ba, và ông bà ngoại. Giờ bye Nhật Long nha.

- Dạ má lái xe cẩn thận nha.

- Ừa lái xe phải cẩn thận chứ. Vui quá cũng càng phải cẩn thận, như buồn quá đó con. Nếu thiếu óc chăm chú... do lơ đễnh. Má biết thế chứ con trai Jim.

- Đúng vậy. Má con vĩ đại mà. Bye má. Bye mom...

Hai mẹ con vẫy tay. Nhật Long đưa mẹ ra đến chỗ parking xe mẹ đang đậu. Mẹ lên xe lái đi, anh mới quay vào. Chờ mẹ Vân Đăng ra khỏi sân Nhật Long mới vào lại trong chùa. Nhật Long tìm kiếm gặp thầy, chàng liền lễ phép:

- Thưa thầy. Con có tin mới thầy.

- Tin gì? Nam Mô A Di Đà Phật. Mô Phật. Có gì mà

trông con có vẻ vui sướng thế nhỉ?

- Dạ vợ con muốn về cùng con sum họp thầy ơi. Con muốn kính báo tin này.

- Có phải như con nằm giữa ban đêm mà tưởng ban ngày không Jim Nhật?

- Thưa thầy, không phải vậy thầy, đây là sự thật má con vừa đến báo tin mà. Vợ con viết thư qua bảo muốn trở về gia đình bên con, và sống cùng với con lại.

- Ồ vậy thì chúc mừng. Xin chúc mừng. Nam Mô Bổn Sư Thích Ca Mâu Ni Phật.

- Nam Mô Bổn Sư Thích Ca Mâu Ni Phật. Nhật Long cũng lập lại câu nói thế, và hai thầy trò lại nhìn nhau tâm tư hạnh phúc vô biên, nơi nguồn vui mới rượi... Thầy như muốn gởi một thông điệp với người con trai mặc áo sa di nhưng nợ tình còn mang theo. Thầy như đặt niềm tin, và tin một sự đẹp đẽ nhất sẽ đến với người con trai này ở ngày mai, như chính Nhật Long đã từng ao ước vậy.

Và sau đó một ngày Nhật Long từ giã sư thầy Đại Đức Giác Hạnh ra về. Người vợ Vỹ Nga ở VN qua Mỹ lại. Hai vợ chồng ăn ở lại với nhau. Họ lại đằm thắm thương yêu hơn xưa. Một điều không dám tin chắc, song đó là sự thật. Bỗng dưng Nhật Long hết căn bịnh ngu ngơ khờ khạo man man khi xưa. Chàng trở nên một con người khác hơn. Bình thường hơn, thông minh thêm, lanh lợi, giàu hiểu biết, và hết khờ dại, hết nhảm nhí lung tung... không biết vì đâu?

Chàng lại mở tiệm làm bánh mì cùng vợ làm ăn. Vì Nhật Long được học qua kinh nghiệm lúc còn làm công nhân cho tiệm. Vỹ Nga đã sinh con, có một đứa con gái xinh xắn. Cả gia đình họ làm bánh mì mỗi người một việc, và cũng có một số người Nhật Long kêu thêm để phụ giúp. Tiệm shop kích hoạt động rất mạnh và ôn hòa. Chùa chiền mỗi lễ là bánh mì chay nơi Tiệm bánh Happy Việt. Nhật Long gởi đến tặng gia đình Phật Tử. Bà con vui mừng trong hân hoan, trong thức ăn chay, như hân hoan nhìn tia nắng mới, có một tia nắng lụa, đẹp rực rỡ huy hoàng ở từ phương Đông chuyển đến... Có lẽ như đang dâng tặng, tràn vào tim họ màu sắc, của một vẻ đẹp kỳ vĩ, hết sức bất ngờ của đôi vợ chồng giàu lòng nhân nghĩa...

Và vợ chồng Nhật Long Vỹ Nga con cái đi chùa thường xuyên. Họ hạnh phúc vô bờ. Câu chuyện này là Vỹ Nga viết lại để nhớ cuộc đời mình có bất trắc, song Vỹ Nga ôm được hạnh phúc cuối cùng. Khi đời nàng phải ưng lấy một anh chồng khờ khạo, mà giờ chót lại được thay đổi hoàn toàn... Vỹ Nga cảm ơn Trời, Phật, Đất, Tổ. Và bao người thân chung quanh nàng... cho Vỹ Nga hạnh phúc cầm được ở tầm tay. Nàng có một em bé Emily - Tên Việt là Bích Ty Lê xinh đẹp vui tươi. Mắt bé tròn thơ dại, nhưng chân thành, đáng yêu. Vỹ Nga nhìn cảm giác như thấy hình bóng Nhật Long khi xưa chắc? Con gái mà tướng tá, mặt mũi giống ba như đúc. Chỉ giống nàng là cái miệng lanh, sỏi nói, song nói chuyện đúng kia thôi... Còn lại bé Emily – Bích Ty Lê thật giống ba như khuôn. Nhìn nó như một bản sao của Jim Nhật Long. Kể cả nó có một nụ cười tràn đầy thánh thiện nơi tuổi thơ...*/.

HDT. Viết năm 2016.________

CHÚ CHÓ SHADOW KHÔN NGOAN

CHƯƠNG 1

Ngọc Dung đi đổ rác tại một bãi rác ở công cộng Dumpster khu Apartment, thì nàng nghe trong đống rác có cái gì đó kêu rên lí nhí. Nàng không muốn quan tâm, muốn toan đi vì công việc. Nhưng có một cái gì đó vô hình như níu chân, nàng quay trở lại... Ngọc Dung cố nghe kỹ hơn tiếng cử động vẫn rên như thế nhỏ dần hơn. Ngọc Dung đoán là chắc chú chó. Thế là nàng lại gần tiếp một tay, nàng dở lớp bao rác quấn quanh ràng rịt thì gặp ngay một con chó của ai bỏ rơi. Chú chó đó thuộc loại của dòng chó Chihuahua... Có lẽ họ cố tình vứt và còn có mong ai lượm được chăng? Nên mới đặt để vào nơi này. Nàng thấy tội nghiệp nó quá, Ngọc Dung liền khi mở tấm cột quanh vải, là lớp khăn mền cuối cùng ra. Một con chó nhỏ, nó nước mắt vẫn còn đong đầy trên khóe. Người phụ nữ ấy vẫn giật mình kinh hãi lẫn ngạc nhiên, rồi cũng ráng bình tâm lại, ung dung nhìn nó, và đã thỏ thẻ với nó rằng:

- Ôi chú chó đáng thương. Trông mày tội nghiệp quá. Chủ mày là ai? Sao chủ mày bỏ rơi mày như thế này. Tao lượm mày về nuôi nha. Mày có vui không nào?

Con chó không biết nghe được gì không? Nhưng nó lại ve vẩy cái đuôi ngắn vì nó mừng lắm. Mắt nó sáng lên trông đau thương mà rất dịu dàng. Rồi nó dùng mỏm ngửi ngửi quanh tay, thân chân, dáng vẻ Ngọc Dung. Nó như tỏ ra biết ơn cảm tạ, hay khuyến khích nàng một điều chi ấy.

Ngọc Dung nhìn chú chó kỹ hơn, và dùng tay phủi phủi nhẹ trên chiếc lưng mịn nó, Ngọc Dung lại sờ luôn đôi tai, cùng nơi đôi vùng mí mắt nó. Rồi cô bồng chú ra ngoài "cái tổ ấm" người ta cho nó đó. Ngọc Dung cũng nhanh chân ôm nó một cách ngoan ngoản thân thương, để bước lên xe mình. Cô bỏ nó ngồi bên cạnh rồi chở về nhà ngay tức khắc. Về nhà Ngọc Dung lập tức tắm rửa cho chú, cô dùng khăn sô khô sạch lau bộ lông, tai mắt, mặt mũi, và bốn chân cho chú. Bây giờ trông nó tươi ra hơn nhiều, nó như chắc thầm cảm ơn quyền bính vô song nào đó cho cô gặp được nó...

Và bước thứ hai nàng Ngọc Dung ngắm lại chú chó nhỏ thêm một tý, suy nghĩ một tý. Rồi nàng không để thời gian trôi đi. Ngọc Dung phải làm gì? À nàng đã làm lễ đặt tên cho nó với lời cầu nguyện chân thành nhất:

- Tao Ngọc Dung sẽ tên cho mày là tên Shadow. Hôm nay tao bắt đầu nuôi mày nhé.

Chú chó gật gật cái đầu nháy nháy con mắt chớp chớp lông mi, lỗ tai nó dựng lên lắng nghe như hiểu được Ngọc Dung nói gì. Người phụ nữ trẻ đó tiếp tục cầu phúc:

- Cô Ngọc Dung nuôi con, nuôi mày, mong mày khôn ngoan, trung thành nha. Và trong hoạn nạn nào, mày nên giúp đỡ cho tao hết lòng... Ngọc Dung cầu nguyện như một niềm tin cho vui, chứ nàng cũng không hoài vọng chi, dẫu nàng biết loài chó vốn dĩ khôn ngoan.

Từ đó người phụ nữ trẻ Ngọc Dung nuôi con chó Shadow chăm sóc chú rất là kỹ lưỡng. Đi đôi với tình yêu loài vật nàng dành cho nó nhiều nữa. Ngọc Dung thường đi làm tại một job vật lý trị liệu. Khi ở nhà thì Shadow luôn quấn quít vui chơi bên cô. Thói quen Ngọc Dung vui thích thứ gì thì cô đều chia sẻ cùng nó. Nên cô thường đọc thơ cho nó nghe, đưa tranh cô chỉ chỏ cho nó nhìn, cô hát cho nó thưởng thức, cô mở âm nhạc cho nó lắng tai, hoặc là cô và Shadow coi vài bộ phim trinh thám nổi tiếng v.v... Đúng là Ngọc Dung muốn chú quan tâm với những gì theo với sở thích của cô. Trông Shadow có vẻ ngưỡng mộ lắm, Ngọc Dung rất là vui nhiều. Khi đi làm chủ nhân cứ để Shawdow ở nhà. Dung lấy đồ ăn, nước uống để đó bên nó. Cô lại có trò chơi giải trí cho nó bằng cách - Tìm sách báo bỏ ra cho Shadow nhìn hình bóng, lượn coi mẫu mã, đi kèm chữ nghĩa, tranh ảnh, màu sắc. Nàng chỉ biết cách nuôi Shadow giải trí kiểu này khi nàng vắng nhà thôi? Có nàng ở nhà thì lại khác, khi nàng đi làm thì lại khác, với các kiểu giải trí như trên. Riết rồi con chó cũng quen với hoàn cảnh. Nó thích nghi rất nhanh, vui vẻ mỗi khi Ngọc Dung sờ vào đầu nó ở buổi sáng, trước khi Dung ra xe, đi làm việc v.v... Chủ nhân đi xa, nó lại vào đứng buồn trong giây lát, giây lát cứ thế... Nhưng rồi cô chủ phải đi vì công việc chứ? Rồi Shadow ở nhà phải tự "take care of its self" cho mình, dùng chân cào cào từng trang sách coi hình, ngó chữ, đam mê say đắm ngắm một mẫu mã gì nó thích... Như ý định Ngọc Dung ban cho nó vui chơi, những kiểu của những ngày, nếu như cô đi làm xa vắng nó cả buổi, hoặc mấy tiếng đồng hồ. Shadow phải chờ đợi...

Con Shadow giúp được gì cho Ngọc Dung sau này hay không? Xin các bạn theo dõi câu chuyện sẽ ngạc nhiên hơn.

CHƯƠNG 2

Số là Ngọc Dung có một người chồng về VN ăn chơi. Chàng tưởng đâu mua vui chốc lát cũng có thể... Ai ngờ cô gái chàng ăn ở một đêm lại có bầu. Khi chàng trở về bên Mỹ, cô gái gọi điện bảo: "Anh Nghĩa Phi em bị dính bầu, em đi thử ADN chính là con anh. Anh có thể nào cưới em? Anh giúp em một chuyến... Nghĩa là anh đưa em và con qua xứ Hoa Kỳ, cho con chúng ta được hưởng nền văn minh xứ người..."

Ôi là chuyện lớn, hay phúc họa đi chung đây nhỉ? Thế là không để lâu hơn, khi mà Nghĩa Phi nhận tin sét đánh ngang tai đó, chàng nên buồn rầu hay nên nhận lấy một ít hạnh phúc nhỏ nhoi, của sự cố đó. Song trước mắt là, với ước muốn của cô gái Thanh Trúc - Niềm khác vọng chính xác: Chàng phải chịu cưới nàng và nhìn con nàng tại xứ sở America. Suy nghĩ đến dại người. Nghĩa Phi cảm tưởng, thì thôi chàng phải liều với Ngọc Dung một chuyến chứ biết làm sao bây giờ...

Ngọc Dung đang coi phim trên youtube với bộ phim

trước 1975 "Giỡn Mặt Với Tử Thần – Minh tinh Thẩm Thúy Hằng đóng," với tiếng hát Thanh Lan ở bộ phim này khó ai sánh nổi.

Mất em rồi xa em rồi/ Hoa đã tàn nhụy đã phai
Chiều hôm nay trời thanh vắng/ Em đi về, về với ai
Một người đi, một người sầu/ Nhìn hoa úa buồn về mau
Đôi chân mòn tìm dư âm hè phố vắng. Lòng còn thương tình còn nồng
Mà đêm nhớ ngày chờ mong/ Bao thu rồi nhìn lá úa rơi ngoài sông...

Coi cũng nhiều lần song nàng vẫn mê giải trí với phim này, tiếng hát này. Song hoãn lại, Ngọc Dung lại cắt cơn luyến tiếc, để đi đọc mê một quyển truyện ưng ý đang dở chừng kia khác...

Chàng Nghĩa Phi suy qua nghĩ lại nhiều lần, chàng cũng thấy ớn với sự thật, khó mà mở miệng với Ngọc Dung. Nhưng rốt cuộc Đức Lang Quân ấy thiệt tình khai báo với vợ:

- Dung ơi, anh muốn nói với em chuyện này Ngọc Dung?

- Chuyện gì anh? Nàng bỏ lửng trang sách giữa chừng, để hỏi Nghĩa Phi trước đã.

- Thật khó trình bày... Không biết em có tha thứ không?

- Anh biết tánh em mà. Chuyện gì làm anh vui em đâu nỡ từ chối.

- Thiệt tình là khó nói quá em.

- Cứ nói đi. Có gì mà anh phải gian dối với em? Điều gì vậy? Em cũng mong anh thật thà, thật lòng thôi mà.

- Em biết. Anh thì hẳn yêu em và con gái mình Kha Ly rồi. Nhưng em ơi anh về VN vui chơi lỡ chung đụng một cô gái, bây giờ cô ta có nói, đã dính bầu với anh. Cô ta muốn anh tạm cưới... cưới cô ta qua, anh phải nhận đứa con anh sống ở Hoa Kỳ ngay từ lúc còn thơ...

Ngọc Dung tự trợn mắt:

- Trời ơi. Trời ơi anh... Phải tai em nghe chuyện này không, hay em lầm? Ngọc Dung nói hai tiếng "Trời ơi, Trời ơi" vẻ hốt hoảng điếng hồn quá. Và rồi một câu hỏi ngắn sau đó nữa. Nàng như định thần cố nuốt nước miếng để nhìn chồng đăm đăm.

Ngọc Dung vẫn đang nhìn chồng thêm rồi hỏi tiếp:

- Em có nên tin lạ, điều đó sự thật không anh Nghĩa Phi?

- Đó là sự thật. Anh lạy em. Vì anh thương đứa con anh. Em nên bằng lòng. Cho anh một ân huệ nha...

Ngọc Dung như "đứng luôn tròng mắt" nhắm lại, nhưng cô cố mở to nhìn chồng mà không nói gì được nữa. Quả là nàng nghe không lầm. Nghĩa Phi đã bỏ đi...

Chàng bỏ thuốc lâu rồi nhưng với sự kiện này. Chàng tự nhiên lại tìm một điếu salem hút, để nghĩ ngợi cho tinh thần tỉnh táo hơn. Sau một đoạn chàng trở lại. Chàng tiếp tục bằng lời khẩn khoản:

- Em cố gắng cho anh một ân huệ lớn này. Anh nguyện là yêu em, không quên em... Và con mình Kha Ly nhất.

Ngọc Dung hỏi chồng:

- Nhưng tại sao anh có thể hư như vậy anh Nghĩa Phi?

- Anh không phải hư. Song ngoặt là...

- Thôi được rồi không ngoặt nghèo hay ngoằn ngoèo chi cả. Anh vui chơi quá trớn. Và anh đã bị nhuộm đen tâm trí. Vì anh không còn nhớ đến em, là vợ anh. Anh có biết trái tim phụ nữ phải bị chia sẻ như vậy là đau lắm không? Anh nên hiểu trái tim phụ nữ có bao giờ?

- Anh hiểu nhưng nó chỉ là giọt máu của anh. Chứ không phải tình yêu của anh trọn đời.

- Đừng có lý luận với em nữa. Anh Phi sẽ làm những điều anh muốn đi. Anh ước được vậy mà? Anh sẽ làm những công chuyện của mình thích đi. Nói gì cũng sẽ là vô ích với em hết rồi... Vì anh Phi đang cố gắng mong cầu em mà. Anh tha thiết một điều với em? Sẽ đi cưới một người khác hơn em nữa mà. Phải không? Đúng không anh?

Dung nói và bỏ đi. Nghĩa Phi đứng đó nơi phòng khách. Chàng nhìn cuốn sách Ngọc Dung đang đọc "Trăm Năm Cô Đơn" của nhà văn Gabriel José García Márquez, đang đọc dở chừng bỏ quên ở đó với số trang 99 nàng đang đọc. Rồi chàng không biết nên vui hay buồn. Vì trong lòng anh vẫn yêu thương vợ Ngọc Dung nhất. Nhưng mà? Điều đó anh biết giờ này Dung không còn tin nữa. Và anh không ngờ định mệnh lại trói buộc anh phải nhận một sự thật.

Đêm đó là đêm Ngọc Dung muốn ngủ một mình. Chưa bao giờ nàng nằm riêng khi có chồng ở bên cạnh, ở chung nhà. Nhưng sự việc quá sức bất ngờ, nên nàng dù có ung dung cách mấy nơi lòng cũng trồi lên sự giận hờn, ghen tuông, và ích kỷ. Bởi vậy đêm nay nàng không muốn gần chồng được. Nàng như chịu hết nổi với Nghĩa Phi, Ngọc Dung vẫn là một phụ nữ, một đàn bà thật sự, chứ nàng không thể là bà tiên hay bà thánh được? Dung đã có cảm giác chồng mình đi chia sẻ tình yêu, chia ái tình cho người thứ ba, đến nỗi người ấy phải có bầu. Nàng chạm tự ái hết sức, và con tim Ngọc Dung tổn thương chất ngất! Nghĩa Phi gian dối với nàng sao? Ai ngờ rằng một quả tim như chàng lại có nhiều ngõ ngách. Để con tim nóng bỏng của nàng hôm nào Ngọc Dung bỗng dưng trở thành nguội lạnh như tờ, tưởng chừng như có một điều gì rất mới, một lớp giá băng bao phủ suốt mấy nghìn năm chắc? Hay như nàng đang uống phải độc dược cữ kiên trăm năm chi ấy? Dung tự buồn nằm co ro, ôm gối suy nghĩ buâng quơ một mình, đoạn thì nàng đưa ngón tay trỏ và ngón giữa của lòng bàn tay mà sờ nhẹ nhẹ trán mình như một thói quen nàng bí lối trong suy nghĩ. Và Dung cho hai ngón tay đó lăn qua lăn lại một cách hy hữu trước cặp chong mày, như kiểm tra não bộ nàng có điều gì nhầm lẫn không? Dung biết tuyệt nhiên là nàng không nhầm lẫn bất cứ cái gì? Chỉ là một tin "quá sock" đối với nàng. Vừa lúc Nghĩa Phi lại gõ cửa muốn vào phòng nàng. Chàng gõ thật lâu, Dung vẫn không mở. Một đoạn liếc nhìn chiếc đồng hồ đeo tay, nàng bật dậy đi mở ra chỉ nói một câu:

- Em thấy trong người mệt mỏi không muốn gần anh... Em muốn yên lặng một mình. Anh lo tính công việc anh đi em nhắc lại. Anh thích thế thì thôi ... À nhưng chuyện này có nên nói cho Kha Ly biết không? Em muốn hỏi anh đó?

Kha Ly là đứa con độc nhất của hai vợ chồng. Kha Ly xinh đẹp và hiếu hạnh đã bước vào tuổi 16. Cô ta đang học lớp 11 ở bậc trung học.

Suy nghĩ tý Nghĩa Phi trả lời:

- Chưa cần em à. Khi nào cần anh sẽ nói với con. Hai chúng ta cứ cố giấu một thời gian xem sao?

- Được rồi em hiểu. Anh lo đi tính công việc cho tròn ước vọng anh đi. Em sẽ khóa mồm em không nói gì nữa đâu, vì quá dư thừa. Và em muốn khóa cửa ngủ một mình thôi. Hơn nữa chúng ta là vợ chồng, nghĩa là trăm năm. Chứ em không ưa bon hót, nịnh nọt tô trét em đâu? Anh hiểu ý em chứ? Xin đừng nói nhiều với em nữa.

Ngọc Dung nói và lại vòng tay trước ngực đứng im lặng. Nghĩa Phi cũng im lặng. Không chờ đợi câu trả lời của Nghĩa Phi, cô nhìn qua vai của chàng như muốn ra hiệu cho Nghĩa Phi bước đi lối đó để cô đóng cửa lại.

Ngọc Dung yêu say đắm nhưng dễ dàng đổi ra băng tuyết với chồng Nghĩa Phi, nghĩ cũng lạ, song không lạ. Có lẽ sự tức giận, cá tính nơi Dung đã nhấn chìm những cơn sóng tình, từng yêu đương của vợ chồng nàng... Nàng từng có nhiều kỷ niệm mật ngọt bên Nghĩa Phi. Nhưng ai hay sợi chỉ tơ tình nơi ấy đã phải chia lìa, phải cắt xén ra rồi.

Bị vợ Ngọc Dung có vẻ như xua đuổi khỏi phòng. Nghĩa Phi không cùng nàng, cho đêm chung gối chung chăn. Nghĩa Phi cảm thấy hối hận. Khi mình lầm lỡ gây chuyện hậu quả nghiêm trọng. Song biết trách ai đây, đầu đuôi gốc rễ cũng do chàng mà ra thôi. Làm gì thay đổi khác được hơn chứ? Nghĩa Phi cảm thấy nơi lòng, thêm một chút gì hơi mệt mỏi...

Chàng ra phòng khách nằm một mình... Suy nghĩ vẩn vơ lại, suy nghĩ đến cuộc tình của chàng và cô Thanh Trúc. Người mà chàng sẽ phải cưới làm vợ, và phải ly hôn khéo léo Ngọc Dung trong nay mai - Để hợp pháp hóa, hợp lệ hóa cho chàng mới có thể đem Thanh Trúc từ đất Việt sang...

CHƯƠNG 3

Nghĩa Phi nằm một mình ên hồi tưởng, phải nghĩ đến duyên cơ chàng gặp Thanh Trúc đã đẩy chàng nhận lấy sự việc này.

Số là chàng là con của một gia đình H.O-12 được đi Mỹ diện khá ưu tiên... Cha chàng qua Mỹ cùng gia đình được bảy năm rồi mất đi. Mẹ chàng tuổi cũng đã cao, bà không muốn sống ở Mỹ, bà muốn về miệt vườn VN sinh sống. Tại Long Điền Đất Đỏ. Vì sau mùa xuân 1975. Chế độ Việt Nam Cộng Hòa - Nam Việt Nam thất thủ sụp đổ hoàn toàn - Gia đình chàng ba mẹ phải đi kinh tế, và đã dừng chân dựng lều, lập nghiệp xứ đó tức là tại Long Điền Đất Đỏ.

Nghề chàng ở Mỹ làm nail mùa đông cũng hay ế ẩm- tức slow down. Chàng thường giao tiệm cho người em ruột tên là Kim Trang coi. Và về vui với mẹ già một hai tháng chàng sẽ qua. Ngọc Dung phận dâu hiếu thảo nàng không nỡ cấm chồng, vì yêu thương mẹ chồng. Hơn nữa nàng thì ít đi vì công việc, bởi job jết của Ngọc Dung. Nên nàng hay cho chàng đi mỗi một mình lo cho mẹ già, gần gũi mẹ già đôi chút, khi tuổi bà bóng xế chiều tà... Thế mà lần đó chàng về thăm lo cho mẹ đau nặng. Chàng cùng người chị còn ở lại VN tên là Kim Hưng chăm chuốt mẹ già qua một cơn thập tử nhất sinh... Sau khi mẹ bớt hẳn vui vẻ. Chàng muốn một mình lên Đà Lạt hứng gió mùa xuân. Chính chốn này chàng và Ngọc Dung đã từng đến trước khi đi Mỹ...

Chàng lần đó đi uống coffee một mình nơi con hẻm có vẻ bình dân hơn, tại một góc núi. Ly coffee chàng không phải được nàng Thanh Trúc mang ra, mà là một người khác. Nhưng bên cạnh chàng, hai vị khách ngồi là nàng mang ra. Có một người nam trẻ khoảng 26 hay 27 tuổi gì đó, tay dùng tiền nhét vào bờ áo chiếc "bra" chỗ ngực Thanh Trúc, trong khi nàng vẫn mặc chiếc áo khá kín đáo. Cô gái Thanh Trúc ấy lấy tay mình hất tiền ra, và chúng một tên lên tiếng hách hách cười rồi bảo:

- Đi làm gái bán coffee mà chãnh quá.

- Đừng ăn nói vô lễ với tôi có được không?

- Không bao giờ được.

Tên khác lại nhìn cười châm chọc thêm:

- Chẳng ham tiền chút nào đồ ngốc thế. Hay là chê mày với một lý do nào ta?

Hai tên lại tiếp tục cười ha hả, rồi chúng cười rồ to để thích chí với những câu nói của mình. Lúc đó nàng Thanh Trúc đã lẳng lặng vào trong...

Nghĩa Phi ngồi kế bên đưa mắt nhìn họ không nói gì. Quán nơi đây vốn hợp bình lặng, để suy tư thưởng thức coffee thơm nguyên chất, đậm đà. Anh đưa mắt nhìn những cánh hoa Lan, hoa Thủy Tiên, Mẫu Đơn, Hoa Cúc và nhiều hoa khác, đẹp ơi là đẹp nơi này, và nghe những bài hát Diễm Xưa, Biển Nhớ, Nắng Thủy Tinh. Ru Ta Ngậm Ngùi của Trịnh Công Sơn từ loa bên máy phát ra nhè nhẹ, nhừa nhựa, như mơ hồ nữa... Vậy mà sao lại có kẻ quấy rầy làm hư hỏng một không gian thơ mộng thế kia? Nghĩa Phi nghĩ. Nếu không biết nghe nhạc và thưởng thức coffee theo kiểu này, thì đến đây làm gì nhỉ? Chàng nhìn họ sơ qua. Nghĩa Phi suy gẫm và cứ enjoy nghe nhạc cho chính mình, khoan tính gì đã.

Một đoạn sau có một người khác vào. Người này trạc 50 tuổi cũng được nàng Thanh Trúc bưng coffee ra. Trong khi máy cassette vẫn đi lại nhạc Trịnh qua *"Biển Nhớ - Ngày mai em đi biển nhớ tên em gọi về, gọi hồn liễu rũ lê thê, gọi bờ cát trắng đêm khuya...Ngày mai em đi, đồi núi nghiêng nghiêng đợi chờ. Sỏi đá trông em từng giờ. Nghe như buồn nhịp chân bơ vơ... "*

(Quán này đôi lúc mở tivi coi màng hình, nhưng đa phần là mở nhạc xưa nghe theo cassette, vì lượng khách thích theo kiểu cổ điển phần nhiều. Họ ưa thưởng thức và đắm mình theo nhạc mà thôi...)

Ông ta người ấy lại đưa tay mình cầm tay Thanh Trúc. Ông ta phán ra:

- Tôi đến đây để, không phải để ngắm hoa, không phải nghe nhạc Trịnh hay nhạc Sến, hoặc nhạc Jazz, nhạc Pop, nhạc Valse, hoặc uống coffee... Mà tôi có lẽ chỉ thích nhìn cô và ngắm cô thôi. Vì tôi yêu cô thiết tha trong lòng rồi.

Thanh Trúc vội cố giựt cánh tay ra và nói:

- Ông quả là mất nết. Tôi không cho ông nắm tay tôi đâu. Tôi không phải là thứ lẳng lơ. Ông đi tìm người nào mà ve vãn đi.

- Ha ha... cha chả ngoan hã? Sao? Người đẹp Thanh Trúc ơi.

- Không cần đẹp chi hết...

Thanh Trúc nói rồi bực tức đi vào, hút vào phòng nhân viên. Bỏ lại không gian cô đơn, ông ta nói ông ta nghe. Và cho khách chung quanh họ ngồi uống coffee nhìn ông.

Ông bị quê non, nên đứng dậy tức phóc, tự động ném vứt ly coffee ra xa nơi ông ngồi, ông bực tức giang tay ném luôn bình trà vào một chốn, chắc đã bể mất, và bẻ gãy méo xẹo cái ghế mây để tống vào hướng đi chỗ quày. Hắn liên tục đá mạnh cái bàn bằng dây mây nang bự nhưng khá đẹp, bay đi qua nơi hắn ngồi, phóng tới xiên lệch một bên góc chỗ khác. Hắn còn gào lên:

- Kêu con nhỏ Thanh Trúc đó ra cho tôi. Tao chỉ cần ngắm nó là tao chi hết tiền cho chủ đêm nay, không thì tôi phá shop coffee Vườn Hồng này theo ý tao ngay như chơi.

Biết vị khách ăn nói ngang ngược, xưng hô trịch thượng "tao, tôi." Nhưng chị chủ shop, hay là người quản lý manager vẫn đi ra ôn tồn phân bua:

- Nó lái xe về ngõ sau rồi. Mong anh thông cảm cho quán tôi làm ăn. Tìm tới một tình yêu đích thực mới là giá trị, chứ anh ép uổng người ta còn gì danh dự, cho tình yêu chứ? Nghĩ lại đi nào?

- Danh dự tình yêu cái con khỉ khô. Tình yêu nào cũng như tình yêu nấy thôi. Sống chết với tình yêu chỉ là bùa lú của tiểu thuyết mơ hồ thôi... Tôi chỉ cần tình yêu và được yêu xác thực thôi là đủ...

- Thì anh nên đi tìm tình yêu xác thực đi.

- Hừm...

- Hỡi ông anh người lịch sự giùm cho đi. Coi chừng mình thiếu tiêu chuẩn người lịch sự sẽ bị uổng thôi hà?

- Người lịch sự cái con khỉ mốc. Hừm rõ... Sic.

Nghĩa Phi đưa mắt nhìn vị khách, người đàn ông giàu có nhưng có vẻ ít học thức, vẻ bất lịch sự kia.

Song hắn lại im không nói nữa. Hắn lạng quạng xịnh xạng rồi keo kiệt đặt trả 100 đồng tiền VN cho ly coffee và một điếu thuốc ba số. Hắn ra xe, leo lên xe. Hắn rồ ga cái rầm to, rồi lái Dream chạy biến mất nhanh chóng... Mọi người không biết là hắn đi đâu. Thanh Trúc thì được trốn một chốn ở shop coffee này để tránh hắn. Em đã run lên như cà sấy dẫu em bước vào tuổi 26. Tuổi như qua cái thời nhút nhát... Vậy mà em vẫn phải run sợ, bởi tên si tình hắn có vẻ hung hãn, kiêu căng, và cả bần hàn thứ thiệt nữa. Sau đó thì em muốn thưa với chủ, em đi về thật.

- Thưa chị Quỳnh... Em đi về thôi chị Quỳnh ơi.

- Hắn không trở lại đâu em. Bình tĩnh đi...

- Hôm nay em xui xẻo, em không muốn ở lại, chị cảm thông cho em...

- Tùy em thôi, nhưng em luôn gặp vậy mà. Biết đâu gặp hên lại xui, gặp xui lại hên.

- Thôi chị ạ đừng chọc em. Em khó cho phép các cuộc gặp hên xui kiểu đó, để em về tốt hơn. Trúc về coi chăm sóc mẹ nha chị Quỳnh.

- Nói nói vậy thôi, ai cột chân Trúc được. Em không thích nghĩa là khó vui vẻ, về đi cũng được.

- Dạ. Em xin cám ơn chị.

Nơi một góc kín bên trong Thanh Trúc nói với Quỳnh như thế. Em đi rồi. Chủ quán Quỳnh vừa nói, vừa bước ra ngoài một lần nữa, dẫu có khách Quỳnh vẫn bảo bâng quơ:

- Các em còn lại dọn dẹp đi. Cái con Thanh Trúc này chẳng làm lợi chút nào cho quán, cho shop. Mà toàn đem lại thiệt hại từ hồi vô đến giờ. Đẹp chi mà không lợi lộc gì cả. Đẹp mà không moi được tiền thiên hạ. Cứ toàn là chi bù ngán không hà. Thiệt là oải tới bến luôn... Không cho nó làm thì tội nghiệp, mẹ đau không tiền...

Lúc này đã có vài người ra về, song cũng có một số người, khách tới thêm. Quán này thật ra không đông, không vồn vập, chỉ lai rai như thế thôi. Và chỉ đắt vào ban đêm thôi. Có lẽ giờ thì mới chiều, chưa vô đêm nên không dày khách lắm. Nghĩa Phi đã từng nghe nói như thế.

Ngay lúc đó Nghĩa Phi uống xong ly coffee mình và cũng chứng kiến bao sự kiện. Chàng đứng lên bảo người chủ hay manager Quỳnh vừa mới nói.

- Thưa chị cầm giùm luôn số tiền này nhé. Tôi đền cho chị chiếc bình pha trà. Cái ghế bị gãy, ly coffee bị ném bể v.v... Nghĩa Phi với vẻ thật tự nhiên và chân tình.

- Không có chi. Chuyện này tôi tức chỉ nói thôi, trả thù miệng thôi. Chúng tôi chịu chấp nhận chi bù các sự kiện xảy ra thường tình mà. Cám ơn lòng tốt bụng của ông. Ông là Việt Kiều chứ? Quỳnh nói vội dời gót một nơi. Nghĩa Phi biết ý và bước theo luôn, anh ngần ngại nhưng trả lời:

- Dạ không... Tôi chỉ người Sàigòn lên thôi.

- Phong cách ông thật lịch thiệp, sự enjoy của ông cũng có vẻ khác lắm. Tôi cứ nghĩ ông là người nước ngoài về...

- Thưa chị ở đâu cũng có hạng người, và tùy người chị ạ. Nghĩa Phi nở nụ cười buồn, mà có chút pha tươi...

- *"Ở đâu cũng có anh hùng. Ở đâu vẫn có kẻ khùng người điên"* Phải không nà? Cô chủ quán muốn pha trò câu thành ngữ với ông khách là lạ...

- Chắc cũng có thể. Chàng nghiêm nét mặt và cười buồn hơn nữa. Song chàng lại có một điều quan tâm khác:

- Ô, cô gái hồi nãy thấy thật tội nghiệp. Trông cô nghèo, nhưng cô khá có tư cách...

- Dạ đúng vậy thưa ông.

- Cô đó về rồi trở lại không? Nghĩa Phi tự nhiên lại hỏi quan tâm hơn.

- Không, cô chưa hết giờ làm. Mà thôi cô có lý do, về trông người mẹ. Mẹ cô không được bình thường tuy còn trẻ.

- Vậy à?

Im một lúc Nghĩa Phi lại tỏ bày:

- Tôi thật sự hình như muốn giúp đỡ cô đó. Phiền chị có thể cho tôi số phone cô đó và tôi liên lạc. Có giúp được gì tôi sẽ giúp. Nếu hoàn cảnh đáng thương, song cô ta biết tự trọng.

- Để tôi hỏi cô Thanh Trúc trước đã. Ông ráng đợi nha...

Im tý cô chủ Quỳnh nói thêm như sáng suốt:

- Ô hay là. Ông có thể cho số phone cho tôi, khi tôi tiện, tôi điện cho ông biết... Hoặc tôi nhắn meesage cho ông, khi ông có yêu cầu việc đó. Được hôn?

Tuổi của Nghĩa Phi có vẻ nhỏ trẻ hơn cô chủ, nhưng chắc đó là tiếng xưng hô thường của cô chủ Quỳnh này rồi.

- Được chứ. Chàng nói và ghi số phone tên mình ở tờ giấy nhỏ. (ví chàng có lốc giấy nhỏ màu cam đẹp khích thước xíu xiu, để hờ khi ghi những điều cần thiết chàng dùng...) Chàng ghi đưa cho cô chủ shop coffee:

- Vâng cám ơn chị có thiện chí với ý tôi nhờ. Tôi xin kiếu từ hẹn gặp lại nha. Nghĩa Phi nói cười có một chút tươi tắn rõ nét, anh nhìn nơi tay Quỳnh đã cầm lấy mảnh giấy mình đưa.

- Chúc ông vui và gặp may mắn nha. Quỳnh cũng cởi mở như chia sẻ...

- Cám ơn, chúc chị thành đạt nơi cuộc sống. Nghĩa Phi nói vẻ đáp lễ.

Quỳnh trở vào vị trí quản lý bên trong của mình, trong shop coffee Vườn Hồng. Chị nhìn giấy để áp cộng số phone, tên Nghĩa Phi mới cho. Số thì không nói nhưng Tên "Nghĩa Phi" thấy lạ lạ nhưng hay hay, cô chủ gật gù mỉm cười... Ở quán mọi người vẫn ung dung thưởng thức những ly coffee của riêng họ. Còn Nghĩa Phi lại nơi cashier quày trả tiền coffee anh đã uống, rồi đến nơi bàn anh để tiền tips thêm...

CHƯƠNG 4

Một ngày sau đó thì Nghĩa Phi được đến thăm nhà Thanh Trúc khi chị chủ Quỳnh tin message cho anh. Và anh có một cuộc điện thoại đã kết thúc tốt với chị chủ Quỳnh. Rồi anh cũng được nói chuyện với nàng Thanh Trúc "nàng tiên mắc nạn" kia. Thanh Trúc cho chàng đến, từ khách sạn anh ở ra đi... Chàng vẫn cứ nghĩ đến thăm một đứa em gái thôi. Vì Thanh Trúc đưa ra tiêu chuẩn là như vậy. "Tứ hải giai huynh đệ. " khi mà cả hai talk phone với nhau khoảng chiều qua - Đương lúc anh ở khách sạn anh thuê, còn nàng thì đang chăm sóc mẹ... Và nàng đang đọc đoạn văn cho mẹ giải trí là "Dĩ Vãng" của nhà văn Hồ Dzếnh. (Thật ra Hồ Dzếnh là một thi sĩ nổi tiếng, hơn là một nhà văn nổi tiếng. Nhưng ông vẫn được đánh giá trên nhiều văn đàn, và họ ca tụng ông có những án văn rất trác tuyệt, hoặc có những tản văn rất bất hủ...) Chính vì vậy mà má của Thanh Trúc tâm bịnh nhưng rất muốn nghe những gì thuộc về của Hồ Dzếnh viết. Nàng vẫn thường đọc cho mẹ nghe theo yêu cầu của bà...

Đúng là nhà của Thanh Trúc cách phố cũng không xa lắm, không gần lắm. Chỉ mức độ trung bình thôi. Nghĩa Phi lại thích đi một vòng, hóng gió mùa xuân cho vui. Chàng băng qua hai con hẻm khá dài, rồi quẹo trái. Dân cư ở đây sống bằng trồng hoa và trồng rau. Có một số nhà mua bán phế liệu phẩm chi đó. Chàng qua hai khu nuôi gia súc, gia cầm, rồi băng qua hai ngõ quẹo trái tiếp. Đường còn loang lỗ đất đỏ, thì đến ngay nhà mà mình mong đợi. Nhà Thanh Trúc... Nghĩa Phi thấy Thanh Trúc ra cửa đón. Như chàng đã báo ở phone kỹ rồi. Anh vui vẻ bước thêm vài bước nữa sẽ đặt chân lên trước cửa thềm nhà nàng. Nghĩa Phi và Thanh Trúc gặp nhau, chào nhau với niềm hân hoan pha chút bùi ngùi.

- Chào anh đến. Thanh Trúc lên tiếng nhẹ nhàng.

- Chào em. Nghĩa Phi gật đầu hiệu ứng nhìn nàng.

Họ bước vào căn nhà, họ dừng lại phòng khách. Cả hai lại di chuyển nơi chung quanh phòng. Phòng khách của căn nhà không rộng lắm và cũng không hẹp lắm. Phần trang trí cũng khá giản lược đơn sơ, một lọ hoa thật, một cái bàn nhỏ, trên tường có treo vài bức tranh tiết tấu các mùa xuân, hạ, thu... Chàng như cố tìm một sự thân quen. Nàng thì bỡ ngỡ chưa nói nên lời thêm.

Mẹ Thanh Trúc nằm một góc giường của căn phòng, thông qua một cánh cửa tiếp đến, vì bà đang tâm bệnh mà.

Thoáng thấy hoàn cảnh mẹ vậy làm lòng Nghĩa Phi thật là thương tâm. Chàng liền liên tưởng đến mẹ mình cũng đau yếu như thế. Nhưng mẹ chàng thì đau khác, và đã ngoài bảy mươi. Còn mẹ của Thanh Trúc còn khá trẻ. Nhưng sao mắc phải cơn bịnh ngặt nghèo. Chàng nóng ruột nên lên tiếng hỏi:

- Ồ mẹ em đau như vậy? Trông rất tội nghiệp em. Anh thành thật đến thăm thấy và chia sẻ. Giọng chàng chậm rãi.

- Dạ mẹ em bị bịnh ngặt, cũng ba năm rồi. Anh không ngại đến nhà thăm là một hân hạnh cho em. Thanh Trúc đáp và nhìn chàng.

- Ở đời tình người là quan trọng lớn hơn tất cả em Thanh Trúc à.

- Anh dù có lòng, nhưng gia cảnh em, mẹ em thế nên em ngại lắm.

- Đừng ngại em. Cuộc đời oan nghiệt làm sao ta hiểu hết. Khó nói lắm. Anh hiểu mà.

- Vâng mẹ em là nỗi đau oan nghiệt cho mẹ, và em theo năm tháng...

- Vậy sao em, oan nghiệt quá đấy chứ. Tội cho em và tội cho mẹ em quá. Nghĩa Phi như được lôi vào xúc động hơn.

Thanh Trúc biết tâm trạng anh. Nhưng cô nói lãng sang chuyện khác.

- Ồ mời anh cứ ngồi vào bàn này đi.

- Vâng cám ơn em. Chàng nói và đã ngồi xuống ghế kề một chiếc bàn nhỏ.

- Em đi kiếm gì cho anh uống xíu nha, đường đi quanh co mà anh đi bộ chắc khát nước rồi đó.

- Anh thích đi bộ ngắm cảnh, có xa đi nữa anh vẫn thích, anh hứng được gió bay, ngắm mây lượn, bắt được bóng chiều, và nhiều thứ cùng với sự sinh hoạt nơi đây của dân cư, của cộng đồng đó em Thanh Trúc?

Thanh Trúc nghe câu trả lời của Nghĩa Phi hay, song nàng làm thinh và đi lấy một chất nước để trong một tủ lạnh nhỏ. Rồi cô đem ra. Thanh Trúc mời:

- Ô rau má lạnh nè. Em mời anh uống với em một ly đi.

- Trời sao em biết món giải khát anh thích vậy? Anh cám ơn em chứ.

- Em thường hay uống, hay để có trong tủ lạnh thế thôi.

Nghĩa Phi gật đầu làm thinh. Thanh Trúc thúc giục:

- Uống đi anh. Rau má uống lạnh mới ngon.

- Ừa anh uống. Em... em cũng nên dùng với anh một chút chứ.

- Dạ... Nàng đáp.

Cả hai bưng uống một lượt, họ như để xuống một lượt. Nghĩa Phi nhìn Thanh Trúc rồi hỏi:

- Mẹ bịnh sao vậy em? Anh muốn biết rõ ràng hơn... xin hỏi lại. Em đừng buồn trả lời cụ thể cho anh biết đi. Anh thực sự thấy thương tâm và đau lòng...

- Dạ hoàn cảnh em buồn lắm. Mẹ em bịnh như không bịnh. Khùng không ra khùng, khôn không ra khôn, tỉnh không ra tỉnh. Hồn như ai lấy. Mẹ như lúc tỉnh lúc say. Đôi khi cũng rất bình thường, như không có gì. Nhưng điều này thì ít có lắm.

Chàng ngạc nhiên như cướp lời:

- Vậy sao em? Thiệt hôn bao lâu rồi?

- Thì đó anh. Nhưng thôi mới quen làm sao em dám kể hết. Chỉ muốn nói là mẹ em, hầu hết không bình thường như qua phone em đã nói, cho anh biết rồi đó anh Phi.

- Kể anh nghe kỹ hơn, để anh em mình chia sẻ có gì đâu em? Giúp được gì thì giúp. Cảnh đời luôn bể dâu mà ngại chi Thanh Trúc.

- Nếu anh chân thành nhưng mà thôi... Em, em không dám chia sẻ đâu.

- Kể anh Phi nghe đi? Anh rất nóng lòng nghe em.

Im lặng cảm xúc một tý, Thanh Trúc bảo:

- Anh Phi muốn nghe quá thì em kể nha. Anh biết hôn? Lúc xưa. Em có một người cha thương em lắm, và cũng thương vợ, tức là thương mẹ em lắm. Nhưng rồi vì ba nghe lời một phụ nữ khác dụ dỗ. Ba đã bỏ mẹ con em. Ba đi theo tiếng gọi ân tình mới, ba theo bà ta qua Miên sống... Mẹ em sock lên từ đó, vì buồn trầm cảm quá nặng. Mẹ bỏ nghề dạy luôn. Chứ mẹ em là giáo viên cấp một đó.

- Thì ra là như vậy, quá đau lòng em. Trúc ráng nuôi mẹ chu đáo. May biết đâu, thời gian mẹ sẽ tỉnh trí lại...

- Em cũng mong như vậy. Phụ nữ thật nhiều nỗi khổ anh Phi ơi?

- Đàn ông vẫn thế. Nỗi bất hạnh không thiên vị ai đâu em à. Nếu trời già hành thì phải chịu... Anh không dị đoan. Chỉ biết rằng cảnh đời nhiều tê tái lắm em. Mặc dầu anh Phi sống nơi gia đình rất hạnh phúc.

- Anh có lòng từ bi quá. Xin cám ơn anh.

- Thanh Trúc... Em chẳng thích hợp với nghề chào khách và bưng coffee ở Tiệm Shop Vườn Hồng đâu.

- Vậy sao anh? Nàng như nôn nóng.

- Ừa. Trúc có thể đi làm một nghề gì khác hơn. Hôm bữa anh thấy em thật là tội nghiệp.

- Dạ cám ơn. Anh không khinh dễ em, và thương với hoàn cảnh Trúc. Song em học nghề gì bây giờ anh nhỉ?

- Em học nghề khác. Thợ may, thợ làm tóc chẳng hạn.

- Hai nghề này học cũng tiền lắm anh Phi. Mà không biết em có năng khiếu không?

- Có một câu nói nổi tiếng là "Mình tự khám phá ra mình đôi lúc bất ngờ, thành công hơn mình tưởng em à."

- Em cứ tưởng anh Phi là giảng viên cho lớp tuổi trẻ thành công không bằng?

- Anh đơn giản thôi, có chi là giảng viên giảng sư em.

- Nhưng em thấy có.

- Anh làm nghề nail ở Mỹ thôi... Chỉ là anh Phi tin vào thực tế. Và thỉnh thoảng có coi một vài quyển sách hay thế thôi.

Suy nghĩ nghe câu nói của Nghĩa Phi. Thanh Trúc lẳng lặng buồn cho chính mình lắm. Im một chút nàng lại nói tiếp:

- Nhưng tiền học đầu tiên, tiền đâu hàng đầu. Em không có tiền không dám nghĩ tới? Em cứ đi làm ở coffee tới đâu thì tới.

- Hoàn cảnh em, anh coi như là em gái. Anh Phi đài thọ

cho em. Anh sẽ làm công tác từ thiện. Cũng được vậy...

Thanh Trúc làm thinh. Chỉ mở cặp mắt nhìn Nghĩa Phi ngạc nhiên hơn. Nghĩa Phi vẫn chân thành:

- Anh rất thích làm từ thiện. Sao em lại lo lắng...

- Tự nhiên số phận em khổ sở giữa đường. Anh đi cưu mang gánh vác lòng từ thiện. Nhưng vợ con anh, gia đình anh. Chị ấy có tốt như anh không? Em ngại và sợ lắm.

- Vợ anh cô ấy lòng từ thiện còn hơn anh. Ngoại trừ...

- Ngoại trừ gì hã anh?

- Ngoại trừ...

- Gì mà cứ ngoại trừ, ngoại trừ hoài anh?

Im một chút chàng lại bảo:

- Ngoại trừ cô ta mất quyền lợi và xúc phạm danh dự cô.

- Vậy à. Chị theo anh kể cá tính cũng hay hã. Chị làm nghề gì anh Phi?

- Anh làm nail, chị làm công việc một kỷ thuật viên vật lý trị liệu loại giỏi.

- Ô cũng tuyệt quá.

- Còn con anh? Mấy cháu...

- Một gái thôi. Cháu đi học giỏi, cháu thương ba mẹ lắm. Cháu đẹp giống mẹ mà cũng lai anh lắm.

Hai người nói chuyện ngon trớn. Bỗng coffee Shop gọi điện cho Thanh Trúc đi ra làm. Cô chủ quán đưa giọng vui:

- Em Thanh Trúc chị cần em phụ chị tý. Hôm nay lễ, tình yêu họ tới đông lắm.

Nàng để Nghĩa Phi ngồi đó, ra đứng một góc trả lời:

- Dạ em sẽ ra giúp chị.

- Nhớ nghen.

- Dạ.

Thanh Trúc trả lời xong với cô chủ Quỳnh. Nàng quay lại nói với Nghĩa Phi:

- Em cần ra Shop coffee chút anh.

- Thôi mà, em nghỉ luôn đi.

- Không được em có hợp đồng. Em nghỉ ngang hông không ổn. Em có nghỉ vẫn ra đó vài hôm nữa thì hay hơn. Hợp lệ khi làm việc, nguyên tắc xử lý khi thôi việc. Song em nghĩ rằng em phải làm việc ở đó thôi...

- Anh đã bảo em nghỉ việc từ khi nói phone mà. Đi học nghề khác đi.

- Từ từ em tính anh Nghĩa Phi ơi.

Im một chút tâm trạng Thanh Trúc mang một chút ray rức, bồi hồi. Nhưng nàng cố vui nói:

- Thôi anh thăm em và mẹ như vậy đủ rồi. Anh cũng có thể về... Anh em ta có thể gặp nhau qua lần khác hoặc phone cũng được. Coi như anh em kết nghĩa "Huynh huynh Muội muội thân thiện." Đúng không nè anh?

- Ừa. Anh OK ý em vừa nghĩ. Và nếu em quyết đi bây giờ ra shop thì anh cũng xin kiếu từ. Hân hạnh hôm nay anh đến thăm nhà em lần đầu. Anh thật xúc cảm mến thương em...

- Cám ơn bye anh nha. Anh ra trước đi. Đi theo ý anh. Còn em phải lái xe ra coffee Vườn Hồng vậy nhé.

Nàng nói và bưng dọn hai ly nước rau má hai người uống đã cạn. Thanh Trúc rửa ly đâu đó cho sạch sẽ, nàng úp vào rổ rá chỗ thích hợp nó. Nghĩa Phi nhìn tay nàng làm một cách đáng yêu, chàng bảo:

- OK em nhé. Anh có thể về nghen Trúc nhé.

- Dạ.

Thanh Trúc vô nhìn mẹ bà đang đọc sách và bà đang tỉnh trí. Thanh Trúc chào mẹ rồi ra đi. Nghĩa Phi cũng đến gần chào bà rồi bước ra để phải lễ... Hình như anh nhác thấy bà lớ quớ coi thơ có ghi tựa tập "Thơ Hồ Dzếnh." là phải.

Mẹ Thanh Trúc chỉ gật đầu nhìn Nghĩa Phi. Bà không nói gì. Người mẹ ấy im thin thít và chỉ muốn ngó Nghĩa Phi cho nhiều hơn thôi...

Rồi chàng trên đường đi về khách sạn, chàng vui thay nhìn hoa lá và cảnh vật cùng nhà cửa san sát, lòng lại lởn vởn nhớ đến hình bóng Thanh Trúc, khuôn mặt nàng và dáng điệu nàng, ánh mắt nàng, tay chân nàng. Nghĩa Phi muốn dừng lại, nhưng theo bước chân chàng đi, thỉnh thoảng chàng vẫn phải nhớ cô gái ấy. Nghĩa Phi nghĩ giây phút chỉ là chạnh lòng mình thôi. Nhưng rồi về đến khách sạn nằm trong khách sạn, chàng vẫn miên man nhớ đến Thanh Trúc, và lâm cảnh mẹ của nàng. Chàng gát tay trên trán muốn ngủ một giấc ngon, vậy mà Nghĩa Phi vẫn không ngủ được nhanh. Chàng cảm giác thật khó ngủ hôm đó...

CHƯƠNG 5

Chàng nhớ đến một lần sau đó nữa. Chàng rủ Thanh Trúc đi chơi. Lòng chàng vẫn trinh trắng, không nghĩ gì khác hơn. Như đã "hợp đồng" của hai người anh em thôi. Nghĩa Phi vẫn coi Thanh Trúc như đứa em gái đáng thương kia thôi. Chàng ở nước ngoài về nên cái nhìn của Nghĩa Phi càng thoáng, không vị kỷ... Hai người dạo trên một cảnh đẹp nhất nhì của Đà Lạt. Có lẽ Thanh Trúc đã đem lòng kính mến Nghĩa Phi. Nên nàng chịu đi chơi với chàng như thế. Và cả hai như muốn quên đi bao chuyện vui buồn, chuyện chung quanh của thế giới, chuyện khổ đau, của kiếp nhân sinh này! Nghĩa Phi cùng Thanh Trúc đi qua các điểm Thung Lũng Tình Yêu, đến Hồ Than Thở, đến thác Cam Ly đến đồi Mộng Mơ... Mỗi nơi họ dừng lại và chụp hình lưu niệm. Chàng muốn khách chụp thêm để cho họ tiền hơn. Các khách "chụp hình gia" cả nam lẫn nữ trẻ tuổi cứ chọc anh.

- "Anh chị xứng đôi. Đẹp đôi nhất trần gian."

"Mãi mãi như hôm nay - Mãi mãi bền vững nhé."

Nghĩa Phi mỉm cười lắc đầu. Vì anh biết họ gallant anh. Còn Trúc để họ cứ vui, cộng với được tiền "boa" nhiều hơn thế thôi. Trúc thì cũng đùa vui với họ một hai câu sao sáo:

- Xứng không, đẹp không? Đẹp đôi trong mơ thôi. Hi hi.

- Mơ bước ra thật là tuyệt vời nhất chứ anh chị? Phải không nè. Những chuyên gia chụp hình ở đây, họ vui tính và ăn nói khá bắt khách, dễ thương lắm. Nghĩa Phi hiểu.

Đến chàng cũng phải phì cười hì hì lấy ảnh khi họ đưa rồi trao cho nàng cất. Thanh Trúc rất vui với sự thật:

- "Làm kỷ niệm anh nhé. Vui thôi hình mà, đâu có gì anh Nghĩa Phi há. Họ năn nỉ mình chụp mà không chụp, để họ có được tiền thì cũng tội lắm. Với lại anh em mình chụp hình đâu có gì quá đáng lắm hã anh?" Đúng không nào?

Dĩ nhiên là Nghĩa Phi gật đầu vui ra phếch. Hai người lại mua các tặng phẩm tặng cho nhau. Lòng Nghĩa Phi sung sướng dào dạt. Thanh Trúc vẫn dạn dĩ hân hạnh lắm. Trong lòng Nghĩa Phi muốn đi bên cạnh Thanh Trúc những ngày còn lại ở VN. Anh muốn thưởng thức cảnh đẹp Đà Lạt như tình anh em huynh muội. Chứ anh chưa hề có ý gì vượt qua nó, Nghĩa Phi chưa hề mang ý nghĩ táo bạo nào khác. Lòng hai người vẫn trong trẻo, hương tình cảm vẫn còn khiết tinh giữa hai trái tim... Nghĩa Phi cùng Thanh Trúc dừng lại một cảnh nơi những đồi thông lộng gió của Hồ Xuân Hương.

Chàng như tiếp nối câu chuyện hôm nào:

- Trúc không nên làm ở Shop Coffee Vườn Hồng nữa. Hãy nghe anh đi. Đi học lấy nghề may hoặc nghề làm tóc, cắt tóc, uống tóc, nhuộm tóc, sấy tóc, ép tóc, nối tóc, còn hay hơn em Thanh Trúc nè.

Không đợi Thanh Trúc trả lời. Nghĩa Phi bảo tiếp:

- Thời gian còn lại, em nên ở nhà gần má, lên trên mạng, các trang web coi các cách chữa trị kẻ bị tổn thương, trường hợp bị sock như má, nó đã bị ảnh hưởng đến hệ não thần kinh. Và tìm cách cho má thích hợp âm nhạc nhẹ, phim tươi trẻ... hài hước... dí dỏm cho má xem.

Nghĩa Phi muốn nói hết cho trọn ý:

- Anh Phi sẽ mua sách báo có liên quan việc đó cho em học hỏi tra cứu giúp má mình.

- Em thật diễm phúc gặp người như anh, anh khéo léo ý tưởng, tâm hồn lại cao quý. Em thật sự xúc động, cảm ơn anh nhiều. Em không biết lời nào nói hết cho anh hiểu đây.

- Em chỉ cần nghe lời anh chỉ dạy. Bên đó anh cố gắng tý là có tiền lo từ thiện cho em thôi.

Đi ngắm cảnh rồi cũng mệt. Họ đói nên cả hai cùng đi tìm quanh quẩn các quán bình dân ở ngoài ăn cho vui, cho thú vị lạ hơn... Họ ăn cháo gà, ăn gỏi cuốn, gỏi ngó sen, bò bía, nem nướng, bánh tráng nướng, bắp nướng mở hành v.v... Trong các trạm người ta che lều bán bình dân, nhưng cảnh trí thật đẹp đẽ, sinh động, và những món ăn ngon, đã rất thu hút chàng, nàng... Rồi họ đi về khách sạn tắm rửa nghỉ ngơi. Nghĩa Phi và Thanh Trúc chỉ đi xe ngựa một vài nơi làm kiểu, và cũng chính là Thanh Trúc thích nơi lòng cô nên anh chiều... Còn phần đông Nghĩa Phi cùng Thanh Trúc lại đi bách bộ dạo cảnh trời... Hai người "huynh huynh muội muội" giòn giã, họ đều ưa chuộng đi bộ nhiều...

Đến khi về. Nghĩa Phi, Thanh Trúc thuê cho hai phòng gần nhau. Như họ bàn từ ban đầu chuyến đi. Sau khi ngắm cảnh, đến khi về ở khách sạn đó. Nghĩa Phi đặt phòng như thế. Cả hai đều thong thả, có hai chìa khóa để họ mở cửa...

Tắm rửa nghỉ ngơi theo ý mình. Thanh Trúc thấy người mát mẻ vô cùng, mang lại lòng nàng sảng khoái vô biên... Với nàng đi bộ như thế, được khích thích trí não và tâm tư lắm. Trời đã về chiều nữa rồi. Thanh Trúc vốn thích thơ tình Xuân Diệu, nên nàng cảm hứng đọc thơ ngâm nga:

Có ai định nghĩa được tình yêu
Có nghĩa gì đâu một buổi chiều.
Nó chiếm hồn ta bằng nắng nhạt
Bằng mây chiều nhẹ nhẹ gió hiu hiu.

Và nàng tiếp tục gởi tiếng lòng mình qua bài khác. Trúc đọc tiếp. (Giờ thì cô đã tìm lấy được quyển thơ ra, không còn đứng nhìn cảnh mà đọc, Trúc vui vẻ ngã người trên nệm gối mà đọc nhìn chữ, nhìn những vần thơ lãng mạn. Nàng có mang theo quyển thơ đó mà... Là bài Tương Tư Chiều.)

Bữa nay lạnh mặt trời đi ngủ sớm
Anh nhớ em hỡi anh nhớ em
Có gì bằng những buổi chiều hôm
Mà ánh sáng chìm dần trong bóng tối.
Gió lướt thướt kéo mình qua cỏ rối...
Vài miếng đêm u uất lẩn trong cành;
Mây theo chim về dãy núi xa xanh
Từng đoàn lớp nhịp nhàng và lặng lẽ
Không gian xám tưởng sắp tan thành lệ...

Chàng Nghĩa Phi cũng thế. Tắm rửa thay đồ. Tâm trạng phấn chấn. Lòng như đầy hoa tươi, cảm giác làm sao ấy...

Một đoạn anh suy nghĩ, và anh thay đồ nằm nghỉ ngơi. Rồi anh đã được hình đầy đủ khi hai vị một nam một nữ chụp ảnh gia đến trao tận tay cho anh thêm, anh cám ơn họ. Và ngay lúc đó Nghĩa Phi lại muốn đi qua phòng Thanh Trúc, để đưa hình đã được rửa xem một loạt cho sướng mắt... Chàng đã đến gõ cửa vô phòng nàng và bảo:

- Người ta đã đưa hình cho anh hết rồi nè. Đẹp đôi quá em. Nhưng chỉ là đẹp đôi anh em thôi. Hi hi. Ước gì ước gì?

- Ước gì anh, hã anh? Trúc hỏi chàng Nghĩa Phi. Nàng đưa mắt nhìn chàng liến thoáng.

- Anh ước giỡn chơi đó mà. Anh ước là anh chưa vợ. Nghĩa Phi nói và vuốt tóc Thanh Trúc như âu yếm nhẹ.

Chàng nói và niềm vui tự nhiên chạy đâu mất. Nó như kéo lại nỗi buồn đột xuất lấn vô tâm tưởng, mà Nghĩa Phi phải ráng gượng làm vui. Nghĩa Phi cũng không hiểu vì sao chàng có nhiều tâm trạng biến đổi như vậy?

Thanh Trúc thì đã thay đổi ăn mặc, mát mẻ ra mềm mỏng hơn. Nhưng kiểu cách vẫn kín đáo. Nàng bỏ quyển thơ đứng dậy bên cạnh Nghĩa Phi, nàng tự nhiên muốn nhìn chàng đăm đăm một đoạn thật lâu... Và nơi Trúc cảm thấy rung động khác lạ ở trong người. Nàng hồi hộp, bâng khuâng, xao xuyến khó nói... Để rồi nàng tự hỏi mình có phải là mình nữa không? Làm sao như thế, và tại sao mình là lạ với chính mình? Sao con người mình vừa cảm giác vừa quen vừa lạ với bản thân nhỉ? Có phải Trúc của Trúc ngày trước nữa không? Hay Trúc có lố lăng không ta? Hoặc ta cô gái có gì của nhiều sai quấy không? Hay đây chính là thật sự ở nơi tâm hồn mình "chính hiệu." Và chính con tim mình dan díu một cái gì, một mối tình ư? Trúc như không còn dư thời giờ để áp đảo những câu hỏi bất chợt, hay thành thật nữa? Nàng đã mơ chăng? Trúc tự động như có một điều gì mãnh liệt xui khiến nàng. Nàng tự nâng cằm Nghĩa Phi lên một cách thân thiện, vội âu yếm rồi bạo dạn bảo:

- Anh Nghĩa Phi. Anh có biết em đang giấu lòng không? Em yêu anh, và em đã có yêu nhiều rồi anh ơi. Như tự lúc nào em không biết nữa trong trái tim em? Ồ anh biết hôn anh? Nghĩa Phi ơi làm sao em nói hết những điều trong lòng, trong tâm tưởng mạo muội em... Anh nên hiểu như thế nào đây?

Trúc nói và cho con tim đập hoãn loạn, như nỗi thổn thức phơi bày thật sự. Tự nhiên Nghĩa Phi, anh lại mơ màng nghe tiếng nói chân thành mới mẻ, thật đáng yêu kia của Thanh Trúc, ôi nàng chứ không phải ai khác hơn. Nghĩa Phi không muốn người em gái Thanh Trúc đùa chứ? Người đàn ông trẻ Việt Kiều ấy cũng không làm chủ được mình? Chàng đang hấp thụ một thế giới, tinh khôi của tình yêu đó chăng? Một năng lượng kỳ diệu của trái tim bí ẩn. Bởi một chút đâu đó những giọt máu yêu thương, như thể một tìm tích rơi rơi huyễn mộng mà bật lên, đi làm những trái tim chàng, làm chàng yếu mềm của lý trí, và vội vàng mãnh liệt của ái tình... Chàng như bối rối trước nghi án, chàng không biết phải làm sao, sau khi vui chơi dã ngoạn về, họ không biết thần tình nào có "xuống núi tìm họ"? Hoặc phá phách hay khích lệ cho họ gì không đây? Cả hai người bỗng tự nhiên như lại cảm thích nhau, mến nhau và ghiền nhau với nghìn kiếp hội tụ về vẫn chưa đủ! Cả hai đã ôm tròn hôn nhau say đắm, họ nhẹ nhàng e lệ, và rồi mạnh mẽ đến cực điểm vào lúc này. Nghĩa Phi đã để con tim mình hòa nhịp, cùng với trái tim Thanh Trúc ...Thanh Trúc trong khoảnh khắc ấp yêu nhục dục vỗ về cùng chàng, kích thích quyến rũ chàng đến vô tận. Họ đang như xây dựng một thiên đường tình ái vương vấn đam mê, và là một "giấc mộng đẹp của ân tình họ."

Trái ngọt tình yêu mang đến cho hai người. Hay từ xứ sở thần tiên hương hoa Đà Lạt này đã phủ dụ tình yêu họ? Sự mãnh hổ bừng cháy của Thanh Trúc vô tình đánh thức sâu kín nơi Nghĩa Phi, chàng bỗng nhiên trở nên mất phương hướng...! Và cuộc tình họ tới giai đoạn, va chạm đến xác thịt hoàn toàn... Mà Thanh Trúc chưa bao giờ nghĩ nó xảy ra sớm thế... Hai người đã ái ân, sâu đậm đến ngút ngàn, họ tận hưởng đến cực điểm của khát khao... Cả tối đêm đó hai người càng thêm mặn nồng tha thiết, vô bờ...

Giờ chỉ nghĩ đến chỗ quen biết Thanh Trúc và tới đoạn đó. Cũng đủ làm cho chàng lo lắng với lá thư nàng gởi qua. Nàng mang thai chàng. Tin như sét đánh. Chàng đâu nghĩ gì xa hơn lúc tiễn biệt chàng về Mỹ, hoặc đi chơi sai phương hướng tần số lần đó. Chàng bị mê hoặc bởi tình yêu, Phi đã mắc phải một ái tình không lối thoát. Hoặc là một sự giỡn chơi ở tình trường, để mang hệ quả của hệ lụy v.v... Hay là gì gì đi nữa, một tình anh em, bất ngờ chuyển hướng? Đằng nào rồi cũng về một kết quả. Trúc có con với chàng. Và bây giờ Phi phải toan tính sao với lời yêu cầu kia.

Nếu một người khác thì dễ tính, cho nàng ít tiền phá đi là xong phách. Nhưng chàng lại thấy thương con mình, thương Trúc gian nan. Nên Phi không muốn phụ lòng người con gái tên Trúc ước vọng. Rốt cuộc anh phải xin vợ chính thức Ngọc Dung cho phép anh cưới Trúc đưa qua. Ngọc Dung cao thượng bằng lòng một ân huệ cho chồng. Nhưng Ngọc Dung đang lo buồn, giận hờn, và trách cứ chàng đủ thứ. Chính sự giận lẫy đó, niềm trách cứ đó. Phi không được nằm chung với vợ trong đêm. Phi lại nằm một mình suy nghĩ bao la... Anh nhớ lại một quá khứ, bằng sự bắt đầu của mối tình thương hại, rồi đi đến chỗ vụng trộm của mình khi về Việt Nam thăm mẹ. Phi bị leo thang tình yêu, hoặc tình yêu nam nữ đã leo thang trong anh. Phi biết, anh vui chơi đi đến chỗ gian dối với vợ nhà. Song biết phải làm thế nào hơn khi định mệnh khéo bày lá lay. Giờ đây Phi cho rằng Thanh Trúc cùng Ngọc Dung đi chung một con thuyền tình yêu... Ngọc Dung nhận ra một "chiến lược" mới nhất của chồng, nàng đành chấp thuận. Dù nàng có nhiều giận dỗi lắm, Nghĩa Phi đoán như thế...

CHƯƠNG 6

Một tháng sau đó. Hai vợ chồng Ngọc Dung và Nghĩa Phi ăn mặc đàng hoàng tới văn phòng luật sư Đức Cường như một thủ tục ra tòa ký đơn li dị. Họ với nguyên nhân không còn hạp nhau nơi đời sống sinh hoạt vợ chồng. Coi như một nguyên tắc thôi. Họ được luật sư mời hỏi vài câu vi vu để làm chứng, cho hợp lệ. Cả hai trả lời:

- Tôi đồng ý không làm phiền nhau.

- Tôi đồng ý không làm phiền nhau.

Nghĩa Phi cùng Ngọc Dung cả hai ký tên lăn tay giấy làm dấu kết thúc. Rồi mỗi người ra xe riêng mình lái về nhà. Và họ bắt đầu ít nói chuyện với nhau. Để coi như thiệt đi...

Một tháng sau ly hôn. Nghĩa Phi về Việt Nam lên Đà Lạt làm đám cưới với Thanh Trúc. Đám cưới họ chỉ tổ chức đơn giản. Hai người tới nhà thờ và tới chính quyền ký tên là xong. Gia đình anh bên Mỹ hết, ở đất Việt hiện chỉ có người mẹ cùng bà chị. Cả chị Kim Hưng ở Việt Nam và anh em ruột Nghĩa Phi ở Mỹ toàn bộ biết tin, nhưng không ai ý kiến. Bởi Ngọc Dung vợ chàng đã ký thác giấy tờ, thì họ đâu còn ý kiến gì nữa...?

Hông hiểu sao Thanh Trúc cũng may mắn. Cô được qua Hoa Kỳ sau sáu tháng kể từ ngày cưới, và đứa con trai nàng sinh ra đời tại Mỹ. Còn người mẹ cô gởi vào một chùa nhỏ ở Đà Lạt để tu dưỡng tâm trí. Nhà thì để đó. Vẫn còn là nhà của mẹ Thanh Trúc.

Tới ngày con trai con của Thanh Trúc sinh ra, Nghĩa Phi mới đem chuyện này nói với đứa con gái duy nhất của mình là Kha ly. Anh cho biết. Hôm đó Kha Ly đi học về thăm nhà như một chiều:

- Kha Ly ơi, từ lâu ba má giấu con một việc. Hôm nay ba sẵn sàng kể chia sẻ, biết con có chịu lắng tai nghe không? Hai cha con đang nói chuyện nơi phòng khách.

- Thưa ba. Chuyện gì vậy ba? Kha Ly nói hoàn toàn bằng tiếng Việt.

- Bình tĩnh nghe nhé con.

- Dạ ba nói đi, có gì trông ba có vẻ nghiêm trọng thế?

- Con không được hờn trách ba nha.

- Có gì mà ba rào đón vậy.

- Ba muốn giấu con lâu hơn nữa, mà không được... Theo ba nghĩ...

- Gì vậy ba? Thưa ba. Kha Ly tỏ ra nôn nóng.

- Kha Ly à. Ba từ lâu giấu con. Ba đã có thêm vợ, và má sau con đã có em bé?

- Cái gì ba? Ba nói gì thế? Ba có vấn đề gì không vậy? Kha Ly mở tròn đôi mắt nhìn ba. Như Kha Ly không từng tin câu nói của Nghĩa Phi vậy.

- Không, ba không có vấn đề gì cả. Chỉ có vấn đề hôm nay, cho con hay và tiếp nhận, thì em bé đã ra đời. Nó đang sống thành phố và đất nước này.

Kha Ly hiểu ngay chỉ có li dị mới cưới vợ khác được, đối với luật pháp nước Mỹ. Nên Kha Ly hỏi:

- Trời ơi ba đã li dị má? Con đang nghe và khó tưởng.

- Đúng vậy. Vì ba muốn giúp đứa em con có mặt hợp pháp trên xứ này.

- Trời ơi... Sao từ lâu con không nghe ba má hở môi...

- Ba không muốn giấu, nhưng ba không thể nói sớm.

- Không cho biết sớm, thì nay cũng vậy có gì khác đâu? Ba nói làm chi. Ba cứ coi như con không hề biết. Sẽ tốt hơn chứ.

- Không được con phải biết, thông cảm đi lại thăm em.

- Không có chuyện đó đâu, ba đừng mong. Thưa ba.

- Má con đã vui vẻ cho ba đón Thanh Trúc và em bé qua. Con là con ruột của ba, con lại nỡ nào.

- Má đâu, má đâu cho con hỏi?

Ngọc Dung đang nơi phòng mình coi sách thì Kha Ly nhảy xông qua. Nghĩa Phi cũng lẽo đẽo bước đến. Con bé vẫn sẵn sàng hỏi má:

- Tại sao má để ba đi cưới vợ khác vậy?

Buông sách xuống, Ngọc Dung trả lời:

- Ba con muốn thì má làm gì cương chứ?

- Hai người này quá điên. Tôi không biết phải làm sao. Thôi kệ mặc ba má.

- Hôm nay ba muốn con lại thăm em bé. Nghĩa Phi vẫn cố thuyết phục con gái.

- Chắc là ba cần con đi thăm mới cho hay phải không? Coi bộ khó đó. Ba ơi thưa ba.

- Thôi ba muốn con thăm... Con đi đi con. Ngọc Dung bảo Kha Ly.

- Never and never. Không ai có thể ép được Kha Ly. Và nhất là má đã sai. Má quá là nhu nhược. Nhu nhược tầm trọng tiếng Việt Nam con hiểu thế đó, đúng không?

Kha Ly không thèm nghe gì hai người nói. Nó tự lấy xe bổ phóng ra đường vì cảm thấy ngột ngạt khi ba mẹ cho hay một tin bất ngờ. Hai người trên giấy tờ không còn là vợ chồng nhau. Kha Ly đang chuẩn bị một năm nữa sẽ vào đại học Y khoa. Nó chưa bao giờ biết nhảy đầm hoặc đi chơi đêm, khi bạn rủ. Nhưng đêm đó nó đi chơi nhảy đầm và uống rượu như điên đến hai giờ sáng chưa thấy về...

Cuộc sống cứ bình thường Ngọc Dung đi làm ở một nơi vật lý trị liệu. Cô là một chuyên viên nhiều bịnh nhân ưa chuộng. Bởi cô điều trị cho họ giỏi, mạnh khỏe. Cô vui lòng sẵn sàng giúp đỡ họ để giữ thể trạng tốt... Về nhà cô đọc sách. Dần dà cô ít tiếp xúc với chồng Nghĩa Phi. Nghĩa Phi thì ở hai nơi. Tính ra lượng thời gian Nghĩa Phi ở bên Thanh Trúc nhiều hơn. Ngọc Dung cũng chẳng quở trách gì. Đơn đã li dị mà. Nàng đâu than oán ai được? Trái lại nàng cũng cần thời gian nghỉ ngơi, cho chính mình hơn là cần chồng bên cạnh. Kha Ly không chấp nhận Thanh Trúc là má hai. Nên Ngọc Dung không thể để Thanh Trúc lui tới nhà theo ý con. Và nàng cũng chỉ một lần ghé thăm nhà mẹ con Thanh Trúc ở, lúc Thanh Trúc mới sinh bé một tuần thôi... Nàng chưa trở lại thăm lần thứ hai. Người đàn bà "nhân viên vật lý trị liệu" giỏi đó, đã chọn cuộc sống im lặng. Còn Nghĩa Phi muốn làm gì đó thì làm. Vì nàng coi cuộc tình nàng và Nghĩa Phi như "cuộc tình đã lỡ..."

CHƯƠNG 7

Lần đó birthday của Kha Ly. Nghĩa Phi cùng toan tính với người vợ Thanh Trúc. Nghĩa Phi bảo:

- Anh mua cho Kha Ly một chiếc Kim Cương- Diamond

trị giá 10.000 dollars nói là của em cho nó đó.

- Tùy anh thôi... Làm gì em có tiền mà tặng như thế. Nó biết lại trách anh? Thanh Trúc phản ứng với Nghĩa Phi.

- Nó hiểu thế nào cũng được. Nhưng miễn có quà từ em cho nó là được mà. Nghĩa Phi cố giải thích như thế.

- Ừa anh tính sao em cũng cho là được thôi. Anh muốn đem cảm tình em cho nó. Thanh Trúc nói và nhìn Nhật Khải, đứa con trai của nàng và Nghĩa Phi. Thằng bé đang nằm đó, sinh đã được bốn tháng rồi trông nó bụ bẫm lắm.

Nghĩa Phi nói xong, lại bồng con hỏi:

- Em cho con Nhật Khải ăn gì chưa em?

- Uống sữa thôi ăn gì anh.

- Nhật Khải cũng mau lớn em hã?

- Ước gì nó như Kha Ly là em khỏe.

- Còn lâu lắm. Nhưng sẽ tới thôi em lo gì. Thời gian nhanh lắm em...

- Anh vẫn thương Nhật Khải như Kha Ly chứ?

- Chắc chắn rồi chứ? Trong đời anh... Anh tưởng anh thương con là Kha Ly nhất. Mà bây giờ đã chia đôi rồi. Nhật Khải cũng một nửa như chị của nó chứ.

- Nó là con trai, song anh không ưu tiên sao?

- Anh nói thiệt anh cưng ngang nhau thôi. Con gái anh lại ưu tiên hơn. Chỉ vì thằng Nhật Khải này giống em đó.

- Hứm. Làm sao mà giống em. Anh lại nịnh em nữa. Không thật nghen?

- Giống em thiệt chứ cái miệng kìa. Nghĩa Phi nói và hôn cả hai mẹ con.

- Thôi em ở nhà anh ra tiệm và anh đi kiếm diamond mua cho Kha Ly nha.

- Dạ.

Nghĩa Phi nói rồi ra xe đi, không ra tiệm. Tiệm anh đã có thợ làm và có cô em Kim Trang quản lý rồi. Mấy năm nay hổng hiểu sao tiệm anh làm ăn rất nên. Tuy anh không trực tiếp ở đó nhiều. Và hôm nay anh lái xe về tiệm vàng Hồng Đức để chọn mua diamond cho Kha Ly thôi.

Rồi một ngày sau đó, Nghĩa Phi mang về để tặng Kha Ly

năm sinh nhật thứ mười bảy của cô gái cưng.

Đem chiếc nhẫn về để trong hộp. Khi birthday Kha Ly được mẹ tổ chức trong nhà cho mình. Nghĩa Phi đem ra. Bên cạnh con gái Kha Ly và vợ Ngọc Dung ngồi đó trước cái bàn, đã lắng nghe:

- Thanh Trúc có ý kỷ niệm cho con một chiếc nhẫn trong đó Kha Ly nè.

- Ô khỏi cần chi ba. Kha Ly nói và mau mắn tháo cái hộp màu đỏ chói cầm chiếc nhẫn diamond vứt thẳng ra ngoài sân liền tay.

Nghĩa Phi như mất hết hồn vía. Anh vội lật đật đi tìm, sợ một người nào đó thấy lượm mất thì hỏng hết. Kha Ly thì nhìn ba đi tìm, cô như dửng dưng không tiếc chi của. Mẹ nàng, Ngọc Dung đưa mắt nhìn đứa con nghịch ngợm mà xưa nay ba Nghĩa Phi vốn là số nhất của nó.

Kiếm xong cũng nhanh. Vô Nghĩa Phi cầm ở tay, mắng vốn Kha Ly:

- Con thật tệ. Birthday con, Thanh Trúc có lòng. Sao con lại quá quất. Giá trị 10.000 đô hơn chứ ít đâu. Con vứt như thế, vứt như một hòn sỏi, hay một vật rác nhỏ... Diamond kim cương mà lẽ nào có người thấy chê? Họ nhặt đi mình mất thì sao? Trời ơi hết biết.

- Tiền của ba mà. Sao ba không nói ba tặng con mà nói cô Thanh Trúc. Con không thích.

- Tiền ai cũng được miễn là cô ấy có lòng, có ý tưởng.

- Ý tưởng. Ba đừng đánh bóng cô Thanh Trúc quá. Con không thích, con không đời nào nhìn cổ đâu. Ba đừng cố nài.

- Con không thương cô Thanh Trúc nhưng con thương Nhật Khải tý chứ. Dù sao nó là em con. Có máu mủ huyết thống với con.

- Thưa ba. Xưa quá ba ơi, đừng thuyết phục con. Làm ơn đi. Kính thưa quý vị...

Im tý Kha Ly lại bảo tiếp, giọng hơi lạnh lùng:

- Ba đem về cho cổ lo cho em bé đi. Con không cần đâu. Con sau này có thể mua một triệu cái như vậy mà. Ba có hiểu con nói không? Kính thưa...

- Con đừng hỗn mà quá đáng với ba. Còn em nữa Ngọc Dung. Sao em để con xử sự với anh như vậy chứ? Quay sang đi tìm mắt Ngọc Dung. Nghĩa Phi nói như thế.

- Thôi con nó không thích anh cầm về đi. Còn con Kha Ly. Đừng nói hỗn với ba. Ba Nghĩa Phi sẽ buồn. Má chỉ mong vậy thôi. Birthday lần này má mong con trưởng thành hơn, là tâm nguyện má hôm nay. Bánh birthday má mua rồi đó. Con cắt đi má chụp hình lưu niệm. Và đứng chung với ba má, chụp vài tấm hình lưu niệm thế thôi.

Những điều má Ngọc Dung nói ra Kha Ly đã làm, Kha Ly cắt bánh để mừng cho một birthday thứ mười bảy của mình. Và có chụp một số hình ảnh.

Sau không bao lâu thì ba Nghĩa Phi bỏ về. Lòng còn tức tối Kha Ly như muốn chết, dù có chụp hình chung với Kha Ly. Kỷ niệm sinh nhật năm thứ mười bảy, birthday của nó đó. Nghĩa Phi không thể ngờ đứa con gái cưng của chàng lại làm điều, mà chàng không thể tưởng tượng nổi, nó la hét ngạo mạn, hung hăng, nghịch thứ, để làm thiếu đi tính giáo dục tư cách của một cô gái mới lớn, đó là sự cần đến nết dịu dàng, tính ôn hòa hay khiêm cung...

Lái xe về tới nhà Thanh Trúc hỏi:

- Birthday Kha Ly chị Dung tổ chức gì vui không anh?

Nghĩa Phi làm thinh.

- Quà em tặng Kha Ly nhận vui không?

Nghĩa Phi làm thinh luôn. Thanh Trúc hỏi gì Nghĩa Phi cũng không nói cả. Anh đi tìm một chỗ nằm nghỉ, đầu óc còn nặng trĩu bởi điều xử sự của Kha Ly. Con anh, Kha Ly đối với anh thật tệ. Nghĩa Phi nghĩ và giận tức hết sức...

**

Để nghe lời mẹ, để đáp lại sự tha thiết của ba Nghĩa Phi. Kha Ly một ngày nọ tìm đến nhà thăm Thanh Trúc. Một ngôi nhà Apartment loại xịn. Không hiểu sao ba chưa mua nhà cho Thanh Trúc mà chỉ thuê ở Apartment loại sang như thế? Cô ta cũng khá, nghe mẹ Ngọc Dung nói Thanh Trúc đã biết lái xe. Kha Ly đi theo bản chỉ đường và address lòng suy nghĩ bâng quơ. Nhưng xe chạy chính xác...

Cổng vào Aparment cũng được tự do vào giờ giấc ban ngày, và hoa rất nhiều nơi cổng. Hoa đủ loại, Kha Ly nhìn Cẩm chướng, Bông hồng, Hoa cúc, Thược dược, Hoa mặt trời, Tường vy v.v... Kha Ly thấy thích thật với hoa. Đứa con gái của Nghĩa Phi đã quẹo đúng đường vào, số nhà nơi hộp thư 1993. Nàng bé vào thăm nhà. Thanh Trúc, ba Nghĩa Phi vẫn để ở nhà nuôi con. Tiền bạc hẳn không thiếu nên... Chưa phải giàu nức vách nhưng của để, của chìm, tiền ngân hàng từ tiệm nail ba Nghĩa Phi làm ra, ba Phi đã có một khoảng tiền khá khổng lồ. Dẫu khi ly hôn, ba Phi chỉ giao cho mẹ Ngọc Dung một nửa.

Cô gái Kha Ly đến lúc ba đi làm không có ở nhà. Kha Ly bấm chuông. Thanh Trúc bươn bả bước ra. Kha Ly chào ngay:

- Đây là căn nhà của ba tôi thuê cho cô loại Apartment sang xịn sạch sẽ nhất nha. Cô là Thanh Trúc phải không nào?

- Đúng rồi con là Kha Ly? Mời con ngồi vào ghế, khi con ghé qua thăm chơi...

- Chính xác tôi là Kha Ly. Tôi đến đây không phải thăm bà. Mà tôi đến đây để thấy bà cho được rõ? Thì ra bà còn trẻ và ngắm cũng được. Nhưng tại sao bà đi giật chồng người khác mà không biết xấu hổ. Hỡi người phụ nữ Việt Nam như bà. Tôi muốn hỏi.

- Xin Kha Ly lượng tình. Dù sao cô đã có con Nhật Khải với ba Nghĩa Phi. Con... Con Kha Ly à.

- Im mồm bà đi. Đừng khoe có con với ba tôi. Bà nói để hòng tôi sẽ thông cảm. Không đời nào đâu. Tôi không cần nhìn đứa bé... Tôi chỉ cần nhìn bà, vì bà gây ra tội lỗi cho bao người. Ngay đến em bé luôn.

- Đứa bé thì vô tội. Kha Ly hãy nghĩ tình máu mủ?

- Máu mủ. Hứm bà khéo thuyết phục đầu độc tôi. Nó đâu có cần chào đời để bà lấy cớ...

Không để im. Kha Ly tiếp tục như tố cáo:

- Bà có biết, bà làm cho má tôi phải mất chồng. Và má

tôi không tránh khỏi khổ đau không?

- Dạ... Tôi xin lỗi, xin lỗi chị nhà Ngọc Dung nhiều, nhiều lắm rồi. Tôi thật sự không có ý xấu.

- Vậy mà bà không cho ý xấu thì còn ý gì? Tốt hã?

Thanh Trúc run lên như đứng trước phiên tòa bị hỏi cung. Im lặng tý. Kha Ly vẫn vây bủa:

- Rất tiếc tôi không có thần lực vô hình nào đó có. Nếu có tôi sẽ đem bà ra thảy trên biển Đông uống nước chết đi là vừa. Hoặc để làm mồi cho cá mập còn hơn. Đó là một sự xứng đáng với bà nha. Ở đây làm chi bà đi tranh giành, giựt lấy một đàn ông đã có vợ, có tổ ấm...

Trúc hứng chịu làm thinh, những câu nói của Kha Ly. Như roi mây quất vào đầu cô đau lắm... Kha Ly tiếp tục bảo:

- Tôi không đời nào đi nhìn đứa em bà cố tạo. Và không bao giờ tôi nhìn bà, là có tư cách cho tôi ngưỡng mộ một chút đâu? Đừng có mà mơ nha? Tôi đến đây để mắng bà vô duyên mất nết. Đàn bà như bà, chỉ là hư hèn nhất trần gian, đi giựt cướp chồng má tôi thôi. Tôi muôn đời thù hận... Xin chào bà. Bà gắng mà soi gương lại để biết thế nào là xấu hổ khi bị con nít mắng, khinh thường. Tôi xin bye bye. Never hope so. Bà không xứng đáng một phụ nữ tốt, có giá trị đâu...

Kha Ly nói xong bỏ đi. Ly nước Thanh Trúc bưng ra để trên bàn. Nó vẫn đứng im không nhúc nhích, không mất chút nào. Nếu nó biết nghe chắc nó đã lắng tai. Một giọt...

Kha Ly nói một hơi cũng khát nước đó nhưng dễ gì nó uống. Mắc cỡ với chính mình. Giận với chính mình bị Kha Ly mắng. Thanh Trúc ngồi khóc hụ hụ, và không chịu rơi về im lặng. Nửa tiếng sau mới chịu rơi vào im lặng. Nàng như nhìn ra một chút cay đắng phủ lấy tim óc nàng... Rồi Thanh Trúc lại dập đầu khóc tiếp, như uất ức, rên la hụ hụ tiếp.

Vừa lúc Nghĩa Phi lái xe từ tiệm về thăm con. Sau khi anh làm xong bộ full set... Thấy vợ khóc bù lu bù loa. Nghĩa Phi lên tiếng:

- Cái gì khóc rú lên vậy Thanh Trúc em?

- Trời ơi con anh. Kha Ly tới đây mắng chửi em không còn gì? Hạ nhục em thật xấu hổ.

- Có chi mà xấu hổ em. Nó là con gái của anh chứ đâu phải là gì. Con nít nói nói hùng hổ, nhưng rồi nó sẽ quên mà. Chỉ sợ Ngọc Dung thôi. Mà cô ấy đã giải quyết cho em... Em coi như đã có được, trị an hòa bình rồi...

- Anh đâu có nghe mà anh nói. Anh có biết nó mắng em trăm câu, nhưng câu này nghe thật rùng rợn.

- Nó nói thế nào hã em?

- Nó nói. Rất tiếc là tôi không có thần lực vô hình nào đó có. Nếu có tôi sẽ đem bà ra thảy trên biển Đông uống nước chết đi là vừa. Hoặc để làm mồi cho cá mập còn hơn. Ở đây làm chi bà đi tranh giành, giựt lấy một đàn ông đã có vợ. Có tổ ấm. Anh có thấy nó muốn em bể não không?

- Thì kệ nó anh sẽ la nó. Có chi mà bể não em?

- Anh mà la được nó. Anh mà điều khiển được nó. Tôi nghĩ biển kia sẽ hóa thành rừng hết. Trọc đầu anh không thể làm gì khác hơn con Kha Ly này. Anh chỉ có yêu thương và chiều chuộng nó thì tôi tin được.

- Hứm sao em nói vậy.

- Thì tôi nghĩ tôi vô duyên nên để con anh tới đây chửi mắng. Không thì anh tìm cách cho tôi về lại VN đi. Chắc không phải vợ anh. Mà nó con anh, với tôi không đội trời chung rồi...

- Đừng nóng lòng, tức gì vì một chuyện nhỏ hơn hạt cát. Em à hãy nghe anh đây. Kha Ly còn trẻ con, con nít thôi em.

- Nhưng lời nói nó đâu phải con nít.

- Hì. Sao em lại nói lời nói nó, không là con nít.

- Thì lời nó cao ngạo, nóng bức, trịch thượng cào rách tâm hồn người lớn chứ sao?

- Thôi bỏ qua đi em.

Nghĩa Phi đang cố tìm lời an ủi cho Thanh Trúc đỡ giận, song lòng anh cũng cảm thấy buồn. Vừa lúc bé Nhật Khải ngủ thức dậy. Bé khóc không cười như những lần khác. Thanh Trúc vào bế con. Cô đi làm sữa cho nó uống. Nghĩa Phi có mệt mỏi của những lời Thanh Trúc kể. Thanh Trúc cho biết tình hình Kha Ly đến "mắng vốn mình." Nên Nghĩa Phi không còn muốn nhìn Nhật Khải như thường ngày anh về thăm. Mà Nghĩa Phi chỉ muốn lủi vô phòng riêng, để gác tay lên trán suy nghĩ nữa...

Sau đó hơn một ngày, thì Nghĩa Phi lái xe đi ra tiệm một sáng sớm. Sương mờ hơi dày đặc, dù xe trên đường không có là nhiều lắm. Vậy mà anh đã vượt đèn đỏ sai luật. Anh đã đụng vào một xe tải lớn một trận tam bành. Xe đẹp nhưng nát hư hỏng hết, như vỏ hến hết thời kia, ộp ẹp tan biến rạn nứt, dâu bể... Nhưng may, Nghĩa Phi chẳng hề chi, phước anh lớn quá. Tuy vẫn rêm mình, tức ngực, anh phải vào viện khám dưỡng.

Kha Ly phải lái xe đi thăm ba. Khi má Ngọc Dung cho biết tình hình xảy ra như vậy.

Gởi xe xong. Kha Ly tìm khu vực và tìm số phòng vào thăm ba. Hai cha con lẳng lặng không nói lời nào thật lâu.

Thật lâu Kha Ly mới tỏ bày:

- Thưa ba. Mong ba mạnh khỏe. Con hứa sẽ không làm ba suy nghĩ nhiều nữa. Con vẫn thương ba nhiều nhất... Trong lòng con...

- Cám ơn con. Ba bao giờ vẫn thương con nhất. Con thật sự là ba yêu thương hơn cả Nhật Khải. Con biết không? Ba hy vọng về con nhiều... Ba gởi ước vọng vào con lớn lắm... Vì ba vốn dĩ thương con gái nhất. Kha Ly có hiểu cho lòng?

- Dạ con hiểu. Con sẽ cố gắng nghe điều ba dạy.

- Ba chỉ mong con đối xử với Nhật Khải tốt đi một chút thôi... Chứ không cần đối với Thanh Trúc. Con hiểu không?

- Xin ba tha thứ cho con. Kha thật có lỗi đã làm ba buồn nhiều. Nên ba mất khả năng control khi lái xe.

- Con không có lỗi. Nhưng ba chỉ mong con quý trọng ba như ngày nào.

- Con hứa con thương ba nhiều. Và con sẽ quý trọng mạng sống của ba Phi.

- Ba khỏe thôi không có gì nguy hiểm. Ba sẽ rời viện

sớm. Ba chỉ mong con về thay đổi thái độ khác hơn, để ba vui...

- Dạ.

Những ngày tiếp theo thì Kha Ly nghĩ đến lần ba Nghĩa Phi bị accident đó. Kha Ly đến thăm ba đó. Nàng bé nghe và hồi tưởng những lời ba phó thác lúc ở bịnh viện điều dưỡng. Kha Ly cảm thấy cần thay đổi thái độ mình đối với ba hơn, là đúng hơn. Dù sao ông ấy vẫn là ba ruột của Kha Ly. May mà ba còn sống. Đằng nào ba vẫn là ba ruột mình, nếu ông bị mệnh hệ gì, hay accident, rồi ba chết đi thì mình mất ba, và chính mình gây ra tội lớn cho ba "thẳng cánh diều gây tai nạn cho bậc sinh thành." Bởi là nhiễm độc tố vào tư tưởng, cay đắng sầu lo cho ba kia, nên thành thử xảy ra, tai họa đáng tiếc kéo tới dâng đưa thôi... Như thế thì còn gì nào? Như thế cũng không phải là cá tính Kha Ly này? Làm sao để tốt hơn đi, để thích ứng hơn đi chứ? Chẳng lẽ nào mình không quý ba, thương ba, lời ba. Nghĩa là...

Suy nghĩ và rồi Kha Ly bắt đầu chuyển ý hồi tâm. Nàng bé đi đến nơi nhà Aparment của Thanh Trúc, để thăm em Nhật Khải như ba mong...

Dần dà Kha Ly hình thành một ý tưởng mới. Cô gái đến nhiều, nơi ngôi nhà này hơn. Nàng cưng em Nhật Khải dần, chơi đùa với Nhật Khải thường xuyên hơn. Nhân tiện Kha Ly thăm Thanh Trúc luôn cũng được không sao. Kha Ly lại ăn cơm cùng Thanh Trúc. Coi Phim Việt Nam cùng Thanh Trúc. Thậm chí cùng má hai Thanh Trúc làm các món ăn hai người thích như lagu, cari, bún bò Huế, chả giò, cơm hến. Bánh bông lan, bánh khọt, bánh nậm... Kể cả xay các sinh tố cô gái rượu của Nghĩa Phi này cũng ưa help, phụ làm với Thanh Trúc, cho em trai Nhật Khải và gia đình. Người cha tên Nghĩa Phi anh có cả lúc hưởng ké, giờ giấc thưởng thức nhiều với họ. Họ chung vui rất là hạnh phúc như gia đình thân thiện. Ba Nghĩa Phi không còn ngờ vực gì tình yêu mà Kha Ly đã dành cho Nhật Khải cùng Thanh Trúc.

CHƯƠNG 8

Trong lúc cô gái Kha Ly đã xóa sạch lằn ranh căm tức oán hận Thanh Trúc. Thì ngược lại, người đàn bà trẻ Thanh Trúc nuôi lòng oán tức trả thù cô gái này. Bà chỉ muốn con trai mình độc quyền chiếm tình yêu trong lòng Nghĩa Phi thôi, cùng với số tiền của. Sau này nếu trời cho thêm Nghĩa Phi giàu có được nhiều hơn nữa. Thì nó sẽ là thuộc về Nhật Khải hết.

Bởi đời không ai biết được lòng người sâu cạn bao nhiêu? Bao dự định trả thù cho câu nói của Kha Ly ngày nào... Nên người đàn bà Thanh Trúc mưu chước suy tính. Thanh Trúc chỉ còn thời gian chờ đợi "dịp" nào thôi. Nơi lòng nàng má hai không tha thứ, không quên được thái độ của cô gái Kha Ly lúc trước kia... Bởi ai hiểu hết tâm địa nơi một người nào đó, và dòng máu ấm lạnh của họ...

Một ngày nọ cơ hội đến. Khi Nghĩa Phi mua cho Thanh Trúc cùng Nhật Khải một căn nhà khác, vừa đẹp và thơ mộng đến vô cùng. Kha Ly rất là vui và mừng rỡ, như chính niềm vui,ba mua cho mình không bằng vậy...

Thời gian trôi quá mau. Cô gái Kha Ly đã tốt nghiệp vào đại học. Đi học ở nội trú tại trường nhiều. Hôm nay nàng lái chiếc xe về nhà Thanh Trúc, thăm Thanh Trúc và em Nhật Khải. Cô cảm thấy vui vẻ trong lòng lắm. Kha Ly đến thường mua bong bóng chùm, có đủ màu xanh, đỏ vàng, tím, nâu, đen, trắng v.v... (Nhật Khải lớn hơn rồi, song cậu bé vẫn ưa nhất là nhìn bong bóng nhiều màu và gấu con.) Nhật Khải thích nhìn vui vẻ hiện ra trên đôi mắt và tay chân Khải như muốn reo hò, cùng nụ cười bụ bẫm nở ngây thơ... Mỗi lần đến thì chị Kha Ly mua đồ chơi hơi khác nhau. Hôm nay Kha Ly mua dụng cụ Toy xe hơi nho nhỏ đèn sáng nhấp nháy, có kèn loa kêu để nàng tập thổi cho em thích nữa. Máy bay, tàu thủy, xe lửa, nhà hàng, thư viện, siêu thị, quán xá. Kha Ly tới shop Toy mua nhiều đủ thứ, như một thế giới đẹp thu nhỏ, để em Nhật Khải vui bắt mắt mới, khơi óc tò mò khám phá, hay phát hiện gì được hoặc biết thêm về tâm lý còn bé của em nữa v.v... Kha Ly muốn thế. Bao nhiêu ý nghĩ xấu về Thanh Trúc, cùng đứa con chung của họ, nơi Nghĩa Phi và Ngọc Dung là Kha Ly đã cởi bỏ hết lâu rồi.

Ngồi đang uống với nhau một vài ly nước trái cây mà Kha Ly thích. Người đàn bà Thanh Trúc lại cất lời:

- Người xưa nói thời gian tựa vó câu qua thềm. Đúng vậy... Thời gian đi nhanh quá Kha Ly ơi.

- Dạ thời gian luôn đi nhanh dì à. Nhật Khải lớn lên nhiều rồi há dì. Em Khải nhìn thấy dễ thương quá dì...

- Ừa chắc vậy. Ồ hôm nay là mùa xuân ta đi chơi thăm rừng, thăm dãy núi Blue... Một nơi đó rất đẹp Kha Ly. Dì muốn ta thử sức cuộc đi.

- Dạ cũng được... Nhưng con chưa hỏi má Ngọc Dung?

- Trời ơi lớn rồi, hơn 18 rồi... còn nhỏ đâu mà hỏi má con. Đừng có làm con nít mãi người ta cười con Kha Ly?

- Dạ. Con biết nhưng xưa nay con đi đâu cũng cho má Dung biết. Không thì má lo lắm dì à.

- Trời ơi có dì Thanh Trúc mà. Bộ Thanh Trúc không lo cho con được sao?

- Dạ con biết... Nhưng!

- Nếu má con biết đôi lúc lại buồn. Vì dẫu sao... Tận đáy tâm hồn người mẹ nào cũng ích kỷ... Biết đâu con đi với Thanh Trúc. Rồi má con nghe lại không vui.

- Má con không như vậy đâu. Má con không buồn vậy đâu. Con đi không nói, má biết thì mới buồn thôi. Kha Ly đính chính quan niệm theo ý mình.

- Con hơn 18 tuổi nhưng cái hiểu còn con nít lắm. Người mẹ nào không ích kỷ con. Gần đây con đã mê em Nhật Khải thường ở nhà dì rồi. Không về bên đó nhiều. Nghĩ nghe dì đi. Ta đi chơi không dự tính trước mà. Hứng lên ta đi liền mới nóng, mới vui. Ba Phi, dì không cho biết luôn. Khi về ta nói nghe sau, ắt còn ngạc nhiên, hấp dẫn hơn chứ.

Im một chút nhìn cô gái Kha Ly. Thanh Trúc vui vẻ niềm cởi mở thêm:

- Má Ngọc Dung con cũng thế. Về nhà hoàn toàn ta tường thuật lại, họ nghe chắc chắn sẽ là một thú vị riêng hơn. Có thể như vậy hay hơn. Đúng không? Nghĩ đi con gái trời ơi... Đơn giản vậy mà con không chịu nghĩ giùm để rốt ráo sao?

Kha Ly nghe và biến đổi hai tâm trạng liên tục. Nhưng cuối cùng nàng bé quyết định nghe lời Thanh Trúc. Vì có thể Ngọc Dung biết, mẹ mình còn buồn hơn chăng? Hừm. Thôi được biết đâu má hai Thanh Trúc nói đúng. Kha Ly trả lời với Thanh Trúc:

- Thôi con vẫn đồng ý với quan niệm dì. Song còn Nhật Khải thì làm sao đây?

- Dì bồng cho nó đi hứng gió rừng luôn chứ sao. Cho nó có sức mạnh từ thiên nhiên khi còn nhỏ. Cho nó đổi gió. Úm úm ở nhà hoài lớn lên như công tử bột nữa. Phải cùng mẹ và chị Kha Ly, thử thách gian nan ngắm núi rừng ngay còn nhỏ tý tẹo coi chứ nà? Phải không nà. Hi hi... Thanh Trúc nói và nhìn Nhật Khải ngồi đó trên chiếc xe nhỏ. Bé đang óng mắt vui vẻ nhìn các sản phẩm chị Kha Ly mua về bày biện, đủ đầy dọc ngang.

Nhìn em trai. Kha Ly bảo với Thanh Trúc:

- Đưa Nhật Khải cùng đi. Có gì ba la dì phải chịu đòn đó nha. Con ngại ba giận lắm.

- Được giận đôi khi vẫn là một hạnh phúc mà con. Vả lại chắc chắn là như vậy thôi. Biết đâu những gió núi mây ngàn, biết đâu sẽ làm nó thích ngắm, và rồi thích ngủ mê hơn. Không chừng đó chứ...

Thanh Trúc nói vì cô chuẩn bị thuốc ngủ nhiều, gây ngủ mê cho Nhật Khải rồi. Những gì nàng tính với Kha Ly cũng mua để sẵn sàng rồi. Thanh Trúc biết lái xe, biết ra chợ trời để tìm kiếm những thứ nàng thích. Thanh Trúc nói âm ngữ English không chuẩn. Nhưng nàng biết viết lên chữ và đưa cho kẻ bán hàng, để họ đi truy tìm lựa giùm cho cái cô cần. Thì họ vẫn ráo riết giúp. Bên Mỹ thì họ lịch sự tối đa. Và tiền mua sẽ trả kề bên mặt, tiền mặt bên cạnh luôn đi đầu, nó sẽ trở thành hơn mọi giá trị khác. Ở đâu cũng thế. Thời buổi "tiền tiền hai chữ trước tiên"! Ai sợ chi thì phải có cách phòng thân. Ai ngu muội sai lầm, hay gian ác thì sẽ được lãnh phần ngồi tù với số kiếp mình. Thiên đường ở Mỹ chỉ có thể hiểu hết cặn kẽ là nhiều khê, nhiều cách...

Và coi như. Họ có cuộc đi chơi vui như ý thích Thanh Trúc dự định. Nàng lái xe cùng Kha Ly ra đi mỉm cười sung sướng. Như thế là sau đó Thanh Trúc đã vui lắm, khi nàng mua những gì nàng có. Nàng nắm trong tay trọn vẹn nhiều ước vọng về Kha Ly. Nhật Khải thì được Trúc đặt trên một chiếc nôi tân kỳ của Mỹ, đúng hơn là chiếc xe của em bé trên hơn một tuổi. Nhật Khải ngó cảnh nằm im. Trúc lái theo máy chỉ đường, được sự hỗ trợ của Kha Ly nên nàng đi nhanh, trót lọt ngon lành, ngọt xớt với lưu thông...

Cô gái Kha Ly dành lái vì xe của mình để bảo đảm sự an toàn hơn. Nhưng Thanh Trúc không đưa xe lại và cứ nài, cứ bảo:

- Dì cần thử thách khi chạy đường xa một phen. Có thử sức mình, mới biết chính mình. Cho dì Trúc chứng minh đi.

Kha Ly nhường nhịn và tin cậy. Hơn nữa để cho Thanh Trúc học hỏi thêm cách chạy xe nơi xa. Nên Kha Ly chỉ làm thinh nhìn Thanh Trúc lái không còn nói ở giai đoạn sau.

Xe cứ chạy ngược chiều cây lá bên đường lui lại, bỏ lại phía sau trôi qua. Ôi ngày thì không có trăng đẹp. Nhưng có nắng nhẹ hiền hòa, có gió mát hát ca. Như một sứ điệp tình yêu, tình tự đâu đây vẫn dâng đầy... Trông cũng lãng mạn nên thơ quá chứ. Kha Ly vẻ như thích thú lắm. Kha Ly nhìn xao xuyến lòng mình và có chút bâng khuâng lạ, của cô gái vừa mới lớn, mới trưởng thành.

Thanh Trúc chạy xe cũng khá đẹp. Đến nơi chốn an lành như ý thích. Tới nơi bé vẫn ngủ trên nôi. Một hơi ngủ của trẻ thơ ai nhìn cũng phải phát thèm. Kha Ly nhìn hôn em Nhật Khải và mong được xách chiếc nôi em bé. Còn Thanh Trúc một tay xách dụng cụ đồ trang điểm, và trên vai ba lô mang theo thức ăn. Thanh Trúc đã ghé trạm đổ xăng khi lúc nãy.

Thanh Trúc có đi mua chợ trời, mua một chiếc còng số tám như nàng dự định. Được nàng khéo léo bỏ vô ba lô từ lúc nào, không ai từng thấy. Đến chốn này, cả hai cũng dạo qua bao thác, bao đồi, bao ghềnh như họ mong. Ở đây không có thác Rent, hoặc Camly, Thác Voi đẹp như Đà Lạt... Mà mẹ kể và mẹ từng đến đó chụp hình cho mình xem lại rất hút mắt. Nhưng ở đây cũng có thác đẹp riêng ở nơi này... Mỗi nơi, mỗi xứ sở có thác đẹp khác nhau. Và họ, Thanh Trúc Kha Ly cũng vui vẻ, cười cợt coi, chụp những tấm hình lưu niệm thật mỹ lệ nơi thác ghềnh này... Cả hai cũng trải nghiệm qua nhiều nơi chốn, cho họ chân cứng đá mềm...

Em bé vẫn cứ ngủ êm trên nôi. Bé Nhật Khải đã lớn mà sao ngủ nhiều thế, ham ngủ quá trời. Chắc là được gió mát thiên nhiên lạ chăng? Chị gái Kha Ly hay hôn em, và chỉ nhìn Thanh Trúc cười không nói gì cả. Có lẽ Kha Ly nghĩ thầm ý cho em ngủ ngon đi. Khi nào thức tỉnh thì sẽ hay mà. Còn nơi Thanh Trúc thì ấp ủ một chuyện khác. Người đàn bà trẻ ấy đã tính tới giờ nàng sắp trình diễn, hạ thủ Kha Ly.

Thanh Trúc đứng lại bảo Kha Ly ngồi xuống tại một tảng đá khá lớn lởm chởm nhưng đẹp, có mặt bằng rộng một phía. Rồi Thanh Trúc hỏi tự nhiên:

- Mình cũng đi được nhiều rồi Kha Ly nhỉ?

- Dạ không ngờ dì Trúc đi khỏe quá.

- Phải theo con thôi Kha Ly.

- Dì đừng khiêm tốn quá hi hi.

- Thiệt chứ. Thôi đứng ngồi lại nơi đây. Cho dì hỏi một chuyện.

- Chuyện gì thưa dì Trúc. Lúc đó Kha Ly đã ngồi.

- Kha Ly ơi con có tin vào số mệnh không nhỉ?

- Dạ có chứ. Thưa dì.

- Dì cũng nghĩ là như thế. Song chúng ta có thể tìm trên đôi tay là biết số phận nè Kha Ly. Lúc đó Thanh Trúc vẫn cứ đứng mà nói.

- Vậy à? Sao dì biết? Kha Ly vui vẻ mỉm cười.

- Ừ vậy đó Kha Ly. Dì học và nhận biết từ hồi còn trẻ lắm.

- Hay vậy sao ta? Coi cho con đi, được không nào. Kha Ly nôn nóng đứng lên hỏi cho kỹ.

- Thì đưa tay ra dì nhìn. Và con phải nhắm mắt hướng về trời cao nằm xuống đâu đây, và hai tay chắp lại cầu thần linh đi. Mới linh nghiệm chứ.

- Vậy nữa sao?

- Cứ nhắm mắt khi nào dì bảo mở thì hãy mở ra nhé. Vì để được linh thiêng như ý. Rồi dì nắm tay coi theo, dì biết nói cho Kha Ly nghe.

- Dạ, dì Trúc coi con thử nha. Nghe lạ con cũng thích.

- Được rồi nghe dì thiền đi, cầu nguyện đi. Dì sẽ nhìn và cho biết kết quả của con thôi. Nơi núi rừng, đá chảy, nước trôi, thác ghềnh này sẽ nghiệm ứng lắm đó. Mình đi ngắm cảnh cũng đã mệt rồi. Coi xong ta ngồi đây ăn uống luôn...

- Nghe dì nói con thích ghê nơi. Tướng số mà ai chả thích... Con nhắm mắt rồi thiền luôn nghen, nằm xuống chỗ này luôn nghen. Nhắm rồi đó. One, two, three, four...

- Được. Phải chờ nha.

Nhanh như cắt Trúc đã mò lục từ ba lô, lấy ra cái còng và còng ngay tay Kha Ly đang nắm chụm trên người, vì cô đang im lìm nằm khấn vái.

Kha Ly mắt nhắm không nhìn thấy bầu trời kia là gì? Nhưng nghe còng kêu lách cách, song non nghĩ Kha Ly cứ tưởng Thanh Trúc làm phép chi, cho phép nhiệm màu đượm thêm chăng? Kha Ly lắng nghe tự nhiên tâm trí bỗng cô lại nghĩ đến, một sự mường tượng nào đó, như gió hú rợn đem tới, bão táp khơi dậy đâu đây... Bởi vì từ khi nhỏ nàng rất sợ cái nhắm mắt. Nhưng có lẽ nào, ôi chắc nó chỉ là ám ảnh một ảo giác thôi. Một chút gì đó nghi ngờ ẩu lạ không lẽ thế sao? Kha Ly vẫn tự xoa dịu tâm trí, cho hồn thản nhiên nơi cô gái, Kha Ly vẫn nằm im nhắm mắt yên chí chứ. Để nàng nhận được một "tướng số cho tương lai chứ."

Thanh Trúc cố bậm môi thi hành "sứ mệnh mình ngon trớn." Đoạn một chốc trôi qua, nghi ngờ chợt đến hơn. Kha Ly liền muốn mở mắt ra nhìn thử, thì trong nháy mắt cô thấy tay mình, chưng hửng mang còng số tám thật. Không tin nổi Thanh Trúc chơi trò ma mị… Hay là chiêm bao ác mộng. Cô gái Kha Ly la lên:

- Sao dì Trúc còng tay con như vậy? Coi tướng tá số mạng gì đâu dì ơi?

Thanh Trúc thở mạnh mà rằng:

- Tướng số tương lai đó. Mày đã tin tao thì để tao làm. Kha Ly mày là đứa con ghẻ của tao. Tao dụ mày đi lên núi để kết thúc đời mày đó, là tướng số đó. Tao căm hận mày từ lâu. Mày thân ái với tao và Nhật Khải chẳng qua vì Nghĩa Phi bị tai nạn. Mày từng rủa tao: "*Rất tiếc là tôi không có thần lực vô hình nào đó. Nếu có tôi sẽ đem bà ra thảy trên biển Đông uống nước chết đi là vừa. Hoặc để làm mồi cho cá mập còn hơn. Ở đây làm chi bà đi tranh giành, giựt lấy một đàn ông đã có vợ, có tổ ấm…* " Kha Ly. Mày từng rủa tao và mày từng nói mày hận tao đó…

Cô gái Kha Ly giờ mới chợt tỉnh, mà Kha Ly như chưa lấy lại hồn mình, làm sao tỉnh táo được trong phút chốc. Kha Ly cố định thần xem. Té ra nàng như mau hiểu tất cả…

Giờ thì nàng cố mở to đôi mắt mà nhìn Thanh Trúc thôi. Nàng không nói được gì, nước mắt lại nghèn nghẹn từ từ chảy ra, như người đi giữa một cơn ác mộng nguy nan. Thì ra giờ Kha Ly mới biết rõ "tôn chỉ" của Thanh Trúc. Và giờ Kha Ly mới cố gắng hiểu vì sao Thanh Trúc thúc ép trong chuyến đi chơi này. Rõ một âm mưu ác độc lừa lọc của Thanh Trúc chưa từng thấy, đối với mình "con ghẻ" mà thôi. Một mưu chước thâm độc, có thể nói vô tiền khoáng hậu nơi một dì ghẻ này.

Đoạn lấy hết bình tĩnh. Kha Ly bảo với Thanh Trúc:

- Dì Thanh Trúc tại sao dì mang độc kế lừa đảo. Khi tôi đã có tình thương nơi dì và Nhật Khải. Những câu nói dì đưa ra là quá khứ hết, Kha Ly từng quên lãng rồi. Dì nên biết chứ?

- Mày quên chứ tao không thể nào quên được.

- Trời ơi dì Thanh Trúc. Con đã có lòng thương nơi dì và

em Nhật Khải lâu nhiều rồi mà? Dì chẳng hiểu sao?

- Tao không cần lòng thương đó nữa. Tao chỉ cần Nghĩa Phi chỉ có một Nhật Khải mà thôi. Mày phải giã biệt cuộc đời này sớm cho tao nhờ.

- Trời ơi. Con đã chưa bao giờ gây ác với dì mà. Tại sao con người dì thật đáng ghê tởm đến thế. Dì nỡ hại đứa con chồng. Dì đừng ngu xuẩn mở tay cho tui đi... Kha Ly nói và tức trừng đôi mắt đen láy của mình vào nơi Thanh Trúc. Và Kha Ly muốn ngồi dậy, nhưng nàng không có thế mà ngồi dậy được. Vì còn sự khống chế của Thanh Trúc bên cạnh nữa. Nên nàng vẫn phải nằm lăn lộn đó thôi.

- Đừng ở đó mà nói càn. Mày chửi nữa đi. Tao nhét vải vô miệng ngay đây, cho mày nín thở. Một việc làm độc nhất vô nhị của tao thì không ai gỡ nổi cho mày đâu. Tay nào mà mầy cầm điện phone gọi ai được chứ? Hứm.

- Trời ơi ba Nghĩa Phi ơi. Con không ngờ ba lấy một vợ mặt người dạ thú. Lòng của dì Thanh Trúc là ma quỷ dạ thú.

Kha Ly bị còng tay nên Thanh Trúc làm chi chẳng dễ dàng hơn, như chuẩn bị giết một con sâu nhỏ... Sau đó Thanh Trúc còng chân luôn và dùng vải nhét vô miệng Kha Ly. Rồi cô tiến tới bóp cổ Kha Ly. Miệng Thanh Trúc hăng hái nói:

- OK. Bây giờ thì thấy tướng mày rồi đó. Nơi đây tao chọn rừng vắng. Tao nhét vải vô miệng nhưng còn trợ thêm bóp cổ. Mầy còn cách nào để sống nữa? Tử thần chưa gọi mày nhưng đôi tay và khối óc tao gọi mày đó. Ha ha.

Kha Ly tung tẩy không được từ trạng thái nằm ngửa đã đuối chuyển sang sấp. Thanh Trúc nghĩ mình đã làm xong chuyện: Tay còng chân còng, nhét dẻ vô miệng, cổ bị bốp siết thêm, Kha Ly chết là cái chắc. Và trước khi bỏ đi, nàng vuốt tháo chiếc nhẫn diamond của Kha Ly, mà lúc trước nó từ chối, nhưng về sau Kha Ly đã đeo trên tay lâu rồi. Thanh Trúc cũng lanh lợi như con tép bắn mình trong ngày, nàng hành động như ý, lấy chiếc diamond lại, nó từng chê, nay sẽ vẫn thuộc về của mình thôi! Xong nàng hăm hở thở dốc, còn tìm cái iPhone của Kha Ly đập vào đá cho nức nẻ hết rồi quẳng vào lòng suối gần đó, vẫn chưa yên chí, sợ ai nhặt dẫu hư nát nhưng biết đâu rằng, có thể cuộc tìm kiếm đầu mối thì sao? Thanh Trúc đành phải lặn lội đi tới cầm lên tìm một lỗ hốc đất, và đắp đất lại. Xong mọi bề như ổn hơn, yên chí hơn. Nàng xách nôi em bé băng mình chạy đến tìm bãi ra đậu xe khá xa. Rồi nàng cũng đã leo lên xe, để nôi trong lòng xe gọn gàng, nàng nổ máy lái nhanh chạy tẩu... Thanh Trúc mới lái xe nhưng tay lái khá vững, coi như điêu luyện lâu năm. Trời cũng cho nàng cái lanh, mà chỉ mất đi tính thiện thôi. Nàng cho xe chạy cách đó chừng hơn ba chục dặm, và gỡ bản xe bỏ ném xa. Nàng lục hết không thấy còn giấy tờ gì trên xe Trúc mới chịu đi, mới yên tâm. Vì đó là chiếc xe của Kha Ly, Trúc cần làm thế, sẽ tẩy chay sự phiền não có thể xảy ra... Để không ai có thể tìm ra chủ nhân xe này. Nàng nghĩ thậm chí bản số đã biến mất, biết của ai mà truy lùng? Xe ở Mỹ họ gian bỏ như thế khi xe xấu xuống cấp, hoặc kẻ gian lấy bỏ giữa đường, giữa rừng, hoặc trục trặc gì đó để khắp nơi, đâu phải không có chuyện này? Trúc lại vội mau miệng cố tìm gọi một chiếc xe taxi chạy ngang qua và thuê đi về nhà... Thanh Trúc vẫn còn hên có xe taxi dừng lại và rước mẹ con nàng may mắn. Xe taxi thỉnh thoảng vẫn có mặt băng trên các tuyến đường này, vì họ đưa khách một chiều rồi về rảnh rang, hoặc đi tìm khách lỡ đường giận hờn nhau, cãi cọ nhau xuống xe người tình chẳng hạn, v.v... Trên xe lúc này thằng bé Nhật Khải vẫn bị thuốc an thần ru ngủ, no nê ngon giấc. Người tài xế không biết có chuyện gì mệt mỏi hay sao đó, ít hỏi chuyện. Ông ta là một người Mễ. Thanh Trúc cũng mong đừng hỏi gì, như thế cho đầu óc nàng đỡ xáo rộn.

CHƯƠNG 9

Về Kha Ly, trời còn thương. Kha Ly còn thở được và vải nhét họng kia, cô từ từ dùng sức mạnh nội lực thót bụng khạc ra gần hết. Chỉ có đôi chân và đôi tay là nàng chịu thua thôi. Rừng nơi đây xa điểm du lịch đông người, ít ai mạo hiểm tới nơi này. Kha Ly hồi tưởng nghĩ lại tất cả thì đã muộn. Gượng cười gượng khóc cho nỗi khổ đau này. Kha Ly chỉ còn cầu thần linh trong tâm tưởng mà thôi.

Bỗng nghe một cái "cách" và có tiếng động bước chân. Kha Ly lắng lòng sỏi nghe thử... Thì một vị khách võ đạo Nhật Judo đã ngạc nhiên đi tới nhìn thấy Kha Ly bị gông cùm trói chặt nằm, ông liền hỏi qua một câu tiếng English. (Nhưng đây tiện tôi ghi hoàn toàn Việt Ngữ hết để dễ theo dõi câu chuyện.)

- Oh my god... Cô gái trẻ này là ai? Sao lại bị như thế này?

- Ông làm ơn gỡ còng ra cho tôi đi. Tôi là người vừa gặp ông, như vượt qua tử thần đó. Tạm nghĩ vậy rồi tôi kể sau.

- Không lẽ cô tới nơi đây làm trò tự tử?

- Không. Tôi không có đi tự tử đâu. Có kẻ định giết tôi chết bóp cổ và còng tôi, nhét giẻ vô miệng tôi, họ đã ra đi.

- Thì ra như vậy, quẩn tâm quá tôi hỏi thế thôi. Chứ ai mà tự gông cùm mình, nhét giẻ vô họng mình để tự tử chứ? Phải không cô gái?

Ông ta nói, đã mở hai cái còng: Một nơi hai tay, một nơi hai chân. Coi như ông đã giải phóng Kha Ly trước ách khổ đau. Và ông lấy nước từ nơi ba lô của ông, đem lại cho Kha Ly uống nhờ. Ông mời:

- Dùng chút nước đi sẽ tỉnh táo hơn cô gái à.

- Dạ con xin cám ơn. Kha Ly nói và đưa tay cầm chai nước ông đưa. Và coi như cô đã đứng dậy được rồi kể từ lúc ông đã mở hai cái còng cho cô.

Kha Ly uống chai nước tại nơi đó, xong cả hai như bứng đi một chỗ khác. Có dòng suối trước mặt, Cô gái đã ngồi xuống và tâm sự:

- Xin ông ngồi xuống tôi sẽ kể chuyện này cho ông biết. Vì sao người nào toan muốn cắt đứt sự sống nơi tôi...

Kha Ly tay sờ vào cái túi nhỏ của chiếc quần jean lấy thẻ ra giới thiệu luôn:

- Còn hên. Tôi còn được thẻ bất ly thân này... Bà ấy quên, hoặc không ngờ tôi mang theo. Tôi tên là như thế đó, tuổi tác thế. Tôi học sinh năm thứ nhất của Đại học Y trường...

Vị khách người Japan ngồi lắng nghe. Kha Ly tiếp tục:

- Tôi bị mẹ ghẻ dụ dỗ đến rừng tham quan. Tôi nhẹ dạ tin. Ai ngờ âm mưu độc. Dì ghẻ bóp cổ tôi, để cho tôi chết.

- Nhưng tại sao cô không kháng cự lúc bắt đầu.

- Bà ngọt ngào bảo tôi nhắm mắt, bà xem tướng. Tôi mong và ngồi, nằm yên vị như bà bảo. Thế là bị còng ngon lành dễ như cuộc chơi.

- Sao cô không cẩn thận hơn. Thật là thảm cảnh. Bây giờ cô tính thế nào. Cô muốn về tôi đưa cho về.

- Đời làm gì mà biết hết để cẩn thận. Đời này làm sao biết trước hết những phiên vụ lạ kỳ. Đời này luôn luôn đi theo với chữ không ngờ mà ông. Bây giờ tôi càng hiểu và trải nghiệm lắm rồi.... Thưa ông.

- Lời cô còn trẻ mà hay lắm, đã đi vào tâm tư tôi nghe rất cảm động.

Thưa ông... Rồi tôi cũng rất là may mắn khi gặp ông... Nhưng ông à. Xin ông hiểu cho tôi điều này.

- Điều chi cô gái.

- Chắc tôi không muốn về gia đình tôi nữa đâu. Vì về mọi chuyện sẽ khó khăn cho ba tôi. Và chắc chắn sẽ đảo lộn phiền phức cho ba tôi với má ruột tôi. Thôi tôi muốn hy sinh cho sự trôi chảy này... Cho ba tôi an lành. Cho mẹ tôi không có những câu hỏi chất vấn đau lòng ba tôi. Hãy cứ coi như tôi chết vì mất tích. Ngày tháng dài rộng mong ba tôi sẽ quên đi. Còn tốt hơn là biết Thanh Trúc vợ sau ông chủ mưu muốn giết tôi. Vì tài sản và tình yêu ích kỷ của bà. Bà chỉ muốn ba tôi sau này thương một đứa con trai bà.

- Không được đâu, cô đang sống mà? Cô phải về nhà. Ý đầu tiên của tôi.

- Vâng biết là tôi đang sống, nhờ ông cứu kịp đây thưa ông. Nhưng tôi muốn theo ông về nhà ông ở. Thì ông có sẵn sàng chấp nhận giúp tôi không? Đó là một ý tôi chân thành...

- Sao tôi lại không chấp nhận nếu cô có hảo ý như vậy.

Chỉ sợ cô không muốn hòa nhập vào người Nhật tôi thôi. Cô ở với tôi, thì tôi sẽ nuôi cô ăn học tiếp. Tôi đang nghĩ được vậy rồi... Nếu cô muốn...

Kha Ly lắng nghe và nói:

- Xin cám ơn trời biển. Ông đến gặp tôi, như vị cứu tinh...

- Nhưng cô muốn học gì và đang học gì?

- Tôi đang theo học y khoa đó, và muốn thành một doctor. Một doctor khoa giải phẩu thẩm mỹ. Vì tôi muốn làm cho con người yêu chính mình hơn. Và sống tự tin với cái đẹp mình thích hơn. Ông có thể giúp tôi được chứ? Tôi nuôi ước vọng này từ khi còn nhỏ...

- Chẳng khó với tôi đâu. Tôi không hề quan ngại. Nhưng thành công hay không, giỏi hay không là do sự nổ lực và năng khiếu nơi cô?

- Tôi nghĩ tôi đam mê và bàn tay tôi chẳng tồi đâu. Tôi hy vọng... Điều tôi nói không có nghĩa là tự mãn, mà chính là mỗi cá thể phải có ước mơ và hy vọng từ buổi ban đầu lập chí. Xin ông hiểu cho.

- Lời cô còn trẻ lắm, nhưng thật dễ thương, cũng mang nhiều triết học... OK. Thôi ta rời khỏi nơi này. Tôi sẽ đưa cô về nhà.

- Vâng. Tôi xin chân thành cám ơn ông. Tôi còn hên một điều là trong người tôi có giấy tờ tùy thân, vốn quen bọc cầm trong người của tôi. Và Thanh Trúc không còn sáng suốt để nghĩ tới. Hay nói cách khác hơn, trời vẫn giữ lại cho tôi, để có còn những cơ hội...

- Có giấy tờ nơi cô là tốt rồi. Tôi sẽ làm được cho cô nhiều thứ mà không bị sai trái hay bại lộ. Không thì hơi khó giữ bí mật, nếu ta đi làm giấy tờ lại...

- Ông trời bao giờ cũng chừa cho con người rủi ro một lối thoát, một con đường... Hoặc đó là sự may mắn đền bù được trả lại.

- Y vậy cô à. Nếu tâm cô tốt và cô có niềm tin vào tâm linh. Dù cho những thói đòi đã bất công với mình, kẻ ác luôn tìm bẫy để hại người, nhưng bật thánh hiền trên cao đã thấy, rồi độ những bồ tát tới giải cứu...

- Ông, ông nói chuyện hay quá nhỉ. Tôi thích nghe và điều này chính là câu chuyện giữa ông và tôi, ông là bồ tát cứu giúp tôi.

- Được rồi tôi trân trọng lời cô. Tôi hứa sẽ thiện chí hơn với cô.

Thoáng chốc một đoạn hai người rời khỏi rừng già bao thác ghềnh, sông suối, và đầy những hoa sen hoa súng, hoa dại bên đường... Cây cối và tiếng chim hót ríu rít. Họ đã hé nhìn một thứ ánh nắng trong rừng già xuyên qua những kẽ lá, dù là lá đơn hay lá kép...

Và cả hai đến bãi đậu xe khá xa. Rồi cả hai đã về đến nhà an toàn. Cố nhiên là nhà của võ đạo Nhật Judo Kim Sanghu...

Kim Sangshu sống với mẹ, vợ con ông ở Nhật. Ông đi đi, về về Nhật, Mỹ thường xuyên. Ông đem Kha Ly về giới thiệu vài nét sơ qua. Mẹ ông nhìn Kha Ly, bà chấp nhận vui vẻ và mến thương cô ngay, cô đã vượt qua một cái chết cận kề, vượt qua một tai nạn rất đáng sợ...

Sau đó một tuần thì Kim Sangshu đã gọi điện nói chuyện từng giờ với vợ con ông bên Nhật về Kha Ly. Ông đã thuyết phục sự tin cậy tốt đẹp, nơi người vợ hiền lương, giàu thông cảm. Và ông muốn làm giấy tờ vợ ông bảo lãnh Kha Ly qua Nhật. Kha Ly đã đồng ý dời chuyển từ Hoa Kỳ sang bên Nhật - Đất nước được mệnh danh là xứ sở mặt trời mọc, hay có cái tên khác hơn, là xứ sở của hoa anh đào. Kha Ly sẽ đến đó cô học tiếp khoa bác sĩ thẩm mỹ. Cô muốn giữ tuyệt đối bí mật cho cô từ một cái chết, đã may mắn được trả về sự sống hôm nay...

CHƯƠNG 10

Thời gian cứ lặng lẽ trôi. Gia đình không hiểu vì sao Kha Ly mất tích. Chuyện đau lòng nhưng Ngọc Dung vẫn cứ mang máng con mình còn sống đâu đó sẽ về trong một ngày. Nàng lạc quan chăng? Ngọc Dung tâm linh hướng nguyện. Kha Ly đã giận mình hay ba Nghĩa Phi chi đó?

Cách nghịch chơi là như thế... Nàng ước mong, nếu chăng đi vào cách đó thì vẫn còn hay biết mấy...

Thế mà đã tuôn chảy dài trên bảy năm ròng rã. Ôi bảy năm vật đổi sao dời, người mẹ ruột vẫn cố nuôi hy vọng đôi lúc thấy hơi hão huyền. Tuy nhiên Ngọc Dung chưa bao giờ nghĩ ra Kha Ly có cái chết, từ tay Thanh Trúc hạ gục như thế. Nàng không thân thiện với Thanh Trúc lắm. Song cũng không khắt khe gì với Thanh Trúc. Dầu biết rằng trước cái mất tích, là Kha Ly hay về bên Thanh Trúc hơn cả nhà mình. Nghĩa Phi thì làm ăn vẫn phất nhưng Kha Ly mất tích, anh buồn lắm. Và anh vẫn biết nỗi đau thầm kín khi Kha Ly vắng bóng, thì chắc chắn Ngọc Dung là người buồn nhiều nhất, nàng sẽ buồn hơn ai hết...

Nghĩa Phi cố gắng lâu lâu đưa Trúc về thăm Ngọc Dung và an ủi nàng. Hoặc mời cả ba đi ăn một món gì đó, cho cả nhà chung vui. Nghĩa Phi cố đánh tan sự mặc cảm của hai người khi Nhật Khải ngày càng lớn và sự mất tích của Kha Ly ngày càng đi vào ngõ cụt, không thể tra cứu được. Thấy Ngọc Dung hiền lành tiếp đón Nghĩa Phi vui. Nghĩa Phi cho rằng thái độ Ngọc Dung dù không nồng hậu lắm, nhưng nơi lòng ông vẫn thấy nàng có lịch sự là được. Đôi lúc Ngọc Dung nhìn Nhật Khải lại buồn và nhớ Kha Ly gấp bội. Nghĩa Phi hiểu thấu tâm trạng nàng.

Ngọc Dung nghĩ mình từng có đứa con lớn hơn Nhật Khải gấp ba hơn. Xinh đẹp hơn gấp mười, lại mất tích. Không biết nó bỏ đi đâu? Hay ai đã thù oán mà giết nó? Không! Không thể. Kha Ly, nó trong lành, hồn nhiên thế ai nỡ giết chết một tâm hồn thơ dại. Bồ bịch tranh giành ư? Cô con gái đó chưa bao giờ nói chuyện lứa đôi cho mình nghe. Kha Ly nói nó không thèm thần tượng đến ái tình hoặc bồ bịch. Khi nào xong nghề nghiệp thì nó sẽ lấy chồng thế thôi. Nhưng tình yêu mà, ai nói trước được? Hay nó đã yêu và chết vì sự sát phạt của tình yêu. Ở Mỹ hàng loạt chuyện là như thế. Chứ còn gia sản thì Kha Ly chưa có gì. Hoặc ai ganh tỵ sắc đẹp nó nữa. Ở cái xứ Cờ Hoa lắm kẻ điên, nhiều kẻ khùng, hễ thua sút gì thì vẫn có thể làm điều xằng bậy cho hả giận? Chính quyền họ cho chơi súng, chiếm đoạt súng tự nhiên mà. Nói và suy nghĩ mông lung nhiều... Trong lòng Ngọc Dung vẫn ước ao con bé Kha Ly nhất định còn sống đâu đó. Nó không thể chết hoặc tan biến trong vụ trụ, tan biến của sự sống này được? Nó là một bông hoa tinh khiết, và thơm lành trên hành tinh này mà? Ngọc Dung cứ hoài vọng và ước ao như vậy. Dù thực tế tim nàng đã lấp đầy khổ đau của bão tố...

Lần đó Ngọc Dung đã nuôi con chó Shawdow lâu rồi. Nghĩa Phi đem Trúc và em bé tới nhà nhân ngày birthday Ngọc Dung để tặng cho nàng một món quà sinh nhật. Em bé đã lớn lên bảy tuổi. Thấy Trúc vào tay xách đồ, Nghĩa Phi thì tay cầm hoa hồng về. Tự nhiên ngay lập tức con chó nhìn Thanh Trúc nó sủa rồi xô ra cắn lấy quần áo Trúc. Nó sủa cứ dày và mạnh thêm, dữ dội hơn nhiều... Lạ kỳ nó làm cho Trúc hồn vía như mất đi đâu hết, nàng phải lia giỏ lia xách, vì sợ hãi. Quần áo nàng bị nó xé tả tơi. Trúc như đi du lịch lên mây xanh...

Thấy chú chó, em bé Nhật Khải mê quá và đưa tay rờ rẫm, nó lại êm ái vui vẻ vẫy tai, vẫy đuôi. Rồi lại chạy về nơi Ngọc Dung như mét mách điều chi. Trong chốc lát, rồi chú lao tới cắn tiếp quần áo Trúc lần thứ hai. Chú thong lên như muốn chiếm hữu để xé cả trên cao, nơi cổ áo Trúc... Nhưng cố nhiên chú không đụng tới da thịt Trúc. Và tóc tai Thanh Trúc, thì nó chỉ đưa mỏm ngửi ngửi rồi "khừ" lên một tiếng thôi. Không ai biết được nó thích, hoặc chê trách chi mùi tóc đó.

Thấy hiện tượng con chó lạ quá. Nghĩa Phi đi về luôn chú đâu làm gì? Chú chỉ ngửi anh một cái rồi chạy về nơi Ngọc Dung là xong thôi mà. Nghĩa Phi đang nhặt cái giỏ xách bị Trúc vứt giữa nhà nơi phòng khách. Anh đem để lên trên kệ treo, và anh đi cắm hoa vào lọ bình cho đẹp trước đã. Hôm nay con Shadow nó lại chơi xấu thế nhỉ? Ngọc Dung xin lỗi Trúc, cô la Shadow, nó bỏ trốn đi nằm im... Rồi một lúc Shadow lại chạy ra tha guốc cao của Trúc vứt ra ngoài nhà hết... Và dĩ nhiên đồ vật ai, thì nó chả tha bỏ như vậy!

Điều đó làm cả nhà ngạc nhiên vô cùng, Nghĩa Phi cùng Ngọc Dung đã đặt ra một vài câu hỏi ngầm lớn.

Họ mất hứng và ăn một bữa birthday với Ngọc Dung tại nhà không vui vẻ chút nào. Món ăn này chính tay Ngọc Dung nấu. Nàng ôn tồn mời sau khi tranh nhau chào hỏi vài lời mới gặp. Vì con Shadow làm điều, họ phải biến động. Nó làm điều xằng bậy. Dung đành lòng tiếc nuối:

- Cho Dung xin lỗi nhiều nha. Không hiểu tại sao nó hư như thế. Thường nó vẫn ngoan lắm. Thôi bỏ qua đi há...

Lúc đó thì Nghĩa Phi đi lấy hai chiếc guốc của Trúc đem vào nhà như cũ và rửa tay, rồi lại nhìn Shadow.

Ngọc Dung tiếp tục mà rằng:

- Hôm nay Ngọc Dung chỉ nấu ba món: bún bò Huế, cari gà, và chả giò cuốn thôi. Ai thích món nào thì dùng món nấy. Coi như gia đình một chút, vui chia sẻ nhỏ thôi.

- Dạ. Thanh Trúc bảo thế. Em đến mừng birthday chị. Em hân hạnh được đến thăm. Em có tặng chị một kiểu áo đi dạ hội. Tuy em biết chị có rất nhiều. Nhưng mong chị Ngọc Dung vui vẻ và thích nha.(Cần nói thêm. Những tặng vật này được Trúc mang theo nơi giỏ xách, sợ con Shadow bu bám nên nàng lia vứt nơi sàn nhà, và Nghĩa Phi đã nhặt lên để nơi kệ đó.)

- Được thôi. Tôi cám ơn.

Rồi Thanh Trúc phụ giúp Ngọc Dung đem ra bàn để ăn. Họ mời nhau và dùng đơn giản thế thôi.

Ngọc Dung thì chuộng bún bò Huế. Thanh Trúc cũng dùng giống vậy. Nghĩa Phi thì thích món gà cari và chả giò. Thằng bé chỉ thích cari thôi. Dù con Shadow có vẻ làm lành nơi thằng bé, và nơi Ngọc Dung cùng Nghĩa Phi. Shadow như muốn xin lỗi điều chi. Nhưng Thanh Trúc tuyệt đối Shadow lạ hơn, nó trừng trừng đôi mắt không hung giữ lắm, như thiệt tình nó có vẻ không hài lòng, hoặc hờn giận điều chi.

Nghĩa Phi đang thưởng thức thức ăn, bữa tiệc nhỏ. Anh nhìn nó thêm. Nghĩa Phi liền có đôi lời:

- Mày hư lắm hỗn lắm nha. Birhday của Ngọc Dung sao mày hư thế Shadow.

Con chó sủa lên hai tiếng "vấu vấu" rồi tới ngửi hai ống quần của Nghĩa Phi, rồi lại ngửi ngón chân của Ngọc Dung, rồi ngửi tay của Nhật Khải. Shadow chừa lại Thanh Trúc không thèm hửi hay hít chi cả. Và nó đi kiếm chỗ nằm vểnh tai, như muốn lắng nghe họ nói gì về nó thêm không...?

Sau lần birthday đó. Dung luôn đặt ra câu hỏi: Tại sao con Shadow lại có thái độ cự tuyệt với Thanh Trúc nhỉ. Cô đi làm về, thì miên man suy nghĩ về Shadow. Chú khôn lắm. Nên Dung dắt chú đi chơi xong bỏ vào nhà, chú ở nhà tự động coi sách báo, Dung show ra hàng loạt cuốn, hàng loạt tạp chí, Shadow cứ lấy mỏm và chân cào cào ra rồi ngắm từng mục. Nó thích dù mỗi khi cô khóa cửa "go to work," nhưng chiều về gặp, cô không quên cưng nựng nó, vuốt lưng, nói chuyện nhí nha nhí nhô với nó, Shadow cứ yêu thích động tác cô chủ dùng hai tay cô đẩy tái nhè nhẹ trên đôi tai nó, nhiều khi cô cho Shadow bắt chân đến tay mình, rồi nó mừng, nó cư cử thật vui...

Nhưng tại sao Shadow lại có chút gì bí ẩn đâu đây? Tại sao bao người nó không tham gia phá như vậy mà? Khi rảnh nàng hay sờ sẫm vào đầu cổ nó lâu hơn, và có thể hôn lên một chút. Chú Shadow mừng rỡ đôi mắt nó sáng lạ kỳ. Vậy mà thỉnh thoảng nó bỗng tối sầm lại như muốn chia sẻ điều gì bức bách, có vẻ tâm trạng lắm, hiểu thương Ngọc Dung lắm... Những lúc trời lạnh, thì Ngọc Dung hôn nhiều lần lên đầu Shadow và lưng nó vẻ an ủi, rồi cô kiếm áo cô mua đẹp ở các nơi siêu thị mặc cho Shadow ấm hơn, nó vui lắm, và hãnh diện nữa...

Phần Nghĩa Phi cũng dồn mình vào góc để suy nghĩ về con Shadow này, với lý do đã cắn quần áo và ngoạm guốc dép của Thanh Trúc quẳng ra khỏi nhà Ngọc Dung. Nghĩa Phi biết loài chó rất tinh ngoan mà con người nhiều khi không thể hiểu hết. Hôm ấy vào một sáng chủ nhật trời trong mây lành... Nghĩa Phi hỏi vợ Thanh Trúc:

- Sao con chó nó không ưa em thế? Anh rất ngạc nhiên.

- Em đâu có biết. Chắc nó không thích em đến nhà Ngọc Dung thôi.

- Không phải như vậy đâu. Anh thật khó nghĩ.

- Hay nó không thích em làm vợ nhỏ anh thế thôi.

- Hừm. Chưa chắc đó là lý do chính đáng. Đó chưa hẳn là lỗi của em. Nếu đem ra góc nhìn hoàn hảo hơn. Nó vẫn quý anh và Nhật Khải mà?

- Vậy chứ cái gì? Anh lo chi nhọc công anh Nghĩa Phi? Gia đình mình đang vui mà. Lo chi một chú chó là loài thú.

- Chó. Loài thú... Hừm em nói thế mà được. Vui cái gì mà vui. Từ khi anh mất Kha Ly. Kha Ly biến mất ở gia đình. Anh buồn nghĩ ngợi lắm. Anh không nói với em nhiều thôi.

- Lỗi đâu phải do em mà anh lại buồn với em?

- Anh khó vui được. Anh biết em không lỗi gì nhưng...

- Nhưng cái gì? Thanh Trúc hỏi.

- Thôi quên đi... Nghĩa Phi bậm môi trả lời.

- Anh cũng quên đi... Thanh Trúc bảo.

- Mà cho anh hỏi. Tại sao em không có gì buồn mỗi khi anh nhắc đến Kha Ly.

- Buồn đâu giúp được gì nên em không muốn chia sẻ thông tin này thôi.

- Đôi khi anh thấy em vô tình...

- Nếu anh thấy vậy cho em xin lỗi. Anh biết Kha Ly về sau cũng rất thương em mà.

- Hẳn là Kha Ly như vậy rồi, nhưng còn em?

- Em cũng quý nó mà.

Hôm nay Nghĩa Phi chưa đi làm. Anh tự pha coffee cho mình và pha sữa cho Nhật Khải, anh pha ly coffee cho Thanh Trúc, anh vừa nói chuyện như thế. Rồi anh bưng ly coffee uống, anh đứng ở góc bàn nơi trước mặt cái sink rửa chén bát. Sau thì Nghĩa Phi lại đề nghị:

- Em ra ngồi bàn uống coffee. Cho anh hỏi một chuyện.

Trúc đang cố tình sửa mấy lọ hoa lan nhỏ mua được để trên thành gờ đó. Nàng đánh trống lãng trông thật buồn cười:

- Hoa sao mà tệ quá. Em chăm kỹ mà cứ như muốn héo.

- Chăm hoa chưa hẳn là dừng lại ở kỷ thuật mà là thuộc về tâm linh? Hai người chăm hoa như nhau nhưng kết quả lại có thể khác đi.

- Anh muốn ám chỉ em điều gì?

- Em ra bàn ngồi. Anh muốn nói chuyện nghiêm nghị.

Thanh Trúc đã bước ra bàn ăn gần đó.

Nghĩa Phi tay toan chỉ:

- Uống ngụm coffee đi rồi anh sẽ...

Thanh Trúc uống ngụm xong. Nghĩa Phi hỏi:

- Anh rất nghi án về vụ con Shadow có thái độ với em. Anh nhắc lại. Em có làm gì mờ ám hãy nói cho anh hay.

Mặt Trúc tái xanh song cô cố giữ phong độ, bình tĩnh:

- Sao anh hỏi em thế. Chẳng lẽ em đi ám hại Kha Ly. Làm sao mà em đi ám hại được chứ?

- Anh chỉ hỏi bấy nhiêu em tự nghĩ và lần khác anh nói thêm. Giờ anh đi làm rồi. Em ở nhà chăm con đi. Đừng báo hại người khác...

Nghĩa Phi nói và không nhớ hôn con như mọi khi. Dù hôm nay là chủ nhật. Anh bỏ ra xe lái đi về hướng tiệm vẫn hoạt động cuối tuần. Nhưng anh không lái vô khu vực tiệm. Cô em, Kim Trang đã thấy xe Nghĩa Phi rồi anh lái chạy đâu mất. Đúng anh lái về một nhà thờ. Nhưng anh không vô nhà thờ được? Nghĩa Phi cứ vẩn vơ suy nghĩ về Kha Ly, con gái anh. Anh đặt ra nhiều câu hỏi cho Thanh Trúc. Anh thẩn thờ như kẻ mất hồn. Rồi lấy thuốc lá châm hút... Bao năm qua Nghĩa Phi điều tra tìm kiếm nhưng vô ích, vô hiệu... Đứa con gái mà người cha yêu nhất đã đi đâu rời xa gia đình. Ròng rã trên bảy năm không hề biết tin tức, bờ bến nào...

Rồi một hôm Nghĩa Phi tế nhị mời Dung qua phone:

- Ngọc Dung em. Ngày mai... Em đến nhà thăm Thanh Trúc, anh cần như thế. Được không em?

Nàng trả lời:

- Chi vậy? Em không muốn đến thăm cô nhiều đâu. Em muốn đi làm về rồi đọc sách... Coi phim hoặc chơi đùa, với chú chó Shadow thôi... Thế là đủ rồi... Anh có biết em khôn nguôi thương nhớ Kha Ly, đứa con duy nhất của chúng ta...

Ngọc Dung chưa nói hết gì. Nghĩa Phi đã nói hớt:

- Anh hiểu tâm trạng em. Thì anh muốn thử một việc. Em cứ dắt Shadow... Dắt chú chó theo, ý anh cần nhớ nhé... Anh mời em. Anh bận việc có khách riêng của anh rồi nhé...

Nghĩa Phi cắt phone. Ngọc Dung dửng dưng chưa hiểu hết toàn bộ tâm ý Nghĩa Phi. Nhưng nàng có cảm giác chàng cần thử thêm một cuộc gì, một điều gì đó chăng?

Dung lẳng lặng đi nhìn cái hình Kha Ly trong phòng. Shadow đi theo nàng và đưa mắt nhìn hình Kha Ly như Dung. Rồi chú cào cào ve vẩy cái đuôi như muốn nói gì với nàng. Mà chú cố nói song nói không được. Chú chỉ còn cử cử, với vóc dáng dễ thương... Dung hiểu trí Shadow thông minh khôn ngoan thương nàng. Nên Shadow mới có sắc thái đó. Cô bồng nhẹ Shadow lên vuốt cái lưng tròn tý xíu, hôn lên chiếc đầu của Shadow nữa. Nó mừng lắm. Mỗi khi Dung thân mật ân cần gần gũi chăm sóc với nó. Shadow tưởng như được tái sinh một kiếp sống khác, thi vị giá trị cuộc đời nó lắm chứ! Chú chắc hằng mong cô chủ thương quý Shadow hoài và nhiều, chớ lãng quên nó. Đúng vậy căn nhà Dung to đẹp quá, nhưng trống vắng làm sao, vì thiếu Kha Ly về thăm. Song có Shadow về ngự trị, Dung vui ra đỡ buồn hơn. Cô cảm thấy ấm áp, giảm cô đơn biết chừng nào...!

**

Ngày đó tới nhà Trúc như lời mời của Nghĩa Phi. Dung mua ít trái cây... ít đồ chơi điện tử mới cho Nhật Khải. Và Dung chở Shadow đi theo. Đó là ý của Nghĩa Phi muốn... Nhà nàng không xa lắm, cách khoảng nhà Thanh Trúc chừng 25 phút. Nàng đi xe tốc độ vừa cũng đã tới nhanh. Xuống xe khóa máy. Vô tới nhà Ngọc Dung dắt Shadow đi theo.

Thằng bé và Thanh Trúc ra chào có cả Nghĩa Phi đứng

nữa. Ai vẫn nở nụ cười. Nhưng Dung chỉ duy thấy nụ cười của Nhật Khải là có thật và hồn nhiên nhất. Còn Thanh Trúc, Nghĩa Phi như ẩn chứa điều gì bên trong nàng vẫn chưa hiểu. Nghĩa Phi đã biết ơn Ngọc Dung đến. Còn Thanh Trúc như lo sợ điều chi thấp thỏm. Hay tại có con chó Shadow. Nàng sợ như lần đến nhà Dung birthday, cứ ám ảnh nàng chăng? Lần này sao chú chó không sủa, cắn quần áo phá hại Thanh Trúc nữa. Mọi người đang theo dõi nó. Nghĩa Phi vui vẻ ra hiệu:

- Thôi được rồi em mở dây nó ra, cho Shadow tự do chút đi. Ai cũng muốn sống cho có tự do chút mà? Mình kèm kẹp quản thúc nó, thì cũng tội chứ Ngọc Dung?

- Ba hay quá. Cho nó có cuộc đời freedom, cùng chơi với con đi. Nó thích con kìa. Shadow dễ thương ơi!

Chú chó đang nhìn nghe Nhật Khải như mến mộ lắm.

- Ừa được chị mở ra đi. Thanh Trúc gắng nói cho có phần mình tham gia phát biểu.

Dung gật đầu mở dây xích vải nhỏ ra khỏi cổ Shadow.

Chú chó vừa có được tự do, thì Nhật Khải đã ẵm nó trên tay, Nhật Khải vuốt lưng nó mà tâm tình:

- Lên phòng anh chơi nha. Mày sẽ là good friend, good boy hĩ?

Nhật Khải nói, bồng Shadow hai tay thật chắc chắn hơn bước lên thang lầu, vào phòng mình. Rồi cậu để thả cho nó đứng xuống. Shadow đứng xuống ngắm không gian, cảnh vật phòng Nhật Khải trưng bày. Nhật Khải chơi game và thả nó đi long ngông lửi ngửi, chung quanh cho vui...

Cả ba người Nghĩa Phi, Ngọc Dung và Thanh Trúc đang uống coffee sữa đá. Nghĩa Phi vừa pha.

Nhanh lẹ Ngọc Dung lên tiếng nơi mình:

- Lên chơi không có gì Ngọc Dung chỉ mua ít trái cây... Và cũng muốn tặng cho Nhật Khải ít món đồ chơi điện tử hiện đại. Cho Nhật Khải theo kịp công nghệ nước Mỹ. Dù đồ chơi vẫn rất là chăm sóc kỷ năng duy tư của bé... Tôi mong.

- Được chị. Nhưng chị bận tâm mua làm chi? Anh Nghĩa

Phi đã mua nhiều.

- Mà nếu như Ngọc Dung mua thì Nhật Khải sẽ thấy khác hơn chứ nè? Nghĩa Phi bảo thế.

- Ừa có thể anh Phi nói đúng. Tôi thành thật cám ơn chị.

- Không có gì đâu. À Nhật Khải vẫn ngoan chứ Trúc?

- Ngoan nhưng hơi nghịch.

- Thời gian mau quá mới mà Nhật Khải đã lên bảy.

- Thời gian như vó câu mà chị. Đây bé vẽ đó chị coi đi.

Dung coi tranh Nhật Khải vẽ, nơi tay Thanh Trúc đưa. Dung chưa hiểu gì tranh của Nhật Khải vẽ. Thanh Trúc liền giải thích:

- Nhật Khải vẽ máy bay phản lực, và tàu hạm đội đó chị.

- Wow đã mê phi công sớm và mê hàng hải sớm nhỉ?

- Chắc là thích, bé nhìn đồ chơi điện tử vẽ ra thôi mà.

- Vậy cũng là thông minh lắm rồi.

Nghĩa Phi không nói gì, chỉ làm thinh nếm coffee riêng mình, nghe Ngọc Dung cùng Thanh Trúc nói về Nhật Khải thế thôi.

Họ vẫn tiếp tục uống coffee và nghe nhạc nhẹ. Nghĩa Phi mở từ sớm, để đón bước chân Ngọc Dung tới. Không hiểu sao Nghĩa Phi cảm thấy buồn một chút. Anh ra ngoài hút điếu thuốc suy nghĩ vẩn vơ... Anh chưa kịp nghĩ con chó đang làm gì với Nhật Khải. Thì Shadow tha đồ chạy xuống sủa vấu vấu. Ai cũng phải phát kinh... Nghĩa Phi nghe thế, anh cũng lật đật dụi điếu thuốc bỏ vô tàn khay gần đó và bước vào nhà xem thử...

Thì ra Nhật Khải mê chơi game. Shadow lại đi lục lọi. Phòng Thanh Trúc không khóa chỉ đóng hờ. Shadow dùng mõm mở cửa, và đi sục sạo kiếm tha các vật chi. Rồi chú ngậm một vật, khi nó ngồi nhìn như đọc thấy theo ý nó. Nó như có "thần hộ pháp môn," để giúp chuyện phanh phui thần kỳ...

Shadow ngoạm vô miệng ngon lành, và tha xuống lầu. Shadow đi lẹ ủn ỉn lịch sự tới bỏ vô tay của Ngọc Dung rồi ve vẩy cái đuôi như tín hiệu mừng báo. Dung bỡ ngỡ chưa biết gì? Thanh Trúc biết và lanh tay giật lấy từ tay... Nhưng Shadow sủa liên tục dữ dội lại. Và một lúc nó nhanh nhảu tới cắn cái váy xanh Thanh Trúc như sát phạt. Nó làm Thanh Trúc phải mất hết hồn vía một phen nữa, cô thả miếng giấy ra. Nó liền ngậm miếng giấy bỏ vào tay Ngọc Dung lần nữa. Ngọc Dung lần này bình tĩnh hơn và cầm đọc lời viết:

Tôi phải tìm cách ám hại Kha Ly để giành tình yêu cho con trai và gia tài. Miếng giấy là một thách thức để tôi ra sức cố thực hiện... Xin làm kỷ niệm, và thúc đẩy phương án tôi hằng ngày nhé... Tôi nguyện, T T...

Ngọc Dung đang hoang mang nhìn Thanh Trúc, thì Nghĩa Phi đưa tay lấy nhanh và đọc thử có đúng vậy không? Vừa lúc đó Thanh Trúc giật lấy lá thư lưu niệm của nàng trên tay Nghĩa Phi. Thì đột xuất Shadow phóng nhanh lên mái tóc thắt rít của nàng hôm nay. Shadow rị xuống như tố cáo hành động thiếu thanh nhã của Thanh Trúc... Nghĩa Phi lấy lá thư trên tay Thanh Trúc lại, để giữ mới về tay mình. Cùng lúc Nhật Khải nghe la om sòm dưới lầu, Nhật Khải liền bỏ chơi điện tử. Bé đang mê, song vội chạy xuống bảo:

- Ba má làm gì hôm nay vậy? Shadow nó làm chi vậy ba má và nơi cô Ngọc Dung?

- Con lên phòng chơi, để ba nói chuyện với má có cô Ngọc Dung. Trúc đưa mắt nhìn Nhật Khải như ra lịnh.

Nhật Khải lên lầu. Thanh Trúc đã bám theo hỏi:

- Sao con để con Shadow đi lục lọi, sục sạo lung tung?

- Con đâu biết. Nó đâu chịu ngồi bên. Nó thông minh. Có gì má không vừa ý? Và tại sao Shadow cứ ghét má vậy...

- Đó là vấn đề tại sao nó ghét má. Má đặt ra câu hỏi đó cho con. Đừng có làm tiếp tay cho Shadow phá má nha.

- Con đâu có tiếp tay gì đâu?

Hai mẹ con đang phân trần về con chó. Nghĩa Phi nhìn Ngọc Dung rồi như ra hiệu điều gì. Anh bước đi lên lầu rị Thanh Trúc xuống. Anh đề nghị:

- Em xuống lầu đây nghe anh nói. Từ giờ phút này anh

cấm em không khó khăn hạch sách con chuyện vừa rồi... Im lặng lắng người một chút. Nghĩa Phi tiếp tục phân trần:

- Và thứ hai là. Em hãy ngồi lại đây. Anh đi mở tung cửa hết... Cho Shadow đi săn lùng gì tùy nó... Em có biết không? Nếu Shadow biết đánh hơi những điều gian dối.

Thanh Trúc làm thinh chẳng biết phải nói gì với Nghĩa Phi hơn nữa. Chú Shadow vểnh tai nghe Nghĩa Phi nói. Rồi nó chạy nhanh lên phòng Trúc lúc nãy như bay, và Shadow lại tự do lục lạo khắp nơi... Chú hít hít, cử cử, vẫy vẫy cái đuôi, như một nhiệm vụ mới, để thi hành sứ mệnh do vị chủ nhân Nghĩa Phi ban. Chú đi cắn lấy phanh phui trên ngăn đồ, chú tự tìm đến một nơi, một túi quần kia kỳ lạ... Shadow lại dùng mõm cố đưa vào rút lấy cái hộp trong đó, còn hay hơn bàn tay con người luôn. Shadow bỗng vui vẻ tươi tắn cực kỳ, nhanh như cắt nó tha mang đi xuống cho Ngọc Dung. Shadow bỏ trên tay Dung gọn nhẹ. Và nó tiếp tục chạy lên tha cái quần đó xuống bỏ lên tay Nghĩa Phi luôn, nó còn đưa cái mõn giả dụ nó lấy từ túi quần đó ra nữa...

Dung ngạc nhiên như từ trên trời rơi xuống lần thứ hai ở đây nữa. Và cô bình tĩnh cầm lấy để mở cái hộp ra. Thì đúng là chiếc nhẫn diamond mà lúc trước Thanh Trúc cho Kha Ly. Lúc đầu Kha Ly không nhận, nhưng sau khi ba Nghĩa Phi bị accident đụng xe, Kha Ly hối hận điều đó... Và đứa con gái đã nhận đeo suốt rồi kia mà? Sao thế này?

- Tại sao lại có ở đây. Sự thật này là như thế nào? Nàng Dung như nằm giữa cơn ác mộng hỏi thế.

Nghĩa Phi lấy chiếc nhẫn từ trên tay Ngọc Dung, nhìn và hết sức ngỡ ngàng tâm trạng hỏi:

- Tại sao chiếc nhẫn anh mua cho Kha Ly em đại diện tặng Kha Ly không nhận. Sau thì nó bằng lòng đeo rồi... Giờ lại ở trong một nơi kín, túi quần này em ít mặc. Vì sao lại là như thế... Trúc em trả lời cho anh và Ngọc Dung biết đi.

Dung lắng nghe. Con Shadow nằm bên cạnh chân cô. Thằng bé chưa hiểu gì lắm, nhưng Nhật Khải biết ba đã tra khảo má Trúc một việc chi lớn. Có vẻ là một chút gì má mất an lành...

Câu chuyện thật chìm xuống và khó thở. Nhưng ý cuộc đang dâng trào, cuộc tìm kiếm thử thách, về sự vắng mặt của Kha Ly. Trúc im lặng chưa nói. Rồi suy nghĩ một đoạn cô tỏ ra giải thích:

- Em có mua một chiếc hệt anh cho Kha Ly, em để dành đó anh Nghĩa Phi.

- Anh không tin em đừng chạy tội. Em lấy từ đâu trên tay Kha Ly thôi. Và bức thư kia. Con chó Shadow không thể bịa đặt được ngôn ngữ. Em không thể chối quanh.

Im một phút để thở. Nghĩa Phi tiếp tục:

- Em có biết là em quá ưu tiên... Mà em đi làm việc hư đốn này không? Một lá thư lưu niệm đáng sợ. Cùng một chiếc nhẫn của nghi án.

Nghĩa Phi nói và thở mạnh thêm... Anh nhìn ra ngoài trời như buồn bã... Vài con chim quạ từ đâu bay tới kêu những tiếng khan khàn đặc sệt, vẻ ai bi anh nghe dợn đến da ốc. Cảnh vật tác động làm đầu óc Nghĩa Phi nhận thêm sự thê lương. Còn Ngọc Dung bỗng dưng nàng muốn ra về... Để cho Nghĩa Phi nói chuyện với Thanh Trúc hơn. Nàng rất nghi ngờ cái chết, hoặc là sự vắng mặt của Kha Ly có bàn tay dính líu của Thanh Trúc. Vì đã có hai bằng chứng hẳn hoi...

Nàng không hiểu Kha Ly đang ở đâu sống hay chết. Như một khung cửa bí mật nào bị vùi lấp. Mà chú chó khôn ngoan đã tìm ra được phân nửa. Shadow giỏi và làm điều khó tin. Nhưng sự thật nó có đủ khả năng, phát hiện sự gian dối của con người đến thế đấy...

Ngọc Dung đang lái xe và đem nó về nhà. Nàng suy nghĩ mãi về con Shadow nàng đem lòng nuôi. Cô không cần xích nó. Và Ngọc Dung đã không cần chào ai ở nhà Thanh Trúc. Vì ai cũng bận tâm cho cái riêng của mình...

Ngọc Dung chuyến này đến nhà Nghĩa Phi và Thanh Trúc về, nàng luôn tìm đặc ra nhiều câu hỏi cho Shadow- Một chú chó rất khôn ngoan của nàng nuôi. Ngọc Dung vẫn còn buồn nhiều lắm, nhưng tự nhiên nàng cảm giác tâm tư giảm sầu hơn đôi chút...

CHƯƠNG 11

Nghĩa Phi coi như biết về cái mất tích của Kha Ly có bàn tay của Thanh Trúc với hai bằng cớ mà Shadow tinh khôn tìm ra lấy chứng. Nghĩa Phi thật sự không còn gì để yêu thương Thanh Trúc nữa. Nhưng chàng vì Nhật Khải còn nhỏ. Nên chàng không muốn ly hôn Thanh Trúc. Mà tội cho con thơ thôi. Nghĩa Phi thật không ngờ Thanh Trúc giờ lại có tâm địa xấu xa đến thế. Nàng không còn trong sạch và hồn nhiên như xưa. Cái gì lý do nào nàng đã giết chết bản sắc đáng yêu của mình? Tại sao Thanh Trúc lại bị lăn ngã và tham vọng. Gì nơi đâu, căn cơ nào nàng trở nên mưu mẹo và ác hiểm vậy. Trong lúc Ngọc Dung phải chịu nhiều thiệt thòi hơn. Chồng trên tay nàng phải chịu hy sinh cho một người đàn bà khác là Thanh Trúc. Càng nghĩ Nghĩa Phi càng thương quý trọng Ngọc Dung, và càng chán ghét Thanh Trúc đến cùng. Thật sự Thanh Trúc đã không còn ngự nơi trái tim chàng. Nhất là từ khi con Shadow phát hiện phanh phui ra chuyện động trời đó. Chàng trở về với Ngọc Dung? Nghĩa Phi thương cho Nhật Khải còn bé bỏng, và điều này chưa chắc Ngọc Dung đã chịu cho chàng trở về? Nếu biết thế ngày xưa, mình đừng đến với Trúc ngay từ đầu thì tốt biết mấy...

Buồn vì Trúc quá, Nghĩa Phi đâm ra nghĩ quẩn. Tuy Nghĩa Phi vẫn ở chung nhà cùng Trúc, chàng chăm sóc Nhật Khải. Chàng đi làm về lẳng lặng, ít khi chuyện trò với Trúc.

Ngọc Dung từ khi biết Thanh Trúc là chủ mưu trong việc làm mất tích của đứa con gái duy nhất của mình, Thì Ngọc Dung càng buồn cho Thanh Trúc lắm. Rõ ra Trúc không phải là hạng phụ nữ biết ơn và hiền ngoan. Cô là phụ nữ nghèo đi tình người và có nhiều ích kỷ, tham vọng, lẫn xấu xa... Ngọc Dung có bằng chứng để đưa Thanh Trúc ra trước pháp luật mà cả Nghĩa Phi cũng không thể bảo vệ được. Nhưng Ngọc Dung không làm thế. Dẫu nàng nghĩ nếu đem ra pháp luật điều tra Thanh Trúc không thể nào chối cãi, bởi có hai bằng chứng soi rõ, như mặt trời hẳn hoi kia. Song Ngọc Dung tin vào lòng tốt là bẩm sinh nơi nàng. Nàng sẽ bứt rứt nếu làm cho một người khác đau khổ. Và hơn nữa, trời cho Shadow tìm ra tới đó thì nó dừng lại. Là có thể biết đâu, dần hồi nó sẽ tìm ra nhiều dấu vết khác tiếp theo...

Để cho có bạn tâm sự, Ngọc Dung đã mời cô bạn Kim Mai, một phát thanh viên của đài VS, người phát thanh viên tiếng Việt nơi thành phố này. Cô ta thân với Ngọc Dung kể từ ngày hai người biết nhau, trong một kỳ ra mắt sách của nhà văn HT. Lúc đó Kim Mai còn làm việc phụ tá thêm, bán thuốc ở một tiệm thuốc Pharmacy người Việt.

Hôm đó họ đi chơi bên nhau các điểm đẹp của thành phố Atlanta này. Cuối cùng hai người lặng lẽ sóng bước đi trên những con đường quanh co nơi đất mới, vùng lân cận mặt hồ. Kim Mai chia sẻ:

- Này Ngọc Dung bạn nghĩ sao? Nếu như anh Nghĩa Phi sẽ ly hôn Thanh Trúc và đem thằng bé Nhật Khải về sống lại cùng bạn. Vì mình nghĩ Nghĩa Phi không thể sống với người vợ đã giết con gái anh ta.

- Mình không đời nào chấp nhận việc. Với lại chuyện đó không giải quyết được gì? Với cái mình cần hôm nay khác.

- Hứm không? Ngọc Dung bạn, có đời nào bạn nổ nóng như thủy tinh. Thình lình và đưa Thanh Trúc ra tòa không? Vì bằng cớ đã hiển nhiên.

- Cái chắc là chuyện đó không xảy ra. Bây giờ mình lắng xuống như áp suất thấp, hoặc hạ nhiệt rồi bạn ơi. Lúc mới biết khi Shadow phát hiện được bằng chứng, một tuần mình đã muốn cách làm như thế. Nhưng...

Một phút nhìn gương mặt Kim Mai. Ngọc Dung nói tiếp:

- Cho nó biết một bài học về lòng gian ác. Nhưng bây giờ thì mình nghĩ khác hơn, cái nghĩ cũ không còn tồn tại.

- Ừa. Thì mình đâu có nghĩ Thanh Trúc lại dã tâm như vậy. Đúng là nó được voi đòi tiên. Kim Mai đi bên Ngọc

Dung hưởng ứng cùng bạn.

Rồi bỗng dưng Kim Mai thố lộ rằng:

- Sao bạn không dẫn Shadow đi chơi với tụi mình sẽ hay lắm đó. Biết đâu nó vẫn tìm ra nhiều chuyện bất ngờ ly kỳ hơn nữa. Với lại lâu rồi mình không gặp nó nhiều...

- Mình hay để Shadow ở nhà. Nó tự đọc báo coi hình qua cảm giác của nó. Dung cho nó nhiều tạp chí và báo chữ có hình cho nó coi. Nó thích lắm...

- Shadow khôn như không tưởng đó nha. Nó là chú chó trong thần thoại hay cổ tích đó nha. Kim Mai nhận xét bảo thế. Cô cười tươi nhìn Ngọc Dung.

- Thì chuyện đời và cổ tích đôi lúc như gặp nhau. Như huyền thoại... Ngọc Dung đáp lời Kim Mai, vừa nhận xét.

- Bạn giàu ý tưởng, huyền thoại và thực tế song hành mà. Nên Shadow lọt vào nhà bạn mới làm ra những sự lạ, kỳ tích đó chứ... Kim Mai vẻ ngưỡng mộ Ngọc Dung. Nên cô tươi hẳn lên, buông những câu nói cho vui vui...

- Ô Shadow khôn lắm nghen Kim Mai. Shadow chưa bao giờ gặp Kha Ly nhưng mình nhìn hình Kha Ly trong album nhiều. Chú cũng trườn lên nhìn cho được và cư cử hoài... thương lắm. Shadow thấy mình lau khuôn hình Kha Ly to lớn nơi phòng Kha Ly, chú mừng ve vẫy đuôi. Chú thấy Dung bưng hình Kha Ly hôn nó thong lên hôn lấy tay Dung, và như muốn được hôn tấm hình Kha Ly. Vậy đó... Ô ồ... bạn ơi Shadow rất tuyệt vời...

- Vậy sao? Nó dễ ghét quá bạn nhỉ?

- Đúng vậy.

- À này nghen?

- Gì nữa hã?

- Mình có nhiều tạp chí lắm, đôi lúc không kịp coi. Mình có thể tặng cho bạn. Gởi cho Shadow nhìn cho vui được không? Nghe nói thích quá nghen ta...

- Sao lại không được. Đôi lúc Dung chưa kịp tìm ra báo mới. Dung cứ thảy bao báo cũ cho chú nhìn hoài đó chứ.

- Vậy nha. Trên xe mình cả khối sách, cùng tạp chí. Chiều về Kim Mai ghé thăm Shadow. Và sẽ coi chú lấy chân cào cào, lấy mõm ngửi ngửi cũng đủ thú vị rồi nha. Ha ha.

- Ừa được mà.

Hai người cứ thế họ xuyên qua đề tài Shadow hơi bị nhiều... Và họ đi qua các lối hoa cỏ, cảnh vật, các tượng thần, đến thú vật: chú ếch giả, nai giả, công phụng giả, rồng bay giả, voi, đà điểu giả. Và hai người đã rẽ lối đi về hướng, họ ngồi xuống nhìn những cặp thiên nga bơi lội thật kia. Thỉnh thoảng có một vài con đang single đứng rỉa lông, hay lướt sóng trên mặt hồ thoáng rộng, đơn độc...

Chiều đó Kim Mai đến nhà Ngọc Dung, nàng đã không quên lựa và ôm một số tạp chí hay, nổi tiếng để tặng cho Shadow nhìn, cho nó vui mắt. Hoặc được học hỏi một cái gì là tùy chú. Kim Mai đã vui sướng để mà chuẩn bị cho việc đó.

Thấy cô chủ Ngọc Dung về và Kim Mai đến. Ngọc Dung mở cổng cửa, Shadow chạy ra vấn vít dưới chân Ngọc Dung, xoay sang ngửi ngửi ống chân nàng như mừng rỡ hết sức. Và Shadow nhìn Kim Mai có vẻ chú cũng mến yêu, thích thú lắm, chú cứ ve vẩy cái đuôi ngắn, nhưng tươi vui chào họ một chút. Ngọc Dung nhìn thương Shadow quá. Cô nghĩ Shadow đối xử với Kim Mai khác đi một trời một vực với Thanh Trúc nhỉ?

Ngọc Dung nhìn thú cưng của mình, cùng Kim Mai bước vô nhà. Shadow cũng lẫm đẫm đi theo sau hai người.

Ngọc Dung chốt cửa lại. Và nói với Kim Mai:

- Ngồi xuống nghỉ đi bạn. Mình lấy gì cho Shadow ăn tý. Hai ta đi chơi ăn uống đã đời, bỏ nó ở nhà, thức ăn, thức uống nơi đĩa giờ cạn queo kìa. Tội nghiệp...

Ngọc Dung quay sang nhìn Shadow mà rằng:

- Ăn nhé rồi cô Kim Mai cho con thật nhiều tạp chí sách đẹp. Con tha hồ đọc. Tìm ra cái gì hay thì bảo nha. Hi hi.

Bỗng nhiên Ngọc Dung cảm thấy vui lắm khi nhìn đôi mắt nó sáng rực long lanh. Và cái tai nó vênh vểnh lên lắng nghe kỳ lạ lắm...

Một đoạn Ngọc Dung kiếm cho Kim Mai nhìn lại hình Kha Ly qua nhiều album. Kim Mai ngắm hình, ngắm người bạn mất con rồi hô lên:

- Con bé này chưa chết đâu nha bạn. Bé sẽ ở đâu đó sẽ về đó. Nhìn Kha Ly buồn mà lại tươi quá bạn ơi...

- Nàng nói như thật, thầy bói Kim Mai ơi... Ước gì nàng nói mà sẽ được như vậy.

- Thôi mong mỏi quá nói đại đi. Cứ làm thầy bói cho người ta một chút hy vọng chứ. Thầy bói nói điều sợ hãi chỉ làm tổ hại người là sao bạn? Kim Mai liền nở nụ cười tươi lắm nhìn Ngọc Dung lần nữa. Rồi lại dán mắt vào các mẫu hình của Kha Ly nhìn tiếp. Kha Ly quả là một thiếu nữ khả ái, từ ánh mắt làn môi, đến tay chân và vóc dáng. Cô bé cũng giống Ngọc Dung nhiều... Kim Mai thêm nghĩ thế.

Đoạn sau coi hình Kha Ly đã nhiều rồi, nhìn đồng hồ trôi qua, thì Kim Mai muốn đi làm nhiệm vụ mới. Nàng đến thả những tạp chí đã mang vô của mình, Kim Mai lấy từ trong xách tay lớn để ra, một góc nơi bày biện thư phòng cho Shadow. Nàng lại bước tới chỗ gần Shadow khi chú vừa ăn xong bữa, mà Ngọc Dung đi về lấy đãi cho nó đó. Kim Mai đã bỏ sách, tạp chí ra hết rồi, nàng chỉ còn đến sờ sờ vào cái đầu, nhìn vào con mắt Shadow rất dễ thương kia. Kim Mai muốn thỏ thẻ với nó đôi điều:

- Shadow luôn tinh khôn giúp chủ Ngọc Dung nha. Sách và tạp chí này cô tặng cho con đó. Đọc đi, nhìn đi, coi đi có gì hay không nha? Toàn là sách đẹp, tạp chí đẹp nổi tiếng không hà nha? Coi như cô tặng ngày birthday Shadow nha. Ô ngày birthday nó là ngày nào Ngọc Dung?

- Mình nhặt lượm nó, nên không thể biết, nhưng mình đã lấy ngày birthday của Kha Ly làm ngày birthday nó, và đúng là cách một ngày mình lượm nó từ bãi rác đem về nhà.

- Ôi mình đãng trí quên mất, bạn có kể mình nghe rồi. Bạn có những ý tưởng tuyệt vời. Bạn có những buồn đau nhưng ông trời đã bù sớt cho bạn. Và bạn đã có chú chó khôn ngoan đáng yêu.

Ngọc Dung đứng nghe Kim Mai nói, cưng nựng con Shadow của mình. Lòng nàng cũng vui lây chút.

Shadow ve vẩy cái đuôi chớp chớp con mắt như cảm

động, mà không biết nó như có nghe được lời nói của Kim?

Ở vui chơi nhà Ngọc Dung khá lâu. Nhìn đồng hồ đeo tay lần nữa như sắp về tối của đêm, quanh cảnh ngoài trời cũng như sắp dựng hạ màn đen xuống, trụ điện cột đèn cũng tự động đang mở các nơi. Thế thì Kim Mai từ giã Ngọc Dung ra về. Để cho Ngọc Dung còn nghỉ ngơi nữa chứ. Vì sáng mai monday là đi làm rồi. Kim Mai cũng thế, sẽ chuẩn bị một mớ hành trang cho một ngày đầu tuần tất bật đây...

CHƯƠNG 12

Ngày đó không bao lâu Ngọc Dung đi làm về. Shadow mừng rỡ lắm. Một ngày chú coi, đọc nhìn sách theo trí khôn của chú. Shadow để riêng ra, nếu muốn đọc nhìn lại theo ý nó. Muốn coi kỹ lại thì Shadow càng ngoạm để về phía trước đọc rồi, đặt một cách nghiêm chỉnh, đâu đó cho thật ngăn nắp. Shadow chưa bao giờ bỏ sách, hoặc tạp chí bừa bãi hay ngổn ngang, lung tung cả. Ngọc Dung rất nể Shadow và quý nó, thương nó cái tính này lắm! Hôm đó Ngọc Dung nằm nghỉ, cô có mở những bản nhạc tiền chiến. Lâu lâu cô muốn nghe lại nhạc tiền chiến Việt Nam xa xưa, để tìm một dư vị hay riêng của âm nhạc thời đó... Phải nói rằng cô hạp Kim Mai, là cả hai khi rảnh, thỉnh thoảng họ ưa ngồi uống coffee mở nhạc tiền chiến nghe tại nhà. Hai người như cặp bài trùng nghe nhạc. Nếu không có Kim Mai thì Ngọc Dung vẫn nghe một mình ên.

Dung đang nghe thả hồn vào các bản nhạc và quên đi những gì buồn bã trong đời, hoặc rắc rối trong chốc lát... Dung thật sự thích hai bản, đó là "Viết Thư Tình" và "Bóng Nhỏ Đường Chiều." Nàng nghe mãi vẫn không chán được - Với lời văn thật hay xin trích ra đây, vì sự tuyệt vời của nó. *"Đời nhiều mơ nên vẫn mơ, khoảng cách đâu xa tầm tay đợi chờ. Cho nên chốn đã một lần ta biết ta. Tuy muộn màng nhưng mặn nồng. Ta bước chậm vào đường yêu. Nên chi ưu tư thật nhiều. Đôi khi hỏi lòng chuyện lâu dài yêu có vui không? Mình cho nhau thời gian gắn bó. Buồn hay vui đời xui bất chợt đâu ngờ..."* (Chỉ trích một đoạn điệp khúc với giọng ca Băng Châu nghe rất dễ ghiền.)

Đến bài Bóng Nhỏ Đường Chiều là *"Ai biết ai vì đời. Cùng ngược xuôi lối mộng...* Tôi đến nơi hẹn hò đường chiều nghiêng nghiêng nắng đổ. Bàn tay thon ngón nhỏ, đang tay gánh sơn hà. Ta nhẹ dìu nhau trong tiếng thở. Thương này thương cho bỏ lúc đợi chờ... (Chỉ trích một đoạn, cùng nơi điệp khúc với Thanh Thúy ca thì thật tuyệt hảo.*)*

Ngọc Dung mê man trong lời ca tiếng hát của Băng Châu và Thanh Thúy ở hai bài này. Một văn từ đẹp đẽ của nhạc sĩ Trúc Phương được thể hiện ở hai giọng ca rất trứ danh một thời, hay là mãi mãi còn được bay cao.... Cố nhiên Ngọc Dung còn mê nhiều giọng của các danh ca khác.

Con Shadow thì lấy chân cào cào và ngoạm một tạp chí Nhật -Mỹ -Việt ra xem. Trong tạp chí một câu chuyện hay, đề tài nào vẫn được miêu tả qua ba thứ tiếng. Đó là một tạp chí hình đẹp hàng đầu: cây xanh, nhà cửa, sông biển, thú vật, cây cỏ. Và cả những con người làm nên kỳ tích, vĩ đại... Các sự kiện thường là nóng bỏng, hấp dẫn, bất ngờ nhất. Nên Shadow biết được sự nổi bật của tạp chí này. Chú nhìn coi chậm hơn những tạp chí khác. Chú ve vẩy cái đuôi như từ nơi tâm linh nó đang đánh thức điều gì. Shadow cứ đưa mắt nhìn chữ, nhìn hình mãi. Rồi Shadow như thấy lòng nó thích hạp tạp chí này lắm, vì từ lâu nay đa phần Shadow coi tạp chí ít màu sắc, cũng không lắm cây cảnh, có vẻ khô khan và thường hơn. Không phải "có cá thì phụ canh như ông bà mình nói." Nhưng được tạp chí và sách báo lạ hơn, đẹp hơn, hình ảnh hơn ai lại mà không thích? Nó con Shadow cũng thế thôi...

Shadow say sưa ngắm qua từng trang khoảng mấy phút sau. Nó trông thấy một cái hình thật lạ. Giống hình cô chủ nhà Kha Ly, mà Ngọc Dung treo kìa! Shadow lại cư cử chạy lên phòng để so sánh xác minh. Rồi lui cui chạy xuống. Ngọc Dung có nghe nó hấp tấp chạy lên chạy xuống. Song vốn Ngọc Dung dư biết Shadow mừng rỡ việc chi, thì thái độ nó như vậy rồi. Nàng cứ an bình thích thú nghe nhạc. Nhạc và tiếng hát hai ca sĩ nàng thích kia đang dội vào lòng nàng, làm cho Ngọc Dung như muốn lu mờ những gì ở chung quanh...

Con Shadow thì bỗng như tin tưởng một điều gì chắc chắn về tấm hình một cô gái, và những dòng chữ đăng tải. Shadow cứ mà cứ rõ vui ra, rồi chú cố ngoạm tròn tạp chí đem thẳng lên cho Ngọc Dung nơi phòng cô. Shadow đã dùng hai chân cuốn lại rất là hay để đem lên. Giống như bàn tay thiện chí con người không bằng vậy!

Và đến nơi chú để xuống dùng mõm và hai chân cào cào ra, mở ra rất tuyệt. Tờ giấy trang hình nó thích được hiện ra rõ ràng nguyên vẹn.

Shadow "cư cử, hứ hừ..." lên mấy tiếng như báo hiệu bảo Ngọc Dung xem hình đó đi.

Ngọc Dung nhìn nó mắt sáng, mõm vui, ve vẩy thêm cái đuôi, thân hình càng như nhịp điệu, trông như Shadow mừng điều gì, và yêu cầu điều chi. Lại trông kỹ chú vẻ bức bách hớn hở và tha thiết lắm nhỉ? Thì Ngọc Dung đưa mắt nhìn vào trang coi thử... Cô đã vặn âm nhạc nhỏ lại ri rí thôi...

Ngọc Dung đã không thể không kinh ngạc một sự thể... Ôi hình của Kha Ly, trời ơi hình của Kha Ly đây sao? Hình của Kha Ly con gái nàng đây sao? Việc này có thật không nhỉ? Ngọc Dung như rơi nước mắt vào một giấc mơ tuyệt vời... Nàng ôm trang tạp chí để vào lồng ngực như sưởi ấm. Mắt nàng bỗng muốn nhắm lại, như một phản xạ tuôn về - Như một nét định thần tự nhiên, rồi trôi chảy vào lòng Ngọc Dung bảo mách cho nàng biết... Con Shadow khôn ngoan làm được một việc lớn vô cùng giúp nàng. Nó thách thức nó, và làm tốt điều ấy sao? Ôi là, sau đó thì Ngọc Dung từ từ đọc hết trang văn tiếng Việt, rồi nàng đọc qua English. Còn trang Japan- Nhật thì nàng thua, không đọc được. Ngọc Dung cũng biết tiếng Nhật lỏm bỏm, nàng chỉ biết vài câu tiếng Nhật tính trên đầu ngón tay không lên quá ba chục chữ...

Ngọc Dung người đàn bà mất con không còn bình tĩnh được nữa. Nàng đã đọc và biết đứa con gái đang ở Nhật, đang học lấy văn bằng nghề nghiệp Doctor thẩm mỹ. Lại là con nàng tên chính là Trần Nguyễn Kha Ly.

- Kha Ly. Kha Ly ơi… Con còn sống sao? Mong điều này không là giấc mơ hão huyền còn lại của mẹ chứ? Sự thật con về bên cạnh đây sao con? Trời ơi bảy năm ròng rã. Mẹ những tưởng bảy trăm năm, xa xôi cách trở con ơi?

Shadow thấy cô chủ xúc cảm mạnh và nói năng những điều để ấm áp. Nó biết chuyện may mắn và nó vui bên Ngọc Dung. Ngọc Dung quay sang nước mắt như rưng rưng nhìn nó:

- Con giỏi lắm Shadow ơi. Con là chú vật đáng yêu, Con thông minh không giới hạn bờ bến. Và hết lòng giúp cô Dung. Con xứng đáng để cô Dung mang ơn nuôi dưỡng... Kha Ly là con của cô Dung đó, con tìm ra. Cô Dung không ngờ Shawdow giúp cô nhiều việc hữu ích hơn, cho cô và cho cả con người xã hội nữa… Theo như cô gái nói thì sẽ về thăm lại cô Dung này cách xa hơn bảy năm. Thân phận cô gái giờ sắp hiện rõ... Cô Dung này nhờ con quá… Shadow ơi. Shadow ơi con giỏi quá nè...

Con chó Shadow nghe và vui sủa lên những hai tiếng: “Hưm hưm” nhưng rất thanh tao, nhẹ nhàng, sảng khoái…

Ngọc Dung biết được Shadow nó mừng với thành tích nàng khen. Ngọc Dung vuốt ve lưng và đầu nó, ôm nó vào lòng lấy hai bức tranh: Tranh tạp chí, tranh hình khung của Kha Ly cho Shadow nhìn thêm. Chú chó vui sướng dường như nó hiểu được cái ý “show up” của cô chủ Ngọc Dung cho nó biết. Ngọc Dung tưởng tượng như Kha Ly về đứng bên cạnh ôm nàng, yêu thương nói không hết lời. Nhưng không có, chưa có. Đó chỉ là giấc mơ mà trí tưởng tượng Ngọc Dung quá khao khát làm ra thôi. Sau khi cô đọc bản tin. Nơi diễn đàn thời sự của một tạp chí tên là Honors - Vinh Danh thôi.

Thời gian không bao lâu, chỉ độ hơn hai tháng khi tạp chí Honors Việt-Mỹ-Nhật, họ quảng cáo về thành tích một cô gái Việt. Thân phận của một người tài giỏi và chịu nhiều đau khổ. Kha Ly sẽ trở lại Mỹ như dự định bảy năm trôi qua. , (Chính xác là hai tháng nữa, là tám năm...)

Và cô đã có một cuộc nói chuyện tại cộng đồng Việt-Nhật-Mỹ. Buổi nói chuyện diễn ra, cô có gần 3000 khán giả lắng nghe. Ba má ruột cô, Ba má nuôi, Và Nhật Khải, Nghĩa Phi cũng mang theo để tham dự. Nghĩa Phi, Ngọc Dung, Kim Mai. Cả một số khán giả đã rơi nước mắt khi Kha Ly kể lại thân phận rủi may, với định số đưa cô đến Nhật, đến với đất nước Mặt Trời Mọc. Hay còn có tên gọi khác thứ hai, là Xứ Sở Hoa Anh Đào này. Ôi thời gian hơn bảy năm trời xa cách, cha mẹ đâu biết về chuyện gì xảy ra với một người con gái mất tích. Vinh quang Kha Ly có được trong nước mắt... Một nước mắt được chấp nhận định hình của thời gian. Ôi thương thay cô gái trẻ chấp nhận rời xa ba mẹ. Vì hoàn cảnh Kha Ly đã phải thoát ly gia đình, xa cái nôi mà nàng chưa muốn xa, nhưng nàng phải chọn thế, và phải chờ nhịp bước thời gian để sẽ trở về...

Kha Ly đã tỏ bày những tâm sự, bài học trải nghiệm hôm nay đó là: "- *Trái tim tình yêu sẽ rực hồng, như mặt trời ban bố cho loài người. Trái tim được nhân lên với trái tim tình yêu, chân lý tìm về chân lý đích thực. Những nỗi tham vọng nhất định không thể thắng lòng nhân từ. Định kiến sẽ không thể san bằng được mê lầm. Giả dối không thể che đậy được một sự thật. Đó là định luật bất di bất dịch trong vũ trụ.... Con người hãy sống thương yêu, và hãy nuôi nó như một ngọn đuốc từ tâm linh. Đôi khi phải trải nghiệm nhiều ở thử thách. Chúng ta làm người cũng nên coi thường sự giả trá của người khác, nếu hoàn cảnh nào đó bắt gặp, và không cần sự hiềm tỵ vô ích đó đi vào chúng ta. Vì mọi thắng lợi vinh quang lớn nhất thường trải qua nhiều cay đắng. Đỉnh vinh hoa của chiến thắng vẫn nằm trong trái tim tình yêu ấm nồng của chúng ta. Và nhất định chúng ta có còn, được hay mất cũng chỉ từ trái tim mà thôi. Ngoài vòng trái tim thì chúng ta khó nhận lấy được những gì hiện hữu và ích lợi.*

Cô nói rất nhiều về đề tài của giả luận “Trái Tim Tình Yêu.” Khi mục đích cô đưa ra chủ thuyết đó mà nói chuyện trong buổi hôm nay.

Tiếng vỗ tay không ngớt hoan nghênh tinh thần độc lập tự chủ chịu đựng của Kha Ly, ý chí quyết học tập, bền bỉ dẻo dai của cô gái trong từng chi tiết chia sẻ và diễn đạc. Cùng với sự giúp đỡ đáng kính của ân nhân, họ đã tận tình tạo cơ hội tốt nhất, hỗ trợ đầy đủ nhất, để cô dành lấy được thành công mỹ mãn. Thật đáng để ngưỡng mộ, đáng để khen ngợi như một ngôi sao về tâm hồn. Chân trời mới đã mở ra cho cô một cuộc sống có ích, tươi đẹp và thi vị. Những đóa hoa hồng, hoa sen, hoa huệ cùng muôn đóa hoa sặc sỡ khác, của người thân, và cả những người không thân, từ các khán thính giả ái mộ dâng lên ngập các lối đi và sãnh đường.... Kha Ly cô gái vẫn còn trẻ, duyên dáng và mặn mà đã mỉm cười trên khán đài, kể cả bao giọt nước mắt long lanh, xúc động của cô cũng được lăn tròn...

Tất nhiên Kha Ly gặp lại ba mẹ ruột từ hôm đó, có cha mẹ nuôi Kim Sangshu. Có cả cô Kim Mai bạn thân mẹ Ngọc Dung, cùng chú chó Shadow “có công” cũng được đưa đến dự hôm ấy nữa.

Sau này Kha Ly về lại Mỹ làm việc. Trong phòng cô, nơi làm việc của cô. Kha Ly chưng hình Shadow khôn ngoan ngồi bên cụm hoa hồng vàng. Một bên cha mẹ ruột và một bên là cha mẹ nuôi. Đó là những người cô từng yêu thương nhất.

HDT. Viết. 2016*/

LỖI LẦM MỘT GIẤC MƠ...

CHƯƠNG 1

Ngọc Anh Thơ đang đi chơi với người yêu, tại một bãi biển Miami. Cô luôn cầm quyển sách theo để đọc. Những khi cô thích. Người yêu Ngọc Anh Thơ thấy làm lạ anh hay hỏi. Người yêu nàng là một chàng trai được sinh tại Mỹ quốc nhưng nguồn gốc xứ người Bangladesh. Cha mẹ chàng qua Mỹ diện tị nạn chính phủ chấp nhận... Cũng đã khá lâu rồi...

Anh nhìn người yêu và bảo:

(Họ nói chuyện tâm tư bằng tiếng English hết. Tôi chỉ viết ra đây bằng tiếng Việt- Tiếng mẹ đẻ để dễ dàng, tiện nghi với người Việt đọc trước tiên.)

- Ngọc Anh Thơ ơi. Sao em lại đi xem sách mãi thế. Đi chơi với người yêu mà. Em có yêu anh không?

Ngọc Anh Thơ cười nụ và trả lời:

- Yêu anh chứ. Xem sách là một nghệ thuật học hỏi của em, dù bất cứ nơi nào...

- Thế thì em đang xem gì nào? Chàng hỏi một cách tự nhiên.

- Em xem về lịch sử VN. Cùng với Sử thi Việt Nam...

- Vậy sao? Có gì đặc sắc không em?

- Sao không đặc sắc kia chứ. Người ta viết có thể trong 2 năm, 10 năm, hay 30 năm. Ta đọc chỉ có một sáng một chiều. Mà không chịu đọc để hiểu lấy thì thử hỏi có đáng sống, và có uổng phí thời gian không chứ?

- OK. Em một người mê sách nhất thế giới đúng chưa?

- Đúng nhưng mà anh có giải thưởng cho em đi.

- Giải thưởng? Ô giải thưởng nụ hôn. Ha ha...

- Chưa đủ.

- Còn gì nữa nào ta?

Làm như không để ý câu hỏi của người yêu lắm, Ngọc Anh Thơ lại tỏ bày một nguồn cơn:

- Anh biết hôn? Em là người yêu nước, và nhớ quê hương giống như mẹ em, nhưng cuộc sống và định mệnh đã đưa em đến đây?

- Anh cũng yêu nước của ba mẹ anh vậy. Song anh ít đọc sách về quê hương mẹ đẻ của ba mẹ anh. Và anh hoàn toàn được mẹ thai nghén, sinh anh tại xứ sở này...

- Anh có yêu nước Bangladesh của anh hôn?

- Dĩ nhiên là có chứ, song không biết làm cách nào hơn... (Chàng tên là Jessie.) Chàng đưa tay ra như thể hiện một lối ngỡ ngàng và thất vọng điều gì đó, cho đất nước country chính hiệu của mình, chính nguồn gốc ấy. Chàng làm như thế.

Ngọc Anh Thơ nhìn chàng rồi đem ra ý kiến:

- Anh đọc sách một chút để hai chúng ta hòa hợp hơn.

Jessie lại mỉm cười:

- No. Anh chỉ thích hoạt động trên khoa học kỷ thuật công nghệ, làm việc thế là đủ rồi...

- Anh không mơ ước điều gì hơn chăng?

- Có chứ. Anh mơ ước anh có em làm vợ, chúng ta sẽ có những đứa con xinh xắn. Có một căn nhà đẹp. Có một cuộc sống mỹ mãn. Chàng dừng lại cười tươi hớn hở rồi nói tiếp:

- Một gia đình hạnh phúc. Và anh có vợ thương anh nhiều. Vợ anh tên Ngọc Anh Thơ biết chăm con ngoan. Vợ anh vẫn mãi mãi là một phụ nữ lịch lãm, nhưng chu đáo hết mực cho gia đình v.v... Hi hi.

Ngọc Anh Thơ lắng tai nghe không cười mà rằng:

- Còn gì hơn nữa không? Anh trẻ mà già lý sự quá nha.

- Tất nhiên rồi. Còn nhiều lắm. Tóm lại người đó là em Ngọc Anh Thơ của anh, của Jessie này. Đúng không nào?

Ngọc Anh Thơ xúc cảm, nàng đứng dậy và ôm chàng vào lòng. Chàng cũng hôn trả nàng. Ngọc Anh Thơ đưa cả mắt môi nhìn chàng. Nàng thu hình chàng trong hương vị cảm xúc của tình yêu, dâng ngập đam mê và mạnh mẽ... Sóng ngoài kia như vỗ về cho những cảm xúc thương yêu của họ...

Sau đó cả hai đi dạo chơi, họ đi tìm những vỏ sò trên

cát mà kiếm khó có được vỏ lớn. Rồi chàng rủ nàng đi tắm hơi, ở những phòng cũng gần đó, những khu vực hồ bơi Swimgming pool- tắm nước lạnh và cả nước nóng san sát lân cận. Nơi ấy, Ngọc Anh Thơ đồng ý. Nàng đi theo chàng. Nàng đã phải cởi bỏ những đồ nặng bất tiện, nào giày, váy dài, mũ đội, xách tay v.v... để bên ngoài hết. Và vào phòng ngồi cho thong thả, để hơi nước dễ vào, và thân thể sưởi nóng ấm lên, được lý thú... Song Ngọc Anh Thơ vẫn muốn cầm một quyển sách coi cho hết, chỉ còn vài trang nàng thấy tiếc rẻ. Thì Jessie nhìn người yêu:

- Lát coi đi em. Hơi bốc mù như sương đặc, làm sao coi được chứ? Ghiền đọc sách sợ luôn nha. Oh my god!

- Ha ha, ghiền thì phải chịu thôi. Nói đùa đó, chỉ còn hơn một trang. Nên em muốn cho xong anh yêu.

Ngọc Anh Thơ nói thế, và cũng gấp sách lại vì nàng đang đọc dòng chữ cuối cùng, vừa done.

Cũng lẹ thật 30 phút trôi qua, cả hai trải nghiệm tắm hơi. Jessie cảm thấy sảng khoái nhiều. Ngọc Anh Thơ thì có vẻ bình thường hơn, có lẽ nàng ít bị lôi cuốn hơn...

Rồi cả hai đi ra nằm ghế phơi nắng thư giãn trước hồ bơi, sau khi tắm hơi vui vẻ. Nắng chiếu đôi môi xinh đẹp của thiếu nữ nàng, và chiếu nơi vòng ngực chàng trai vạm vỡ Jessie cùng với kính mát model của chàng thích đeo. Nàng mỉm cười nhìn chàng sung sướng. Anh Thơ đã đọc trọn cuốn sách nên không còn mơ mòng nữa. Thời gian bây giờ nàng ngã hẳn theo chàng enjoy...

Rồi đến lượt, đến giờ theo kế hoạch dự định, họ phải đi ngang qua các quày, shop, cửa hàng bán quà lưu niệm... Ngọc Anh Thơ, Jessie đã chọn mua một số món, khi Anh Thơ yêu thích, nàng đang cố tìm kiếm.

Người ta nhìn nàng một cô gái Việt Nam chính hiệu yêu một chàng trai dân Hồi Giáo chắc? Với chàng một vẻ của Jessie, một sắc thái hiền lành, tận tụy hơn là nhà tri thức. Và điều đó Ngọc Anh Thơ biết hơn ai hết...

Ngọc Anh Thơ đang nằm trong phòng riêng của mình nghĩ đến cuộc đi chơi holiday vừa qua ở xứ sở Miami

Florida. Gợi cho nàng với những dấu ấn, hình ảnh đẹp đẽ, thơ mộng đó. Và nàng suy nghĩ đến tình yêu, cùng tương lai của mình. Nàng vừa làm bài text nơi Cô Kim Đoan trưởng đài truyền hình VNQH gởi cho nàng xong. Với đáp án là check trắc nghiệm. Chọn những câu trả lời: một, hai, ba, bốn. Chỉ có quyền chọn lựa câu nào theo ý mình thích nhất. Một cuộc trắc nghiệm không có học trước. (Có học trước thì còn gì gọi là thông minh, hay ứng biến lanh lẹ nữa?) Nên họ chọn theo lối quyết đoán, bén nhạy, tư chất, phỏng định của thí sinh... Của đối tượng người dẫn chương trình mà thôi. Chỉ có năm câu hỏi đưa ra. Nàng làm nhanh theo suy nghĩ của nàng.

Hoàn tất xong. Ngọc Anh Thơ thả hồn nghĩ đến Jessie.

Anh Thơ được quen biết Jessie một con người của gốc dân Hồi Giáo- Bangladesh. Hiện giờ không ai mấy cảm tình với; dù Hồi Giáo cực đoan hay không cực đoan? Nghe qua hai tiếng Hồi Giáo là thiên hạ chạy dài, hoặc có thể lạnh xương sống, mất đi sự kiên nhẫn nghĩ tốt cho thế giới... Nhưng sự thật nàng yêu chàng trai có cái tên Jesssie người Bangladesh Hồi Giáo này gần bảy tháng nay. Kể ra cuộc gặp gỡ của nàng và chàng cũng quá ư là định mệnh. Ngọc Anh Thơ biết chàng qua một cuộc đụng độ accident xe của mình trên một tuyến đường. Bởi tối đêm qua nàng có đi chơi với một người con trai, gần 3 giờ sáng mới về đến nhà. Nàng bị mẹ Ngọc Sương tức giận, la mắng. Vì trước đây Anh Thơ chưa bao giờ đi chơi phá giờ như vậy. Đến chiều ngày sau đó khoảng 5pm, nàng quyết lái xe đi mua một cái gì tặng mẹ, nịnh mẹ, cho mẹ Ngọc Sương vui ra hơn. Thế là trong một chiều... Trời tháng bảy ta (cuối tháng tám tây) Nhưng mưa ngâu tại Mỹ như cũng có, đang phất phơ bay bay đột xuất, rồi mưa nhả hạt tăng lớn dần, cộng với tốc độ đi lẹ hơn. Nơi trên con đường Buford HW. Ngọc Anh Thơ đang chạy xuống một cái dốc chài lài. Nàng không còn control được, vì trời như nhòa trong mưa bụi... Một chiếc xe phía đằng trước, tự nhiên nó như trạng thái chạy chậm lại giật lùi. Thành thử Ngọc Anh ảo giác không kịp kiểm chứng... Thơ lái xe mình lỡ hút xe về phía trước, mà nàng không hề hay biết. Thế là trên xe đó tới bốn chàng trai, tính luôn người lái, họ bực giận nàng lái xe ẩu, nên họ dừng lại hẳn. Tất cả họ xuống xe ngay lập tức, để phải lo chuẩn bị gọi cảnh sát mà cảnh cáo, họ hòng để sát phạt cô gái này cho kịp lúc. Vì nàng chạy xe bướng bỉnh, thô bạo, bất cẩn quá theo ý họ nghĩ...

Trong bốn chàng có một người gọi. Người lái xe mặc áo xanh sơ mi đậm, kiểu dài tay đóng nút đang bức bách gọi phone.

Ba chàng trai còn lại thì xuống xe cố nhìn nàng, nhìn xe, nhìn hiện trường cho kỹ. Ngọc Anh Thơ cũng đã từ từ xuống xe. Nàng hoàn toàn im lặng... Đúng ra Ngọc Anh Thơ khó kiếm ra nụ cười chủ nhân nàng trong lúc này. Riêng Jessie người mặc áo sọc ca rô trắng đen, kiểu tay ngắn cánh cụt, chàng cứ cười cười nhìn đăm đăm vào Ngọc Anh Thơ, chàng lại như thấy rất quen quen cô gái này...

Thì ra chàng biết nàng Thơ này trên một tờ báo Việt-Mỹ đăng hình nàng là Á Hậu. Hoa Hậu thân thiện năm 2016... (Xin nói thêm sau cuộc gọi của chàng trai kia, Police đã đến lập report cả hai bên, và cho mỗi bên được chạy tiếp. Bốn chàng trai kia lên xe, tiếp độ cuộc hành trình. Ngọc Anh Thơ thì cũng đã lái xe về nhà... Nhưng ánh mắt cô gái đó làm chàng trai Jeessie cảm thấy xôn xao thích thú, từ đó Jessie tìm biết thêm về thân thế và số phone của Ngọc Anh Thơ. Rồi cả hai liên lạc hỏi thăm, đến với nhau tình bạn. Để mà một tháng sau họ chuyển sang tình yêu lúc nào không hay.

Thật sự trước mối tình này, Anh Thơ đã có hai mối tình phía trước. So với cuộc sống ở xứ Mỹ thì Anh Thơ có người yêu khá trễ, chứ không sớm mấy. Sau năm học lớp 11 của high school nàng mới bắt đầu yêu một người Mễ Tây cơ đẹp trai, cao ráo. Song có được tám tháng thì Anh Thơ chia tay chỉ vì chàng ít tôn trọng nàng, chàng hay lăng nhăng nhiều cô gái Mễ khác. Vì không cùng dân tộc, vì có thể khó hiểu nhau nên Anh Thơ rút chân "nơi vũng lầy tình ái đó.

” Và Anh Thơ muốn để cho chàng trai Mễ Tây cơ kia tự do hơn. Khoảng độ một thời gian về sau hơn, nàng lại quen một chàng tên là Chao Lin, trong một dịp, vì họ ở chung trường đại học. Chàng trai trẻ Chao Lin này hết dạ yêu Anh Thơ. Nhưng rồi một chuyến đi xa của Thơ sang Tây Ban Nha và Châu Âu vì nhu cầu mùa hè năm ấy... để trau dồi kiến thức văn học, ngôn ngữ học, về tôn giáo học của họ, có từ ảnh hưởng từ Ai Cập, Hi Lạp và một số nước... Được trường đài thọ, nàng sẽ đến thăm thêm các nước Châu Âu: London, Pháp, Bỉ, Thụy Sĩ, Hà Lan như nàng thích luôn. Thế là không đợi người yêu nổi trong năm tháng, chàng trai Chao Lin, gốc China kia cũng đã đi tìm người yêu mới. Khi Anh Thơ bay trở về đất nước America thì cô vẫn sẵn sàng chia tay, dù có những cuộc cãi vã nhỏ thôi. Nhưng cô dũng mạnh cắt đứt quan hệ với chàng trai Chao Lin. Mà cô cho rằng là tốt hơn khi dành lấy tình yêu đó lại... Người thứ ba nàng đi chơi về khuya đến 3 giờ sáng mới về, rồi bị mẹ mắng đó là chàng Đường Trạch gốc người Taiwan. Thật sự nàng chưa có gì với người này lắm, chưa phải là đối tượng của tình yêu nàng, chẳng qua là đi dự một sinh nhật bạn và nàng gặp thôi. Họ đi chơi khuya vì vui chơi giải trí chung ở câu lạc bộ All Night thôi. (Với nàng vẫn không thể tính đó là người yêu...)

Ngọc Anh Thơ là một cô gái khi yêu rất say đắm nhưng không mấy lụy tình. Không phải cô không biết đau với tình cảm khi chia xa. Song cô muốn buông bỏ hồn nhiên, hơn là tranh đấu cho cái gì đã rời khỏi tầm tay cô. Và nó có vẻ không thuộc về cô. Dù một cách vô tình hay cố ý, cô đều xét cho rằng hệ quả như nhau...

Đến hôm nay và ngay bây giờ cô nhận thức. Ngọc Anh Thơ có thể thấy rằng cô yêu Jessie với một nét mới hơn. Một tình yêu vỗ nhịp trái tim khác hơn... Thao thức, cân xứng, đam mê, dung lượng... Và nó khác lắm. Theo nàng nghĩ...

Khác trong dòng cảm nhận của Ngọc Anh Thơ. Sự thật chăng? Về mặt nào nhỉ? Đối với Jessie, gia đình Jessie tuy nơi người Hồi Giáo nhưng ba mẹ Ngọc Anh Thơ có vẻ hài lòng. Nhất là mẹ Ngọc Sương mến thích anh chàng Hồi Giáo Jessie này là hơn hết, so với các chàng mà nàng quen khi xưa. Thế là nàng thấy ổn rồi về phần gia đình.

Tuy nhiên yêu nhau không thể hôn nhau mà sống. Ngọc Anh Thơ ý thức chuyện này, nàng trải qua hai cuộc tình nho nhỏ cho cô thêm chút ít kinh nghiệm. Tình yêu luôn có hai cái khuôn mặt. Làm cô cũng thường day dứt về chuyện này...

Cô đang chuẩn bị một nhiệm vụ mới. Công tác làm việc cho một cơ sở vô tuyến truyền hình. Ngọc Anh Thơ đang nằm gát tay trên trán suy tư, cô thưởng thức gần hết một thỏi chocolate mà cô thích nhất loại kẹo này. Đó là sự thật. Chính hôm phỏng vấn sau khi cô đạt danh hiệu Á Hậu 1, và Hoa Hậu thân thiện đó. Ngọc Anh Thơ nói trong đời cô thích nhất là hoa có bên cạnh, và có chocolate để ăn vặt...

Giữa lúc này Kim Đoan muốn tuyển Anh Thơ về đài truyền hình mình VNQH. (tức là Việt Nam Quê Hương) Người dẫn chương trình cho quảng cáo, và đọc diễn đàn, kể cả tin tức thời sự... Nên Kim Đoan xem lại clip video cuộc thi Hoa Hậu của tiểu bang Texas và chính xác nhất là đoạn Ngọc Anh Thơ được đăng quang. Với những chung quanh vấn đáp của Ngọc Anh Thơ. Kim Đoan coi lục lại để kiểm tra, để tìm sự tin tưởng cho một phát thanh viên người Việt thông minh, sáng dạ, ăn nói lưu loát... Hữu ích cho đài mình, để cho đài VNQH phát triển tốt, tới mức tối đa hơn, mạnh lớn hơn v.v...

Coi xong clip video như ý. Kim Đoan cầm phone gọi ngay cho Ngọc Anh Thơ.

Ngọc Anh Thơ pick up phone trả lời:

-Vâng. Con nghe đây, cô Kim Đoan.

- Con có thể làm việc cho đài cô được không? Như Kim Đoan đã trình bày cách mấy hôm rồi. Con hiểu được ý chân thành của cô chứ?

- Dạ có thể được cô Kim Đoan. Cô có xem những gì con gởi trả lời trắc nghiệm ra sao?

- Xem rồi hay lắm. Đó là phần lý thuyết câu hỏi. Và cô sẽ phỏng vấn con một vài điều thêm.

Im hai giây, Kim Đoan nói tiếp:

- Còn phần thực hành thì con phải bắt tay vào việc. Trả lời lý thuyết đúng chưa phải là một phát thanh viên hay, hoặc người dẫn chương trình xuất sắc. Nhưng nó là thông lệ có thể tin tưởng hoạt định ở phần đầu. Một cách đầu tư cơ bản cho hướng nghiệp, phần cơ bản trong tư tưởng chỉ đạo con à...

- Thưa cô. Nếu con không đạt tiêu chuẩn điểm của cô chọn thì sao?

- Nó chỉ là hình thức thử thách để vui theo thông lệ. Cô là quyền quyết định tất cả. Với lại cô nghĩ con thừa điểm khi trả lời thôi mà...

- Không được vậy đâu? Con vẫn e ngại.

- Cô vừa xem qua một đoạn con ứng xử bên clip video lúc con đi thi Hoa Hậu... Cô đặt hy vọng đến mức tối đa rồi. Nghề dạy nghề con sẽ học hỏi thêm khi tác nghiệp. Như vậy con qua nhé. Chương trình đang chờ con đó. Đừng để tắc nghẽn... Cô đã mua vé máy bay cho con rồi.

- Thưa cô. Cô đừng mua. Đừng như vậy cô Kim Đoan.

- Chuyện nhỏ mà. Cho cô gởi lời thăm mẹ. Cô bye nha! Cô đang bận việc. Hai cô cháu mình sẽ gặp sớm nhé Thơ.

Ngọc Anh Thơ thừ người suy nghĩ. Nhưng bản chất vô tư, nên nàng không lấy gì làm lo lắng trong lòng nhiều cả.

Nàng vẫn tiếp tục ăn những viên chocolate. Thỏi kẹo để bên cạnh nàng. Và lòng tơ tưởng đến người yêu Jessie đôi chút. Vì bài kiểm tra test cho phát thanh viên cô vừa làm xong. Và cũng được nghe cô Kim Đoan gọi nói chuyện xong luôn.

CHƯƠNG 2

Ngọc Anh Thơ một sáng bàn với mẹ Ngọc Sương:

- Con đi sang California để làm một xướng ngôn viên mẹ ạ. Như mẹ biết rồi đó. Do cô Kim Đoan chủ đài VNQH yêu cầu... tìm kiếm con.

Người mẹ Ngọc Sương nhìn Ngọc Anh Thơ mà rằng:

- Jessie có cho con đi không? Con nên hội ý nó xem. Tình yêu con cứ đi mãi như thế. Mẹ e rằng khó giữ được khi con xa cách nó.

- Jessie hẳn không muốn con đi. Nhưng con nghĩ. Mẹ ạ tình yêu đồng nghĩa với sự thủy chung và tương đương là đợi chờ. Tình yêu không có nghĩa nằm bên nhau mãi để yêu...

- Nhưng mẹ đã có kinh nghiệm, con đã từng có những mối tình...Và mẹ ba cũng đã như thế. Xa nhau không được gần gũi, rồi lại khác hơn. "Cách mặt thì xa lòng" con à?

- Con không đồng ý với những quan niệm cũ mẹ vừa đưa ra. Vì con chọn mảnh đất khác... Mảnh đất của con có nhiều tình yêu là thử thách. Dù con có dẫm phải chông gai...

- Hừm, khổ lắm Thơ. Và con không nên chạy theo triết lý tình yêu.

- Thật đó chứ triết lý đâu mẹ?

- Hừm.

- Sự thật thưa mẹ. Những khái niệm triết lý về tình yêu con chỉ đọc một ít. Vì con yêu sử thi với dời sống văn học hơn... Thế nhưng con nghĩ rằng những khái niệm tình yêu cũng chưa chắc chuẩn? Đó chỉ là nói chuyện sách vở... Và cái lớn nhất trong tim con, con chưa hẳn tin vào sách vở...

- Con nói như thế nghĩa là sao?

- Ý con nói sách vở... Họ chỉ chứng minh cho câu nói họ, một vùng khoanh tròn, trên một phạm trù nhất định... Điểm nổi bật sẽ được nhấn mạnh khai phá. Con có ý nói rằng chỉ đúng trong trường hợp này mà có thể sai ở trường hợp khác. Con tin tưởng ở tình yêu thật sự nào, rồi sẽ dành cho mình trọn vẹn. Có thể con liều mạng bởi sự nghiệp đang đòi hỏi con hơn... Chắc thế thôi mẹ ạ...

Ngọc Anh nói câu cuối cùng như thế và cười nhìn mẹ.

Ngọc Anh Thơ thương mẹ lắm. Mẹ của Ngọc Anh Thơ là Ngọc Sương người đàn bà đẹp và tài hoa từ hồi con gái. Mẹ biết hát hay, thông minh mẫn cán, thương chồng và chu đáo... Đức hạnh tri kiến, và cả trí tuệ nữa. Thế mà ba của Ngọc Anh Thơ lại xa mẹ, để đi lấy một phụ nữ bần tiện dốt nát lại xấu xí... Càng nghĩ Ngọc Anh Thơ không biết đâu là sự thật của tình yêu? Nàng vẫn biết ba mẹ đã một thời yêu nhau, bây giờ họ giận nhau, chán nhau. Dẫu rằng nàng biết không phải lỗi do mẹ. Nhưng nói về ba yêu một nhan sắc mới lại càng sai mất? Vì người phụ nữ ba lấy không bằng mẹ dù một nửa, hay một góc nhỏ. Chỉ có một điều tuổi tác chắc trẻ hơn mẹ chừng 3 hay 4 tuổi gì đó thôi. Nhưng nhìn chung không có gì để quyến rũ và hấp dẫn, có thể nói là hết sức cù lần? Tài năng thì còn một con số 0 zero to tướng, khổng lồ... Vậy mà ba lại chịu ở với người đó! Phải chăng một người đàn ông là trời sinh ra, để chọn một tình yêu cho mình khác nhau? Mà thượng đế đã buộc vào tim họ. Đôi lúc có thể nhầm lẫn như thế sao?

Suy nghĩ cho mình, cho mẹ. Rồi Ngọc Anh bất giác lại liên tưởng đến quyển sách của nhà văn nổi tiếng, nói về mối tình của Công nương Diana và thái tử Charles, nàng công nương đã được diễn tả. Thì Ngọc Anh Thơ lại giật mình thêm, nhưng có sự chứng minh thêm về tình yêu, rõ là mỗi người khác nhau khi tìm một bến đậu của tình yêu... Công nương Diana là một trường hợp đặc biệt, hay chăng là những người vương giả nên được chú trọng, hoặc các nhà văn ưa khai thác điểm lạ? Ở đó một nhà văn Sally Bedell Smich hoặc một Isabelle Rivère kỳ tài, người ta chỉ đưa ra chứng minh rằng Charles lại không yêu một Diana xinh đẹp cực kỳ, hoặc tinh khiết lịch lãm, mà đi yêu một phụ nữ Camilla ít nhan sắc, ăn mặc thua sút, thiếu chăm chuốt, lại còn lượm thượm nữa. Tuổi già hơn 14 năm so với Diana, và lớn hơn cả Charles. Nhưng Charles lại yêu nồng nàn...

Như vậy mọi định nghĩa: Về đàn ông yêu giới nữ phải trẻ trung đẹp trước hết, hóa ra ý thuyết này cũng không đúng, đã bị đào thải hay tước đoạt gần hết trong thế giới hiện đại. Và ngay bây giờ, hiện giờ người VN sống ở VN, hoặc sống trên thế giới kia, kể cả các nước trên thế giới tân tiến như Anh, Pháp, Mỹ, Đức, Úc lắm người đàn ông trẻ thành danh vẫn thích yêu những phụ nữ kém nhan sắc, lại già tuổi hơn họ, nhưng có một cái gì đó khiến họ yêu say đắm khó nhạt nhòa. Điều đó coi như đã là một thực tế để đánh bại những tư tưởng vị kỷ bảo thủ, hay nói cách khác hơn: sự sụp đổ của phái nghi ngờ phụ nữ già hơn sẽ không được may mắn, hoặc sẽ không được ưu tiên gì, người phụ nữ quá trẻ bao giờ cũng có tiếng nói được mạnh? Điều này vẫn có thể là một sai số lớn, có thể đi đến báo động, của những lối rẽ "lời tình" trong thế giới…

Càng đi vào thế giới tình yêu càng thêm thiên hình vạn trạng thật. Vô bờ lý giải ở nhiều duyên phận… ở nhiều thập kỷ và đang diễn biến trên hành tinh này, đang xuất hiện phô bày ngữ lãm, như "gây sock" trên mặt đất này…

Thôi thì Ngọc Anh Thơ cứ chắp tay cầu nguyện cho mình được yêu ai đó, không cần may mắn nhưng bền vững tôn trọng nhau. Giờ thì nàng cô gái trẻ này chỉ mong có thế thôi.

Vừa lúc sáng hôm đó là Sunday Jessie lại đến thăm Ngọc Anh Thơ cùng mẹ nàng. Mà chàng không cần báo trước. Chàng ôm hai bó hoa được trang trí đẹp vào nhà. Thấy chàng xuất hiện trước hiên và sau khi đậu xe. Ngọc Anh Thơ mới hay.

Chàng đi vào nở nụ cười như sương mai buổi sáng. Chàng đem tặng cho mẹ Ngọc Sương hoa cúc. Và chàng tặng cho Ngọc Anh Thơ hoa hồng. Với thêm lời nói cho hai người.

- Con tặng mẹ hoa cúc đủ màu mẹ thường yêu thích.

- Cám ơn Jessie. Ngọc Sương nhìn Jessie tỏ ra mến mộ.

Jessie quay nói với Ngọc Anh Thơ:

- Anh sẽ tặng cho em hoa hồng em vẫn thường yêu thích loài hoa này…

Jessie nói chàng vòng tay tử tế để chéo trước bụng, như một thói quen của chàng.

Một đoạn sau thì Ngọc Sương mẹ của Ngọc Anh Thơ dọn một bữa ăn có bánh tráng cuốn thịt heo ba rọi, tôm luộc, với rau hẹ, giá, dưa leo, xà lách mời Jessie ở lại dùng.

Không biết là mẹ Ngọc Sương chuẩn bị từ hồi nào, cậu trai Jesse đã hưởng ứng chung vui với họ. Nhưng chàng chỉ dùng bánh tráng rau sống với tôm, giá, hẹ... Và nhất định chàng không thể ăn thịt heo được, chàng chỉ mỉm cười vì theo lễ nghi của dân Hồi Giáo. Chàng đã xin nhường phần lại. Ngọc Anh Thơ, Ngọc Sương khá vui vẻ khi nhìn thấy Jessie không khó lắm, không quá cau mặt, khi họ ngồi chung bàn, để dùng bữa ăn cho thân thiết, là một điều mới mẻ và quá tốt rồi. Ơn phước cho hai mẹ con rồi. Dĩ nhiên là những bánh ngọt, hoa quả thì họ đều thưởng thức chung, chia nhau mỗi phần. Ngọc Sương đã chủ mưu để coi thái độ Jessie. Người mà con gái bà đang đem lòng yêu mến.

CHƯƠNG 3

Sau đó chỉ ba tuần thì Ngọc Anh Thơ phải rời khỏi tiểu bang Texas và đi theo máy bay sang California, do bà Kim Đoan mua tặng để cô đến làm việc ở đó. Người dẫn chương trình cho đài truyền hình VNQH, mà Kim Đoan là chủ đài. Bà còn là chủ một tờ báo Việt Nam cùng tên VNQH, là tờ báo Việt Nam tiếng tăm, giá trị nơi hải ngoại, của xứ sở America này nữa.

Nàng rời khỏi máy bay khi chưa tới hai tiếng đồng hồ đã đến miền Nam California. Và Ngọc Anh Thơ gọi xe taxi chở đến theo address đầu tiên ở tạm một Apartment mà cô Kim Đoan đặt trước cho nàng. Nàng có chút bồi hồi khi đặt chân đến...

Phòng ốc Ngọc Anh Thơ liếc nhìn khá sạch sẽ, tiện nghi của những viên chức có thu nhập không tệ ở thành phố này.

Ngọc Anh nhanh chóng một hồi tắm rửa. Nàng soi gương chải tóc, thay đồ đi nằm nghỉ bởi chặng bay mấy tiếng đồng hồ, cũng gãy gọn thôi. Nàng đã ngủ nhanh của hai mươi phút sâu, ngon lành. Vì có lẽ đường bay không xa lắm, nhưng Ngọc Anh có vẻ thấm mệt vì cô suy nghĩ hơi nhiều trên máy bay. Hơn nữa về tới nơi rồi, nàng là người luôn vẫn dễ ngủ mà thôi.

Tại nơi đó tiểu bang Texas. Mẹ Ngọc Sương và Jessie thì đang nhìn đồng hồ mà nhớ nàng... Nhìn những cảnh vật chung quanh mà Ngọc Anh đã biến đi mất... Lòng họ buồn, có chút nghèn nghẹn... Bởi sự quyến luyến còn đang ấn tượng nơi họ. Với những vật chất thân quen và con đường nơi đây cũng thầm gọi Ngọc Anh Thơ, Ngọc Anh Thơ, người và vật chốn đây yêu thương nàng. Có những phút giây tựa hồ như hơi thở cùng nhịp đập trao đổi "Ngọc Anh ơi nàng đã nơi đâu? Hãy trở về với xứ sở này. Đừng quên nhé, đừng quên nhé." Tâm tư Jessie từng lên tiếng như vậy. Tất cả những gì thuộc về tiểu bang Texas hữu tình, đều muốn nói lên tiếng nói đó. Mẹ Ngọc Sương cũng đã nhớ con quay quắt và trong lòng Ngọc Sương nghĩ ra bao điều xa xôi, tơ tưởng, mơ mộng, giống phần nào của chàng Jessie kia, Tâm hồn bà cũng trẻ và đẹp đến như vậy...

Riêng Kim Đoan, chủ đài truyền hình nhìn đồng hồ theo dõi, thì biết Ngọc Anh Thơ đã đặt chân xuống máy bay và đi về Apartment kia rồi. Nhưng bà để cho nàng thong thả, hoặc tìm giấc ngủ lấy lại sức. Nên Kim Đoan chưa thể gọi Ngọc Anh Thơ liền. Bà chỉ kiểm tra đồng hồ đeo tay mình là biết nàng đến rồi, thế thôi. Để cho nàng yên vị...

Sau giấc ngủ ngắn nhưng ngon tuyệt, Thơ tỉnh dậy. Trước hết nàng vẫn thấy cứ nhớ mẹ, và sau đó là người yêu Jessie. Nàng lại để tay lên trán cố nhớ về hình ảnh mẹ Ngọc Sương và người tình Jessie bên đó. Thơ nhớ họ về bữa ăn cuối cùng tại một nhà hàng Hồi Giáo Jessie chiêu đãi mời nàng và mẹ Ngọc Sương. Quả là thức ăn Hồi Giáo có nhiều gia vị nhưng nàng và cả mẹ vẫn dùng được. Nàng nhớ lại tất cả...

Anh Thơ nhớ lại câu nói của mẹ nàng khi ấy:

- Sự nghiệp là một điều quan trọng. Nhưng chưa chắc nó đặt lên hàng đầu. Con phải biết rằng tình yêu chân thành và sức khỏe mới là điều hàng đầu, là thiết yếu của con. Con gái mẹ phải nhớ điều này.

Nàng gật đầu tỏ ra biết ơn lời mẹ dạy.

Jessie thì có câu nói:

- Bản thân con rất yêu Ngọc Anh Thơ, không muốn cho Ngọc Anh đi xa. Song con không thể cấm đoán những ước mơ của Ngọc Anh. Câu chân thành con xin chúc phúc cho Ngọc Anh gặt hái được những thành tựu. Và nhất định... mong tình yêu chúng con không bị lạc mất đi, hoặc xói mòn... (Jessie đôi lúc chỉ dùng hai tiếng Ngọc Anh mà không cần chữ Thơ, tên first name của nàng.)

Và nàng nhớ chuyến sắp đi về California. Jessie chở nàng về bên nhà chàng, cách vô nhà như thám tử bí mật, để cho chàng gởi một vài thứ cho nàng làm kỷ niệm, chàng đang giữ "tặng phẩm bí mật ấy mà." Jessie cho rằng giá trị theo mắt chàng, tâm chàng, và con tim chàng thúc đẩy... Chàng đã mua và cố cất giữ nơi đó. Tại phòng chàng...

Đó là chiếc dù umbrella màu xanh đậm có hoa tím lưu ly, có hoa hồng cộng hợp trên nền nữa. Với một chiếc khăn quàng cổ đỏ sọc xám bình dân. Và theo chàng quan niệm, khi đưa Ngọc Anh Thơ đến nhà. Chàng bảo khi nhìn nàng. Lúc đó Jessie hết sức tươi tắn phong độ:

- Khi nào đi gặp mưa, mùa mưa... Em sẽ dùng umbrella che mưa cho lòng ấm, để nhớ đến người yêu nơi này ở đây. Và chiếc khăn cũng thế. Khi lạnh em quấn và nhớ anh. Anh đơn giản... nhưng anh thần thoại nghĩ ra điều như thế.

Nàng trả lời:

- Thanks người yêu bé bỏng mà đầy dũng mạnh của em. Nhưng trời sẽ không mưa. Gió tháng này sẽ thổi, song không lạnh anh à. Anh có sai không vậy Jessie?

- Anh nghĩ và mua tặng cho em chuẩn bị nếu có thể... Hãy cầm lấy đi cho anh vui. Dân tộc anh hay tính xa xôi thế đó. Với vốn trời mưa nắng thất thường mà em? Làm sao mình biết ý ông trời, và biết ông trời mấy tuổi hởi em.

Câu nói của Jessie làm Ngọc Anh Thơ nhớ đến câu thơ Việt Nam khá nổi tiếng của Nguyễn Bính:

Nắng mưa là bịnh của trời
Tương tư là bịnh của tôi yêu nàng.

- Hi hi. Nàng nghĩ và cười bảo:

- Thôi được. Em sẽ nghe theo lời người yêu em chứ.

Phải không chàng hoàng tử cuối cùng của em?

- Đúng vậy. Thế là anh vui rồi.

Thế là Ngọc Anh nhận lấy một cách bí mật nơi nhà Jessie. Chàng tìm cách đưa cho nàng đến thăm lần cuối cùng ý nghĩa là ở đó, trước khi nàng rời bang Texas. (Căn nhà Ngọc Anh đã dạn dĩ tới thăm Jessie theo yêu cầu chàng nhiều lần.) Và họ cũng yêu nhau ở đó. Chàng có khi phải lén lấy những thức ăn Hồi Giáo cho nàng thưởng thức, để coi nàng có ăn được hay không? Ngọc Anh Thơ đã làm cho Jessie hết sức mừng rỡ, nàng dễ dàng thích nghi với thức ăn của người Hồi mau lẹ. Khi chàng mua, khi thì mẹ chàng làm để. Kể ra nàng yêu được chàng và yêu luôn phong tục, tập quán người Bangladesh- Xứ Hồi Giáo đó chứ? Tuy nhiên chàng chỉ giới thiệu là bạn bè, chưa bao giờ Jessie chính thức giới thiệu là bạn gái chàng. Có lẽ Jessie một mặt sợ Ngọc Anh chưa hẳn đã yêu chàng, hoặc chưa muốn làm vợ chàng. Thứ hai chàng sợ ba mẹ kháng cự bất đồng, vì chưa hiểu gì nơi Ngọc Anh ngoài sắc đẹp dễ nhìn, còn gì nữa không? Nếu chuyện gì xảy ra thì chàng sẽ mất trắng tình yêu mới sinh sôi. Tư tưởng ấy chàng có cho Ngọc Anh biết tường tận rồi. Thôi cứ yêu nhau giấu kín đi, hãy chờ đợi đã. Bài ca của hai người chờ đợi...

Tình yêu đó mới xa mấy tiếng mà nhớ rồi. Có một danh ngôn nổi tiếng cho tình yêu nói:

"Tình yêu thật chỉ say đắm, mới xa đã nhớ nhung vô cùng tận..." Chắc đã là không sai. Đúng 100% rồi.

Và nàng đang nằm nhớ đến từng tình tiết khác, lúc chàng cho xe chạy nhanh ra đường gần nhà chàng, khoảng đường hẹp nhỏ, chỉ có hai lane ngược chiều nhau. Trên đỉnh cao, dưới thấp lũng hố. Thế là có con mèo hoang với bộ lông màu tam thể đẹp, còn chút lốm đốm sơ nơi đuôi nữa, nó đi hoang xăm xăm mang đầu vô bánh xe. Khiến chàng Jessie khó thể vượt qua vòng né... Chàng đã lỡ để bánh xe nghiến cánh đuôi nó... Ngọc Anh nghi ngờ điều ấy, khi xe vụt đi khỏi xa một đoạn, gần hơn nửa miles. nàng hỏi tội của Jessie thành ra một sự cãi vặt nho nhỏ...

- Anh lái xe gì đâu hư quá honey ơi.

- Anh lái đúng mà. Tại chú mèo muốn đi cám tử thôi. Mà chưa chắc nó đã bị chết đâu?

Rồi Ngọc Anh buộc bảo Jessie cho xe quay lại nhìn kỹ hơn, chàng đã làm chiều theo ý nàng. Thì chính xác chú mèo hoang đã ngang bướng đâm đầu bánh xe chết thê thảm, máu me ở thân nằm co quắp. Chàng bị Ngọc Anh chê quở trách thêm:

- Anh lái xe thiệt tồi. Một con vật như thế mà tông không hay… Thiệt tình là…

Jessie đăm chiêu rồi cười, như có chút buồn bã mà rằng:

- Thì làm sao thấy được. Không nên trách oan cho anh?

Im một tý ngắm Ngọc Anh Thơ, Jessie nói thêm:

- Em con người, bốn người trên xe em vẫn bươn… Có một con mèo hoang cấm tử, làm sao anh tránh được. Thật khó lường tai nạn, em nên hiểu chứ? Công bằng cho anh đi.

Khi nghe Jessie nói chí lý quá. Ngọc Anh tự nhận:

- Em thương con mèo chết oan, nên trách anh như thế là quá đáng. Anh nói đúng, em sai rồi. Cho em xin lỗi nha. Mẹ Ngọc Sương thường giải thích cho em: “Phúc bất trùng lai họa vô đơn chí là vậy mà.”

- Tuy nhiên anh lấy làm tiếc. Em trách anh, em hoàn toàn không sai đâu. Anh hiểu được… Jessie nói và nhìn gương mặt đẹp của người yêu Ngọc Anh.

Nàng chỉ nhớ tới đó và dừng lại. Thơ đi lấy hình chàng trong album của nàng mà ngồi coi nữa, và đi lấy hai kỷ vật chàng tặng ngắm nghía. Đội, đeo chúng lên ngắm thử để sau này làm theo. Mới xa có từng đấy mà nàng đã thấy nhớ nhiều kỷ niệm rồi… Lòng Ngọc Anh Thơ như có nhạc vui lẫn buồn vẫy gọi, nó chen chúc nhau miên man, đến mơ mộng… Khiến nàng bỗng trở nên bâng khuâng vô hạn…

Vừa lúc Kim Đoan gọi điện. Ngọc Anh pick up phone:

- Thưa khỏe cô Kim Đoan. Dạ con tới và ngủ trên hai mươi phút mới thức dậy nè. Xin cám ơn cô.

- Tiếng Việt con còn khá chuẩn lắm. Cô rất vui và ngưỡng

mộ con.

- Dạ con qua Mỹ tám tuổi. Mẹ con buộc phải mỗi ngày học lấy tiếng Việt. Con thường đọc văn và thơ tiếng Việt.

- Ô cô đã đọc kỹ phần tiểu sử của con rồi. Cô rất muốn con làm cho đài cô. Hợp tác cùng cô đấy chứ.

- Dạ con sẽ cố gắng trau dồi, làm việc tốt. Con mong...

- Cô muốn tới thăm con. Nếu con không thích nơi đó cứ nói cô sẽ đổi theo ý con chọn.

- Dạ trước mắt con thấy thích. OK lắm. Con yêu tiếng chuông gió của căn nhà Apartment lầu ba này. Có mấy chậu hoa treo lơ lửng... Con ưa thích thật cô ơi.

- Really! Tâm hồn con thật đẹp và lãng mạn. Cô cũng thế. Ta hạp nhau đó. Cô đến hai mươi phút sau nha. Cô có cuộc phỏng vấn nơi đó cho con. Trước khi bắt tay vào job để nóng hôi hổi, xốp dẻo hơn nha.

- Dạ... Nhưng con chưa chuẩn bị tâm lý thưa cô?

- Không sao đơn giản thôi mà. Cô có thể gọt bỏ những câu dư thừa hay thêm thắt những câu thiếu thốn. Chỉ cần con trình bày. Chỉ cần cơ bản con hiểu và trả lời từ lòng, từ trong trái tim con, con tỏ ra chân thật là đủ thôi.

- Dạ cô rộng lòng Thơ xin cám ơn.

- Biết đâu cũng có thể con trả lời hay hơn cô nghĩ nữa là khác. Con từng đạt giải vấn đáp hay nhất ở kỳ thi Hoa Hậu của VNCĐ-TX đó mà?

- Hôm đó khác bây giờ sợ khác hơn. Không có dịp may mắn nữa cô.

- Đừng quá khiêm tốn. Cô hy vọng con sẽ trả lời tốt thôi. Con muốn mặc bộ cánh nào gặp cô, tùy con chọn nha, để lên hình lên báo cho đẹp nghen con. Cô bye đó. See you later...

- Dạ con sẽ chuẩn bị cô Kim Đoan ạ.

Anh Thơ suy nghĩ một lát nữa cô Kim Đoan sẽ đến thăm. Ngọc Anh Thơ phải đổi bộ ngủ màu hồng phấn này chứ? Cô đã báo mà. Thơ chuẩn bị và kiếm một chiếc áo dài mang theo trong valise. Vâng cô muốn làm một cô gái VN hoàn toàn trong cuộc phỏng vấn- interview này. Nàng mặc một chiếc áo dài màu xanh đậm có nền hoa cúc vàng, và có sọc nơi tà chút đỉnh. Tuy đã là một Á Hậu. Một Hoa Hậu Thân Thiện từng trả lời đúng hay, trước hội trường vài ngàn người xem, từng diễn thuyết trước đại lễ của cộng đồng... Nhưng hôm nay Ngọc Anh Thơ vẫn cảm thấy hơi run. Nàng cố gắng lấy lại bình tĩnh...

Một đoạn sau Kim Đoan tới. Kim Đoan nhá phone báo hiệu lần hai rồi tí tắt tới liền.

- Chào cô Kim Đoan. Ngọc Anh Thơ mở cửa ra, đứng nhìn mỉm cười, vui vẻ chào người trưởng đài VNQN.

- Chào Ngọc Anh. Wow ăn mặc biểu tượng chính hiệu cô gái VN, người Việt Nam, phong cách VN. Thật ngưỡng mộ con. Con thật xinh đẹp dễ thương quá...

- Dạ xin cám ơn... Dạ Thơ thấy cô xứng đáng hơn.

- Cô đi phóng vấn ai, hình như ít khi mặc áo dài... Dịp này cô đổi khác. Coi như mình hạp tư tưởng 100% rồi đó.

Im tý ngó mái tóc vừa dài đẹp, vừa dày, vừa cân đối và bóng loáng của Ngọc Anh Thơ. Kim Đoan nói tiếp:

- Chắc linh tính hạp quá. Chứ cô ít mặc áo dài đến thăm ai lắm đó. Thôi mong con trả lời một số câu hỏi để cô giới thiệu cho khán thính giả chào đón đi há.

- Thưa cô, mời cô dùng nước.

Ngọc Anh vào tủ lạnh lấy hai chai nước đem ra mời.

- Cứ ngồi lại đây lắng nghe cô Kim Đoan hỏi trả lời đi. Cô không cần dùng chi cả. Sau cùng ta có thể đi ăn một nhà hàng, hay phở, hay hủ tiếu hoặc gì gì đó v.v...

- Dạ. Ngọc Anh nói và ngồi vào ghế như bắt đầu lắng nghe.

Câu đầu tiên cô Kim Đoan hỏi:

- Câu thứ nhất cô muốn hỏi. Cô đưa ra nè. Con qua Mỹ diện gì? Lúc bao nhiêu tuổi. Tại sao con chọn thích làm xướng ngôn viên. Và nơi ấy đối với con nghĩ nó như thế nào?

*Câu hai là. Trong lòng con đang mơ ước điều gì lớn nhất. Vì sao con ước mơ điều đó. Con có bao nhiêu hy vọng trong ước mơ đó?

*Câu ba là: Đời sống tinh thần con yêu gì nhất. Làm sao con biết con yêu môn nghệ thuật đó nhất.

Con có yêu thể thao và văn nghệ không? Thơ ca hay văn học. Con thích tác phẩm nào nhất nhỉ ba v.v...

*Thứ tư chọn một tiêu mục con thích và tự diễn giải nó.

Bây giờ con hãy trả lời cho câu thứ nhất đi.

- Dạ thưa cô, con qua Mỹ lúc con tám tuổi. Con yêu nghề xướng ngôn viên người dẫn chương trình truyền hình vì con... Vì đó là một bộ môn con thử rèn luyện cho cách ăn nói lưu loát trước đám đông. Và con nghĩ nơi đó là một việc làm có giá trị ảnh hưởng đến với con người, sự thông tin đến gần con người, bờ nối gần gũi, để chia sẻ các thông điệp cuộc sống...

- Được. Hay lắm! Chỉ cần ngắn gọn súc tích như vậy, nhưng chuẩn xác, đủ ý không lạc đề là OK rồi.

Kim Đoan nhìn Ngọc Anh Thơ hỏi thêm:

- Câu hai. Lòng con đang mơ ước điều gì lớn nhất. Vì sao con ước mơ. Bao nhiêu hy vọng trong ước mơ con.

- Thưa cô. Trong lòng con đang mơ ước điều lớn nhất là. Con muốn quê hương con đổi khác hơn. Giàu mạnh phú cường hơn, dân chủ và tự do hơn. Công bình và bác ái hơn...

- Vì sao? Vì sao con ước mơ điều đó. Cô nhắc thêm.

- Vì con nghĩ trong lòng con là người ái quốc. Luôn nghĩ đến quốc gia nơi quê hương ba mẹ con, và cũng chính nơi đó con ra đời, cất tiếng chào đời đầu tiên. "Người ta nói chim có tổ, người thì có tông. Uống nước phải nhớ nguồn. Nghĩa đồng bào, đất nước ta sống đầu tiên, thì khó quên..."

- Chính xác. Lòng ái quốc, trái tim ái quốc hay lắm Thơ.

Bà Kim Đoan vui vẻ giòn giã thêm:

- Con có bao nhiêu hy vọng trong ước mơ đó.

- Thưa cô, con không dám kỳ vọng gì bao nhiêu phần trăm trong điều ước mơ. Vì nó là tất cả, sự đòi hỏi lại tấm lòng quốc dân trong nước, và cả những người sinh sống tại nước ngoài. Người dân Việt hải ngoại yêu nước, là kêu gọi tiến bộ đánh đổ cái sai, cái thụt lùi, cái chậm tiến, cái cản trở trì trệ cho nền kinh tế, giáo dục, văn hóa tư tưởng trong nước. Chúng ta cần cổ vũ tinh thần, để cố thực hiện được ý chí văn minh. Và người dân trong nước phải có sự đòi hỏi xây dựng cái mới hợp lý, cái tân tiến công bằng, xóa bỏ cái phi lý xấu xa kiềm chế. Vì họ đang sống nơi đó, họ có quyền hơn ai hết. Chia sẻ và phối hợp với chính quyền, những khoa học và công nghệ trên toàn thế giới đang diễn ra tiến bộ ích lợi.

Ngọc Anh Thơ nghỉ hơi tý cười rồi nói tiếp:

- Con trả lời câu này quá nhiều nhưng vẫn thấy thiếu. Vì đó là những gì con ước muốn. Vì đó là những ước muốn mẹ con đã từng có. Bị nhà cầm quyền tước bỏ hiểu lầm, đã làm cho cuộc đời mẹ rẽ sang những lối khác... Bởi nhân quyền không được đề cao, nền tự do khai trí không được tán thán cho lắm...

- Thế à.... Tâm tư nơi con nhận biết và thấu cảm sâu sắc quá. Con có yêu thể thao, văn nghệ không? Thơ ca hay văn học. Con thích tác phẩm nào nhất, nhì, ba v.v...

- Con yêu thể thao và văn nghệ. Nhưng con có vẻ thiên lệch cho văn hóa văn nghệ hơn. Vì trong văn học nghệ thuật là nghệ thuật học, đạo đức học, luân lý học, giáo dục học. Có lẽ con từ nơi tư tưởng của mẹ, ảnh hưởng từ mẹ...

- Vâng cô hiểu. Còn thơ ca hay văn học con thích tác phẩm nào. Có thể chia sẻ cho cô biết không?

- Dạ được chứ. Con thích nhiều tác phẩm hay và được mọi người yêu thích qua bao thời đại. Đó là truyện Kiều của Nguyễn Du, thơ rất là hay! Và đặc biệt con cũng thích tục ngữ Việt Nam vì tục ngữ ca dao VN, rất có giá trị, tình cảm con người trân trọng đức hạnh, được biểu hiện tối ưu.

- Có thể cho ví dụ liền cô nghe được không? Kim Đoan muốn ngắt lời, thử ý tưởng của Ngọc Anh. Ngọc Anh đáp:

- Dạ thưa cô, có thể những câu này:

Chẳng tham nhà ngói ba tòa
Tham vì một nỗi mẹ cha anh hiền
Chị ngã em nâng. Lá lành đùm lá rách.
Máu chảy ruột mềm, môi hở răng lạnh.

Bà con vì tổ vì tiên không ai bà con vì tiền vì gạo.
Nhiễu điều phủ lấy giá gương
Người trong một nước phải thương nhau cùng.

- Wow giỏi quá. Ngọc Anh Thơ con thật tuyệt vời nói tiếp đi.

- Văn học con thích Tắt Đèn của Ngô Tắc Tố. Chí Phèo của Nam Cao. Số Đỏ của Vũ Trọng Phụng. Con thích cái văn chương, và các nhân vật họ tưởng tượng xây dựng nhưng hay thôi. Còn nhiều người khác nữa thưa cô. Và qua nhiều thời đại. Ngọc Anh Thơ cười, nụ cười cô rất mới, Thơ nhìn người chủ đài Kim Đoan.

- Thứ tư chọn một tiêu mục con thích và tự diễn giải nó.

- Dạ. Con thích làm thơ, khả năng của con chắc còn giới hạn nhưng... Đó là niềm chia sẻ con thích nhất. Điều này con cũng ảnh hưởng từ mẹ. Ba bài thơ con thuộc và có thể đọc cho cô nghe.

- Wow hấp dẫn quá. Đọc đi cô Kim Đoan muốn nghe.

- Dạ con đọc nha.

- Đọc đi cô chờ nghe nè.

- Dạ Bài thứ nhất. ***Sứ Giả Hòa Bình***

Đây sứ giả hòa bình cánh chim mộng
Ngoài đảo xa, mơ ôm lấy đất liền
Đây là đâu ôi những nàng tiên
Trên ốc đảo chập chờn phơi tóc ướt
Sứ giả hòa bình không phải là những nàng bá tước
Tiền thênh thang lộng lẫy cuả uy quyền
Sứ giả hòa bình như những con chiên
Thời ngoan đạo đi dựng xây mầm chân lý
Sứ giả hòa bình là tình yêu thâm thúy
Như trái tim ao ước mãi nguyện cầu
Cho tình mình sống dậy với bền lâu
Chẳng chịu thua dù dòng đời nghiệt ngã
Sứ giả hòa bình là bông hoa thơm lạ
Gương nghĩa nhân và bụng dạ thiện toàn...
Sứ giả hòa bình không để ý đến chuyện cỏn con
Hãy rộng mở, quên đi và tha thứ

Để tình yêu lứa đôi thêu dòng đời lịch sử...
Đường phượng bay trong phương hướng ngự nhìn...

Kim Đoan lắng nghe chặc lưỡi khen:

- Quá hay! Quá thơ mộng và quá ý nghĩa con.
- Dạ. Bài thứ hai con muốn đọc vì con khá thích thơ.
- Đọc đi cô nghe.

Anh Thơ tiếp tục đọc:

- Tựa Nhiều Khi Làm

Nhiều khi làm T T
Nước mắt tôi chảy ròng
Để thương dân buồn khổ
Nhớ đàn buồn hắt sông...
Nhiều khi làm T T
Để nợ giấc mơ huyền
Để đêm đêm khóc rống...
Thương một người đã điên!
Nhiều khi làm T T
Không phải mơ nhiều tiền
Mà mơ hoa thơm ngát...
Một bầu trời... dâng tiên...

- Trời ý tưởng độc đáo con. Ý thơ sâu xa nhưng không đến nỗi khó hiểu... Ồ Thơ như thế là giá trị rồi. Nhưng T T là gì con?

- Là ký hiệu mật mã, cách mới của con là thiên thần, là thiên tài, là tổng thống là thủ tướng, là thi thơ, là tù tội v.v... Con vui lấy mật mã T T thôi mà. Vì muốn ký tắc cho có nhiều ý, nhiều đáp án, để nhiều giải mã...

- Vậy sao? Sáng kiến phong phú quá Ngọc Anh Thơ ơi.

- Dạ sẵn con đọc bài thứ ba luôn. Khi con nghĩ VN. Đây là bài thơ không thật hết, nhưng ý nó là dòng chảy của trái tim ái quốc nơi con... Con nghĩ... Nên con viết.

- Đọc đi nào.

Ngọc Anh Thơ xướng giọng:

Ta Về...

Ta về hai tiếng tự do
Mang cơm hạnh phúc, ấm no mọi người.

Đất mầm nảy hạt xinh tươi

Bùn kia sen nở... hơn mười kiếp qua...
Ta về nói với mẹ già.
Hãy lau nước mắt đưa qua ngậm ngùi...
Ta về chia cả cuộc vui
Cho dầm giọt lệ, bùi ngùi còn hương?
Quê hương ta, lắm đoạn trường.
Quê hương gọi mãi tình thương ta về...

- Hay lắm. Trái tim ái quốc. Trái tim Thơ, chính xác... Con còn gì muốn chia sẻ nữa không?

- Con đọc thơ thế giới nhiều nhưng vẫn yêu quý thơ, của các thi sĩ Việt Nam. Xuân Diệu là một điển hình cho thơ tình yêu chẳng hạn. Con rất thích.

- Ừa hình như Xuân Diệu là người của Bình Định? Nhưng hình như ông là....

- Dạ ông đã đi theo thế giới của Cộng Sản. Cái đó con không rõ lắm. Vì thời thế đó Cộng Sản cũng tìm cách mua chuộc. Nên thành thử... Nên ông phải dính...

- OK không sao con. Văn chương thi ca con có thể thích được mà...

- Dạ chắc thế con yêu người quê hương của con nữa.

- Được thôi. Con thuộc và thích bài nào đọc cô nghe đi.

- Xuân Diệu thơ tình yêu con thích nhiều bài. Nhưng con thích bài Biển của ông ta nhất. Ông viết vào khoảng 1962. Song rất tuyệt.

- Trời ơi khá lắm, nghiên cứu kỹ quá ta. Đọc đi nào con, cô thích nghe nè.

Ngọc Anh Thơ cất lên giọng thật tình cảm chan chứa:

Anh không xứng là biển xanh/ Nhưng anh muốn em là bờ cát trắng/ Bờ cát dài phẳng lặng/ Soi ánh nắng pha lê...

Bờ đẹp đẽ cát vàng/ Thoai thoải hàng thông đứng/ Như lặng lẽ mơ màng/ Suốt ngàn năm bên sóng.../ Anh xin làm sóng biếc/ Hôn mãi cát vàng em/ Hôn thật khẽ, thật êm/ Hôn êm đềm mãi mãi/ Đã hôn rồi, hôn lại/ Cho đến mãi muôn đời/ Đến tan cả đất trời/ Anh mới thôi dào dạt.../ Cũng có khi ào ạt/ Như nghiến nát bờ em/ Là lúc triều yêu mến/ Ngập bến của ngày đêm/ Anh không xứng là biển xanh/ Nhưng cũng xin làm bể biếc/ Để hát mãi bên gành/ Một tình chung không hết/ Để những khi bọt tung trắng xóa/ Và gió về bay tỏa nơi nơi/ Như hôn mãi ngàn năm không thỏa,/ Bởi yêu bờ lắm lắm, em ơi!

- Quá tuyệt vời bài thơ! Cô nghĩ không có người thứ hai nào miêu tả hay hơn về biển như Xuân Diệu. Kim Đoan xoa bàn tay lại với nhau và bảo tiếp: Vâng thế là đủ còn nhiều dịp khác. Nếu cô muốn phỏng vấn con nhiều lần nữa. Để khai thác hết tìm tích... di sản văn hóa nơi con nha.

- Dạ cô nói hơi quá. Con không dám nhận.

- À quên thấy con nhắc má nhiều vậy. Cho cô hỏi một câu hỏi ngoại lệ trong chương trình dự định. Má con có gì đặc biệt trong lòng con.

- Dạ thưa cô. Câu hỏi này thực ra quá rộng lớn để con trả lời. Nhưng thôi con có thể đọc một bài thơ nhớ quê hương của má cho cô nghe được không?

- Ofcourse chứ. Được chứ. Quá thích đi chứ.

- Vậy thì cô nghe nè. Má con lấy tựa rất là lạ.

- Tựa gì?

- Con muốn đọc. Sau con sẽ nói tựa cho cô nghe nha.

- Cũng được luôn. Tự do dân chủ nơi Ngọc Anh mà. Ha ha. Kim Đoan vui như thỏa thích, đôi mắt và gương mặt cởi mở. Một cuộc nói chuyện đầu tiên trực diện với cô xướng ngôn viên tương lai rất hứng thú. Để Kim Đoan hiểu cô nàng này hơn.

Giọng Ngọc Anh đi theo câu chữ vang lên:

Ta đã xa quê từ thưở nào.
Mà lòng thương nhớ cứ nao nao
Trên đỉnh Trường Sơn mây giăng lối
Ngọt gió miền sông gởi tặng vào...
Miền thương yêu dấu của tôi ơi:
Trăng lặn trăng xa mãi đọt dừa.
Ếch kêu, nhạn gởi vài đêm trước
Để gió yên bình một sáng mưa...
Quê Hương tôi khúc nhạc trẻ thơ lam lũ...

Chút mặn mòi đủ có của biển khơi.
Nhớ lại ngày xưa trong xóm lời ai hát
Tóc mượt nhà quê gái yêu đời...
Tình yêu không nói thành lời...

- Hay quá? Tựa là gì con?
- Tựa Nhớ Quê- Gái Yêu Đời.
- Lấy đề tựa lạ nhỉ?
- Má con dồn tư tưởng ở hai câu cuối, và chốt nhớ lại.
- Tuyệt quá."Cả nhà ta đều yêu thương thơ" Cô Đoan cũng thích thơ nhưng cô làm chắc không hay đâu? Thơ thẩn hay thơ con cóc thôi. Cô ngẫu hứng đọc con nghe luôn hĩ?
- Dạ con lắng nghe. Coi như xé rào một buổi tọa đàm tìm hiểu thơ cô Kim Đoan ạ.
- Vâng. Đúng luôn. Thơ cô nè.
- Con lắng nghe đây...

Kim Đoan cất giọng:

Làm một nền dân chủ
Không phải hoa héo rũ.
Mà cần có để đủ.
Đánh tan đám giặc ngu...

- A ha ha. Thơ cô không con cóc đâu. Mấy câu nhưng tỏ ra ý chí nhà cách mạng, nhà dân chủ đó chứ.
- Thank you! Cô chỉ dòng dòng một âm, có mấy câu.
- Vẫn có cách hay riêng. Cách này có một số nhà thơ làm từ trước hay chứ cô ạ.
- Cô nghĩ thơ con cóc thôi, làm cho đầu óc ta thanh thản thôi. Tính ưu việt, tính xuất sắc nó không chạy tới lãnh phần được đâu Ngọc Anh Thơ?
- Cô quá khiêm nhường. Ưu việt đó chứ. "Ý tại ngôn ngoại" quá đi chứ cô Kim Đoan ơi.
- Thanks Ngọc Anh! Giờ hai chúng ta đi ăn nha. Nói chuyện với nhau cởi mở hết, thế đủ rồi Ngọc Anh ạ. Sẵn cô đói bụng ta đi...
- Dạ thôi được cô. Con không... Ngọc Anh Thơ phản ứng.

- Đi đi mà cô đã có ý ngay từ đầu. Đoạn này không ghi vô báo tản mạn phóng sự đâu con. Hi hi. Chắc con ngại nhưng dẫu gì, cũng đâu sao Ngọc Anh?

- Dạ thưa cô. Con nghĩ... Dạ mà có ghi cũng đâu có sao há. Phong phú hơn mà, nhưng chắc có một số sẽ nói. Ngọc Anh Thơ – Xướng ngôn viên mới này, có tâm hồn ăn uống bậc nhất. Hi hi.

- Không ăn làm sao có năng lượng làm việc chứ?

Thơ nhìn Kim Đoan nàng cười tươi mà không nói nữa.

Kim Đoan đã dừng lại bài phỏng vấn, và cô có thu âm toàn bộ rồi, để sau soạn ra bài viết hoàn chỉnh hơn, cho báo giấy magazine để độc giả Việt bốn phương biết tìm coi.

Bỗng nhiên cô Kim Đoan nhìn Ngọc Anh Thơ và xướng lên:

Nắng Sàigòn em đi mà chợt mát/ Bỡi vì em mặc áo lụa Hà Đông/ Anh vốn yêu màu áo ấy vô cùng/ Thơ của anh vẫn còn nguyên lụa trắng...Anh vẫn nhớ em ngồi đây tóc ngắn. Mà mùa thu dài lắm ở chung quanh...

Anh Thơ nhìn cô Kim Đoan cười hồn nhiên vì cô đang là tóc ngắn thời trang đó. Anh Thơ thì tóc dài rồi. Nàng nghĩ không biết có khi nào nàng sẽ đổi kiểu chứ. Chắc sẽ có thể...

Kim Đoan lẹ làng giải thích thêm.

- Mỗi lần nhìn ai mặc áo dài tha thướt, dù là tóc dài hay ngắn, cô lại cứ nhớ bài thơ, bài hát đó lắm. Thời cô bài hát đó rất nổi tiếng. Bởi mỗi bài thơ, mỗi bài hát, mỗi tác giả có cái hay riêng của họ.

- Dạ đúng... Con hiểu mà.

- Nguyễn Bính hay theo Nguyễn Bính. Hàn Mạc Tử hay theo của Hàn Mạc Tử. Xuân Diệu hay theo cái chất của Xuân Diệu. Và Nguyên Sa hay theo tình ý của Nguyên Sa.

- Con cũng thích thơ Nguyên Sa lắm chứ?

- Cô hiểu.

Cả hai cùng cười vui lắm, như gởi những câu hỏi, những câu thoại vừa rồi, cho gió mây lên cao, để họ ra đường. Đúng, sau đó họ ra khỏi căn lầu ba. Tiếng chuông gió với một dụng cụ xê dịch được đặt nằm trung tâm cái chuông, nhờ gió là nó va chạm các trụ chung quanh, bốn trụ được cấu trúc bằng những cây đồng nhỏ và sáng bóng, nhờ sự ma sát đụng vào nhau khi treo đó, nó sẽ tạo như ngón đàn ngân lên, những âm thanh trong trẻo, mỏng manh và ngọt vắt...

Còn những chậu hoa lung linh yên bình treo lơ lửng kia nữa. Tất cả như thân chào hai kẻ lạ, mà tưởng chừng hóa quen với nó, ở một kiếp nào họ từng gần gũi, gắn bó với chúng vậy. Có phải ngoại cảnh luôn tác động vào tâm hồn họ, vào chúng ta, để chúng ta luôn giàu có, suy nghĩ tưởng tượng ra. Anh Thơ, cô chủ đài Kim Đoan đều mang trạng thái cảm nhận này ở tim mình...

CHƯƠNG 4

Ngần ấy đã hai tháng Ngọc Anh sang bên Nam California. Để làm một phát thanh viên, người dẫn chương trình cho một đài truyền hình Việt- VNQH. Và chính Kim Đoan là chủ bút tạp chí mang tên VNQH Life Styles rất nổi tiếng luôn. Còn riêng Jessie nhớ người yêu. Nhớ nàng quay quắt...

Nơi làm việc Jessie hở tay là ngồi nhớ nàng. Nhớ nàng như nhớ một nàng tiên trong lòng mình. Anh ngồi ngắm những lọ hoa rồi đọc một tờ báo công nghệ của công ty bằng English. Tuy nhiên lòng anh vui, nhẹ nhàng trong cảm giác yêu và được yêu với nàng Ngọc Anh Thơ. Vậy mà anh đã sơ hở làm sai một việc. Manager kế hoạch đi đến, ông ta cầm trả lại bản copy, bản lập trình đã sai một chỗ. Ông ta đồng thời trách nhẹ:

- Jessie hỡi chàng trai trẻ, hãy nghe và nhìn lại, không thể để mình có thể sai một chuyện đơn giản chứ? Đó là việc mọi người luôn ngạc nhiên trên trái đất này, và đã đặt nhiều câu hỏi tại sao và tại sao?

Jessie đưa mắt nhìn ông ta, chưa kịp nói gì. Ông đã dành nói thêm:

- Vì trên đời này việc sai lớn thì ít, mà việc sai nhỏ luôn là nhiều. Ôi có thể tình yêu làm Jessie bỏ hồn đi đâu? Nên anh làm việc sơ hở, đến nỗi phải tệ lấy thế? Cẩn thận tý đi nha cậu trai trẻ!

Jessie rất đỗi bỡ ngỡ, kinh ngạc. Anh phải giật mình thảng thốt:

- Ôi thế à? Thưa sir Manager kế hoạch. Tôi thành thật nhận lỗi về mình nhiều đấy. "Sorry. And Sorry" Chàng cố cởi mở hơn, nhìn vị quản đốc để nói tiếp:

- Lần sau tôi sẽ cố gắng không để tình trạng xảy ra đáng tiếc, để làm phiền công ty. Tôi rất biết ơn ông. Và tôi thành thật áy náy khi thấy sự nhầm lẫn của mình không nhỏ.

- Ồ không sao. Con người mà đôi khi phải nhầm lẫn một chút là bình thường, nhưng không nên quan liêu thế thôi... Và hãy phải cẩn thận nhiều hơn, chú trọng đến công việc. Không thì chỉ sợ rằng bị chứng đào thải, đó là luật company phải chu toàn 100%, nhịp chắc như bắp.... Xin Jessie hãy nhớ cho rằng: "Cái xấu luôn muốn loại trừ chúng ta, khả năng khuyết khiếm của chúng ta..." Thương quý Jessie tôi vẫn không bảo vệ được. Xin nhớ cho.

Jessie ngước nhìn thêm lần nữa, đôi mắt và khuôn mặt Richard Tom, chính ông là Manager kế hoạch, tuổi đã trung niên người gốc Do Thái. Ông đã có tuổi đời và tuổi nghề nhiều năm ở đây. Chàng lấy vẻ nghiêm nghị bình tĩnh trả lời:

- Thanks. Yes sir... Tôi hiểu...

Sau đó Jessie ngẩn ngơ không thể hiểu nổi mình có thể sai một việc nhỏ nhặt đến vậy. Nhưng khốn khổ của tình yêu, làm cho anh một chút mù lòa nơi công việc... Song Jessie mỉm cười, bóp trán và hứa với lòng sẽ làm việc chu đáo hơn.

Jessie đã cố gắng làm việc hơn. Một hôm khác, gần đó không xa bản vẽ trước, anh vẽ lại bản kế hoạch nộp lên, mật độ được chính xác, và lập trình dễ dàng nhận biết, cùng tỉ mỉ sơ đồ, rõ ràng về điểm nhấn v.v... Manager Richard Tom kế hoạch xét duyệt nhìn, ông gật gù vẻ tán đồng. Sau thì ông đi tìm kiếm nói chuyện với vị manager tổng chỉ huy. Thomas là Manager tổng chủ huy rất khen ngợi và tán thán, thành quả mới của Jessie. Cả hai ông hân hoan thích thú niềm tin yêu mới lạ, khi nhìn vào bản sơ đồ, họ thấy quá tuyệt vời, quá bất ngờ. Manager Thomas quá đỗi vui mừng nên có nói:

- Có thất bại, có sơ sót, thì thành công sau sẽ lớn hơn thôi. Tôi sẽ thưởng xứng đáng cho công trình nơi Jessie làm việc kỳ này quá xuất sắc.

- Thank you Manager Thomas quan tâm chu đáo.

- Ông nên cho Jessie biết ý tưởng của tôi. Rất có thể... Tôi sẽ có tin cho ông đến cậu ấy.

- Yes sir. Ông Richard Tom trả lời nhìn ông chủ lớn hơn của mình.

Đến lượt một tuần sau, sau khi Thomas và Richard Tom nói chuyện lần cuối. Rồi hôm đó ông Richard Tom đến phòng làm việc của Jessie. Lần này ông lại khác hơn, ông chia sẻ cười tươi hớn hở mà bảo rằng:

- Manager Thomas tổng chủ huy nhận xét cậu giỏi, thông minh sáng kiến, lập trình vượt trội. Có thể tăng lương vượt một bậc, đúng là thất bại nhỏ có khi đưa đến một thành công lớn. "Thất bại luôn là mẹ đẻ của thành công mà." Hay lắm nha! Cậu còn có những ưu tiên khác lớn nữa. Im vài giây Richard Tom nói tiếp:

Cậu sẽ chọn một cuộc nghỉ vacation hay holiday như ý. Jessie được đền bù nhiều, để xứng đáng đấy thôi. Ông ta có nhiều chương trình, cơ ngơi nghỉ mát rất đặc biệt ở các tiểu bang Flordia. Alaska. Hawaii và cả Mexico. Và nhiều nước bên Châu Âu. Jessie sẽ tha hồ mà chọn lựa, sung sướng niềm vui? Xin chúc mừng, chúc mừng nhé. Tôi đã biết là như vậy.

Hôm đó Jessie mừng cám ơn họ rồi ra về, giờ làm việc cậu cũng đã hết. Nơi nhà người mẹ đang thấy một quyển album có nhiều hình con trai bà và cô gái lạ, song cử chỉ họ rất thân. Bà mãi ngắm nghía và đợi chờ để hỏi cậu. Bà không biết cô gái này là ai, bà nhớ loáng thoáng Jessie có đưa về nhà thăm chơi một hai lần, nhưng con trai bà vốn cũng có một ít bạn bè đến, thì làm sao bà định vị cho chuẩn được? Mối quan hệ gì với Jessie đây, bạn bè hay người yêu nó nhỉ? Nhưng thoạt đầu bà nhìn thấy đã cảm tình ngay bởi hình cô ta khá xinh đẹp, sáng sủa, hiền hậu. Bà đang chuẩn bị đi tới, hỏi chuyện với Jessie, khi cậu con trai bà mau lớn đẹp mã, ăn mặc chải chuốt sang trọng hôm nay, nó đang lái xe đậu vào parking xong, và vui vẻ bước vô nhà kia.

Bà là dân Hồi Giáo, song quyền làm mẹ làm vợ của bà được hẳn nhiên, chứ không bị tước quyền như một vài gia đình Hồi Giáo cũ kỹ khác. Tại sao Hồi Giáo họ cứ còn mãi bị hủ lậu lâu năm, mà vẫn chưa được cải tiến. Bà vẫn biết điều đó trong cộng đồng Hồi Giáo bà chứ. Một thoáng nghĩ, đến bên cạnh Jessie nơi phòng chàng. Nhìn con trai chăm chú một chút. Bà hỏi liền:

- Con làm việc về rồi đó sao? Cho mẹ hỏi chuyện này nha. Cô gái này là gì đối với con? Mẹ thấy hình cô ta chụp chung với con nhiều quá. Mẹ muốn quan tâm.

- Vâng con mới về. Thưa mẹ là bạn gái con thôi.

- Mẹ chưa từng nghe con giới thiệu. Cô là dân tộc nào?

- Cô ta là người Việt Nam, con có đưa cô ta đến nhà một hai lần đó chứ mẹ, chắc mẹ quên. Con chưa giới thiệu chính xác vì là... Jessie đưa mắt nhìn không gian trong nhà, và cả bên ngoài rồi tiếp tục thưa:

- Vì không biết rằng cô Anh Thơ đó có thích nghi với tôn giáo của gia đình mình không? Bây giờ cô ta thân với con hơn một tý thôi. Thưa mẹ nếu con giới thiệu mà sau này không được vợ chồng, con lại phải thấy hối hận sai với gia đình, và sai cho cô ấy. Nên con đành chờ thời gian thử thách cô ta mẹ à.

- Con thật sự yêu cô gái VN đó chứ, phải không nào?

- Thưa mẹ tất nhiên rồi, con yêu... Và cô ấy cũng dành cho con một tình cảm nhất định.

- Mẹ chúc mừng. Mẹ chỉ thấy hình và muốn hỏi con một vài câu hỏi ngắn gọn đó thôi.

- Thưa mẹ. Mẹ có nói việc này cho ba biết không? Jessie nhìn mẹ ngờ vực hỏi thế, nhưng tâm trạng anh thì dễ chịu, có vẻ vui.

- Chưa. Mẹ chưa nói cho ba. Và chúng ta không cần thiết nói sớm. Biết đâu ba nghiêm khắc, chẳng thể thì tình yêu con sẽ chuyển sang một lối rẽ, bi kịch hoặc thiếu may mắn Jessie ạ. Mẹ nghĩ thế… Bà nói và đưa tay ra hiệu, như sợ một sự mất mát như câu nói bà.

- Thank mom. Con nghĩ sẽ một ngày. Có cơ hội con nên nói với ba nhỉ?

- Có thể tự do chọn lựa ý nghĩ của con. Song mẹ cho rằng nên chờ thời gian. Thời gian nào đó, là có cơ hội tốt nhất. Nếu như con định lấy cô ta làm vợ, và cô gái đó phải chấp nhận làm vợ con mới được chứ?

- Vâng con nghe lời mẹ. Để có một kết quả sáng sủa hơn. Con đang mong một ngày gần nhất…

- OK con. Thôi ăn uống gì đi Jessie. Mẹ đã có phần ăn cho con. Mai chiều mẹ có thể hỏi thêm con về cô gái này.

- Dạ được. Dạ con cám ơn mẹ. Con đi tắm sẽ ăn sau. Mẹ nghỉ ngơi đi.

- Mẹ phải đi xếp đồ đạc. Bỏ ra đồ cũ mình không dùng, để làm từ thiện cho một số người nghèo thiếu thốn đấy.

- Ôi thưa mẹ tốt lắm mẹ ạ. Thánh Allah sẽ phù hộ chúng ta.

Bà mẹ của Jessie chỉ làm dấu thánh theo Đạo Hồi mà không nói gì nữa.

Jessie nhìn đồng hồ đeo tay rồi đi tắm. Tắm xong anh lau mình bằng một chiếc khăn to rộng lông mịn, và anh thay bộ đồ thường mặc nơi nhà bằng chiếc áo thun mỏng mảnh và quần lửng cột dây cho thật thoải mái. Sau đó Jessie đi ăn lunch, thức ăn mẹ chàng dọn sẵn trên bàn, và uống chút nước theo giữa bữa như phong tục Hồi Giáo của Bangladesh họ. Bà thì tiếp tục soạn quần áo đặt vô thùng riêng, làm clothing, để đem giao đến những cơ sở hội từ thiện. Mẹ của Jessie rất yêu thương cưng chiều Jessie. Cậu là đứa con trai út của gia đình. Nên bà cứ bỏ tay lỡ chừng đang làm việc, bà ra coi Jessie có siêng ăn chưa? Bà đứng nơi cách cửa phòng bà lén nhìn một chặp, thấy cậu trai nhỏ ăn ngon lành và uống nước kiểu đúng bữa. Bà mẹ mới vào tiếp tục xếp nơi đồ cũ như dự định...

CHƯƠNG 5

Một bữa ngủ nọ đã ba giờ sáng. Mẹ của Jessie thức giấc trước. Bà trở mình thao thức nhìn đồng hồ treo tường. Chồng bà ngái ngủ, giật mình tỉnh giấc luôn. Nhưng ông nhìn bà, rồi quay sang ngủ tiếp. Tự nhiên bà tỉnh táo gõ tay lên vai ông và bảo rằng:

- Ông thức chưa? Tôi nói chuyện này cho ông nghe.

Ông mở đôi mắt tròn to nhìn bà. Ông hỏi:

- Chuyện gì nào?

Bà ngồi dậy nhìn vào đôi mắt ông mà tỏ bày:

- Thằng Jessie đã có người yêu, một người Việt Nam. Cô gái, cô gái Việt Nam ông biết chưa?

- Chưa? Tôi chưa từng nghe nó nói?

- Thì vậy đó. Nó ngại ông nghe không an lòng. Và Jessie vẫn sợ cô gái Việt Nam chưa chắc muốn làm vợ nó.

- Cô gái Việt Nam chưa muốn làm vợ Jessie, thì có nghĩa gì đâu, bà tỏ bày với tôi làm chi? Bà nói chuyện kỳ thế. Hừm không nên đâu bà ơi.

- Mà hôm nay Jessie nói với tôi có thể hy vọng? Nếu như vậy ông nghĩ như thế nào? Cho tôi biết về cách nghĩ của ông. Sorry tôi muốn hỏi ông như vậy?

- Cô gái đó bao nhiêu tuổi làm gì? Tánh tình, sắc đẹp, công việc, cách ăn lối ở, v.v... Bà thấy chưa?

- Cô ta ngang tuổi với thằng Jessie. Nó có đến đây một hai lần như bạn bè, nhưng chúng ta không để ý lắm. Đi làm gì đó tôi chưa rõ. Đã tốt nghiệp college. Tánh tình thì dễ thương, hiền hậu... Sắc đẹp thì cũng khá lắm. Ông coi hình đây nè.

Bà đứng dậy đi tìm quyển album Jessie có hình Ngọc Anh Thơ. Bà móc lấy hình Anh Thơ rồi đưa cho ông:

- Hình cô ta đây nè. Ông nhìn đi.

Ông cầm lấy hình Ngọc Anh Thơ từ tay bà đưa. Ông nhìn một chặp, rồi gật gù:

- Cô gái này đẹp, đôi mắt sáng láng lắm. Nụ cười tươi,

nó có yêu thằng Jessie thật lòng không?

- Hai đứa đang yêu nhau.

- Vậy thì tốt lắm. Tôi sẽ cưới vợ cho con trai.

Ông nhìn bà như quả quyết rồi ông hỏi luôn:

- Con bé đó. Phải cữ không ăn thịt heo được không?

- Chuyện gì nó chấp nhận. Nhưng hai cái nó xin, là chỉ che mặt trong những ngày trọng đại thôi, bình thường hằng ngày nó không cần che chắn. Tôi có hỏi tìm hiểu, thằng con trai mình trả lời như thế.

- Vậy sao?

- Và cô ta mong được có món thịt heo thỉnh thoảng. Vì món đó cô không thể bỏ được hoàn toàn, bởi cô ta ưa chuộng. Và dân tộc họ ưa chuộng... Mỗi dân tộc, mỗi tôn giáo điều có sở thích riêng, ấn định riêng...

- Vậy làm gì mà cưới cho Jessie. Bà lại nói chuyện rơi vào như lẩm cẩm thế sao? Khi chúng ta là những người Hồi Giáo mặt phải che mạng, không ăn thịt heo. Đó là điều cấm kỵ nhất, phải khuôn phép, phải làm. Luật giáo hội mà. Bà biết chứ?

- Tôi hy vọng từ từ cô ta thương Jessie nhiều hơn, sẽ sửa đổi hơn...

Ông im lặng nghĩ ngợi đôi chút, không nói gì thêm.

Bà vợ cố tình chia sẻ:

- Nhưng nó đi theo đạo với một sự cải cách mới mẻ thích nghi cuộc sống hiện đại hơn. Và cũng đã theo truyền thống ta năm mươi phần trăm hơn rồi mà.

- Tôi thì mong hoàn toàn của truyền thống, luật lệ gốc của Hoồi Giáo Bangladesh thôi.

- Tôi thương thằng con trai, tôi nói hết tấm lòng nơi tôi.

- Tôi cảm thông được bà. Tôi hiểu lắm...

Trời đã sáng, một sáng chủ nhật thường tuần. Ông đi pha chút coffee để uống ngẫm nghĩ gì đó nữa. Cũng như sự enjoy trong mỗi weekend sớm của ông...

Mẹ của Jessie không nói gì nữa. Bà lẳng lặng lo chuyện trà nước và thức ăn sáng cho ông, cho cả bà nữa.

Sau những ngày đó không bao lâu. Một hôm nọ Jessie

như có vẻ cuốn mình vào trong nỗi nhớ Ngọc Anh Thơ. Anh đang ngồi viết một bức thư thiệt hay để gởi cho nàng. Vì Ngọc Anh Thơ là nội tâm hướng về cổ điển. Thích để đọc thư, hơn là những câu nói vẹc trên facebook, hoặc chat chiết. Chỉ tổ tốn thì giờ cô không mấy thích. Còn nói phone qua lại, cũng chả hấp dẫn mấy với Ngọc Anh Thơ. Ngoại trừ trường hợp khẩn cấp, đôi khi cần dùng... Nàng chỉ cần thiết để khi "tạm thời" mau chóng việc gì thôi! Ngọc Anh Thơ mê một cánh thơ tỏ tình nghiêm trọng và thi vị, hoặc như những trang sách hay, tạp chí cô từng coi nổi tiếng kia... Cô luôn có thái độ vui sướng về điều này... Khí khái, thâm trầm về điều này hơn... Ngọc Anh vốn sống thì thực tế, mà trái tim thì lại vô cùng lãng mạn, khác thường...!

Kể ra Jessie kiếm một vài lời thơ hay cho tình yêu thì khó đó! Nhưng không phải cậu không tìm ra, hoặc không bắt gặp trong trí não mình? Cậu đang thả hồn nắn nót con chữ viết: *Em yêu dấu.*

Đã hai tháng xa nhau nhớ ơi là nhớ. Nơi đây anh cô đơn đếm từng chiếc lá mùa thu rơi rụng. Nhìn những cơn gió chọc ghẹo trái tim anh lạnh giá, nhìn những bình minh thức dậy, hoặc những hoàng hôn chiều đến, anh đều buồn nhớ đến em. Em hỡi nơi đâu? Ngọc Anh Thơ có nhớ anh? Còn anh thì như em biết đó: Ngày sang, đêm đến, khuya về, bất cứ một giờ khắc nào anh đều nhớ đến em, nhớ đến như phát khùng...

Hãy về với anh. Thánh Allah hãy trả lại cho tôi người yêu thương! Ta sống lại những ngày bên nhau, như những ngày ta đã có nhau. Xin em đừng quên anh nhé. Trời sinh em ra là để cho anh yêu thương nhất đời, anh ước mong như vậy. Vợi vợi nhớ thương em... Em hỡi em yêu!

NAT của anh. Người yêu em: Jessie. (Ghi chú NAT: Là tên viết tắc của nàng)*

Ngọc Anh Thơ đang nằm trong phòng nghe tiếng chuông gió ngân lên. Cô thấy thanh thản sau một ngày làm việc. Một đoạn cô đi tắm thay đồ, rồi ngồi ăn một thỏi socola như cô thường ăn vặt. Lòng cũng bỗng nhớ Jessie miên man. Cô mở iPac ra nghe nhạc. Cô lại nhớ Jessie cuồng điên và cô tìm hình hai đứa chụp chung mà ngắm cho đỡ. Đang nỗi nhớ cô lục thùng hộp thư để góc ngoài trước nhà. Thì Ngọc Anh nhận được một số mail quảng cáo, thư bill bộng, và cả lá thơ của Jessie mới gởi hai ngày đã tới nữa. Cô cầm vô ngồi đọc. Hồn chạm hồn trong nỗi nhớ mênh mông...

Lời lẽ như trên thế đó... *Em yêu dấu*

Đã hai tháng xa nhau nhớ ơi là nhớ. Nơi đây anh cô đơn đếm từng chiếc lá mùa thu rơi rụng. Nhìn những cơn gió chọc ghẹo trái tim anh lạnh giá, nhìn những bình minh thức dậy, hoặc những hoàng hôn chiều đến, anh đều buồn nhớ đến em. Em hỡi nơi đâu? Ngọc Anh Thơ có nhớ anh? Còn anh thì như em biết đó: Ngày sang, đêm đến, khuya về, bất cứ một giờ khắc nào anh đều nhớ đến em, nhớ đến như phát khùng...

Hãy về với anh. Thánh Allah hãy mang trả lại cho tôi người yêu thương! Ta sống lại những ngày bên nhau, như những ngày ta đã có nhau. Xin em đừng quên anh nhé. Trời sinh em ra là để cho anh yêu thương nhất đời, anh ước mong như vậy. Vợi vợi nhớ thương em... Em hỡi em yêu!

NAT của anh. Người yêu em: Jessie.(NAT:là tên Ngọc Anh Thơ chàng viết tắt.)

Nỗi nhớ nhung nàng, về chàng Jessie như đong đầy, như bão lòng gào thét, cuộn dâng... Nàng chợt nhớ lời bài hát, nàng mới được nghe của ai:*"Đời đi về trăm ngả, mà tình yêu ta chỉ có một dòng...Hỡi người tình thương nhớ... Ta từng được ước mong!*

Đường về tím ngát xa xăm mong chờ... xa xăm mong chờ. Hớ... hờ... hớ... hờ..."

Lời bài hát đó có đáng tin tưởng không nhỉ? Niềm lạc quan và nghi ngờ tình yêu luôn luôn đặt ra, cho những kẻ yêu nhau thắm thiết. Dù có yêu cách mấy vẫn phải lo âu cho định mệnh, cho giông tố? Ngọc Anh làm sao có thể khác hơn! Trong cùng một lúc không một ai có thể thỏa mãn nhiều thứ? Nhiều khi được cái này thì mất đi cái nọ.

Được cái nọ, lại mất cái kia. Luyến tiếc vô cùng vẫn không thể ôm lấy lại được. Số phận và trái ngang luôn hun đúc, vực dậy chực chờ... Đôi lúc trái ngược đến vô chiều...

Nàng đa nghi nhưng rồi nên mỉm cười cho tình yêu như "lá chắn" có lá thư chàng viết mà. Một lá thư chàng viết khá đẹp, đủ hâm nóng trái tim nàng dù cách trở... Còn chuyện vợ chồng, thì hỡi ơi nàng chưa dám quyết...

CHƯƠNG 6

Nàng đang ở California làm việc. Nàng được Kim Đoan yêu mến nhiều. Ngoài chức năng là một nhân viên tích hoạt giỏi giang, Ngọc Anh được Kim Đoan yêu thương nhận là đứa con nuôi. Chính chiếc xe Ngọc Anh Thơ lái mỗi ngày, là chiếc xe số một, hiệu hãng BMW của Kim Đoan- Bà nhường lại cho đứa con gái phát thanh viên Ngọc Anh sử dụng, (Bà đã không cho Ngọc Anh mua xe, bà bảo bà dư xe rồi.)

Ngọc Anh, nơi ba mẹ ruột nàng đã đồng ý và phấn khích để cho tình yêu giữa con gái họ và cô chủ đài thêm bền chắc và phát triển. Không phải họ không có tiền để mua xe đẹp cho con gái họ, nhưng được một người thương yêu bảo bọc chu toàn tất cả, thì ai nỡ không vui mừng, cho duyên phận con gái mình may mắn...

Và rồi như vậy cô Kim Đoan có chí hướng cho Ngọc Anh lấy chồng một luật sư giỏi giang người Việt theo ý bà. Một hôm bà nói chuyện với Ngọc Anh tại một phòng nơi tòa soạn của bà. Ngọc Anh đang ngồi đọc tờ tạp chí Mỹ mới nhất. Kim Đoan đi vào:

- Hi con. Ngọc Anh Thơ hôm nay rảnh rổi... Nên cô muốn nói chuyện con chút, đã hơn tháng nay cô chuẩn bị?

- Chuyện gì thưa cô Kim Đoan.

- Không có thời gian. Chắc cô cũng phải vắn tắt thôi. Chuyện tình duyên của con.

- Thưa cô?

- Như con biết Huỳnh Huynh trong dịp birthday của cô tháng qua. Và con có dịp gặp mặt, như tâm tình một chút xíu với Huỳnh Huynh rồi đó. Bây giờ... Cô giới thiệu con thêm về cậu luật sư, một luật sư Việt này. Con muốn nghe không?

- Dạ cô cứ nói.

- Thời buổi này dĩ nhiên là không mai mối. Nhưng dù có văn minh đến mấy, chuyện tình yêu vẫn không cũ với cầu nối tương giao... Hoặc khuyến khích giúp đỡ, nhận ra nhau. Đúng không con?

- Dạ thưa cô? Ngọc Anh Thơ nhìn Kim Đoan với đôi mắt là câu hỏi hơn là câu trả lời của nàng.

Bà Kim Đoan hiểu ý. Và xua nhẹ tay:

- Để cô Kim Đoan nói hết đã. Cậu ta ở Mỹ tuy lớn tuổi hơn con. Nhưng đó là một tài năng. Gia đình của Huỳnh Huynh có bà con, họ có mặt trên nhiều quốc gia. Úc, Pháp, Đức, LonDon, Canada, Ý Nhĩ Lan, Na Uy, Đan Mạch, Thụy Sĩ... Lợi thế con có nhiều, nếu như con biết kết hợp?

- Thưa cô...? Con chưa hiểu chính xác ý cô. Ngọc Anh Thơ ngước đôi mắt nghi ngờ, nhìn Kim Đoan...

- Lắng nghe cô đi. Con là một người ái quốc. Hướng về dân tộc thì con nên chọn người này. Hoặc nhà thuyết trình gia, nhà hoạt động tài giỏi có hạng được chú ý, nhà dân chủ có quyền lực, để làm ăn uy tín. Dựa vào đó mà có thể làm nên lịch sử. Còn thằng Hồi Giáo kia. Con nên xếp cánh đi...

Im một chút Kim Đoan nói tiếp:

- Đã là con gái nuôi cô. Nên cô Kim Đoan phải biết cách hướng dẫn, và cô phải nói thật. Để cho con đi đúng hướng.

- Nhưng thật buồn nếu như... Ngọc Anh Thơ cúi mặt lắc đầu nói bấy nhiêu.

- Như con biết. Hồi Giáo là nơi để đang bị chĩa mũi vào. Và hơn nữa... Nếu là con nuôi cô rồi, thì mọi ý muốn, cô đối với con là mẹ, là gia đình, như ba má con vậy. Cô nhất định, không mong con phải lấy chồng mà nguy cơ sẽ nhiều vợ sau này. Điều đó con phải hiểu. Cũng không loại trừ...

- Dạ điều đó bây giờ, không có đâu cô.

Ngọc Anh Thơ lại ngẩn người đưa mắt nhìn Kim Đoan

nói, và cô gái như muốn hùng biện điều chi. Mà rồi Ngọc Anh Thơ nói ngắn bấy nhiêu thôi.

- Sorry vì thương con quá mà cô Kim Đoan đi hơi quá... Song con phải nhận thức lại đi. Yêu con người bằng sự nghiệp chứ không phải yêu bằng cảm xúc, hay ân tình bề mặt là thua non. Anh Thơ ạ con phải biết.

- Dạ con cần cả hai.

- Ồ cô nói hơi sai và quá đà. Nhưng xin nói rút lại câu nói. Là guarantee cho con biết... Cậu luật sư này không thể thô lỗ cộc cằn, hay yếu thế về bề mặt đâu. Như con đã thấy, Con phải ráng mà nghĩ lại một tương lai của con. Cô Kim Đoan chỉ ướm một vài lời. Cô có nói chuyện với má con Ngọc Sương rồi. Mong con nghe lời cô, tỉnh táo với tình yêu. Nên nhận một tình yêu màu hồng thật sự và không nên đùa với tình yêu, là đùa với lửa...

- Cô có gọi điện nói chuyện với má con hã?

- Chỉ vài phút thôi.

- Dạ con xin cám ơn cô. Con nghĩ lại. Sẽ trả lời sau này độ một vài hôm.

Kim Đoan chào từ biệt Ngọc Anh Thơ ra về. Ngọc Anh Thơ cũng hết giờ làm việc ra đi. Cô lái xe về nhà, tòa nhà, căn ở trên lầu ba nghe tiếng chuông gió đặt để, vài lẵng hoa cấy nuôi treo lơ lửng thơm dịu của người cũ nơi mình ở, hoặc nó thuộc kế hoạch của ông chủ boss, người trùm Apartment mua biếu cho những ai tới sống, hay riêng cho nàng, nàng cũng không biết? Nhưng nàng rất thích lối trình bày tiết độ đó. Anh Thơ đã thưởng thức ké, từ độ khi nàng dọn về...

Anh Thơ vô ngồi nghỉ, nghe chuông gió kêu, ngắm hoa nở, nhìn gió hát, mây ca một chốc... Rồi nàng đi tắm, thay đồ thoải mái. Nàng liền đi nằm sãi giò ôm gối nơi bộ ghế salon và nghĩ lại chàng trai này. Nhưng không cô đổi lại, đã bước vào giường để nằm nghĩ, tay như vẫn còn ôm gối mộng...

Hôm đó là một ngày birthday của Kim Đoan được tổ chức đã tại nhà hàng "Non Sông Việt." Huỳnh Huynh có đến gặp Ngọc Anh Thơ. Chương trình này cô Kim Đoan thử sức một MC chuyên nghiệp về lễ nghi thức của birthday, chứ cô không nhờ cậy vào Ngọc Anh làm MC. Kim Đoan có ý định cho Ngọc Anh thong thả trong lễ birthday của bà, để nàng vui gặp trực tiếp Huỳnh Huynh. Kim Đoan muốn tạo cơ hội cho Huỳnh Huynh gặp Ngọc Anh một cách hiển nhiên.

Đúng vậy sau phần trình diễn của Kim Đoan với bài hát "Chuyến Đò Vĩ Tuyến" của nhạc sĩ Lam Phương. Ai ai cũng xúc động. Bởi lời ca và tiếng hát cô Đoan vẫn còn tràn đầy nội lực. Với những sự biểu cảm của Kim Đoan rất nồng hậu và chan chứa... Giọng cô Kim Đoan na ná chất giọng của Thanh Tuyền cũng lắm thiết tha và tình cảm, lại bi ai trộn hợp rất thảm sầu... (Cần nói thêm là chủ nhân Kim Đoan chỉ dành riêng cho phần nhạc của Anh Bằng và Lam Phương trong đêm nay birthday bà, với một vẻ vinh danh, trân trọng.) Chàng Huỳnh Huynh lân la tới chào Ngọc Anh Thơ qua một lời nói lịch sự:

- Xin hân hạnh tôi là Huỳnh Huynh, một luật sư người Việt cũng là chỗ quen rất thân với cô Kim Đoan. Xin hân hạnh biết em.

- Tôi, Ngọc Anh Thơ hân hạnh biết anh.

- Vâng tôi biết cô và thấy cô hằng ngày đó chứ. Nhưng thực tế đến hôm nay mới tận mặt nhau.

- Dạ. Ngọc Anh Thơ bối rối khi bắt gặp cái nhìn của Huỳnh Huynh. Có cái gì đó thật sắc bén, đường đột tuy chàng vẫn lịch nhã.

Tiếp theo trong bài nhạc được giới thiệu của chương trình. Huỳnh Huynh nhìn lên sân khấu. Anh mau miệng mời Ngọc Anh Thơ:

- Tôi có thể mời cô nhảy một bản.

- Dạ em xin cám ơn. Em về khiêu vũ không rành.

- Một Á Hậu. Hoa Hậu ở xứ Texas lại không biết dance. Có nên tin không vậy? Xin Ngọc Anh Thơ đừng phủ nhận sự thật với khả năng mình...

Nàng cười tươi vẫn còn phủ định:

- Ô hay! Thật chứ. Trên đời này cái gì cũng có thể hết mà. Kể cả vô lý...

- Anh năn nỉ một bản thôi. Đừng để anh thất vọng và cô Kim Đoan nhìn buồn.

Ngọc Anh Thơ làm thinh, Huỳnh Huynh giục giã:

- Đi đi em ra nè. Anh năn nỉ, mong một lần thôi mà.

Ngọc Anh Thơ làm thinh không nói nhưng đã bước ra theo lời mời. Nàng được chàng dìu trong tiếng nhạc. Cô ca sĩ thì mãi mê, nhả lời cuốn hút theo giai điệu nhạc boston của Anh Bằng- Với bài hát "Anh Còn Nợ Em." Còn các bạn nhảy vẫn như thế, họ rất là đam mê với vũ khúc, quá tuyệt vời, quá réo rắt và tự tình ấy...

Xong bản nhạc dứt, Ngọc Anh Thơ lại quay về chỗ ngồi. Huỳnh Huynh lại đến một góc hạ mình, chàng nhìn những tài tử giai nhân nhảy, thật sinh động nhưng êm ái quá, qua bản nhạc khác tiếp theo của giai điệu slow rock "Nỗi Lòng Người Đi." vẫn được giới thiệu của nhạc sĩ Anh Bằng. Qua một nam ca sĩ Hữu Trường hát... Đúng là Kim Đoan chỉ vinh danh vui chơi ca hát, với hai dòng nhạc của hai nhạc sĩ lớn của Miền Nam VN ai cũng biết. Và thỉnh thoảng chàng nhìn Anh Thơ đang ngồi đó, mà hồn cô gởi đi đâu đâu: Quê hương đất nước con người. Hoặc người yêu dấu của cô? Chàng cũng khó nghĩ ra chính xác trong trái tim người con gái tên Ngọc Anh Thơ này đang nghĩ gì? Một xướng ngôn viên dẫn chương trình cho đài VNQH được mới làm trên hai tháng, và đã có khắp nơi người Việt bốn phương ái mộ yêu thương...

Ngọc Anh Thơ đang nhớ lại những diễn biến gần đây trong đời cô. Và những gì cô Kim Đoan mới nói có liên quan đến bữa tiệc và Huỳnh Huynh... Thì vừa lúc Huỳnh Huynh gọi tới.

Cô nhìn phone và pick up lên, tiếng chàng chào:

- Hi em Ngọc Anh Thơ. Chắc em đi làm mới về.

Nàng trả lời đằm thắm:

- Vâng em mới về.

- Anh hân hạnh biết em và mời em đi chơi một bữa nay.

Chúng ta có thể nói chuyện về nhiều đề tài. Em có vui lòng cùng anh chia sẻ không? Chắc em còn nhớ tên anh chứ. Và em cũng đã nghe cô Kim Đoan giới thiệu phần nào về anh phải không em?

- Dạ nhưng.

- Không sao đâu em. Anh coi Thơ như em gái, hoặc người bạn bình thường thôi mà.

- Dạ em chưa có chuẩn bị.

- Đơn giản mà có chi chuẩn bị em?

- Sorry. Em hơi bận.

- Cuối tuần mà. Em làm một xướng ngôn viên có nhiều triển vọng giỏi, đâu phải cần nhất nhất như là học sinh thời tiểu học, phải thuộc bài. Em đã đi khá xa nó rồi?

Im lặng một tý. Huỳnh Huynh thuyết phục nói thêm:

- Cô Kim Đoan có giới thiệu về em anh biết. Anh chỉ xem em như em gái cũng được. Mình có thể học hỏi một cái gì đó của nhau. Mong Thơ đừng ngại. Giữa thời đại văn minh mà. Ai bắt em làm một việc khi em không muốn đâu.

- Dạ, nhưng em thật sự chưa chuẩn bị thiệt.

- Có gì mà chuẩn bị thiệt. Em làm như sắp đi phỏng vấn ở nghiệp vụ nào đó sao, cũng không bằng? Gặp nhau ta đi ăn uống, nói chuyện vài câu. Xem ca nhạc thế là đủ mà. Cuộc sống sau làm việc, thì giải trí và vui chơi thôi em?

Thơ làm thinh, im lặng như tờ. Huynh tha thiết hơn.

- Lại ác với anh giữ vậy sao? Anh năn nỉ khô cả cuống họng mà em không thương hại chút nào nhỉ Ngọc Anh Thơ. Đã nói là coi em như em gái mà. Chẳng lẽ anh không biết tự trọng, trách nhiệm cho lời nói mình.

Nàng vẫn làm thinh.

Huỳnh Huynh bảo giòn:

- Có thể nào em không cho anh một cơ hội. Một lời mời chí tình. Trong tình cảm anh em hay bạn bè. Gặp nhau vui chơi, chia sẻ có gì to tát đâu em?

Nghĩ một lúc. Muốn mọi sự trọn vẹn hơn. Nàng đáp:

- Thôi được một lần em nể anh và cô Kim Đoan nhé.

- Thank so much! See you!

Anh Thơ ngượng ngùng. Nàng hứa rồi thì phải chuẩn bị thôi. Song nhìn đồng hồ nàng lại nghĩ ra một việc mới. Không hiểu sao nàng gọi phone lại "nói với chàng là nàng xin lỗi vì mệt buồn ngủ và không thể đi." Hẹn chàng lại chiều tới. Chiều của sunday.

Huỳnh Huynh đang chưa kịp mừng thì nghe tin nàng gọi lại "hồi" anh thật buồn. Nhưng biết làm sao hơn. Có còn hơn không. Nàng có hẹn chiều mai mà. Ôi một ngày mai chỉ còn vòng quay trên 24 tiếng đồng hồ nữa thôi. Anh ráng chịu đựng. Mong rằng cô đừng khất nữa thì anh cũng vui thôi. Chàng hy vọng và chờ đợi. Miệng chàng như dại ra mà nói: "Ngọc Anh Thơ xin em đừng lỗi hẹn nữa nha. Xin đừng lỗi hẹn cùng anh nha em?... Hì. "

Thời gian Ngọc Anh Thơ chỉ dùng cho nhớ mẹ, nhớ người yêu và đọc sách... Coi lại vài chương trình nàng đã làm ở đài truyền hình VNQH cũng đủ chiếm hết thời lượng nơi nàng.

Và rồi chiều sunday đến nhanh. Huỳnh Huynh gọi phone đi đến thăm nơi ở của Anh Thơ. Nàng ở trên căn lầu ba có tiếng chuông gió cùng ít lẵng hoa móc treo lơ lửng như Kim Đoan diễn tả. Chàng đến Ngọc Anh Thơ thật bỡ ngỡ tuy rằng có hẹn và chuẩn bị. Chàng chỉ ngắm cảnh trước nhà chốc lát. Nàng thay bộ cánh mới hơn đi ra chào nhanh chàng:

- Hân hạnh anh đến thăm gia trang em.

- Anh hân hạnh được em tiếp đón. Thanks em.

Nấn ná nhìn chút phong cảnh nhà nàng, căn hộ nàng. Cô gái xướng ngôn viên Ngọc Anh Thơ để chàng tự nhiên nhìn ngắm một chút. Rồi sau đó chừng hai phút, thì cả hai như hiểu, họ đi nhanh xuống lầu ra xe của chàng. Ngọc Anh Thơ quả là tâm trạng bẽn lẽn. Nhưng với chàng Huỳnh Huynh ảnh hưởng điều chi, chàng cũng trở nên bẽn lẽn nhút nhát, chẳng bạo dạn tý nào với một nam nhi thời đại, hay chí khí gì mới cả?

Họ lái xe đến một nhà hàng ăn chiều trước tiên như dự định. Huỳnh Huynh ráng mạnh mẽ hơn, để nói với nàng.

Khi họ vào trong restaurant và gọi món thực đơn đem ra mau chóng.

- Ăn đi em. Thơ cứ tự nhiên enjoy. Em thật là xinh đẹp đi làm việc rồi ở mãi nơi phòng, như thế lãng phí thời gian lắm em? Anh thích em lắm. Song anh vẫn còn coi em như người em gái thôi. Thơ biết không? Phần cô Kim Đoan giới thiệu về em, anh thật nhìn quả không lầm...

- Dạ cám ơn anh. Anh nói khen quá lời, Thơ không dám. Và anh nên dùng đi cho ngon miệng. Nhà hàng này phục vụ lẹ nhanh quá. Không đợi chờ nhiều hả anh?

- Ừa. Ở Mỹ mọi job, công nhân đều work hard, phục vụ tốt. Ngoại trừ ta muốn ngồi chậm...

- Chắc vậy hả anh?

- Đúng. Ăn đi em, còn nóng cho ngon.

- Mời anh cùng dùng.

Cả hai yên lặng và thưởng thức thức ăn.

Một đoạn Huỳnh Huynh bảo:

- Ta quen biết nhau sự xã giao bình thường có chi em ngại? Đó em thấy hôn? Duy có điều anh ao ước, anh khao khát... Không biết em đồng ý không? Cho anh ý kiến thử.

- Chuyện gì anh?

- Người ta nói thước đo của thành công là hành động chứ không phải lời nói?

- Dạ đúng vậy anh. Có gì không anh Huynh?

- Anh muốn đưa Thơ về nhà anh. Em biết thêm cuộc sống của anh. Nhà anh không xa nơi này lắm. Nhà anh sách rất là nhiều, nghe em mê sách mà, những quyển nổi tiếng đủ các mọi lãnh hạt trong thư viện cá nhân anh. Và anh đang viết một quyển sách. Cô Kim Đoan nói em rất yêu sách, còn ham đọc sách nữa đúng không?

- Ồ. Vậy sao?

- Yeah! Anh có nghe cô Kim Đoan nói vậy đó?

- Thật vậy hã anh? Ồ anh Huynh viết sách. Vậy anh viết quyển tựa gì? Lĩnh vực nào?

- Anh Huynh đang viết quyển "Dân Chủ và Dân Chủ Cần Thiết Như Thế Nào?"

- Anh cũng tuyệt quá nhỉ? Đề tài chắc lớn...

- Anh dự định nhiều phần khoảng 300 trang.

- Em chúc mừng cho anh Huynh. Khi xong in anh cho em một quyển nha!

Hai người lại tiếp tục ăn cho hết những phần họ thích. Rồi Huỳnh Huynh lại nói:

- Ngay bây giờ anh đã viết hơn một phần có thể giới thiệu cho em nhìn thử được rồi. Có gì góp ý cho anh.

- Thơ coi thôi. Góp ý là em không dám đâu.

Thấm thoát mà họ ngồi trên hai mươi lăm phút còn gì. Thức ăn như đã vơi cạn hơn. Huynh nhìn đồng hồ tay rồi rằng:

- Vậy được. Anh tính tiền nhà hàng, ta có thể out em nhỉ? Anh muốn mời em về nhà anh để thấy công trình anh.

- Dạ. Nhưng mà.

- Không sao đâu em tự nhiên đi. Nhưng gì em? Xin em đừng hát bài ca "Dạ, Nhưng Mà."

- Thiệt tình chứ. Em chưa muốn đi đâu anh ơi.

- Nếu không đi, Thơ sẽ tưởng anh nói dóc.

- Thơ tin anh có, chứ mà em ngại về nhà anh thôi.

- Không ai làm gì em cả. Mặt mũi nào anh xằng bậy. Vả lại chỉ cần chỉ, cần anh sờ bàn tay em, em không chịu cũng thưa anh ra tòa được mà, Ngọc Anh Thơ?

- Dạ em hiểu. Thôi thì sao cũng được.

Nàng nói vẻ miễn cưỡng, song đã đồng ý đứng dậy bên.

Huỳnh Huynh đến nơi cashier, anh tính tiền nhanh, anh không cần lấy receipt. Anh quay về nơi bàn, ra dấu mời Ngọc Anh Thơ cùng đi nhanh với mình.

Huỳnh Huynh đưa nàng ra xe, Ngọc Anh Thơ lên xe Huỳnh Huynh cùng chàng. Chàng đã cho xe chạy về hướng nhà. Ngọc Anh Thơ ít nói chuyện, cô chỉ nhìn cây cảnh dọc đường. Huỳnh Huynh thì cứ để cho nàng tự nhiên cũng ít hỏi gì luôn. Chàng vẫn muốn tôn trọng, những cảm xúc cá nhân, trong lòng người con gái mới quen là điều tối ưu...

Đúng vậy. Một ngôi nhà không xa lắm từ nhà hàng Bồng Lai Việt về chừng 25 phút. Ngọc Anh Thơ vẫn bên lẽn xuống xe đi theo chàng vào trong ngôi nhà.

Phòng khách chàng chưng bày một nét rất sang và ấn tượng. Có một biểu tượng nữ thần tự do. Một quả địa cầu. Một lá cờ Mỹ... Một biểu tượng thánh giá trên cao. Và một lá cờ của Việt Nam.

Nàng đang ngắm nghía thì Huỳnh Huynh bảo:

- Nhà anh thì cũng đơn giản thôi mà. Căn nhà khá trống vắng khi chỉ có một mình anh ở. Ngày trước có mấy người ở, bạn bè giờ đi hết rồi. Ba mẹ anh thì có nhà riêng khác. Có một chị gái có chồng rồi cũng ra riêng. Cậu, cô, chú bác anh chị em cousin thì ở khắp nơi trên thế giới. Nhiều nhất họ sống Úc, Đức sau thì Pháp, tới LonDon, Na Uy. Thụy Sĩ, Hà Lan một số em à.

Huỳnh Huynh nhìn Anh Thơ, anh cười rồi bảo thêm:

- Sorry. Anh nói hơi nhiều nhưng anh muốn giới thiệu một cách tự nhiên, ở trong lòng anh vốn có.

- Dạ không sao anh. Thơ có nghe cô Kim nói như thế.

- Thơ ngồi vào ghế. Anh lấy gì cho em uống miếng chứ?

- Không anh. Thơ chỉ thích xem sách anh viết, và em có thể mượn một vài quyển sách nổi tiếng thôi. Chúng ta mới vừa ăn uống nước nhà hàng. Thơ chưa thấy khát.

- Ừa vậy uống sau. Bây giờ anh lấy sách đưa em nha.

- Dạ.

- Hay là Thơ đi theo anh vào phòng thư viện của anh. Đi có tốt hơn không? Em sẽ ngắm chút, anh sẽ vui hơn. Em tự do chọn lựa sách nữa... Ngọc Anh Thơ?

- Dạ em OK. Em đồng ý với anh thôi...

Ngọc Anh Thơ nói rồi nàng đứng dậy rời khỏi bộ ghế salon màu xanh đậm đẹp, màu nàng khá thích. Cả hai vào phòng sách riêng của Huỳnh Huynh. Chàng để cho nàng ngắm nhìn một đoạn thật lâu. Ngọc Anh Thơ có tìm ra hai quyển. "Chiến Tranh Và Hòa Bình" của Lev Tolstoy, nhà văn Nga vĩ đại. Và "Giã Từ Vũ Khí" cũng một thời xa lắc của nhà văn Ernest Hemingway Mỹ, được các nhà văn VN dịch. Thơ muốn coi tiếng Việt vì mục đích tốt nhất, trau dồi tiếng Việt khá hơn, phải ở các trang sách thú vị này.

Một đoạn nữa thì nàng tìm ra quyển: "Những Nhà Thơ Hay Của Thế Giới." Được dịch qua bằng tiếng English. "Những Nhà Cách Mạng Dân Chủ Giỏi Của Thế Giới." Cũng là những bản dịch qua English hết. Ngọc Anh Thơ ôm trên cánh tay mình như tỏ vẻ muốn nói xin mượn. Huỳnh Huynh hiểu ý gật đầu. Mục đích chính, anh đi tìm lấy bản thảo của mình quyển đã copy "Dân Chủ và Dân Chủ Cần Thiết Như Thế Nào." Mặc dầu còn dở dang, chàng đang tiến trình viết thêm nhiều chương tiếp. Chàng vẫn cầm đưa cho nàng... Ngọc Anh nhìn Huynh quý mến và có lời cám ơn. Rồi nàng ôm hết vẫn đứng lớ ngớ chưa biết để đâu. Huỳnh Huynh hiểu ý anh đưa tay cầm lấy hết. Và anh đem đến đặt vào nơi tiện lắm, để khi về anh mang theo cho nàng. Ngọc Anh nhìn vui vui gật đầu như cám ơn thêm.

Một khoảng, cả hai đi ngắm một cảnh phía mặt sau nhà. (Huỳnh Huynh đề nghị.) Nơi Vườn Hoa, Hoa hồng, Hoa thủy tiên, Hoa cẩm chướng, Hoa cúc trắng, Hoa dạ thảo v.v... Chàng muốn để, thay đổi không khí cho nàng vui.

Ngạc nhiên cách thưởng thức, tâm hồn bén nhạy của Huỳnh Huynh. Ngọc Anh Thơ trầm trồ khen ngợi:

- Không ngờ anh là người yêu hoa quá nhỉ?

- Để cho bớt căng thẳng, làm việc mệt mỏi được tan biến. Có lẽ nhờ hương sắc loài hoa giải tỏa đầu óc gút gãy rối rắm, để đi về quân bình đó em. Hoa với anh là số một.

- Anh cũng hay thật. Nhiều đam mê em xin chúc mừng cho trái tim anh Huynh.

- Nhưng có lẽ nếu sau này anh có người yêu lý tưởng. Rồi được làm bà xã. Anh sẽ yêu người đó hơn cả mọi thứ.

- Với người như anh thiếu chi người yêu. Theo em nghĩ.

- Anh có chi đặc biệt theo mắt em.

- Anh đẹp trai có kiến thức, tâm hồn đẹp, ý chí chân thành. Lại người ái quốc.

- Vậy mà anh đốt đuốt, chưa tìm ra người mình mong.

Ngọc Anh Thơ bỗng dưng làm thinh. Đưa mắt nhìn một nơi gần đó có con chim trên lồng đẹp quá. Cô lại hỏi:

- Anh có nuôi luôn chú chim đẹp kia sao?

- Không, anh thích ngắm những chú chim nhưng không bao giờ có dự định nuôi chim. Vì anh muốn nó có sự tự do. Con chim Ưng đó người bạn anh ở đây, nó đi chưa mang theo kịp. Xin anh để tạm mấy hôm nữa thôi. Nên anh được ngắm ké hơn mấy bữa.

- Vậy à. Anh Huynh lại vĩ đại về tư tưởng nha.

- Thú thật nếu anh tiến xa hơn. Em không còn là em gái. Anh yêu em. Em nghĩ thế nào? Thơ có yêu anh không? Anh nhập đề hơi đường đột và mau chóng. Vì cũng là một cơ hội để anh thổ lộ tiếng lòng mình, có lẽ em không chấp nhận, riêng anh vẫn cứ nói...

- Cám ơn anh. Thơ vẫn coi anh Huynh như anh trai thôi. Như anh giao kèo với em ban đầu. Anh đừng giận em?

- Em đừng giận anh mới đúng hơn. Dù anh thổ lộ đường đột. Dù sao hôm nay Thơ đã vui đi ăn với anh. Và chấp nhận về thăm nhà anh. Thì anh vui sướng lắm rồi. Coi như chúng ta có một kỷ niệm đẹp. Huynh hân hạnh lắm. Còn gì hơn em?

- Được rồi anh... Thơ cũng xin cám ơn anh. Anh cho em hiểu về con người anh, và tư cách, cũng như những gì anh Huynh có. Em giờ xin ra về.

- Vâng anh vui lắm rồi, không còn đòi hỏi gì hơn. Chuyện gì rồi do số mệnh định đoạt, do ơn trên thôi mà em.

- Dạ. Anh Huynh cũng có chất mê tín hã?

- Không. Huynh không mê tín, nhưng đâu đó vẫn thấy lực hấp dẫn. Và thế giới vạn vật vô hình trong biến thiên... Ngọc Anh Thơ à.

- Anh lại chuyển sang nhà vật lý chuyên môn.

- Lại càng không. Nếu em bảo nhà hùng biện, ưa thích dân chủ... Một tri thức mới của tuổi trẻ, dân trí, khai phóng chắc anh thích ứng hơn. Bởi anh đang đeo đuổi những chức năng đó... Thôi anh đưa em về, khi khác ta có dịp tâm tình thêm... Không thì em lại trách anh cầm chân em ở đây nữa.

- Dạ đúng. Ngọc Anh Thơ nói và đưa ra nụ cười một cách thiện mỹ.

Rồi cả hai ra xe. Huỳnh Huynh đã không quên cẩn thận mang sách ra, đặt lên xe cho nàng. Huỳnh Huynh mỉm cười hữu lý vui vẻ nhìn Ngọc Anh Thơ. Và sau đó chàng nổ máy lên xe, để chở người con gái chàng thầm yêu về nhà cô. Tiếng chuông gió nơi nhà cô lại ngân lên, như tha thiết đón mừng mong bước chân cô đâu đó trở về. Nó như kéo bỏ đi cái cảnh lạnh nhạt của căn nhà suốt mấy tiếng đồng hồ, cuối tuần mà cô vẫn vắng bóng, sa mê đi đâu thật lâu...

Mỗi lần, mỗi khi đến nghe tiếng chuông kêu, Huỳnh Huynh cũng thấy thích lạ thường. Âm thanh trong trẻo quấn quít gởi lên chín tầng mây chắc? Anh nghĩ và ngắm nhìn tý, mà lòng anh thêm rạo rực, thêm lãng mạn bâng quơ... Mọi chuyện với nàng anh như xong, sách cũng đến, người cũng về nhiệm vụ nhỏ nhất anh đã hoàn thành để nàng vui. Nhiệm vụ lớn thì lòng anh biết nhưng anh chưa dám tin nhiều...

Rồi anh chào Ngọc Anh Thơ để ra về. Như thế là anh đã làm một việc lớn lao ý nghĩa như anh muốn kia chứ. Huynh đã gởi đến tiếng lòng mình cho Ngọc Anh Thơ giữ hộ? Dù nàng có thèm giữ hộ được, hoặc dù không? Anh vẫn vui. Huynh nghĩ lẩn quẩn thế. Chẳng mấy chốc Huỳnh Huynh lái xe đi nhanh về gần tới nhà mình. Hoàng hôn sắp lặn phía xa chân trời, mà thoạt nhìn trông như rất gần, một áng mây màu ráng đỏ, lại xen màu vàng và nhạt nhạt bàng bạc... Nó như gợi cảm, dễ thương vô cùng đến nao lòng... Huỳnh Huynh càng thấy lòng xao xuyến bâng khuâng hơn, một cái gì đó của sự rung động tột bến nơi chàng... Phải chăng? Phải chăng rằng? Ngọc Anh Thơ, Ngọc Anh Thơ em ơi. Anh đã yêu em mất rồi! Anh đã yêu em rồi sao? Chàng thầm gọi tên nàng, chàng hỏi và trả lời những câu như thế, nơi chính mình, một mình...

CHƯƠNG 7

Với chàng là như thế. Với Ngọc Anh Thơ cũng đâu có phải là đơn giản một cuộc đi chơi về, dễ đâu quên tuốt được? Nàng tự nhiên thấy khó xử trong lòng hai hôm nay...

Chàng Huỳnh Huynh không đến nỗi tệ trong mắt nàng. Chàng đẹp trai, thông minh, tri thức. Tri thức chàng là những bằng chứng tuyệt vời, chứ không phải lý thuyết suông. Hay nói khác hơn, chàng có những thành tích lớn mạnh đã đạt, với bằng chứng kiến thức, lộ diện hẳn hoi…

Chàng rất có thể là niềm tự hào của cha mẹ nàng. Nếu yêu nhau, nếu nàng lấy chàng, cha mẹ sẽ mừng lắm. Vì nàng đã lấy được người Việt chính tông giỏi giang? Sức bẩy của chàng có thể giúp nàng được nhiều việc hữu ích hơn. Thế nhưng "với tình ca của Jessie" thì sao? Một chàng trai gốc Hồi Giáo nàng đang yêu, và yêu say đắm. Bỏ chàng Jessie là một điều quá dễ, nhưng Ngọc Anh không thể làm điều ấy...

Tắm rửa thay đồ như mọi lần, chải sấy tóc trước đi đến sở làm việc như mọi khi. Nhìn đồng hồ dư dã thời gian, Ngọc Anh Thơ đã ngồi suy nghĩ những điều như vậy. Vừa lúc Jessie gọi đến.

Nàng cầm phone đưa vào tai để nghe. Tiếng chàng hỏi:

- Hi em yêu! Em khỏe không? Em có nhớ anh không?

- Em khỏe. Và cố nhiên là có nhớ anh chứ.

- Em có còn yêu anh không?

- Dĩ nhiên là còn chứ.

- Em có nhận được thư anh không?

- Tất nhiên là có chứ? Và điều thứ ba này đó, cho em xin lỗi. Anh biết, em cũng muốn gởi đến anh một lá thư tương đương anh gởi, để em làm kỷ niệm. Nhưng Thơ bận chưa có thời gian, em chưa làm.

- Không sao? Trong lòng em có là được rồi.

- Hoan hô anh rộng lượng.

- Bây giờ cho anh hỏi điều khác hơn.

- Điều gì?

- Em có về thăm anh trong nay mai?

- Chắc là chưa.

- Hai tháng rồi em. Hay là anh đến thăm em cho đỡ nhớ.

- Anh lắng tai nghe em đọc thơ nè.

Nhớ nhau là chuyện phải cần.

Yêu nhau không phải ở gần mãi nhau?

- OK em. Nhưng anh muốn đi thăm em, và chúng ta dạo quanh những nơi nổi tiếng đẹp ở đó một lần.

- Khi nào đã, chưa phải cần thiết vào lúc này. Em hơi bận rộn, bởi mới làm việc cho họ mà. Thôi để em có thể xin phép về vài ngày ở cuối tuần. Chúng ta có thể gặp nhau trên quê hương tiểu bang Texas, nơi đã cho ta một tình yêu bắt gặp. Thơ nghĩ vậy thì hay hơn anh à. Một mùa xuân đã cháy rực trong tim tình yêu của chúng ta phải không anh?

- Em nói hay quá như diễn thuyết. Song ta gặp nhau vào mùa thu mà.

- Ha ha. Biểu hiện mùa xuân là nồng ấm, tươi trẻ nên em đùa tý thôi.

- Vâng anh hiểu rồi. Anh đợi em về nha.

- Em gởi anh một vài bức ảnh mới nhất anh nhìn nha.

- Được em gởi đi, cho anh nhìn chóa mắt luôn. Anh sẽ thích đó, không sao?

Im một tý nghe. Nàng nói tiếp:

- Thôi quá giờ... Thơ phải đến công sở office mất rồi. Em sẽ tắt phone, lock cửa, lái xe đi nhá. Trễ quá người ta, chủ không ai thích mình trễ anh à Jessie?

- Anh hiểu. Chúc em một ngày vui. Anh yêu em.

- Anh cũng thế. Thơ chúc anh một ngày vui. Em sẽ mãi mãi yêu anh như thuở ban đầu.

Ngọc Anh Thơ chia tay nói phone với người yêu, nàng khóa lock cửa nơi nhà, nàng mang xách tay và lần lượt xuống các lầu, qua các cầu thang. Có thang máy để đi, nhưng Ngọc Anh Thơ không thích đi như thế. Bao giờ nàng cũng thích đi "by walk." Như một cơ hội tập đi bộ, nàng xuống các thang lầu mau chóng, và ra lẹ, hướng về xe đang đậu, chiếc xe BMW nó như đang chờ nàng! Thơ lên xe nổ máy, nàng không cần cho máy nóng như mọi khi. Thơ đã kịp bẻ tay lái một cách ngọt xớt quẹo một góc của bãi đậu... Thơ đi liền thật nhanh như sóng lướt... Tiếng chuông gió vẫn ngân, nàng không còn kịp để lắng nghe như mọi khi...

Đến nơi vào office, nàng đã làm liền cho chương trình

phát thanh của mình. Kim Đoan đến chào Ngọc Anh Thơ khi đã xong nhiệm vụ phát thanh chương trình. Và nàng lễ phép vui vẻ chào lại:

- Ngọc Anh Thơ trông hôm nay cô Kim Đoan đẹp lắm. Cô Kim Đoan đẹp còn hơn ngày birthday cô luôn.

- Con nói cho giữ nha. Cô Kim Đoan xin cám ơn con.

Ngọc Anh nghe và biết cô Kim Đoan từng một hoa khôi của trường Gia Long Áo Tím, vào thập niên 1970. Và chính xác ở Sàigòn 1974. Kim Đoan đưa cho Ngọc Anh một tờ báo, chương trình mới để đọc diễn đàn. Bà vui vẻ bảo thêm trước khi dời gót:

- Chương trình này cô muốn đài mình VNQH hưởng ứng mạnh. Con cho nó phát thanh nhiều lần, chia sẻ sâu rộng nhé. Nó sẽ vào hai, ba ngày nữa nha. Cái chương trình này dành cho con sỡ hữu. Vậy nhé đọc thử trước đi, nếu có gì muốn hỏi, cứ tự nhiên hỏi cô nha.

Im một tý nhìn Ngọc Anh Thơ đang ghé mắt trong tờ báo. Kim Đoan có lời thêm:

- Hôm nay cô đi tiếp một vị khách tại tòa báo. Chúc Ngọc Anh Thơ một ngày tràn đầy năng lượng, mới mẻ niềm vui. Cô Hy vọng...

- Dạ con xin cám ơn cô. Con mong cô cũng như thế. Hôm nay trông cô trang nhã, đẹp lắm. Xin chúc mừng.

- Từ ngày Anh Thơ cộng tác. Cô vui và đẹp hơn ra.

- Dạ nếu được như thế. Con quả hân hạnh lắm.

Cả hai cùng cười ý nhị. Sau cô Kim Đoan nhìn nàng để bảo rằng:

- Thôi cô bye. Cô có những tin mới cho cá nhân Thơ đó.

- Tin gì cô?

- Hãy đợi chờ đi. Cô nói trước hết sẽ mất hay, mất linh. Chỉ cho con biết một chút tí ti thôi. Nhưng nó còn lệ thuộc vào nơi con rất nhiều đó. Vậy nha cưng Ngọc Anh điều cô muốn nói. Chắc con biết mà!

- Dạ? Nhưng...

- Hãy sẵn sàng nhận một tình yêu đến với con tuyệt vời.

- Dạ con không thể. Ngọc Anh như hiểu được sự kiện

sắp tới. Nàng lắc đầu, sắc mặt nàng cũng sắc lạnh lại theo.

- Hãy nồng ấm đi. Không nơi nào hơn nơi ấy. Không chàng trai nào lý tưởng hơn chàng trai đó. Đừng để mất cơ hội và may mắn đã ở tầm tay mình. Hoặc ở trong tầm nắm của con.

Kim Đoan vẫn ráng gởi một lời nói cuối cùng. Bà coi như một thông điệp chắc sẽ hiệu quả như bà mong.

Cô chủ Kim Đoan nói và nở nụ cười tươi vui sắc sảo hơn. Rồi bà giơ tay lên cao, chuyển bước đi, bà thướt tha kéo người ra khỏi phòng nàng...

Ngọc Anh vẫn nhẹ nhàng ngồi xuống ghế. Cô bỏ hết ngoài tai những điều cô Kim tin cậy, hay đã chọc ghẹo nơi nàng. Ngọc Anh chỉ tập trung coi bài diễn đàn hôm nay có gì lạ, nàng phải đọc thấm thuần, lướt trước thử. Vừa lúc Huỳnh Huynh gọi phone tới. Nàng bắt lên nhìn số rồi áp vào tai:

- Em nghe đây anh.

Huỳnh Huynh vui vẻ tiếp lời:

- Hi em. Anh vừa có niềm vui lớn. Anh muốn chia sẻ cùng em. Anh xin mời em đi. Ta sẽ đến thăm một nơi mà anh rất thích. Hy vọng em thích đấy... Viện bảo tàng thành phố nằm trong thị trấn này, mang tên là Great of Museum.

- Ngọc Anh Thơ có nghe nói. Nhưng bận mà. Em đang đọc. Đang học làm anh ơi...

- Bài diễn đàn đó chứ gì? Chuyện nhỏ hơn bàn tay, để hai ba ngày, nay mai đọc cũng OK thôi. Những thứ khác thì đơn giản, em bỏ túi rồi còn gì.

- Cô Kim Đoan bảo em nên coi trước, tra cứu kỹ, để khi đọc thể hiện tự nhiên, mạch lạc nhuần nhuyễn hơn. Nên tránh cà lăm hoặc lúng túng khi đọc diễn chính thức...

- Anh Huynh hiểu. Đành rằng như vậy. Nhưng chỉ cần một tiếng sau là em nắm được ý dàn trãi rồi. Em không cần quá chú tâm, quá tủn mủn. Như vậy em sẽ đi đến chỗ áp lực, mất cân bằng, gây rối rắm lắm...

- Anh học đâu mấy lời vừa nói như thế.

- Anh học trong trải nghiệm đời. Cứ tự nhiên vốn có

hẳn, là nó cũng lưu loát thôi. Em nghiệm đi. Anh thấy anh hầu như là như vậy đó. Cái nào anh chuẩn bị lắm, lại bị là cái bể, cái hư, cái xuống dốc. Cái để tự nhiên, nó tự hấp thụ lại ổn, lại vượt xa hơn mình tưởng.

- Dĩ nhiên mình khái niệm đọc sơ qua, nắm ý rồi chứ?

- Thì phải vậy chứ. Phải đọc một đôi lần thử để trắc nghiệm mình. Anh đồng ý quan điểm em vừa mới nói xong. Song một tiếng đồng hồ tìm hiểu. Đâu phải là mình chưa nắm được hết ý tình em?

Chàng như thắng thế nói thêm:

- Em có nghe câu ông bà mình nói. Còn hay hơn cả những nhà hiền triết tây phương. "Thí sinh đó trước cái đêm đi thi, không nên cho học gì. Để cái chất đó được lắng đọng yên bình. Và chờ đến khi có dịp, nó sẽ tuôn ra, khởi thủy rất mạnh..."

- Thôi anh đừng dụ em, để cho em thực tập. Cô nói mà.

- Cô đùa với em thôi. Cô Kim Đoan đã cho phép anh mời em. Em đi tinh thần thoải mái, nghe anh đi. Rồi em về đọc qua hai lần là sự tinh khôi, nhập ngay vô hồn em... Em phát ra như thần diệu của hiệu quả. Nếu em không đạt anh sẽ đền tiền cho em... Anh đã giàu kinh nghiệm mà. Không sai đâu... Một nhà văn rời xa đâu đó một chút, họ trở về sẽ viết hay hơn, ý ban đầu em à.

Ngọc Anh làm thinh. Huynh đi sâu thêm thuyết phục.

- Có sao anh chịu cho. Anh năn nỉ mà. Thử đi em thấy sự thoải mái vui vẻ. Không thử làm sao biết. Sẽ làm giọng đọc em thăng hoa hơn, năng lượng hơn, chí tình hơn.

- Ngọc Anh vẫn làm thinh bất động. Huynh nói tiếp:

- Anh lái xe lại nhà, chờ em về, anh sẽ rước em nha. Nơi bảo tàng Great of Museum không xa khu nhà em đang ở đâu.

- Thôi để em về rồi đi. Lần trước anh tới rồi. Lần này em lái xe ra đó. Thơ đã điềm nhiên phản ứng thay cho trả lời.

Nàng ra ban công đưa mắt ngước nhìn trời. Nàng lại chống chế:

- Trời hình như sắp đang mưa. Làm sao đi chơi vào lúc

này được anh?

- Không mưa đâu. Chỉ vài đám mây. Mây sẽ bay tạt đi...

- Anh đoán vậy. Nhưng em nghĩ trời sẽ mưa đến đấy, là cơ hội có thể xảy ra nhiều hơn.

- Nếu mưa đi chơi dưới mưa vẫn thú vị em Anh Thơ?

- Anh thật lãng mạn, mơ mộng. Thật ra anh có thể trở thành nhà thơ, nhà văn hơn là nhà chính trị, nhà hoạt động dân chủ...

- Nhà gì vẫn Ok. Nhưng tâm hồn là một thôi, mà em?

- Chiều anh lần chót và nể cô Kim Đoan. Anh đợi nha.

- Vâng em.

- Em muốn đảo về nhà năm phút em mới ra nha.

- Anh đợi em nghìn kiếp sá chi mà chờ năm phút em?

- Anh thật lai láng văn từ. Thôi em về nhà đây.

- Ừa anh chờ.

Ngọc Anh nói và rời khỏi office của mình. Thật ra nàng chỉ cần coi bài diễn đàn cô Kim Đoan mới đưa thôi, còn chương trình phát thanh hôm nay nàng đã làm rồi. Nàng lanh lẹ đứng lên chào một đồng nghiệp mới đến giờ work của cô ta, sau nàng... Ngọc Anh nhanh nhảu chia tay họ ra về. Cô nói với một lời chào bye, và nở nụ cười xinh gởi lại. Cô bạn đồng nghiệp kia đứng trông theo cũng mỉm cười vui vẻ...

**

Về nhà tắm rửa thay một bộ đồ mới rồi Ngọc Anh Thơ lại ra đi. Nàng thấy trời như sắp đổ lệ, nên nàng đành lòng lấy cái umbrella mang theo. Ôi chiếc dù của Jesie tặng. Giờ này nàng lại phải mang nó ra đi. Anh Thơ có một chút gì đó xót xa cho người yêu Jessie. Con tạo thật trớ trêu, Jessie tặng cho nàng nhưng chàng chưa bao giờ được đi chung với nàng trong chiếc dù này. Lạ thay, hôm nay Anh Thơ lại cầm dù đi với một người khác. Chắc hẳn nàng không muốn thế, thuộc về tâm linh. Nàng muốn thương nó, tự trọng chiếc dù với chủ nhân mua nó, mặc dầu chính nàng mới là người sỡ hữu. Nhưng thực tế lại khác đi. Nàng phải ráng mà nghĩ nó là "vật thể thôi." Vâng! vật thể thì hãy vật thể có sao đâu?

Anh Thơ nghĩ thế cho lòng mình nhẹ nhõm. Nàng xách nhẹ, cầm nó trên tay ra đường... Cô gái Anh Thơ muốn giữ đúng hẹn với Huỳnh Huynh lần chót. Chàng là người quen thân của bà chủ đài Kim Đoan. Bây giờ nàng mới hiểu được câu thơ của Nguyễn Du mà mẹ nàng thường đọc. Mỗi khi mẹ cầm tập thơ, những lúc buồn vui, mẹ luôn đọc câu đó:

Vui là vui gượng kẻo là/ Ai tri âm đó mặn mà với ai.

Thì ra là như vậy.

Rồi nàng cố tắt nhanh nỗi buồn, ráng mà vui. Anh Thơ sẽ lái xe đến gặp chàng trai Huỳnh Huynh tại một viện bảo tàng. Nàng đã nhận lời hẹn gặp chàng ở nơi đó. Thế rồi hai kẻ được gặp nhau tại một nơi đậu xe có tín hiệu. Họ chào nhau vui vẻ ngọt ngào như cặp đôi tình yêu, và dấn thân vào viện... Chiếc dù đã cố tình che hai người thu nhỏ ấm cúng, bước vào viện bảo tàng mang tên Great of Museum... Chiếc dù Thơ có đứng lặng suy nghĩ giây lát, rồi nàng đã phải trao qua tay chàng Huynh cầm nắm để chắc hơn, che hai người từ đoạn bên ngoài đến cửa chính. Chàng vốn dĩ là nam tử mà, lẽ nào nàng đi che dù cho chàng? Thơ đành nghĩ vậy cho đúng hơn...

Anh Thơ được bối cảnh tác động. Và nàng vốn mê viện bảo tàng. Nên Anh Thơ quên hẳn nỗi buồn, bởi phân tích khi chiếc dù, là của người yêu nàng tặng, nhưng nàng không được đi bên chàng lại đi với một người khác, chuyện cũng lạ. Nàng quả là cô gái sống hướng về nội tâm nhiều đó. Nhưng nàng phải thay đổi con người mới, hoàn toàn để sát cánh bên Huynh ngắm những bức tranh, hình thù tranh, ảnh vật nổi tiếng tranh xuyên qua nhiều niên kỷ, thập kỷ, và nhiều vật thể di thể quý hóa khác. Bàn, tủ, giường, ghế, gương lược, thuyền chài, sông nước, thần thánh vẽ đặc biệt... Nhiều vị thần linh được tái tạo qua những chất khác nhau như: gỗ, đồng đen, cẩm thạch, đá quý, thiết, kẽm, thạch cao, vôi v.v... Nhiều chất nữa, chưa chắc nàng biết hết? Nàng không hiểu những kỷ vật đó từ đâu đưa đến và tự bao giờ, trông thật thiêng liêng và gợi cảm quá. Và nàng cũng không biết tại sao Huynh lại biết Thơ mê viện bảo tàng mà mời. Chứ còn các môn khác chưa chắc chàng nhấc được chân nàng chịu ra đường cùng chàng... Ngọc Anh Thơ nghĩ cũng lắm điều lạ ở chàng luật sư này. Chàng cũng giỏi và hay nhiều thứ lắm chứ. Và họ, hai người đã thưởng thức nhìn qua các phòng tranh, và hình như họ đã đi vòng vòng xem hết bên trong của Great of Museum gần một tiếng đồng hồ. Nàng cảm giác được một Museum ở đây vĩ đại, có hạng thật. Nàng cũng cảm giác thầm, cần cảm ơn chàng trai này... Anh Thơ, và Huỳnh Huynh chụp nhiều bức hình vào iPhone để làm kỷ niệm. Họ vui vẻ như một tình bạn thân quá thân.

Sau, sau đó. Hai người lại vui vẻ muốn đi tìm một quán ăn. Họ cũng thấy đói bụng. Huỳnh Huynh hỏi Anh Thơ. Khi cơn mưa vẫn còn bay bay bên ngoài…

- Em thấy đói bụng chưa? Anh đi dạo đã đói mất rồi.

Ngọc Anh Thơ chân tình:

- Em cũng thấy thế. Hơi đói chút thôi.

- Em nhìn Great of Museum này hấp dẫn không Thơ?

- Quá hấp dẫn, tuyệt vời với Thơ. Xin cám ơn anh chứ.

- Ok em. Anh cũng nhìn hấp dẫn và trong lòng vui lắm. Mình đã có chụp ghi được nhiều hình Thơ hĩ?

- Dạ.

Im lặng một tý nhìn nàng. Huỳnh Huynh hỏi liền.

- Vậy đói bụng rồi em thích ăn gì nào? Anh cho em tự do chọn lựa đó. Sẵn ta có thể đi ăn cho vui.

- Ô…Thơ thích ăn Sushi Nhật, lâu quá em chưa ăn lại.

- Vậy thì ta đi theo hướng em thích.

- Nhưng cái anh thích? Em muốn anh có được tự do.

- Anh thích món ăn Thái mà không sao. Anh chiều Thơ.

- Không. Em không cần như vậy. Em muốn chúng ta bình quyền ngay trong lúc này. Sự kiện này. Để chứng minh.

- Nhưng Thơ có nghe người ta nói ở America, phụ nữ là ưu tiên là first không?

- No no… Em là phụ nữ VN.

- Em sai rồi đó. Em đã là bằng chứng một quốc dân America hẳn hoi mà. Chàng nói và cười đùa.

- Thua anh luôn nha. Thơ không muốn như vậy đâu. Em chỉ muốn bình quyền trong chọn lựa thôi.

- Ha ha. Vậy Thơ muốn anh làm gì bây giờ.

- Chúng ta cứ oánh tù tì như trẻ thơ. Em thắng anh phải đi theo em.

- OK. Còn nếu em thua thì sao?

- Dĩ nhiên là em phải đi theo anh chứ làm sao.

- Wow. Em gan há muốn vậy anh cũng chiều luôn.

Anh Thơ gật đầu. Và cả hai hô một lượt: one, two, three.

Thế là tay Anh Thơ một khoảnh khắc suy nghĩ đưa ra biểu tượng cái bao, nàng xòe tay ra ngon lành.

Huỳnh Huynh đưa tay ra phía sau thì cái búa tròn, khi chàng thả tới về trước là lòe xòe hai ngón, tay trỏ và giữa như hình chữ V. Hình thức biểu tượng một cái kéo. Như thế Huỳnh Huynh đã thắng lớn. Vì cái kéo có khả năng dư cắt cái bao tời rồi! Chứ nếu chàng giữ mãi vị trí cái búa đưa ra, ắt nàng đã thắng chàng. Nhưng đây không phải lại khác, Huỳnh Huynh biết biến dạng qua đôi tay bất ngờ!

Vậy nàng chỉ cười, phải theo chàng về dinh, về bến nhà hàng Thái Lan rồi, Huỳnh Huynh thì mừng và thích lắm. Cả hai bước lội bộ gần đó. Một lần nữa nàng không mời, nhưng Huynh lấy chiếc dù cầm trên tay mình đi tiếp, chiếc dù vẫn cứ che đủ, phủ lấy hai người sánh bước vào nhà hàng có tên rất kêu là Bangkok Love rất gần nơi đó... Hình như cũng không được gần lắm, song hai người cứ muốn đi bách bộ dưới cơn mưa, mưa hơi nặng hạt, rồi chuyển qua mưa bay, mưa dịu dàng lãng mạn quá, quấn lấy hai người...

Vào restaurant Thái Bangkok Love đó đương nhiên chàng rảy nước đọng từ nơi umbrella, để xếp gọn gàng trước khi vào. Và họ thật sự lại ngồi vào bàn chuẩn bị coi một menu. Người service đến. Huỳnh Huynh hỏi nàng:

- Em thích ăn món gì em Thơ?

Nàng trả lời:

- Em chiều anh thôi. Anh ăn gì em ăn nấy.

Chàng cầm thực đơn chỉ những món chàng thích. Chàng cũng hy vọng Anh Thơ hài lòng. Restaurant Bangkok Love người phục dịch nhanh. Một tý tất họ đem đủ food lên liền.

Anh Thơ và Huỳnh Huynh gật đầu với nhau, ra dấu hiệu thưởng thức thân mật. Ở restaurant Thái mà họ đang mở nhạc Anh Quốc nổi tiếng. Và mức độ âm thanh không lớn lắm. Một đoạn Anh Thơ lại ghé mắt thấy có người nhìn chàng chòng chọc. Nàng lại hỏi chàng:

- Ai nhìn anh kìa.

Vừa lúc nghe Anh Thơ nói, chàng đảo mắt nhìn quanh. Chàng đoán trong một góc có người nhìn mình, hóa ra người quen… Thì ra một bà chị người Campuchia gốc Việt dân tỵ nạn sống ở Thái gần 10 năm, được cao ủy LHQ ra tay giúp đỡ, mà anh là thành viên làm việc cho họ, anh giúp bà. Bà được đưa qua Mỹ vài năm rồi. Sau một đoạn thì bà vui mừng đến hỏi thăm Huỳnh Huynh một vài câu tiếng Miên, rồi đi lại chỗ cũ với người bạn. Huỳnh Huynh cũng rất vui khi gặp lại bà tình cờ. Huỳnh Huynh, anh nói giỏi nhiều thứ tiếng. Nhưng với Anh Thơ thì tiếng Miên nàng như không nói được trên hai chục tiếng. Tuy nhiên vẫn còn hơn là không biết như câm!

Tiếp theo hai người thưởng thức hương vị thức ăn của Thái thật vui vẻ, ấm áp, vì họ cũng đói bụng và món ăn lại ngon nữa. Huỳnh Huynh chăm sóc Anh Thơ thật chu đáo, ân cần, anh quan tâm hết mức. Ngoài trời vẫn còn mưa bay bay, như lệ sầu ai buồn chưa ngưng chảy…

CHƯƠNG 8

Hôm nay tại nhà mình, Ngọc Sương đang mở nhạc nghe để thư giãn cuối tuần. Ngọc Sương vốn dĩ máu ham mê âm nhạc. Và lãng mạn con tim thì vốn có như từ nhiều kiếp rồi... Nàng đang bỏ trang sách đọc và mở nhạc nghe. Thì Trịnh Hưng đang lái xe về nhà. Trịnh Hưng là chồng của Ngọc Sương về như phá tan khung cảnh nghe âm nhạc của nàng. Ngọc Sương đang cùng chồng bàn nghĩ về tình yêu của Ngọc Anh Thơ. Nhưng hai người bàn với một thái độ rất căng. Trịnh Hưng la hét với một thái độ cực đoan hết sức:

- Tôi về nói với em là nói nó dẹp ngay cái thằng Jessie Hồi Giáo kia đi. Để nhận lấy tình yêu thằng người Việt này. Nếu không có người Việt này thì tạm chấp nhận cho con. Nhưng cơ hội rồi, tại sao giờ này em vẫn còn để nó xàng xê.

Nàng vặn tốc độ nhạc nhỏ xuống rồi cãi đôi với chồng:

- Hứm anh cũng thích tự do chọn lựa. Sao con gái anh lại cấm đoán? Tôi nghĩ anh có quá đáng với nó không? Anh yêu sự tung bay, sao anh muốn chặt đôi cánh người khác, sao anh ép con Thơ? Anh lại gò bó nó, buộc nó chứ...? Cứ để nó chọn đi nào.

- Thì em cứ để nó chọn dân nhiều vợ đó đi. Không ăn thịt heo đó đi. Mặc đồ đeo mang nặng trình trịch đó đi.

- Hứm chê đủ thứ. Không ăn thịt heo. Mặc đồ mang đeo nặng trình trịch. Thứ dân nhiều vợ. Còn anh thứ dân nào cũng thay đổi vợ con? Làm theo ý thích của mình...?

- Em đừng hỗn với tôi. Tại em vẫn thích tự do mà?

- Tại anh làm sao tôi mới thích tự do chứ. Không lẽ không có lý do chính đáng mà tôi khờ dại thế sao?

- Thôi đừng nói chuyện tôi nữa. Nói chuyện con thôi. Em chuyển lời là tôi muốn gả cho nó thằng người Việt, luật sư diễn thuyết gia gì đó. Như em nói nó muốn cưới Ngọc Anh Thơ con mình. Đúng không?

- Anh làm cha thì tôi báo vậy thôi. Anh không có quyền tham gia gì với nó hết. Cả tôi giờ không có quyền nữa chứ đừng nói như anh. Tuổi trẻ cần để cho nó tự chọn lựa. Mình già còn hư nết. Anh còn khống chế chi con Thơ?

- Thì em cũng hư hết chứ nói chi tôi.

- Tôi chưa bao giờ nghen? Anh nói có lộn không đó. Nếu tôi hư sao con Ngọc Anh Thơ giỏi giang và được việc. Anh nhìn thì biết rồi. Anh còn phát biểu càn vậy được sao?

- Thôi em dành phần hơn cho em. Và em cứ dạy con theo ý em đi.

- Tôi không có quyền dạy nó. Tôi nói rồi. Tôi chỉ mong đem kiến thức làm người cho nó. Còn tình yêu là tuyệt đối tôi để con tự đi, tự chọn, tự lo liệu cho nó... Đời sống mới của nó. Anh nghe rõ chưa đừng nói lại những câu cũ, sai, và bị lảm nhảm đó nữa nghen...

- Thì thôi tôi về. Gặp lại em, là nhân vật cứ như nã đạn vô đầu tôi mệt quá...

- Tôi nói theo công lý chứ có nã đạn, nã pháo gì đâu? Hiền làm chi, để anh ăn hiếp sao?

- Thôi tôi tạm biệt. Đi về cho rồi...

- Uống nước đi hãy về. Không thì trách tôi không dám mở miệng mời nước nữa?

- Nếu có khát cũng ráng mà chịu. Uống nước em lên lớp quá, kiểu đó nuốt nước cũng khó trôi.

- Được cám ơn. Đừng nói nhiều.

- Nói nhiều vậy chưa đỡ tức với em. Làm thinh chắc uất lòng chết mất, hoặc ngực bể đôi đi được...

- Thì cứ để bể đi. Thôi đủ rồi về đi. Anh là người luôn gieo giông bão cho tôi, và con. Cứ ở đó trách tôi...

- Thì tôi cứ chịu phần thua. Đành vậy...

- Còn gì nữa chẳng thua. Ngọc Sương thêm khẳng định.

- Nhưng lần chót tôi muốn gởi lời chuyển: Nguyễn Trịnh Hưng, ba của nó, về nói chuyện với má và muốn con lấy người Việt, Luật sư Huỳnh Huynh. Em nghe rõ chưa?

- Thôi được rồi. Chuyển thì chuyển cho có lệ. Chứ tôi không có muốn bắt buộc, độc tài với con Thơ đâu.

- Hay em muốn gì đó muốn. Coi như nó không có cha.

- Anh nghĩ sao cũng xong. Nhưng anh có uy tín hoặc thiếu uy tín với nó là ở nơi anh mà thôi. Và tôi tuyên bố lần chót, thằng Hồi Giáo đó rất dễ thương.

- Hồi Giáo dễ thương. Hứm... Vậy thì em có quyền gả nó cho thứ dân đó đi. Tôi lái xe về đây coi như đã bại trận. Em là chúa xử chuyện để em hư, con hư?

- Nữa lại hư? Con tôi không bao giờ hư. Và nó cũng rất sáng suốt để chọn trong tình yêu sâu sắc của nó.

- Thôi bye không nói nữa.

- Good thôi!

Ba Trịnh Hưng không còn để ý câu nói nào trả đũa của Ngọc Sương, mẹ của Ngọc Anh Thơ thêm. Ông đã ra xe lái và đi về nhanh, ông ra một hướng nơi bờ hồ mang tên

Dream Lake ông muốn ngồi nơi đó. Trịnh Hưng muốn nhìn cảnh vật để cho lòng hả giận Ngọc Sương một chút. Ngày xưa Ngọc Sương, mẹ Ngọc Anh Thơ hiền lắm. Hiền như con nai giữa rừng mơ ngơ ngác... Vậy mà bây giờ không hiểu sao nàng không hiền nổi nữa... Đàn bà thật là khó hiểu, lúc hiền như Soeur, lúc lại như sư tử Hà Đông nhập cốt kiếp nào...

Hôm của thứ năm một chương trình phát thanh kết thúc. Giờ làm việc hườn hơn.

Kim Đoan lại muốn nói chuyện với Ngọc Anh Thơ nữa.

- Huỳnh Huynh đã thật sự muốn yêu con và cưới con. Ngọc Anh Thơ con tính sao?

- Dạ con trả lời với ảnh rồi. Con có người yêu. Tình cảm con với ảnh chỉ là một tình bạn, hay anh em gì thôi. Sẽ giới hạn lằn ranh đó mà cô Kim Đoan.

- Nhưng nó vẫn kỳ vọng nơi con.

- Thật lãng phí thời gian. Ảnh có thể gặp những cô gái, những phụ nữ tốt hơn, trong mắt ảnh mà. Con trọng ảnh, chứ khó lòng để nói tiếng yêu ảnh, vì con đã có người yêu. Con suy nghĩ rồi. Thật Thơ khó phản bội...

- Tùy con. Cô Kim hết lòng muốn xây đắp cho hai đứa.

- Dạ thanks. Cô nhọc nhằn lo cho con. Nhưng con rất tiếc là con gặp ảnh sau. Sự hụt hẫng dành riêng cho anh ta, người đến sau rồi... Điều này con với ảnh là quy luật thôi.

- Quy luật sau với trước. Một người tri thức, tiến bộ và ái quốc như con lại nhọc nhằn nghĩ sau với trước chi con gái? Ở nơi nào ta tìm đến sự thích hợp là trên hết. Sau trước không có nghĩa là chi cả con à.

Thơ biết ngay sự đánh động lòng ái quốc, tri thức của Thơ. Cô Kim nói để lay chuyển mình về phía Huỳnh Huynh. Song Ngọc Anh Thơ tâm ý vững chãi, cứng như sắt đá, luôn đi tìm lá chắn, giữ một tình yêu mà nàng muốn được trọn vẹn...

Kim Đoan hiểu được tình yêu của một thằng bé Hồi Giáo người Bangladesh, nó đã ngập tràn trong trái tim, ở lối nghĩ và hướng đi của Ngọc Anh Thơ. Riêng bà luôn chờ đợi và hy vọng, như hy vọng buổi đầu Ngọc Anh Thơ từ chối đi chơi với Huỳnh Huynh, nhưng rồi nàng đã trải qua hai lần đi chung với chàng. Và lần nào Huỳnh Huynh vẫn kể khoe cho Kim Đoan nghe rằng. "Cả hai rất ăn ý, thân mật, tình tự..." Huỳnh Huynh có vẻ chịu đựng một sự chờ đợi, để cho Ngọc Anh Thơ quên đi mối tình với anh chàng Hồi Giáo nào đó tốt bụng kia...

**

Jessie, một sáng chủ nhật sunday- lái xe đến nhà thăm Ngọc Sương và biết tình hình Ngọc Anh Thơ do mẹ nàng kể. Ngọc Sương vốn dĩ muốn nói sự thật, và bà nghĩ không nên giấu giếm:

- Thơ làm việc nơi đó tốt. Sức khỏe an lành. Nhưng tình yêu cô chủ Kim chủ trương, ý muốn một người con trai khác chiếm lấy trái tim Ngọc Anh Thơ. Cậu ta là người Việt bà ta đang yêu chuộng để khuyến khích. Tôi cũng đang không biết thế nào nữa đây.

- Còn Ngọc Anh Thơ thì sao? Thưa mom.

- Ngọc Anh Thơ vẫn chưa chuẩn bị gì. Chỉ là những cuộc đi chơi bình thường tình bạn.

Nghe bấy nhiêu nhưng lòng Jessie nóng lên như lửa đốt. Chàng tự hỏi "Nàng hẹn hò với người khác ư?" Chàng chẳng bao giờ mong nàng sẽ là như vậy đâu, dầu tình bạn. Tình bạn không có chàng, thì Jessie không bao giờ muốn nàng tự do có mặt ở đó... Nhất định là không, của cách nhìn nơi chàng!

Anh vội vàng chào từ giã mẹ Ngọc Sương ra về ngay tức khắc. Jessie đâu có muốn ở lại chút nào, khi nghe những câu nói vừa rồi. Dầu rằng Jessie cố kiềm một thái độ trước mặt Ngọc Sương thật là bình tĩnh, điềm đạm, rồi ra về với câu nói hết sức tế nhị lễ phép:

- Thưa mom Con thật sự muốn đi thăm Ngọc Anh Thơ bên đó một tuần. Con đã lấy vacation rồi.

- Chuyện đó hai đứa nên bàn với nhau.

- Dạ con hiểu. Thôi con xin về nhà để mom có thể nghỉ ngơi, và enjoy cuối tuần theo sở thích.

Ngọc Sương mỉm cười thấy tiếng kêu mom thông dụng nơi Jessie đối với nàng. Ngọc Sương tựa cửa thấy dáng Jessie bước đi và ra xe. Jessie leo lên xe hơi của chàng được chạy bằng điện Tesla hiệu, với một tâm trạng không mấy nhẹ hẫng chút nào...

Về nhà. Chàng cho xe vào garage ngay.

Xuống xe. Vô nhà Jessie lủi thẳng vô phòng ngồi nghĩ. Jessie vò đầu gãi trán. Tý tắt anh đứng lên lại nhìn tấm hình hai đứa chụp chung ở biển miền Miami Floria. Jessie lấy tay như phủi bụi để nhìn kỹ hơn dẫu rằng bức hình nó không có bụi dính, anh ảo tưởng... Nhưng mà tâm lý anh lại thế. Một chặp Jessie ôm vào lòng, ấp vào trái tim. Sau đó nhìn nữa.

Đoạn chàng im lặng bỏ tấm hình xuống chỗ cũ. Như đã thõa mãn nhìn cho đỡ nhớ và đỡ ghiền. Phải chăng tình yêu luôn nung nấu trái tim nhỏ bé của chàng. Một Jessie rất yếu mềm và si tình. Rồi chàng lại đi làm một việc khác nguy cấp, đòi hỏi hơn. Chàng phải viết thư cho nàng ngay! Vâng phải viết thư cho Ngọc Anh Thơ gấp khi biết tin này. Nhưng mình cứ phải nói xa xôi mà không cần đá động với những lời Ngọc Sương vừa kể. Bà thương mình. Biết đâu Ngọc Anh Thơ bắt chẹt, bắt lỗi lại trách mẹ Ngọc Sương nữa? Và vì rằng biết đâu nàng Ngọc Anh Thơ chưa muốn cho mình biết mô tê gì xảy ra? Jessie bao giờ cũng tôn trọng Ngọc Anh Thơ và mẹ của nàng. Chàng không dám nói mình cao thượng, mà là lòng tự trọng, từ bản năng Jessie vốn có. Và sự tối cần những gì còn trong bí mật, thì phải giữ của bí mật thôi!

Jessie thoáng nghĩ, anh viết ra một mảnh giấy trên cuốn vở như thế này:

Ngọc Anh Thơ thương mến của Jessie!

Đã trên ba tháng mà Ngọc Anh Thơ không về thăm anh. Anh nhớ vô bờ, hay là anh đến thăm em nhé. Hay là có một người nào chia sẻ niềm vui buồn mà quên anh mất rồi.

Ngọc Anh Thơ Em ơi! Về đây anh sẽ đưa em đi thăm viện bảo tàng lớn nhất của thành phố, mang tên High Museum mà em thích. Lần chót em nói, mà anh chưa kịp đưa em đi. Hoặc qua bên đó nơi nào em ưng ý nhất, chúng ta có thể tham quan hoặc sải chân dài đi bộ...

Mãi mãi yêu em và nhớ em.

Anh làm thơ không hay nhưng có thể tặng cho em một bài thơ nhé. (Bởi em là một Nữ Hoàng thích làm thơ, và thích đọc thơ em nhé.) Vâng vần thơ anh gởi cho em đây.

Em không thể cái gì so sánh được.

Thánh địa nào anh đang tôn thờ bóng hình em.

Ngôi đền nào anh ôm hôn là chính biểu tượng em, đôi mắt em.

Nước mưa nào chảy ra hàng ngàn sông suối là nước mắt em biến thiên qua nhiều thiên kiếp, để anh đến tiếp nhận lấy nghĩa yêu đương...

Dòng sông nào hôm nay trong xanh chính là tấm lòng em tinh khiết.

Anh sẽ là áng mây trên bầu trời ghé xuống hôn đôi chân trần trụi của em.

Đôi chân em vẫn là sức mạnh vô hình, giẫm bỏ nhẹ vào trái tim anh. Những thúc đẩy ân tình trên lồng ngực anh.

Đôi tay em là cây bút họa thiên thần, chạm đến cao xanh, chạm đến ngổn ngang lòng anh những suy luận đáng yêu muôn thưở...

Nụ cười em là bao cánh hoa trở về trong muôn kiếp, trong bình an rung động, từ những năng lượng mặt trời... và để ban cho anh nỗi niềm tha thiết lâng lâng... Cám ơn em giữ cho anh một tình yêu chân thành... Jessie!

Chàng toan tìm một phong bì dán temp gởi đi, nhưng Jessie chợt nghĩ chàng lấy iPhone và đánh chữ gọn như lá thư gởi vào message cho nàng mau chóng trước tiên đã. Công nghệ bây giờ thật lên cao và tiện dụng. Bức thư bằng bưu điện sẽ đến sau, cũng không dư.

Chàng một lúc nghĩ hai cách gởi thư cho Anh Thơ.

CHƯƠNG 9

Ngọc Anh Thơ nhận được thư của Jessie gởi tới cho nàng. Nàng vừa vui mừng vừa hoang mang. Vui mừng vì nhận được thơ người yêu lời lẽ tình tứ và thấm thiết. Cùng với bài thơ chứa chan lãng mạn, nóng bỏng đam mê... Còn hoang mang vẫn là một điều tất yếu. Nàng cũng không thể trốn chạy. Vì Thơ đã thất hứa, không trọn vẹn để hồn về nơi chàng Jessie... Vâng nàng đã có những cuộc đi chơi, nàng không hề nghĩ nó xảy ra sớm như vậy. Với Huỳnh Huynh thật là một biến cố nơi Anh Thơ do cô Kim Đoan sắp xếp, khuyến khích. Nhưng nàng tự nhủ "Nếu mình không đi thì làm sao cô Kim khiêng cẳng chân mình được chứ?" Rõ ràng mình đã hơn đồng lõa rồi, đồng ý chứ? Ôi mình sai nghiêm trọng chăng?

Chàng Huỳnh Huynh là một người con trai Việt tốt. Yêu nước và yêu đồng bào, yêu sự tiến bộ của dân chủ toàn cầu. Mình cũng mang tâm trạng thế. Yêu con người đến thế. Nhưng tại sao Ngọc Anh Thơ cho những cuộc đi chơi đó là không đúng, là lỗi nhịp, lỗi lầm nhỉ? Ngọc Anh Thơ vẫn làm chủ được mà. Lắng nghe được nhịp đập con tim bảo mách mà. Lá thư chàng viết không hề trách móc mình điều chi. Nhưng tự lòng mình áy náy và trách móc lại mình thôi. Có phải đây chính là lúc nàng hiểu trái tim nàng thuộc về ai. Vậy mà nàng xướng ngôn viên đang hỏi nàng đang thuộc về ai? Ngọc Anh Thơ xướng ngôn viên này cũng khó mà trả lời chính xác? Nàng chẳng muốn tiếng lòng thiên vị... Nhưng đã gọi tiếng lòng thì làm gì có vụ thiên vị nhỉ? Thế thì bây giờ nàng phải trả lời sao đây những câu thơ viết, giống hệt như những câu hỏi trong lời của Jessie gởi kia chứ?

* Cho chàng qua không?

* Có nên tiết lộ nói về Huỳnh Huynh không?

* Có nên hẹn về thăm chàng và rảo bước ở viện bảo tàng lớn nhất thành phố mang tên High Museum không?

Còn chuyện bài thơ thì dễ trả lời rồi. "Nó cho nàng cảm xúc mạnh, đáng yêu rồi. Còn nữa, tự nhiên Jessie bảo: *Hay là em có người nào chia sẻ niềm vui buồn, mà quên anh...*"

Ôi tại sao chàng lại có một câu viết là lạ nhỉ? Nàng lại ngẩn người ở những câu hỏi, tâm trạng khó xét xử? Thơ ước gì tiếng chuông gió trong hơn lúc này được ngân lên: lâu hơn, rộng hơn, vang hơn, thanh thản hơn, cho lòng nàng được thư thái chút... Mà rằng tiếng chuông gió đã ngân lên như thế lâu rồi. Nàng còn ước ao gì nữa...?

Huynh đang ngồi phòng riêng tại nhà mình. Anh vừa suy nghĩ, và gõ cho hết ý trang của sách, với dòng cảm xúc tuôn chảy vào phần cuối anh đã đầu tư nơi trí não. Anh như trút bỏ một gánh nặng mang ở tâm tư, khi hoàn thành tác phẩm. Xong anh rà coi lại từ đầu, dò xét để thêm bớt chữ nghĩa, tình tiết, chuyển ý, cấu trúc, lập luận của nó v.v...

Nhưng rồi anh cảm giác ể oải đứng lên. Huynh đang muốn đi làm một việc gì khác cho nhẹ đầu óc, vì tập trung căng thẳng để viết tác phẩm. Phải nói rằng dù ít hay nhiều anh cũng phải tập trung cao độ, bỏ chất xám ra mới tạo dựng được dòng chữ như ý muốn chứ? Huynh nghĩ như thế. Song vừa đứng lên thì có số phone gọi lại. Anh ghé mắt nhìn đúng là số phone của một người mẫu kiêm nhà tạo mốt thời trang Thiên Thanh gọi. Huynh không bắt vẫn để reo, và cứ giả vờ như đang bận gì đâu đó. Phải chi Ngọc Anh Thơ là anh bắt liền. Người anh thương không gọi anh, mà người không thương lại cứ gọi giòn mãi. Anh chán thiệt, trái ngang hết sức... Huynh chỉ muốn thì giờ đó dành cho người anh yêu: Anh Thơ, chứ không phải là Thiên Thanh, hay Thiên Thức gì hết.

Dẫu Thiên Thanh là một cô gái Việt sống định cư bên Úc cùng với cha mẹ và ông bà nội. Cô có chú bác họ hàng trên các nước từ Mỹ, đến Pháp, London, Đức, Ý, Na Uy, Hà Lan, Tiệp, Đan Mạch v.v... Cô theo đuổi sự nghiệp người mẫu đã dành nhiều huy chương. Có nhiều trang bìa, trang báo, quảng cáo khắp nơi dân người Việt định cư. Tuy nhiên Huỳnh Huynh không mấy yêu thích cô, hoặc thú vị ở vóc dáng nàng, cũng như cách ăn mặc của nàng. Về phương diện chiều cao chuẩn, về làn da trắng muốt, nàng quá sở hữu một vẻ đẹp sáng láng tinh khiết. Nhưng không hiểu sao, Huỳnh Huynh lại không thắp được ngọn lửa tình yêu nơi anh về nàng. Anh lại đi yêu một vẻ đẹp tầm thước, người không quá cao, của đôi mắt to, cùng làn môi nóng bỏng Anh Thơ hơn là Thiên Thanh. Và anh yêu cái chiếc mũi rất ư là thẳng sóng, nhỏ và nhô chúi kín về trước, sóng hơi dài lạ của Anh Thơ nữa... Có phải đây là sóng mũi dọc dừa mà ông bà ta hay gọi chăng?

Chàng luật sư lại nhớ lại tất cả những dự định, hành động mà Thiên Thanh đã theo đuổi chàng. Nàng từng tặng cho chàng nhiều album, lịch năm, lịch tháng, lịch tuyển chọn, gởi đến chàng với những nét phơi bày, phô diễn chân tay, bụng, eo, ngực, vai vế, dáng dấp đi đứng ẻo lả, kiểu cách tân thời... Song Huỳnh Huynh ngắm thấy, chàng vẫn trơ ra như đá không chút động tâm, hay xúc cảm gì? Trong lúc như Thiên Thanh cố gắng đưa hết phần gợi cảm cho người nhìn, và cũng không ít người đánh giá cao về người mẫu Thiên Thanh này. Chàng biết... Nhưng mà, trái tim chàng nó lại nghĩ khác hơn bộ óc chàng? Chàng khổ nỗi là bị như vậy! Chàng nhớ nhất cách đây một tuần Thiên Thanh từ Úc về Mỹ thăm dì ruột, đã đến nơi chàng. Chàng vẫn dửng dưng chẳng hề mong mỏi. Thậm chí Huỳnh Huynh còn muốn tránh né, chúi đầu vào công việc mình. Chàng hòng để Thiên Thanh thất vọng, đừng bao giờ đến thăm chàng nữa. Thiên Thanh từng rủ Huỳnh Huynh đi du lịch Dubai mà chàng chưa bao giờ gật đầu hưởng ứng. Lúc nào cũng cứ trả lời: "Công việc bận và bận tới chết..." Chàng từng nghĩ cô gái này không có duyên phận với chàng, nên chàng không hề có nguồn hứng cảm nơi cô gái người mẫu đó. Chàng đã bỏ qua nhiều cơ hội với người đẹp Thiên Thanh khá sáng giá này.

Còn khi Ngọc Anh Thơ bình thường, sao chàng lại thấy Ngọc Anh Thơ kỳ diệu. Nàng toát ra sự quyến rũ từ bên tâm hồn của nội lực... Nàng ấy hấp dẫn đáng yêu với từng cái nhìn dễ cảm, an lành, hữu ái và thân thiện...

Bỗng dưng chàng cảm thấy muốn chuyển đổi tư tưởng, mới mẻ ở một chuyện. Huynh cười với chính mình một tân tri kiến. "Thay vì Thiên Thanh mời anh du lịch Dubai, thì chàng nghĩ ra cách này hay hơn! Huynh muốn tự thân chàng phải mời cho được Anh Thơ, nơi chuyến đi của Dubai vào tháng sáu tới; có show trình diễn thời trang ở đó." Lần này chỉ có các nước Trung Đông và Châu Âu tham gia. Có một số thành viên Châu Á nhưng ít thôi không nhiều lắm. Dĩ nhiên người mẫu Thiên Thanh không đủ tin, chưa dám nỗ lực tham gia những đám ấy đâu. Và dĩ nhiên người tham gia trong đám cuộc này, họ là những "chiến binh" có nhiều thành tích trên hành tinh, là những nàng từng chiến đấu siêu người mẫu rồi. Có lẽ vậy họ mới dám chen chân so tài ở xứ sở nhiều kỳ quang, nhiều quyền lực này chứ...! Thế họ mới đủ tiêu chuẩn, tranh tài xứ sở giàu sang Dubai thách thức chứ. Thiên Thanh đẹp thì có đẹp, nhưng làm sao dám đi tranh giải với các nơi nàng siêu đẳng này?

Huỳnh Huynh suy nghĩ bâng quơ khi anh không bắt phone nơi Thiên Thanh. Anh lại cảm thấy lòng vui khi nghĩ ra một idea mới lạ về Ngọc Anh Thơ, điều đó nơi tim anh. Anh cho anh có một cảm hứng độc đáo của mình. Huỳnh Huynh sẽ mời Ngọc Anh Thơ đi cùng anh thôi. Còn nữa, có thể đi và không đi của Ngọc Anh Thơ, nhưng Huỳnh Huynh cứ thử coi... Và ít ra anh đã nói lên một cảm nghĩ mới lạ... Người mời anh, anh chả muốn đi. Anh muốn đi mời người khác. Có phải tình yêu luôn chạy vòng vòng, rắc rối lôi cuốn và thi vị không ngờ đến thế sao?

Huỳnh Huynh tự nhiên bỏ áo choàng lạnh ra. Anh tới đứng tựa cửa lớn của nhà, nhìn ra bên ngoài, trời nắng nhẹ. Một thứ ánh nắng ban mai dịu dàng có chút huyền ảo. Gió cũng rất nhẹ, hầu như ngưng trong cảm tưởng của anh luôn... Hơi thở anh đổ đều với bao cảm giác bâng khuâng hơn... Anh muốn bước ra vườn hoa thư giãn. Nhưng kỳ thật như có cái gì chặn chân anh lại. Anh phải đi viết tin nhắn táo bạo này cho Ngọc Anh Thơ biết ngay liền. Với Ngọc Anh Thơ, Huỳnh Huynh luôn sợ sự chậm trễ mà mất cơ hội ở nàng!

Anh vào máy viết nháp trước. Anh biết Ngọc Anh Thơ rất xem trọng ngôn ngữ của thư lời viết. Huynh hạ tay gõ vào máy tính, với con chữ do trí não anh điều khiển đưa ra:

Ngọc Anh Thơ yêu dấu.

Hôm nay đã là cuối thu rồi, nắng nhẹ và vương một chút gió tơ sầu của đam mê lãng mạn.... Như làm cho anh nhớ em da diết. Ngọc Anh Thơ em là Nữ Hoàng ngự trị trong lòng anh, không bao giờ anh tắt lửa yêu đương em...

Anh yêu em. Huỳnh Huynh.

Nghỉ một đoạn đọc lại. Anh đã sửa chữ "yêu đương" thành "yêu thương" Anh nhìn thấy, cho là hay hơn. Anh xoe tròn đôi mắt và tiếp tục viết thêm:

Ngọc Anh Thơ yêu quý!

Anh muốn mời em một chuyến đi Dubai vào cuối tháng sáu của năm tới, thấy vậy nhưng nhanh đến lắm em... Trong một chuyến đi thưởng thức, ta sẽ biết cụ thể Dubai giàu đẹp như thế nào. Ta hiểu thêm về các tiểu vương quốc của Ả Rập. Và nhân dịp ta coi được đặc biệt show trình diễn thời trang lớn diễn ra ở đó - Với các người đẹp siêu mẫu nổi tiếng trên toàn thế giới. Và chúng ta sẽ nghe một đêm ca nhạc quốc tế lừng lẫy, cực kỳ diễm lệ, với các ca sĩ hàng đầu của trứ danh. Chắc không đâu sánh bằng em ơi...!

Vậy em vui lòng nhận lời anh nhé, anh thiết tha có em như vị hương cốm mỗi độ thu về nơi lòng người dân Bắc Hà từng trông mong ước vọng. Nhiều bài thơ đã nói lên sự thiếu vắng nó sẽ là mất đi thi vị, của bao cảm giác... Anh lãng mạn xa nhưng sự thật là vậy (?) Sự thèm khát của anh vô cùng em ơi!

Em là hương cốm lòng anh
Mai đào cũng chỉ lá cành mà thôi...
Nếu mà duyên nợ đến rồi
Ta cùng ngắm bóng trăng soi thỏa lòng...

(Anh xin tặng bài thơ "con cóc" đọc vui nhé em yêu!)

Cô Kim đi cùng chúng ta. Ở lại đài và nơi tạp chí VNQH. Cô Kim sắp xếp cho các người khác làm, có thể lo tươm tất. Và hẳn anh phải biết làm gì để giúp cô Kim. Anh phải biết chu toàn công việc em, trách nhiệm với cô chủ Kim. Anh sẽ không để sai lệch hoặc mất đi kết quả tốt nhỏ nào cho công việc em đâu dù một centimet? Mong em hiểu được sự chí tình của anh.

Cám ơn em, cho anh có lời chia sẻ chân thành... Ngự trị ước vọng tim anh.

Người đang đem lòng yêu em nhất, và mãi mãi, anh yêu em và hy vọng chúng ta sẽ đón nhận một tương lai có nhau tươi sáng. Anh Huỳnh Huynh.

Ngoài giờ làm việc thời gian còn lại cùng với các ngày cuối tuần Anh Thơ thích đọc sách, tập thể dục tại nhà. Nàng vừa về tập tạ xong, là coi sách (Năm thuở mười khi, nàng mới ra đường đi vào shopping mua sắm.) Thường Thơ chỉ mua hàng trên online. Hôm đó nàng đi mua sắm ở shopping vài điều nhỏ nhặt: vệ sinh cá nhân, vài chiếc khăn mới, dăm ba hộp kem đánh răng, một chút bông băng cá nhân Band-Aid, vài cái ly nàng thích, vài bông hoa giả nàng yêu v.v...

Về chất đồ vào đâu ra đó, thay đồ tập tạ mười lăm phút, nàng vẫn mê "Em sách hơn là em ai hết." Mê sách không có nghĩa là đọc tin hết? Phải thâu nhận uống lấy hết những điều sách viết và dạy? Không, chắc chắn là không. Thơ đọc sách chẳng mong là như vậy đâu. Mà nàng đọc sách, chỉ mong đem lại, chắc lọc những tinh hoa giá trị. Tìm cách phản biện trong đời sống những gì mình trải nghiệm. Nàng cho rằng các bậc kỳ tài độc đáo, chịu nhiều gian khó, nàng yêu thương và tìm hiểu cội nguồn của họ trong từng trang sách, vì sao họ làm được những điều kỳ vĩ đó thôi. Vai trò họ để lại những cống hiến, thành tựu tiến bộ, mang theo sự chú ý của loài người đáng nể nữa cũng từ nơi sách mà thôi...

Thế là nàng đọc những sách đem về, Anh Thơ đã mượn của Huỳnh Huynh. Nàng đang coi ráo riết quyển "Dân Chủ và Dân Chủ Cần Thiết Như Thế Nào?" Nàng đang khựng lại với một tài liệu chú thích về dân chủ của Algeria: Algeria là thuộc địa của Pháp từ năm 1830. Chiến thắng Điện Biên Phủ của Việt Nam năm 1954 đã đem lại một niềm hứng khởi vô cùng lớn lao cho nhân dân Algeria, trong quyết tâm đánh đuổi thực dân Pháp dành độc lập. Niềm hứng khởi đó thúc đẩy trên 10.000 phụ nữ Algeria gia nhập hàng ngũ kháng chiến quân võ trang. Họ lợi dụng những chiếc áo choàng đen phủ kín từ đầu đến chân để giấu vũ khí, thuốc men, lương thực tiếp tế cho quân kháng chiến. Nhưng sau khi cuộc kháng chiến thành công năm 1962 thì chính quyền Algeria bị rơi vào tay của giới lãnh đạo Hồi Giáo cực đoan. Chính quyền này muốn đưa Algeria trở về thời Trung Cổ bằng cách tước đoạt mọi quyền tự do của phụ nữ. Phụ nữ Algeria ngao ngán thở dài hối tiếc thời Pháp thuộc vì dưới ách thống trị của thực dân, họ được hưởng rất nhiều quyền tự do, nhân phẩm của họ, đã được kẻ địch tôn trọng còn hơn những kẻ lãnh đạo đồng hương của họ.

Vào năm 1980, một đảng Hồi Giáo cực đoan khác lên nắm chính quyền ở Algeria. Năm 1984, chính quyền này ban hành luật công nhận chế độ đa thê. Nhiều phụ nữ biểu tình chống lại luật này. Chính quyền quá khích ra lệnh cho cảnh sát nổ súng khiến cho 48 phụ nữ bị thiệt mạng.

Sự đàn áp dã man của chính quyền Hồi Giáo cuồng tín đã làm bùng lên một làn sóng phản đối mạnh mẽ hơn. Chính quyền liền ban hành luật thị uy với những hình phạt thật nghiêm khắc đối với những người xách động biểu tình: đàn ông bị chặt đầu, đàn bà bị thiêu sống. Bộ luật chống biểu tình này được áp dụng liền trong 10 năm, từ 1984 đến 1993, đã giết chết khoảng 7000 người! Mặc dầu vậy, phụ nữ Algeria vẫn không nản chí, họ tiếp tục tranh đấu cho tự do một cách thật kiên cường khiến cho thế giới phải khâm phục. Ngày lịch sử 22-3-1993, một nửa triệu phụ nữ Algeria vứt bỏ áo choàng và khăn che mặt từ khắp nơi đổ về thủ đô với khẩu hiệu: "*Chúng tôi không nhượng bộ" (We will not yield!)*. Trước khí thế quá mạnh mẽ và can trường của nửa triệu phụ nữ, chính quyền Hồi Giáo cực đoan đã phải chùng tay không dám bắn, và cuối cùng họ đã phải nhượng bộ bằng cách hủy bỏ các luật lệ bất công đối với phụ nữ.

Và nàng đọc những lời như diễn giải của Huỳnh Huynh với một số tư liệu đính kèm ghi chú khác. Huỳnh Huynh trích dẫn đây:

... Tuy nhiên, Iran có một số điều luật tiến bộ so với các nước Hồi Giáo khác: Phụ nữ được phép lái xe, được quyền hành nghề buôn bán nhà cửa, làm chủ cửa tiệm buôn và đặc biệt là được giữ các chức vụ cao trong chính quyền. Hiện nay phụ nữ chiếm 35% lực lượng công chức tại các công sở, 25% lực lượng công nhân và 54% tổng số sinh viên đại học

Các nước Hồi Giáo có nữ thủ tướng: Thổ Nhĩ Kỳ, Pakistan, Bangladesh và Indonesia. Tại các nước này, phụ nữ có quyền tự do gần như bình đẳng với nam giới. Nếu xếp theo thứ tự về quyền tự do của phụ nữ thì Thổ Nhĩ Kỳ đứng đầu rồi đến Indonesia, Pakistan và Bangladesh. Ngoại trừ Thổ Nhĩ Kỳ, tại Indonesia, Pakistan và Bangladesh hầu hết các phụ nữ đều thất học. Chỉ có một trường đại học Rawanpindi ở Pakistan có nữ sinh viên.

Đang đọc đến đó thấy rắc rối trong Dân Chủ và các nước Hồi Giáo có lúc phải thất bại, cũng như có những minh chứng ở các nước tiến bộ và thắng lợi của họ, thì thấy dấu hiệu tin nhắn gởi vào phone đang để trên bàn, không xa chỗ nàng ngồi lắm. Ngọc Anh Thơ chồm tay với lấy. Nàng vội mở phone nhìn tin nhắn của Huỳnh Huynh đang gởi đến một cánh thư đầy đủ, và câu cuối cùng kèm theo. "*Anh yêu em và hy vọng chúng ta sẽ đón nhận một tương lai có nhau tươi sáng.*"

Nàng bỏ qua cảm nghĩ trang sách kia, Ngọc Anh Thơ đã chăm chú đọc từng chữ trong thư chàng gởi tin nhắn. Thì ra chàng táo bạo hơn nhiều nhỉ. Nàng đọc hai, ba lần thật kỹ lưỡng. Tuy trí óc Ngọc Anh Thơ minh sáng, dễ dàng thâu nhận ý tưởng và nội dung ngay lần đầu. Nhưng nàng muốn thế, phải đọc đến hai, ba lần bức thư như thế cho thấm. Nàng bâng khuâng lòng dạ như hỏi với chính mình, những lời chàng mời mọc thiện chí kia... Xong đoạn ngẫm nghĩ để quyết đoán cho mình, nàng lại trầm ngâm. Ngọc Anh Thơ lại tự bảo:

- Ấy chết không được đâu. "Trời ơi tôi xin lạy anh Huỳnh

Huynh. Đừng làm tôi khó xử khi tôi đã có người yêu. Anh chắc biết bao người con gái đẹp đang mơ tưởng. Hãy để tôi yên. Hãy yêu họ, và xem thường tôi. Tôi không đáng yêu đâu. Quên tôi đi... sẽ tốt hơn cho tôi chăng? Và tốt cả anh nữa. " Nàng lẩm bẩm với trái tim mình suốt trong cảm nhận.

Nàng nói đến đó. Và đang muốn coi lại những gì anh đang viết ở trang sách tiếp. Huỳnh Huynh đang phản biện nơi sách của anh dữ dội. Anh khám phá được rất nhiều cái mà nàng mong đợi. Cách nhìn thế giới một cách khách quan của anh. Kiến thức về tình hình thế giới cận đại. Tình hình đang diễn ra trên thế giới nhiều phe phía. Dân chủ và các nước đang lâm vào chiến tranh. Các tôn giáo đảng phái tranh giành thế mạnh? Lòng yêu nước thương nhân loại thật sự ở chỗ nào? Và những cuộc chiến chính nghĩa, chiến tranh phi nghĩa, cùng với các cuộc chống đối bán phi nghĩa len lỏi... Hoặc những thế lực kinh tế, hoặc những quyền lực tập đoàn đang chạy đua đòi hỏi. Họ như tái chiếm danh dự, cứ như vũ bảo, như núi lửa phun mạnh, như cơn xoáy lốc thời, họ đang như dành muốn, tranh đoạt thâu tóm toàn bộ mọi khả năng quyền lực...

Huỳnh Huynh có một khái niệm vững chãi về chính trị toàn cầu, và toàn cuộc. Anh yêu nước Việt Nam. Nhưng Ngọc Anh Thơ thấy anh ít minh chứng những gì thuộc về VN? Anh ngại với một chế độ cứ luôn nhầm lẫn, để rồi nắm đầu chụp mũ, huênh hoang rao giảng, rồi áp đảo thiên hạ... Sai lệch vì họ bảo thủ, họ cố cựu bao che, họ còn cắm sâu vào các thành phần. Anh biết... Nên anh chỉ mượn bức tranh thế giới mà đánh động VN thôi. Anh không đi sâu vào tình hình của VN, không phải anh bất tài, hoặc không nghĩ đến quê hương như đã nói trên. Nhưng để cổ xúy một nền dân chủ cho Việt Nam, thật sự trước mắt viết sách từ xa là hay hơn, để họ suy gẫm so sánh, gợi lên niềm xúc động cho con tim họ. Vì đâu có những cuộc chiến tàn khốc đến thế? Tranh giành đến thế, rồi rơi vào những thảm hại được mất vô lý kia? Đó cũng là cách thắp lên nơi tâm họ một ngọn đuốt, còn hay hơn một lối tuyên truyền vụng dại khô cứng, kêu gào thẳng sáo. Họ chưa chắc để chịu thức tỉnh nhanh, hoặc có đủ thì giờ, mà nghĩ cho kịp yêu cầu bên tâm thức... Như thế thì ta sẽ bằng lòng cho một cách áp chế vô hình, cũng chẳng đi vào đâu. Khó mà đi đến sự huyền diệu thâm thúy? Anh Thơ trải lòng nghĩ như thế. Trong cách viết Anh Thơ đồng cảm với thái độ xử lý của Huỳnh Huynh rất nhiều. Tuy nàng chưa có thể viết một quyển sách dân chủ, và sự cần thiết của dân chủ với một tư liệu mạnh mẽ sắc sảo như vậy được. Tuy nhiên trái tim yêu nước và yêu dân chủ, điều ước muốn ôn hòa an lành toàn cầu, là như một bánh xe hiền nhu mà Anh Thơ vốn mong nó lăn nhanh vào thế quật khởi... Nhưng rồi các thế lực phản kháng chống trả, nàng không thể không nghĩ là không có... Không thể coi thường những phản ứng ngược lại. Bằng chứng nhiều tổng thống hoặc các nhà lãnh đạo mưu lược, vẫn bị giết trước khi chương trình họ chưa đưa ra, hoặc bị các phe phái đối lập cố tìm cách để đập tan, hủy tán, tiêu diệt... Đi vào chính trường chính trị hoặc quân sự là luôn gặp những luận đề nan giải, có thể đe dọa cả mạng sống. Anh Thơ đôi lúc đối mặt nghĩ đến những sức ép của người làm chính trị, hoặc quân sự, nhà lãnh đạo cách mạng tân tiến, dân chủ v.v... Vẫn cho nàng một chút ngán sợ. Chưa chắc họ những người tài trí và chính nghĩa, có được hạnh phúc một ngày, yên lành... Từ trong tâm tưởng, nàng yêu nước thật sự nhưng soi qua lăng kính sách viết Huỳnh Huynh, và tư liệu. Anh Thơ không thể không chùng lòng sợ hãi, ngao ngán trước sự bao vây của nhiều thế lực? Như thế nàng có còn xứng đáng là một cô gái dũng mạnh tri thức tiến bộ nữa không ta? Hay vẫn là một cô gái liễu yếu đào tơ trở về, với trái tim bé dại, vẫn rất ư là mềm mỏng hèn nhát đó nhỉ?

Suy nghĩ tới đó, nàng muốn qụy lòng. Và rồi Anh Thơ muốn quay về với cánh thư của Huỳnh Huynh viết mời nàng trong chuyến du lịch ở Dubai. Thật ra "đi một đàng học một sàng khôn", nàng cũng thích lắm. Nàng và chàng không phải là một nguyên thủ quốc gia với dầu sôi lửa bỏng mà đi chơi, hoặc ăn cắp tiền ai mà đi chơi, là phải e thẹn vì sai lầm... Đằng này hai trái tim yêu nước, cũng nên đi ra ngoài thế giới, đi ra ngoài Trung Đông học được "thần phép" của họ, hoặc học hỏi một cái gì hay hay, khác lạ của nó kia chứ. Thế mà tại sao nhận một email, nhắn tin của chàng luật sư Huỳnh Huynh, nàng quá thêm đẫn đờ...

Và quay lại nghĩ về sách Huỳnh Huynh viết kia, nàng cũng rất ngạc nhiên nhiều, khi mà Huỳnh Huynh đề cập phân tích sâu vào dự kiện một sự dân chủ quá ư thảm bại của thế giới Hồi Giáo ngày trước. Nàng đang có người yêu Jessie là người thuộc của Hồi Giáo. Mà thế giới Hồi Giáo hôm nay cũng còn đang bàn cãi rất nóng, và rất nhiều chưa đi vào đâu. Một sự thật một nền dân chủ ôn hòa, có lý tưởng tốt đẹp, đem lại cho thế giới hòa bình thiết thực, họ không thể nào tách khỏi mọi tôn giáo. Vì khó mà thực hiện chuẩn xác với chủ thuyết như ý định ban đầu họ đưa ra...

Xếp sách, nhớ những gì đọc đã thu lượm ở sách Huỳnh Huynh viết, nàng mong được mỗi ngày chỉ để ngấm dần nằm sâu hơn trong tiềm thức mình. Không còn nghĩ ngợi gì nó hơn nữa cứ tạm thời để lắng xuống. Làm bạn đồng cảm thì nên dấu kín đã, cứ để như mưa chậm thấm lâu đi. Nàng lại suy nghĩ về "lá thư tình" của Huỳnh Huynh viết cho mình, Anh Thơ bất động nín thinh. Nàng không dám suy nghĩ gì về lá thư và tin nhắn thêm. Nàng toan đi tắm và trùm mền ngủ một giấc ngon lành, để lấy lại năng lượng cần thiết của trái tim đã yếu mềm một tý của mình...

CHƯƠNG 10

Lại cánh thư khác Jessie gởi đến nàng một hôm nữa:

Nàng nhận lãnh và ngồi xem những dòng chữ anh viết:

Ngọc Anh Thơ người con gái anh đem lòng yêu nhất.

Những lá thư anh viết cho em bằng máu và tim. Nhưng em không bỏ chút thì gian để nghĩ về nó. Anh càng không thể buộc em làm bất cứ điều gì mà em không muốn. Anh hiểu lắm... Em có quyền chọn lựa. Tình yêu chẳng bao giờ lên ngôi như anh tưởng, tình yêu anh nơi em đã chết... Anh biết.

Thế thượng phong bao giờ cũng dành cho kẻ lắm bạc, nhiều tiền, uy thế, địa vị trong xã hội, là cái chắc không bao giờ lệch ngôi. Anh nghĩ... Một kỷ sư quèn, một thứ giống dân Hồi Giáo chẳng làm cho em rung động thực sự, lâu dài...

"Thì thôi. Em cứ đi đường em/ Ân tình chia hai lối.

Anh về ngậm đắng cắn thương đau/ Ân tình xưa trả về mấy núi/ Bấm tay ôi thương tiếc.../ Vò nát khúc nhạc đầu..."

Em yêu Ngọc Anh Thơ!

Thơ anh chỉ làm một bài cuối cùng, với một vài câu đơn điệu, nghèo ý tặng em... Khi anh biết rằng tình yêu chúng ta tan vỡ như bọt sóng, như gió lùa, khi con trăng đi qua mộng mị... Khi mà em cách lòng đã tự định đoạt hoặc gian dối, không thật cùng anh? Anh tha thứ cho em là điều dễ, nhưng anh không thể nợ em một đời. Anh hy vọng, em hiểu được ý anh chứ.

Nói tóm lại: Em có người yêu bên đó. Và chẳng ngó ngàng về tình cảm nơi anh. Đương lúc trái tim anh đau đớn và như xé ra từng trăm mảnh vụn vì em, yêu em... Jessie...

Nàng đọc những tin tức thư của Jessie gởi tiếp đó. Tâm trạng Thơ càng thêm rối, cộng thêm cho nàng nỗi đau khổ dày vò. Có thể nào ta lỗi với chàng nhiều? Chàng đã giận hờn thốt ra như chặt chém niềm đau nơi ta. Ôi chàng ơi những tiếng nói thật sâu kín, bẽ bàng trong tình yêu chàng thế sao? Lòng chàng đau mà viết lên cánh thư thế nhỉ? Còn ta thì sao. Ta không đau sao. Ta dửng dưng vô cảm sao? Thú thật Ngọc Anh Thơ cũng cảm thấy đau lắm chứ? Chàng đã trách ta không nương tay, theo con chữ... Thế thì trước mắt Thơ nên viết một lá thư hồi báo cho chàng gấp rút là hay nhất. Vì nàng hiểu nàng. Vì nơi trái tim sâu thẳm nàng còn yêu chàng nhất. Nếu có công chuyện ngập tới cổ, nàng cũng chả màng đến, huống hồ chi làm việc ở đây không đến nỗi khó thở, bận rộn? Đó là lý do chàng trách mình vô tâm. Vâng nàng xướng ngôn viên Anh Thơ chưa bao giờ vô tâm trong trái tim, nhưng thái độ không quan tâm, ít chú trọng, ít liên hệ tin nhắn... Đúng là hành động Thơ đã làm chàng hiểu lầm. Có vẻ mình đồng lõa với vô tâm vô tình lắm rồi còn gì? Người xưa có câu "Khôn lại già rồi." Bây giờ Thơ biết tận nguồn cơn thì có trễ không ta?

Nhưng vẫn có những câu "Ai không dại một lần để mà nhớ... Ai từng khôn mà không hóa dại bao lần." Nàng có được những câu nói này do mẹ Ngọc Sương dạy. Thắt thỏm đau đáu. Nặng lòng ưu tư. Thơ mở phim coi. Nàng mở video chàng tặng nàng, lúc chàng hồi nhỏ để xem. Coi như một "video bất ly thân nơi nàng" chàng từng dặn thế mà! Thơ xem chừng 15 phút... Cho đỡ nhớ, hình ảnh Jessie ngày thơ dại, thật buồn cười đó. Không biết sao mà chàng bảo:"- Khi buồn nhất xem chàng cho đỡ buồn, vì những nghịch ngợm, của Jessie thời thơ ấu, chàng muốn hình ảnh cũ kỹ xa lắc đó sẽ dễ thương và làm nóng cho nàng. Và chàng cũng bảo: Khi vui nhất coi phim này để cộng thêm niềm vui thăng hoa..."

Vậy cả hai phương diện đều tác dụng. Mà đúng thật khi vui nhất nàng cũng ưa xem. Và lúc buồn nhất hình bóng chàng nơi đó, vẫn như chia sẻ tâm tư cùng nàng với nụ cười vô tư hiền hậu... Một chàng Hồi Giáo Jessie trẻ thơ quá đỗi ngọt ngào, dễ thương đến bất tận... Nàng thích lắm...

Xong Thơ tắt đi, rồi nằm nghĩ về chàng một tý với hiện tại. Một người yêu thanh xuân của nàng. Một Jessie đáng yêu, biết giận, biết hờn tới bến?

Để cho đầu óc nhẹ nhàng thanh thản. Để cho nàng có thời gian chuẩn bị cho một cánh thư "người yêu gởi tạ cho một người yêu." Nàng sẽ mang cả trái tim chân thành của nàng gởi đến chàng chứ. Nghĩ một đoạn Thơ đứng dậy ngồi vào máy tính bắt đầu gõ chữ. (Tuy mới là bản nháp.)

Gởi người yêu thương nhất của em.

Nhận được thư Honey em mừng lắm nhưng rồi lại buồn vô hạn. Anh có biết? Có thể nào anh muốn nước mắt em chảy thành sông suối, vì đau thương và cảm giác. Và lẽ nào anh hằng mong, lòng em chấn động như núi lửa có cơ hội phun ra? Niềm nóng nảy bất tận mà em không thể chịu đựng nổi. Em đưa ra hai khái niệm đó cho anh, là anh biết sự tột cùng của nỗi đau em ám ảnh và gánh chịu không?

Anh thân yêu! Em vẫn có thể trở về bên anh. Để em chứng minh em vì tình yêu hơn sự nghiệp. Ngọc Anh Thơ này sẽ về bên anh. Chúng ta sẽ đội umbrella đi chung dưới mưa giăng. Anh sẽ quàng chiếc khăn ấm cổ nơi Thơ. Mà cả hai kỷ vật ấy, anh đã mua tặng cho em. Tay anh sẽ mềm mại đầy quyến rũ, và cứng rắn để thắt kiểu khăn quàng cổ, nhiều kiểu cho em thích...

. Anh đừng nghi ngờ lòng dạ Thơ. Ân tình của anh chắc chắn bền vững trong em của thiên niên kỷ. Nếu như thánh Allah cho ta sống trẻ mãi và được yêu nhau say đắm... Hãy tin em đi... Thơ về bên anh. Ta đi đến tất cả nơi nào anh và em thích. Ngọc Anh Thơ về thăm lại viện bảo tàng mà hai ta cùng yêu chuộng. Em về dạy học. Làm một cô giáo xứ sở và ở bên anh...

Ngọc Anh Thơ cùng anh về thăm quê hương Bangladesh của anh. Và về thăm quê hương VN của em. Nếu như mình chọn và ưa thích. Em cùng anh có thể đi thăm xứ sở Dubai phồn vinh giàu đẹp như thế nào? Và điều anh tối cần em sẽ đáp trả. Đó là em, người yêu anh, em là vợ ngoan của anh...

Anh hãy tin em như tin một mặt trời là điều có thật trên hành tinh. Và anh hãy tin em như một cơn gió thật sự, yên bình, trong lành đem đến dâng tặng cho anh trên trái đất...

Em: Ngọc Anh Thơ

Ngọc Anh Thơ viết lá thư, điều chỉnh lại như ý.

Đến sáng hôm sau nàng muốn mặc đồ đẹp đẽ mới hơn lấy hên. (Nàng thì mặc đồ lúc nào chả đẹp nhưng chỉ là ít ngắm nghía thôi.) Lần này thì khác, Ngọc Anh Thơ thay đồ ngắm nghía mãi lâu hơn tý. Và rồi cô đi lái xe ra bưu điện gởi gấp. Nàng không thể bỏ vô thùng thư và chờ đợi lâu ngày, hoặc vài ngày được! Đã đến lúc nàng cảm thấy thương Jessie và sợ chàng mất đi hy vọng nơi chàng... Một người giỏi giang vẫn có thể mắc đi cái tội sai lầm là thường tình mà, nhưng họ còn nhận ra để thay đổi cách nhìn sai lầm, là một điều đáng quý. Nàng chưng hửng nghĩ mình như vậy. Rõ là trong các cuộc tình nàng ưu tiên, cho chàng trai người Hồi Giáo một cái hậu quá đẹp, và nàng quá nghĩ đến chàng.

Từ bưu điện lái xe về nhà. Ngọc Anh Thơ lái xe qua một nhà hàng Hồi Giáo mua một hộp cơm của dân Hồi Giáo về nhà nàng ăn. Rõ là nàng khùng mất? Nhưng có lẽ để tôn vinh tình yêu nàng một ngày và đêm nay. Để nàng nhớ tưởng đến thánh linh và nhớ tưởng đến tình yêu Jessie hay mua cho nàng ăn – Những thức ăn chàng tập sự cho nàng như thế. Nàng biết nàng đã thuộc về chàng. Và có thể sẽ thuộc về trái tim thánh Ahla - Hồi Giáo Bangladesh của chàng.

Và trong đêm nay, Thơ đã dọn đồ đạc chuẩn bị về Texas tức khắc. Nàng lên iPac kiểm tra đường đi giá vé, thuận tiện, khó khăn v.v... Nàng nóng lòng như lửa đốt, như Jessie nóng lòng chờ nàng. Ngọc Anh Thơ đã nghĩ ra một cái khùng của nàng thứ hai đó là về Texas, mà không báo cho Kim Đoan hay, và không cho Huỳnh Huynh biết... Dĩ nhiên lợi dụng cơ hội lễ, Thơ đang có nghỉ "break" vacation hai ngày nàng trốn bỏ đi luôn...

Ngọc Anh Thơ lên máy bay về lại Texas vào một khí trời ban đêm đó. Nàng không cần báo cho Jesssie trước, Ngọc Anh Thơ muốn thế. Và nàng không về nhà, chỉ ở một khách sạn. Thay đồ, tắm rửa nơi đó. Anh Thơ đi taxi đến nhà Jessie như phim nàng dự đóng.

Vốn nhớ Ngọc Anh Thơ nhiều quá, chàng hay có thói quen nhìn ra cửa ngày xưa chàng hay đón nàng. Rồi vội vào trong phòng ôm gối nghĩ, lòng buồn thiu, buồn thỉu. Thì vừa lúc Jessie thấy phone nàng gọi, chàng mở ra. Ngọc Anh Thơ bảo nhanh:

- Em đây anh yêu.

- Em đang ở đâu vậy Ngọc Anh.

- Sẽ trước nhà anh. Ba má anh có nhà không?

- Có nhưng ba má có thói quen ngủ sớm hết rồi.

- Vậy anh đón Thơ nha. Em đi taxi hai phút nữa sẽ tới nhà.

- Sẽ đón em nơi nhà anh hã?

- Yes, love you. Một tí tắt nữa sẽ tới ngay.

- Có thật em về không?

- Tại sao lại không thật chứ honey?

- Trời ơi?

- Hi hi. Ngọc Anh Thơ cười hí hí rồi cắt phone.

Jessie biết điều nàng nói thật. Chàng phải đi ra ngồi đợi.

Một tí tắt nhưng Jessie cảm thấy hồi hộp và thấy lâu vô biên. Chàng không ngờ Ngọc Anh Thơ lại về đêm hôm, không báo cho chàng biết để mãi giờ này mới như thế này. Tánh Ngọc Anh Thơ thì thích tự do, ưa biệt lạ một chút. Chắc Ngọc Anh quá quất muốn làm cho chàng ngạc nhiên đó thôi? Cũng may quá giờ đêm, mẹ cha Jessie đi ngủ hết rồi. Chàng sẽ đón nàng như một giấc mơ đẹp đây.

Một khoảng sau thì Ngọc Anh Thơ đến. Chàng hồi hộp mở cửa ra đón nàng. Ngọc Anh đã ôm chầm lấy chàng. Cả hai ôm nhau, họ như từ một giấc mơ hiện về, nhưng đây là sự thật. Tay nàng run run nắm lấy cánh tay chàng. Toàn thân nàng như xao xuyến ngẩn ngơ. Hơi thở Jessie ấm áp vô cùng đang chuyền sang cho Ngọc Anh đang bị lạnh từ khí hậu bên ngoài. Jessie đầy xúc cảm gieo vào người chưa nói gì được. Ngọc Anh Thơ hỏi:

- Anh có tin là em đây. Và anh nhớ em hôn?

- Anh tin chứ? Quá ư là nhớ em nơi lòng anh mà.

- Anh nhận được thơ em chưa?

- Chưa.

- Sao lâu vậy em gởi được hai hôm rồi. Ý quên mới một hôm.

- Hai chiều nay anh chưa lấy thơ.

- Chắc ba má lấy rồi có thể anh nhỉ?

- Nhà này chỉ anh lấy thơ, không thì sẽ còn ngoài đó thôi. Em ngồi đây anh ra thùng thơ coi thử. Cũng có thể là chưa tới.

- Cũng OK thôi không sao. Nàng nói và để chàng rời tay.

Nàng ngồi, chàng ra thùng thơ đi lục lấy thơ. Đợi chàng từng bước đi vào. Rồi cả hai dời gót vào phòng chàng một cách tự nhiên. Có lẽ Ngọc Anh cũng hơi bẽn lẽn chút xíu. Nàng hỏi nhanh:

- Có thư em rồi phải không?

- Ừ có, chắc mới chiều nay.

- Để thư, cất thư đi mai đọc. Đêm nay em sẽ cho biết về em hết. Mai anh coi lại mà.

- Được thôi em. Em về anh mừng quá.

Ngọc Anh vô phòng riêng của Jesie, thì lấy sẵn chiếc dù và chiếc khăn ra nàng rằng:

- Ngoài trời không mưa lớn nhưng em thích. Chúng ta hãy đội chiếc dù này đi chung, anh thắt chiếc khăn cho em đi.

- Anh sẽ làm được mà Ngọc Anh. Chàng vừa thắt khăn choàng cho nàng và bảo thế.

- Ngọc Anh em về má chưa? Chàng hỏi thêm.

- Chưa. Em về máy bay trong chương trình đi gấp, về Hotel và đi taxi lại đây.

- Vậy sao?

- Em muốn thăm anh trước tiên.

- Em quá tuyệt vời. Giờ em tính sao. Ở đây với anh chứ? Hay về Hotel.

- Không, em muốn về Hotel trước. Và sau đó về với má.

- Em có báo với má chưa?

- Chưa ai biết chuyện này. Anh là người trước tiên.

Hai đứa đang nói chuyện thì tự nhiên bên ngoài trời mưa lớn hơn. Ngọc Anh Thơ nhìn ra bên ngoài. Nàng bảo:

- Trời đã cảm động em về đây chắc, nước mưa là nước mắt em nghìn kiếp hẹn lại, mưa thật dễ thương. Thôi ta đi qua đó nha anh. Em thích hai chúng ta phải có một đêm mưa làm kỷ niệm...Vì mình đã có chiếc dù umbrella kỷ niệm nè.

- Em thật là cô gái lãng mạn đáng yêu.

Sau đó Jessie hôn Ngọc Anh một nụ hôn cuối cùng ở nhà mình, ngay căn phòng anh. Rồi anh thật nhanh ra xe để lái chở nàng về Hotel như ý nàng. Yêu nhau lâu ngày gặp lại làm cho họ cuống cuồng quấn quít nhưng phải đi, họ cái cần trước mắt đã. Những hạt mưa cuối cùng của cơn mưa cứ gieo mình xuống đất hết. Và cơn mưa có lẽ mưa rào. Mưa đến nhanh và cũng hết nhanh...

Họ rời nhà ba mẹ Jessie, cả hai đi về khách sạn. Ba mẹ cứ ngủ ngon giấc say nồng ở phòng họ. Đến nơi Hotel cả hai đi tắm mát riêng. Rồi họ đi đến nơi giường nằm, Ngọc Anh Thơ bảo:

- Em về đây không cho cô Kim Đoan hay. Coi như em đã giã từ rút lui sự nghiệp phát thanh viên của đài truyền hình VNQH, và em mãi mãi bên anh. Em đi dạy học. Có thể vui buồn viết văn làm văn sĩ dễ dàng độc lập, đơn giản hơn. Và anh không còn nghi ngờ chi lòng dạ em đúng không? Em thật sự không muốn em khó xử, và thật sự không muốn anh bận tâm điều chi về em nữa?

- Anh thích như vậy. Anh mong em như vậy mà.

Cả hai nói chút và họ bắt đầu hôn nhau say đắm. Họ không nói gì nhiều, nhưng như nói ngàn lần yêu dấu. Ngoài khách sạn gió như vi vu hát lời đoàn tụ, nơi này không có tiếng chuông gió nhưng nàng ám ảnh như có đâu đây. Không có những giỏ hoa treo lơ lửng, nhưng có những cụm hoa bám mặt đất vẫn thi vị đong đưa, như nhắn gởi muôn điệu nhạc lời ân tình sâu đậm ngoài kia. Và một vài cây cỏ nép mình vào không khí, bởi vì là chúng nó như nghe được tiếng lòng thì thầm của nàng...

Cũng đêm đó Jessie đưa Ngọc Anh Thơ về nhà mẹ. Căn nhà mà nàng đã vắng gần hơn ba tháng nay. Ngọc Anh thật sự có nhớ nhung và bàng hoàng xao xuyến. Ngọc Sương đón con gái về một cách bất ngờ, nửa mừng nửa lo âu. Bà hỏi khi Ngọc Anh chạm gót chân vào thềm cửa:

- Sao về gấp, không cho mẹ hay gì vậy con gái? Trời ơi có chuyện chi lạ xảy ra không?

- Con nhớ nhà và muốn về thăm nhà vậy thôi.

- Dễ vậy sao? Hừm.

Jessie thì lo mang đồ đạt nàng từ xe vô. Anh nhìn hai mẹ con họ. Anh cười cười chả nói gì?

Ngọc Sương còn ngạc nhiên dữ dội hơn nữa. Khi Ngọc Anh Thơ lấy tờ giấy nàng viết sẵn bỏ vào tay mẹ, cho mẹ coi.

"Lỗi Lầm Một Giấc Mơ " Ngọc Sương cầm lấy tờ giấy không dừng lại sự ngạc nhiên, cả mừng rỡ nhưng lại mở to đôi mắt hỏi con gái:

- Sao lại là lỗi lầm một giấc mơ hả con? Ngọc Anh...

- Thì coi như con lỗi lầm một giấc mơ về lại với mẹ và Jesssie đây. Con đi dạy học, con vẫn là một người yêu nước và bắt đầu sự nghiệp văn nghiệp, qua câu chuyện này. Thưa mẹ... Chính trị dù có hoạt động giỏi cho mấy, cho phong trào tiến bộ, dân chủ hóa toàn cầu đi chăng nữa, cũng luôn đối đầu với khổ đau cạnh tranh, khốc liệt và quyền lực, lại xa người mình yêu dấu. Nên con rút lại những quyết định để thay đổi. Con không còn mơ ước từ một xướng ngôn viên đi lên nữa...

- Con nói sao với cô Kim? Con bỏ một hợp đồng trốn đi. Ngọc Sương giờ lại nghĩ sâu xa, áy náy.

- Chuyện đời cái gì vẫn có thể xảy ra. Cô Kim sẽ thông cảm cho con được mà. Và chàng trai Huỳnh Huynh không phải là một người kém hiểu biết. Chỉ là bạn bè, chuyện nhỏ thôi mà má. Má đừng lo lắng chi chuyện. Con chỉ mong Mom biết con đáp máy bay đi từ Califoria về Texas là đủ.

- Má mong tất cả được đi vào ổn thỏa. Không ai trách trả.

- Sẽ ổn định hết con nghĩ thế má à. Má thương của con nè. Cô Kim rồi nhận ra, thông cảm không trách, không ghét con đâu. Và cả anh Huỳnh Huynh cũng thế. Ảnh sẽ hiểu được mọi sự nơi lòng con... Giữa con và ảnh, như một kỷ niệm của cuộc sống cho bạn bè, cho nhau mà thôi...

- Má hiểu và mong sự thanh cao, ý chí tôn trọng quyền cá nhân con người lên trước tiên, sự thiện hữu là chân lý... Tất cả phải tự nhiên và thoải mái... Má chỉ cầu nguyện cho con an bình sống vui vẻ.

- Con nghĩ chắc là như thế má ơi.

Hai mẹ con nói chuyện. Jessie đã lén ra về. Anh về nhà, vào phòng mình. Anh nôn nóng mở cánh thơ của Ngọc Anh Thơ ra đọc. Anh muốn coi nàng viết những gì cho anh. Đúng là một bức thư tình nàng viết...

Gởi người yêu thương nhất của em.

Nhận được thư Honey em mừng lắm nhưng rồi lại buồn vô hạn. Anh có biết? Có thể nào anh muốn nước mắt em chảy thành sông suối, vì đau thương và cảm giác. Và lẽ nào anh hằng mong, lòng em chấn động như núi lửa có cơ hội phun ra? Niềm nóng nảy bất tận mà em không thể chịu đựng nổi. Em đưa ra hai khái niệm đó cho anh, là anh biết sự tột cùng của nỗi đau em ám ảnh và gánh chịu không?

Anh thân yêu! Em vẫn có thể trở về bên anh. Để em chứng minh em vì tình yêu hơn sự nghiệp. Ngọc Anh Thơ này sẽ về bên anh. Chúng ta sẽ đội umbrella đi chung dưới mưa giăng. Anh sẽ quàng chiếc khăn ấm cổ nơi Thơ. Mà cả hai kỷ vật ấy, anh đã mua tặng cho em. Tay anh sẽ mềm mại đầy quyến rũ, và cứng rắn để thắt kiểu khăn quàng cổ, nhiều kiểu cho em thích...

. Anh đừng nghi ngờ lòng dạ Thơ. Ân tình của anh chắc chắn bền vững trong em của thiên niên kỷ. Nếu như thánh Allah cho ta sống trẻ mãi và được yêu nhau say đắm... Hãy tin em đi... Thơ về bên anh. Ta đi đến tất cả nơi nào anh và em thích. Ngọc Anh Thơ về thăm lại viện bảo tàng mà hai ta cùng yêu chuộng. Em về dạy học. Làm một cô giáo xứ sở và ở bên anh...

Ngọc Anh Thơ cùng anh về thăm quê hương Bangladesh của anh. Và về thăm quê hương VN của em. Nếu như mình chọn và ưa thích. Em cùng anh có thể đi thăm xứ sở Dubai phồn vinh giàu đẹp như thế nào? Và điều anh tối cần em sẽ đáp trả. Đó là em, người yêu anh, em là vợ ngoan của anh...

Anh hãy tin em như tin một mặt trời là điều có thật trên hành tinh. Và anh hãy tin em như một cơn gió thật sự, yên bình, trong lành đem đến dâng tặng cho anh trên trái đất...

Em: Ngọc Anh Thơ.

Ôi những lời thơ của Ngọc Anh Thơ đã làm anh vui sướng không thể nào tả được. Anh chàng kỷ sư Jessie như mừng điên lên được. Anh ấp thơ vào lòng gọi tên nàng. Ngọc Anh Thơ dấu yêu của anh ơi... Ngọc Anh Thơ yêu dấu của anh ơi. Anh yêu em hết sức... Anh yêu em vô cùng...

Bên ni Ngọc Anh Thơ từ biệt má sau khi nói chuyện cùng má, cô vào phòng riêng cũng thầm gọi tên chàng:

- Jessie em về bên anh rồi đây và sẽ mãi mãi bên anh nha... Nàng lại cầm hình chụp chung của nàng và Jessie lên coi. Thơ còn thì thầm:

- Ta yêu nhau và em sẽ làm những điều anh thích thôi. Hãy tha thứ cho em những lỗi lầm của giấc mơ kia. Ngọc Anh Thơ biết chàng về đang đọc thơ nàng, nên nàng không gọi phone chàng vào lúc này nữa... Tuy lòng Ngọc Anh đã không quên một phút nhớ, hay ngàn phút nhớ vào tim mình ngự trị chàng... Nàng hình dung như thế về chàng. Mà sự thật đã xảy ra... Chàng đang đọc thơ nàng và bao điều cảm giác sung sướng, để gọi tên nàng Ngọc Anh Thơ mãi thân thương...

HDT. Viết năm 2016.*/

MỐI TÌNH NÀNG KLON VÀ BẤT TỬ...

CHƯƠNG 1

Dũng về nước chàng vẫn thường lang thang vào một cửa hiệu kính để mua kính mát cho mình ở Việt Nam, và mua ít kính để tặng bà nội. Anh vẫn thường thích, là một thú vui chơi đam mê, lại một kiểu đi chơi du lịch, nhìn cảnh và phận sự của Dũng. Anh nghĩ thế.

Dũng đến một cửa hiệu kính tương đối lớn để chọn lựa, thì anh bắt gặp cô gái. Anh nhìn ngẩn ngơ qua đôi kính mát của mình, và mở đôi kính anh càng ngơ ngẩn nhìn thêm. Đó là một cô gái phụ giúp, đi lựa kính cho khách hàng. Anh không biết cô ta là ai? Lúc trước anh có đến đây mấy lần nhưng không gặp? Lần này ngộ thay quá! Lẽ ra mua xong vài cặp kính là đi. Ấy vậy mà anh nán lại nhìn mãi cô không biết chán. Anh tự nghĩ anh mê gái ư? Chắc là không, anh không mê gái. Nhưng sức thu hút của cô đến diệu kỳ, ảo mộng. Cô ta có chất man dại là lạ, lại lộng lẫy kiêu sa. Có chất hoa hèn cỏ nội lại có chất cao sang quý phái. Cô ta như tỏa nhiệt mạnh mẽ vào ai, khiến người ta sẽ có thể lụy tình điên dại đi mất. Hay dù trái tim ai có nguội lạnh đến mấy, cũng có thể bốc cháy lên được!

Đoạn cô bỏ đi ra ngoài. Dũng mơ màng đến hỏi cô chủ.

- Cô đó là ai? Sao những kỳ trước đây tôi không thấy?

- Nó là em ruột tôi ở Langbiang làm gì chú thấy.

- Chị nói thật hay nói chơi vậy?

- Sao cũng được. Tùy chú muốn, thích. Mà thật đó. Sang lại cười nhè nhẹ vui vui.

- Tôi thích cô đó. Chị Sang ơi cô ta còn độc thân chứ?

- Hiển nhiên! Độc thân mới đi xuống tôi, nhưng đã có người yêu rồi. Sang vẫn nở nụ cười trên môi.

- Có người yêu rồi thì tiếc thiệt nha!

- Người yêu là chuyện nhỏ. Có chồng rồi mới là chuyện lớn. Sang vẫn không tắt nụ cười rất duyên dáng ở đó nhìn Dũng.

- Chị nói chuyện hấp dẫn chị Sang nè. Dũng cũng cười.

- Buồn nói cho vui mà. À mà thích hôn? Tôi là chị ruột nó đó, nói thiệt đi nghe cho. Sang như tiếp tục khôi hài.

- Sợ cô ấy không chịu thôi. Em thì kết lắm rồi. Dũng lại vui vẻ trả lời, nhìn qua ánh mắt chị Sang.

- Kết lâu bền, chứ kết một ngày một bữa thì tôi không dám giới thiệu đâu nha! Sang muốn tỏ ra thái độ nghiêm nghị với câu nói đó hơn.

- Kết bền bỉ kết. Kết một đời chứ chị nè.

- Chờ xem kết quả. Tôi ủng hộ cho Dũng một vé. Nhận một tin như vậy nha! Sang lại nói như chơi và cười xả lả nữa.

- Tạm thôi. Nào, không dám tin chị tuyệt đối. Dũng trả lời lơ lửng, song cố nghiêm túc và không phải là thiếu thiện chí. Chị Sang như hiểu...

Dũng nói chuyện vu vơ và ngắm chọn xong cặp kính ưng ý nhất cho bà nội, trả tiền rồi anh rời khỏi tiệm. Hiệu kính Hoa Phong Lan lại tiếp tục kẻ ra người vào. Tiệm khá có khách. Diện tích và chu vi tiệm sang, rộng, thoáng, nên cũng là một điểm để khách chọn tới...

Đoạn sau thì Klon từ đâu trở vô. Nàng vẫn lựa kiếng, kính cho khách, Klon chỉ hàng cho họ chọn. Mấy hôm nay nàng vẫn đẹp, nhưng ít nói. Tuy nhiên khách thì rất muốn nhìn cô lạ lùng... Cô như bức tranh hoàn mỹ của tạo hóa, của đất trời về người con gái, tình yêu và sắc đẹp nên thơ...

Chỉ ba ngày Klon đã về lại buôn làng. Cô đang nhổ hết mấy cây cụm nấm bỏ vào gùi và tiếp tục bước, ven dọc theo con suối nhỏ Klon đã tìm ra loài nấm này được rất nhiều. Cô đi lội trên những viên đá với nhiều hình thù khác nhau, chất đá hơi bóng đen nhẫn, bởi nó được bào mòn qua những mùa nước lớn, nay rút cạn. Cô thích đi như thế, ai đi cũng sợ té, mà với Klon lại thích bậc nhất, và một đam mê khi đôi chân trụ vững trên nó, thì thật tuyệt! Klon nghĩ thế và cô phải bước đi qua đến gần bờ bên kia. Nàng thực thi ý định, nơi đó có một tảng đá nhỏ dựng, không to lắm nhưng đủ tròn một bên. Klon ngồi xuống nhìn bầu trời. Cô thả gùi ra, hai tay úp vô mặt vuốt từ vầng trán đến đôi mắt, xuống má, xuống cằm như thói quen cô thường làm khi đến đây. Hời thấy Klon từ lâu. Từ hồi cô nhổ hái nấm. Anh lẽo đẽo theo dõi, bây giờ mới ra mặt:

- Anh cảm động khi nhìn em. Hời nói.

Klon cười buồn nhìn anh trả lời:

- Làm như yêu em lắm, xin cám ơn đi.

- Còn gì nữa không yêu em?

- Yêu em tặng người hoa quý. Yêu em bồng người ta sao?

- Ngày vui ngày sinh của cô ấy thôi. Anh là đội trưởng.

- Không nhất thiết anh phải làm như vậy. Khi có em tham gia đứng gần đó. Em không chịu thái độ anh đâu.

- Anh hứa sẽ không làm như vậy nữa. Anh yêu em nhất. Và yêu em trọn đời nha.

- Khó tin lắm.

- Trời ơi tưởng ở Sàigòn luôn rồi chứ. Hời bỗng nói như vô tư vui vẻ.

- Nhớ núi rừng nên em về thôi có gì đâu!

- Cho anh tiếp tục yêu em chứ?

Klon làm thinh, im lặng không trả lời nữa. Nàng đưa mắt nhìn con nước chảy xuôi dòng.

Hời đã tới ôm lấy tóc nàng. Và hôn lên như muốn xin lỗi một điều chi. Klon cảm giác được điều đó.

- Anh không bao giờ quên em. Nếu phải xa nhau, chắc là anh chết. Hời như xúc động mạnh hơn...

Klon cảm thấy như muốn tha thứ. Nàng đứng lên và Hời đã dìu nàng đi vào rừng như những lần khác. Vô rừng để hái lá sâm làm xu xoa, làm nước uống. Đó là một thứ lá lông nhám nhỏ, leo quấn trên những thân cây thỉnh thoảng. Cuộc sống của Klon và anh là thế, đã đi qua bao tháng ngày yêu nhau đầy kỷ niệm... Song bất chợt đoạn có hai con chim đa đa đi đi, rồi vội bay nhẹ đậu trên nhành cây hoa dại. Hời nhìn thấy toan bắn một con trước. Anh có đem theo mũi tên giắt sẵn bên hông. Nhưng Klon kéo tay áo anh, cô nói:

- Đừng anh! Tội chúng lắm. Nó cần sống có đôi mà anh. Anh không thương nó sao? Đừng giết, đừng làm hại...

Câu nói của Klon như đánh thức điều chi, làm Hời như đau nửa trái tim. Hời chùng xuống. Anh rút tay lại, rút cả cung tên ná lui. Anh lại ngẩn ngơ nhìn vào đôi mắt người yêu mình. Đôi mắt Klon đẹp tuyệt vời, đôi mi nàng chớp nhanh. Anh thêm cảm động:

- Em cứu mạng chúng rồi. Em khác thường và đặc biệt. Em là nữ thần của rừng núi hôm nay. Anh yêu em hơn, và tha thiết hơn Klon ạ. Chúng mình mãi mãi là của nhau.

- Vì chúng mình mong có đôi, sao ta lại tách rời cướp đi sự sống chúng? Klon hỏi nhìn chàng Hời. Nét nàng vẫn còn lạnh, chỉ hơi ấm hơn một tý. Hời cảm nhận như thế.

Hai con chim đa đa đi đi, lại lại và vung cánh bay... Klon, Hời nhìn theo chúng hút bóng, rồi cả hai quay lại công việc mình, đi hái lá tiếp của mình. (Lá này rất có giá trị đem về chà xác kỹ thật mịn, rồi cho nước vào để lọc lấy chất nước đó pha thêm ít đường để dành uống rất mát và bổ dưỡng, dân bản làng ở đây rất chuộng...) Được trên nửa gùi Klon mang địu trên vai, Hời nhìn nàng thật dễ thương, anh lại nắm tay nàng qua các khu tìm măng...

Hời cùng Klon thi nhau tìm măng le, và đi hái những điều mà núi rừng vốn có để ưu đãi cho họ. Cuộc sống ở đây thật giản dị, đáng yêu. Mà Klon từng về Sàigòn thăm chị rồi cũng trở về thế giới riêng của nàng nơi này! Xứ sở này như có bùa, như bỏ vào trái tim nàng, để níu kéo những nỗi nhớ nhung huyền hoặc mãi trong nàng...!

Xong một đoạn gùi đã đầy đủ thứ. Chàng Hời, nàng Klon đi đến một nơi hàng cây xinh xinh, trên một tảng đá bự. Klon đặt mông ngồi xuống nghỉ mệt. Hời cũng làm theo như nàng. Đi lâu cũng mỏi chân, ngồi cũng chưa hết mỏi. Cô gái núi rừng bây giờ có vẻ vui vẻ hơn. Nàng trải dài đùi, nằm dài tý cho khỏe, và nàng cảm thấy thích hơn! Hời cũng bắt chước theo nằm. Cả hai nhìn mặt nhau mỉm cười sung sướng. Đó là nụ cười Klon đẹp nhất dành cho Hời từ hồi chiều đến giờ gặp... Anh mê man, say đắm nhìn mãi, anh như muốn ăn tươi nuốt sống nụ cười đó!

Vừa lúc, ba Klon xuất hiện ông có theo dõi từ nãy giờ:

- Klon! Không được, không được như vậy. Con phải về ba gả chồng.

Klon giật mình co chân ngồi dậy, khi nghe tiếng ông từ trong bụi cây lớn vang.

Ông lại đến đứng trước mặt Klon báo tiếp:

- Nó không là gì cả. Con hãy xa nó, rời nó ngay. Con đừng lú lẫn nơi tình yêu. Nó đã không tốt với con.

Klon đứng lên nhìn Hời như dò xét rưng rưng, nàng ngắm chòng chọc vào mặt chàng. Song cha Klon đã giục:

- Hãy về mau lên, có khách làm chồng rồi.

- Không thưa cha?

- Tin chắc con không hối hận. Hãy như chị hai đi!

Ông đã nắm tay Klon lôi đi. Ông không nói gì với Hời một tiếng. Hời đứng nhìn ngơ ngẩn chẳng nói được chi? Sự thật lại có thể phụ phàng với chàng? Chàng bỗng dưng bị cuốn chìm vào nỗi đau thương bất ngờ quá... Hời tiếc nuối một chiều hôm nay, vì hai đứa trải qua một cơn giận hờn, và vừa mới làm lành được... Nhưng bỗng nhiên nàng Klon chịu nghe lời cha, rồi biến mất giữa nơi này? Miệng nghĩ mà chàng như câm lại, không nói điều chi, gió như nghiêng ngã phủ nhận hay lo lắng một điều gì của mối tình họ. Con nước đâu đó vẫn đứng im mơ màng tức tửi... Và nàng Klon đã thật sự đi theo cha về nhà, cô bỏ lại nơi đây một mình anh heo hút bụi mờ, đứng trông theo trống vắng, như viễn cảnh đau thương thầm gọi tên nhau, trong những hàng cây nhớ nhung dịu vợi, như một thứ ân tình định số, phiêu bạc oan khiên, thấm đượm ngang trái, để rồi anh như muốn khóc tuôn sầu não ...

CHƯƠNG 2

Ông Nguyên Chinh là người kinh, nhưng lại đi lính yêu má Klon là dân tộc. Rồi ông cưới má Klon là một cô gái dân tộc đẹp, duyên dáng thời đó. Song ông đưa bà về thành phố kinh kỳ Sàigòn bà lại không chịu. Bà thích về sống nơi bản làng. Ông Nguyên Chinh nuông chiều theo vợ. Song bà lại chết trẻ trong một trận đau, ông ở vậy nuôi hai con trưởng thành. Thương vợ ông bám víu, và vì Klon mà ông còn ở chốn buôn làng này! Chứ như Sang, đứa con gái đầu thì ông về thành phố với thân tộc ông rồi. Dù cho gì Nguyên Chinh cũng quá đủ nghĩa với má Klon trên 18 năm qua, khi sanh Klon hai tuần là bà mất. Ấy vậy mà giờ ông muốn thay đổi cuộc sống cho con. Bởi ở nơi này so với phố thị chịu nhiều thiệt thòi, những khó khăn ông và vợ trải qua, chính thế mà vợ của Nguyên Chinh ra đi sớm. Cái thực thế phũ phàng hơn là mình tưởng. Ông đã già đi, sức dẻo dai lần hồi đi vào khánh kiệt. Ngày đó thương vợ quá Nguyên Chinh đành nghe theo, không bỏ má Klon được! Với lại trình độ học thức của má Klon có giới hạn. Còn bây giờ ông Nguyên Chinh muốn con gái ông, Klon phải có cuộc nhìn tiến bộ hơn, thời đại hơn. Nhân cuộc ghen của Klon với chàng Hời trong buôn bản, Nguyên Chinh mong tựa vào đó mà làm thay đổi cuộc đời Klon. Bản tính rất thương vợ và quý con. Ông không muốn chúng buồn, bởi một sự ép uổng nào! Ông Nguyên Chinh muốn con ông thật sự ý thức nhận biết, hơn những chỉ dạy quá nhiều, ông cho là mệt mỏi, và còn sợ chúng bảo là "một chủ nghĩa giáo điều" của ông nữa.

Về đến nhà, Dũng có mặt. Anh đến từ hồi nào... đang chờ người ba kiếm Klon đưa về. Dũng thấy Klon hôm nay mặc đồ của buôn làng khác hơn lúc chàng thấy ở Sàigòn, trong tiệm kính Hoa Phong Lan. Nhưng trông nàng đẹp làm sao! Và duyên dáng quá mức! Anh không tin vào mắt mình, khi Klon có một thân hình nở nang, nhưng mảnh khảnh được lắp vô bộ đồ kiểu dân tộc, cô đẹp não nùng không thể tưởng. Cô đẹp như thiên thần của núi rừng, đang níu bóng hoàng hôn, như hoa tươi nở trong lá biếc trong ngần!

Cô đẹp anh cảm tưởng như chim sa cá lặn, xao xuyến cả đất trời, về sự tinh khiết ở nàng được phơi bày. Anh ngắm nhìn đến mê ly.

Cô đang xăm xăm bước vào lối nhỏ, vô nhà và tự nhiên. Klon cúi đầu tỏ lễ:

- Chào anh.

- Vâng chào Klon! Tôi vì chị cô, chị Sang chỉ lối nhà địa chỉ. Tôi muốn thăm cô. Và ba của cô, với những gì ở đây thật thi vị.

- Anh gặp tôi hồi nào mà thăm?

- Lúc cô về Sàigòn bán phụ kiếng, kính cho chị Sang.

- Vậy à, tôi không để ý xin lỗi. Nàng nói hơi lạnh lùng.

- Có gì mà cô xin lỗi. Hân hạnh đến nhà cô và biết cuộc sống nơi đây.

- Chúng tôi đang sống nghèo mà? Nàng trả lời.

- Giàu nghèo không quan trọng. Cái nghèo vẫn có ý nghĩa hay riêng. Rất thiêng liêng của nó.

- Cám ơn anh nhận xét giàu lòng hảo tâm.

- Thật đó chứ.

- Thì tôi cũng nói thật.

Và nàng nghiêng vai qua bảo:

- Con đi nghỉ đây ba.

Klon nói, rồi bước vào buồng (phòng) riêng của mình. Nhưng ba nàng kêu lại:

- Con tiếp anh đi. Ba gả con cho người này.

- Có quá vội vàng với con không? Chào ba.

Và nàng quay sang:

- Chào anh tôi vào phòng tôi. Anh về đi.

- Được. Dũng trả lời một cách yếu ớt như có lệ.

Dũng nghe như một mùa giông bão đi tới, khi giọng cô gái Klon nhỏ nhẹ nhưng khô lạnh. Như núi tuyết băng lở qua trong lòng anh bất ngờ. Vì thái độ rất lạnh cực đoan của Klon! Anh thật sự lúng túng và hơi kém vui.

Một ngày khác. Nguyên Chinh nói chuyện với Klon:

- Con nghĩ sao mà con còn nghĩ đến nó, thằng Hời. Thằng Hời nó không yêu con thật đâu? Nhà con bé đó giàu hơn mình, quyền uy hơn mình. Thế lực nó cũng mạnh hơn mình. Hơn nữa sao chị hai con biết chọn hướng đi về thành phố... Còn con...

Ba Klon giận nàng. Nên ông lên lớp cho nàng.

- Nhưng ba ngày đó chọn má con, và ở nơi này? Klon đưa mắt nhìn ba chớp chớp hỏi như thế.

- Vì má yêu ba chân thành.

- Con cũng yêu anh Hời chân thành.

- Song nó đã không chân thành với con?

Klon làm thinh không nói. Ông Chinh lại bảo tiếp:

- Tại sao chim đậu con không bắt lại nỡ đi bắt chim bay. Nghe lời ba đi Klon.

- Con không nghĩ anh Hời không yêu con.

- Con nghĩ là một việc mà thực tế là một việc. Đừng làm thế con mà. Con sẽ khánh kiệt cả tâm hồn đớn đau, già nua mất. Hãy đứng lên, đã có lối đi rồi. Con hãy về thành phố để đón nhận một cơ hội mới. Đi theo con đường chị hai, chị Sang đi con gái. Con nên nắm bắt cơ hội khi có...

Klon im lặng không nói gì. Cô cũng không biết phải phản ứng làm sao. Khi ba Klon có những quyết định như thế. Nàng lấy làm trong lòng, tự khó chịu vô cùng.

**

Dũng lại quay về thành phố mấy hôm nay lòng anh buồn vô hạn, Tuy thất vọng, Dũng vẫn đến nhà chị Sang. Ngôi nhà ở hẻm, chứ không phải nơi mặt bằng thuê bán kiếng chưng soi, kính mang mắt cho đẹp kia. Anh thưa việc:

- Chị Sang à, Klon ngoảnh mặt làm lơ còn đuổi em khi em tới. Cô ta lạnh hơn nước lạnh mùa đông, lạnh hơn đồng, sắc, thép. Em đau khổ và mất đi hy vọng!

- Bình tĩnh lên nó là như thế. Nhưng nó sẽ nghĩ lại. Klon nó có hiếu. Mà đối tượng nó lại hai lòng. Ba chị nói nó sẽ nghe thôi.

- Em tin chị. Chị sẽ giúp em nha.

- Đương nhiên rồi. Sang nói thêm:

- Nghe đây! Klon thơ ngây tin vào tình yêu nơi chôn nhau cắt rún. Bởi tính đa cảm và giàu tình yêu bẩm sinh của nó. Nhưng đâu phải không thay đổi được. Nó từng giận người yêu về đây ở với tôi...

- Nói thì nói thế thôi. Em thích cô ta lắm. Nếu cô ta được vợ em. Em sẽ mua cho chị ba chỗ bán kính, kiếng soi còn lớn hơn. Và nhà cửa em sẽ thay đổi cho chị khang trang hơn. Em sẽ chia sớt tình cảm gia đình hơn...

- Úi trời ơi tôi xin cám ơn. Nhưng tôi chỉ mong chú Dũng và em tôi hạnh phúc thôi. Tôi sống như thế đủ rồi.

- Chị Sang, em có đi mua ít quần áo đủ các kiểu tặng cho Klon, chị đem đưa giúp cho nhé, được không? Dù Klon đó, có lấy em làm chồng hay không, cũng không sao? Coi như em ngưỡng mộ Klon. Em muốn...

- Trời ơi chú tốt bụng. Hãy nên cứ tin đi, don't give up.

- Em thích thì tặng thôi. Chuyện... em không đặt thành chuyện lớn với em.

- Vậy sao? Cho tôi coi thử được không?

- Chị cứ tự nhiên, trong các giỏ xách đó chị.

Thiệt ra đến nhà chị Sang kỳ này anh có ghé vào shop. Cửa hiệu Beautiful Girl. Choice Model. Don't Too Late. I Love That. Anh mua thật nhiều đồ cho Klon.

Sang nhìn lấy "bộ cánh" dành cho dân tộc ướm vào người.

- Ôi chao thích quá! Chú sành đồ mua cho nó quá. Chú mua ở đâu vậy?

- Dạ em mua nhiều nơi. Shops gần gần nhau thôi chị à?

- Eo ơi. Klon nó mà mặc lên chắc đẹp lắm đó.

- Cô ấy mặc cái chi không đẹp.

- Nhưng biết mua cho đặc điểm thổ dân. Tôi thật chịu chú lắm. Chắc nó thích đó.

Dũng mỉm cười trả lời:

- Em cũng không biết nữa chị ơi.

Sang lấy ra bộ nữa, áo dài ướm nữa và nói:

- Lại áo dài, đẹp quá, tôi thấy chú tốt bụng ghê nha.

- Chuyện nhỏ mà! Mình thích ai là tặng thôi. Họ không nhận cũng không đặt thành vấn đề.

Sang đưa mắt nhìn vào giỏ xách thật kỹ và khen thêm:

- Đủ kiểu hết nè, áo dài, áo đầm, váy, sườn xám... Ôi chú rành ăn mặc à nghen.

- Tạm gọi thôi chị. Em không rành đâu.

- Rành chứ! Hy vọng chú sẽ có niềm vui thôi. Sang lôi ra mấy đôi giày cao gót và guốc thời trang. Chị Sang lục lọi thêm vài ba cái mũ thời trang nữa, tấm tắt như ca ngợi nhiều:

- Trời ơi dép, guốc, giày nữa, mũ đủ loại đẹp nữa, chú rành size nó nghen.

- Em đoán thôi.

- Thiệt tình tôi biết chú tốt bụng mà.

- Vâng. Song không có chi chị à, chị cất đi, đem lên cho cô ấy nói em tặng. Mong cô cất đừng đốt thế thôi.

Dũng nói đến đây không buồn, mà lại thấy hơi khôi hài. Anh cười. Sang liếc háy anh và trả lời:

- Sao lại đốt nhỉ? Nó không còn yêu thằng kia nữa rồi. Hôm qua ba điện báo đây.

- Vậy hã chị. Nhưng em muốn tình yêu là tự chọn chứ không nên ép buộc.

- Thì đúng rồi. Thời buổi nay ai mà còn ưa ép buộc tình yêu chú? "Ép dầu ép mỡ, ai nỡ ép duyên" Câu này thành ngữ đang mạnh mà chú.

- Chị nói chuyện hay quá hà. Vậy nhé em đi công việc. Có gì chị cho em hay tin há?

- Được rồi, sẽ cho chú biết qua phone mà. Cám ơn chú. Tôi không để lâu đâu, rối lòng chú mong đợi đâu.

- Chị nói cho cố mà thôi. OK nhé. Thanks chị. Chàng như mỉm cười nhẹ...

CHƯƠNG 3

Hai vợ chồng Sang bàn về chuyện một hôm. Sang nói với chồng:

- Em nên kêu nó xuống, hay về buôn làng anh Trí?

- Em về thăm ba luôn. Trí bảo.

- Em cũng nghĩ cách đó hay hơn.

- Đúng rồi em.

Sang tâm sự và luận bàn với chồng Trí xong. Cô lại nghe lời chồng Trí và ra đi. Cô lấy chồng về thành phố từ khi mười bảy tuổi. Lúc đó cô là học sinh, chồng là giáo viên yêu cô. Và cô chịu ưng anh ấy, Sang chịu về thành phố.

Còn Klon cứ vướng mối tình bao năm. Sang thuyết phục muốn đưa em về phố, nhưng Klon vẫn không lay lòng!

Không để thời gian trôi qua. Không để Dũng chờ đợi. Sang để tiệm cho chồng coi. Còn một thằng con tối ngày chỉ ở bên nội phường Tân Định. Nên Sang chẳng phải lo nhiều. Nàng mua vé xe phải ra đi như một đặc nhiệm. Sang mang một valise nhỏ và một valise lớn đi về Đà Lạt. (Tất cả là đồ Dũng tặng Klon, chỉ có một số hàng Sang mua riêng cho ba Nguyên.) Trên đường về Đà Lạt, về làng Langbiang hiện lên trong chuyến xe, cô suy nghĩ miên man những ý tưởng mình... Và rồi điểm đi nào cũng có điểm dừng, điểm cuối. Sang về làng Langbiang, hoa cỏ cây lá, chim chóc, như mỉm cười tiếp nhận, nhìn bước chân cô trải dài thon thả, khi trở lại buôn làng thân yêu ấy, một buổi sáng trời trong như dạ ngọc. mây hồng lợt đâu đó như kết từng chùm trôi tận nẻo xa... Cô ngắm thoáng, rồi cô phải rẽ về lối nhà cha mình. Vô nhà...

- Con về đấy à. Ba nàng hỏi. Ông Nguyên Chinh đang làm một cái gì đó thấy Sang về ông ngưng tay, nhìn Sang ông mở lời nhanh như thế.

- Dạ con muốn về thăm ba và gặp Klon. Sang nói rồi xách đồ, đem valise cất một góc cho gọn, để nói chuyện với ba Nguyên Chinh.

- Nó mới đi vào rừng sớm, nhưng chưa về đâu... Nguyên Chinh nhìn ra ngoài bảo với Sang.

- Thưa ba con có dự định hướng cho em Klon lấy Dũng, một kỹ sư Việt Kiều. Ông Nguyên Chinh lắng nghe. Sang tiếp tục kể:

- Cậu đó rất tình cảm và đạo đức. Sau khi con dẹp bán trang trí nội thất, ghế salon. Con bán kính đeo mắt, và kiếng lớn để dùng. Dũng biết bao lần đến mua gương lớn soi mình, hoặc lựa chọn kiếng đeo cho người thân. Dù một cái gọng nhỏ cũng cố đi tìm cho bà nội, đi tìm ba lần bảy lượt để nội vui lòng mới thôi. Cậu đó khó kiếm, một tấm lòng nhân nghĩa, lại là Việt Kiều.

- Ba có thể đánh giá được. Dũng như thế vì có đến đây.

- Vậy mà Klon lại chòng chành chỏng chảnh. Lãng phí thời gian thật!

- Ừm nói tới nó ba hơi mệt.

- Con cũng thấy chán. Vì nó khó nghe lời chuyện này.

- Thì cứ để coi từ từ con à.

- Con thuyết phục nó lần này. Ba nên ủng hộ mạnh, bẫy lên nha.

- Thì chuyện đó là vai trò của ba rồi.

Nhà ông Nguyên Chinh không có gì đáng quý hơn ngoài bộ bàn ghế đặc biệt. Hai cha con đã ngồi vào ghế nói chuyện, nhưng Sang cứ đứng lên, ngồi xuống, rồi đứng đi đi, lại lại. Sang như sốt ruột nóng lòng, mơ hồ điều gì. Chỉ còn ông Nguyên Chinh vẫn còn ngồi. Sau đó ông nhổm giò ngồi dậy. Ông tìm một góc hút thuốc. Ông đã đứng lên hoàn toàn luôn. Ông đưa ra ý kiến:

- Hy vọng lần này con thuyết phục được nó. Ba mong...

- Con có hỏi chồng con nên về gặp nó. Hay kêu nó về thành phố. Vì đồ tặng của Dũng cho nó. Chồng con đồng ý: "Klon, nó có nhận không tùy. Còn em phải nhân dịp ghé về thăm ba luôn chứ."

- Trí, chồng con là người đàn ông tốt, ba vui lắm.

- Con không điện cho ba. Con xin lỗi nha.

- Ừa! Ba hài lòng mà, con không gọi điện cho ba và nó, cứ để nó vui. Con về gặp ba tự nhiên. Sang không có gì gọi là lỗi, ba vẫn thích thế.

Klon đi rừng sớm đã về sớm. Hôm nay nàng đi một mình và về một mình. Klon mang gùi bắp về. Vừa vào nhà Klon vừa tháo gùi ra. Sang đã nói:

- Klon em về đó hã. Chị về đây để nói chuyện với em.

- Chuyện gì thưa chị? Klon vừa mới mở một chiếc giày đi rừng ra và hỏi chị.

- Chị về gặp Klon thân thương của chị. Em có biết không? Tình yêu là khó hiểu, nhưng không là gì cả. Nó vốn mỏng manh như hạt sương mai. Chị không lớn hơn em bao nhiêu. Song cũng có trên chín trăm ngày, nên suy nghĩ chín chắn hơn em. Em nên lấy Dũng. Dũng một thanh niên tốt đó em.

- Em yêu mẹ. Em muốn ở nơi đây. Klon đã cởi giày ra hết đứng chân trần. Nàng dịu dàng trả lời như thế.

Nhìn em. Sang thả mắt chạy dài trên tóc KLon từ nơi đầu đến chân mông nàng. Và Sang bảo:

- Yêu không có nghĩa là đi theo mẹ. Mà yêu mẹ để trong lòng tôn thờ, nhận diện ra hướng đi mới của mình. Cũng là một cách yêu mẹ.

Sang nói tiếp khi gần như đối diện với Klon:

- Thiếu gì gái nắm áo Dũng mà đi theo. Em có phước Dũng quan tâm hãy đón nhận cơ hội. Dũng lại muốn nắm áo em. Hãy ngoan nghe lời chị cùng ba. Hơn nữa thằng Hời kia nó hai lòng. Sao em tin được?

- Má từng yêu chốn này. Ba phải theo má mà?

- Em đừng cứng nhắc lý tưởng hóa vấn đề. Hồi đó khác hơn bây giờ. Vả lại nếu ba không là người đàn ông tốt bụng, thì có nuôi được chị em mình không chứ? Và ba đã vất vả như thế nào? Em nên thương ba. Má một người đã mất rồi.

- Chị không thương má?

- Không phải chị không thương. Thương không có nghĩa là mình đi theo con đường họ. Đôi khi xưa cũ hoặc sai lầm. Em phải hiểu, đừng nhìn sự vật trong tầm suy tư nhỏ nhoi chứ?

Im lặng nhìn Klon một đoạn, Sang lại muốn cắt nghĩa:

- Với lại cái tổ của ba. Cái nôi của ba là dân kinh. Em thương má còn ba, em không nghĩ tới hã?

- Nhưng em yêu, người yêu ở đây.

- Liệu nó có yêu em thật không? Yêu em sao sang nhà cô gái kia nhảy nhót. Yêu em sao tặng hoa cho cô ả khi có em. Yêu em, sao làm những điều để em buồn. Đó không phải là tình yêu đích thực? Nó chỉ là cuộc giỡn chơi đầy phiêu lưu mà em là người gánh chịu của hậu quả. Em biết hôn? Em không bị tổn thương sao?

Im một chút. Sang lại như ấm ức nói tiếp:

- Em từng ghét giận nó bỏ đi xuống nhà chị mà? Đúng không?

- Chị lại lên lớp em về tình yêu. Nhưng em không muốn là...

Hai chị em bỗng lại làm thinh hết. Đứng nhìn nhau có vẻ nghiêm trọng. Một đoạn Sang lại bảo:

- Chị không còn ý kiến nữa. Em có còn thương chị, thương ba, thương những người thân đã lo cho em hay không? Chị cũng không cần nữa. Bởi em u mê, em mất sáng suốt, và mù lòa cỡ lớn khi yêu rồi...

- Chị cứ để em nói hết ý đã.

- Không có ý gì nữa cả. Chị chỉ về đây khuyên em lần cuối và đem đồ Dũng tặng cho em. Dù em không ưa thì đốt hết đi. Thế thôi.

Sang tỏ ra giận nhiều Klon, và cô kết chuyện:

- Thôi được. Như vậy thưa ba con về. Em nó cứng đầu cứng cổ thì con đành... Con không ở đây làm gì nữa phiền toái ai. Con mua quà ba bỏ nơi tủ lạnh nhỏ. Con về lại Sàigòn...

- Để ba nói đã chứ.

- Không còn gì để nói. Nhớ tụi con ba cứ xuống dưới này. Ba bỏ mấy con ngựa vài hôm cũng không chết đâu. Hay ba mướn, sang lại cho người ta trông coi. Về với tụi con luôn, còn Klon nó muốn gì thì để nó muốn...

Cả ba im lặng hồi lâu. Không gian tự nhiên như chùng xuống. Sau đó ông Nguyên Chinh bày tỏ:

- Về phần Klon con nên sốt sắng nghĩ lại. Chị hai đã hết lòng vì con. Và chị con không sai đâu.

- Nhưng con...

- Khoan đã nghe ba hết đây. Ba không ép song để từ từ con nghĩ... Cái nào tốt đẹp cho con. Và cái nào là khổ sở, vất vả để mất niềm tin...

- Còn phần Sang ba muốn nói là: Cám ơn con. Ba muốn sống tự lập không muốn quấy rầy rể và con gái. Ba còn sức nuôi ngựa cho mướn, khi nào ba yếu sẽ nhờ tụi con. Và ba cũng muốn gần gũi với Klon một thời gian để coi ý...

- Nó đâu có thương ba? Mà ba coi ý nó nữa chứ? Con chào ba, con ở đây thêm tức nó.

- Ừa. Thôi được con đi đi, về còn trông coi tiệm là lo cho chồng con. Một ngày gần đây ba sẽ xuống thăm. Ông Chinh vứt điếu thuốc vào khay tàn lâu rồi. Ông bỏ thuốc từ lâu, nhưng có chuyện suy tư lắm, ông lấy ra hút một tý.

- Vậy ba nhé nhớ giữ gìn sức khỏe. Sang bảo thế.

Sang nói và an ủi cầm tay ba, cô liền vội ôm ba một chốc để trước khi rời xa, cho ấm lòng tình cha con hơn. Ông Nguyên Chinh cảm động, ông không biết nói lời nào với Sang nữa. Hai cha con cũng đã chia tay...

Sang thất vọng về em gái Klon quá, nàng như chán ngán về Klon nhiều, nàng không thể trao đổi bằng lời nào hơn nữa với em. Nên Sang đành muốn quay về Sàigòn gấp, Sang không muốn nán lại phút giây nào để vô giá trị nữa...

Còn phần Klon, nàng không biết mình nên làm gì bây giờ, và phải làm sao đây? Tâm trạng nàng thật ngổn ngang, ý chí nàng đang đậu ở đâu. Nàng rối lòng vì nhiều tư tưởng...

Klon cố tìm những viên đá cuội chọi vào hình thể một con hưu giả, nơi ba nàng trang trí một góc cho vui vui. Song nàng thả đá xuống đất, lại thôi và suy nghĩ tiếp. Mắt Klon đang thật buồn, nhưng không hiểu sao đã ánh lên những tia sáng. Những tia sáng thoát ra từ tâm linh, làm rạng rỡ linh hồn nàng... Nàng lưỡng lự chớp lẹ, đôi mắt tròn thêm...

Đợi chị Sang giận đã đi xa, Klon thương lấy bản thân thậm thụt vào nhà. Klon rơi vào một trạng thái kỳ lạ. Nàng trước nhất, đưa mắt nhìn những vị thần linh ba thờ, và như họ nhìn mình kia chứ, họ như muốn nói với mình đôi điều gì đó chăng? Lắt léo cho nàng! Xong đoạn Klon lại muốn vào tò mò nhìn những tặng vật của Dũng. Nàng nhớ chị Sang với những lời trách trả chua cay, oán giận... Chị Sang quay về Sàigòn gấp. Vì mình không nghe lời chị. Nàng sai chăng? Với một trạng thái hơi lạ, như len lỏi chất vấn cô gái trẻ... Rồi như một cơn gió mới làm thay đổi ý nghĩ cũ kỹ trong nàng, trong Klon... Nàng như muốn thay đổi, nàng lạ lùng, bỗng trở thành một người khác hơn hoàn toàn - Của một Klon hiện hữu? Cô muốn phá bỏ những cảm giác cũ, để chấp nhận những cảm giác mới thoáng nhoáng cô hơn. Klon tiến dần vào nhà lấy đồ từ valise ra mặc và coi từng cái, cô soi trước gương mà ngắm, mà nhìn. Cả bốn bộ thử xong. Không hiểu sao buồn đâu quẳng mất qua sông lạnh, hơi lạ quá... Klon từ buồn tâm tư như tím ngắt, chuyển sang gam màu tươi tắn, tâm lý cô gái như được mở cửa... Cô đi thử hết những đôi giày, dép, guốc thời trang nữa...

Chỉ phần mũ đội cô chưa thử thôi. Cô yêu thích quá bộ thổ cẩm kiểu dân tộc của cô là trên hết.

Bỗng nhiên không hiểu từ đâu, đồ đạc không là gì cả, chẳng có tiếng nói? Vậy mà sao như có tiếng thần: "thì thầm chung nhịp" xoa dịu nơi lòng Klon chăng? Hay chỉ là một sự trùng hợp của tâm linh thách thức nơi con tim cô nhỏ dại. Klon đã thay đổi thái độ, từ trong ra tận bên ngoài cô ứng xử. Cô như mến yêu những bộ cánh cô mặc và mỉm cười ngắm nghía chúng không chán mắt. Rồi cô vội đến bên ba Nguyên Chinh. Cô gái không còn mảy may buồn nữa. Klon thưa:

- Ba ơi con sẽ lấy anh đó, con đi Sàigòn. Con thay đổi ý định ở lòng. Con nói nghiêm túc, và con đã change mind.

Klon là nguồn gốc cha kinh mẹ thượng. Cô rất thông minh. Nhưng có điều cô sống nặng tình cảm. Và sở trường tiếng Anh nơi cô có học. Lâu lâu cô vẫn xài Anh ngữ (English) chút chút.

Ông Nguyên Chinh nghe con gái nói thì vui lắm, như tan biến mau tiếng thở dài. Ông bảo:

- Con nói điều đó thật không chứ?

- Con chưa bao giờ ba hoa, hoặc nói láo sai lời với ba.

- Vậy là con thay đổi thái độ phải hôn?

- Dạ con sẽ quên anh Hời. Con lấy chồng về thành phố. Theo ý ba, ý chị Sang. Con cũng thích rồi.

- Được vậy thì ba vui lắm.

- Ngày mai con đi. Để chị Sang bất ngờ hết giận con.

- Lạy chúa. Ông Nguyên Chinh làm dấu thánh. Ông làm

thế khi có tin vui bất chợt. Lần này ông làm dấu Amen và chộn rộn nơi lòng. Tuy ông không có đạo công giáo, song ông như đang có một nỗi mừng lớn chưa từng thấy. Ông cơ hồ như tin vào sự thánh thiện của chúa ban phước vậy!

CHƯƠNG 4

Đúng là như thế, Klon đã về thành phố. Lên nhà chị Sang trình diện, nàng mặc bộ váy hồng đẹp theo kiểu tây xuất hiện. Tóc lại quấn cong lọn dợn túm đuôi như các tài tử nào đó ở thập kỷ 70- 80 mà cô đọc sách bắt gặp. Klon chọn đi đôi guốc cao, nhưng guốc đế bằng. Sang thấy đến nỗi giật mình. Vì từ trước tới giờ Klon luôn là tóc dài, thả buông, đi guốc nhọn. Nhìn em xuất hiện. Sang cứ ngỡ nhơ mơ.

Klon lên tiếng trước:

- Em về Sàigòn em lấy Dũng. Em quên đi chuyện tình của em với Hời rồi.

Sang lại nhìn em. Thương em, Sang ôn tồn với Klon:

- Chị biết em là người sống nhiều tình cảm. Nhưng phải như vậy mới được. Em chung thủy với người ta mà người ta có chung thủy lại với em hay không? Hay rồi em chỉ là nạn nhân.

- Em hiểu và em muốn thay đổi cách nhìn. Em muốn nghe theo chị.

- Chị vui khi em biết nghe lời và thương lấy bản thân.

Im lặng tý, Sang nói tiếp nữa:

- Thì đó em nên nhớ ba là gốc kinh. Em phải tự hào điều này, chỉ vì ba thương má mới lên làng.

- Em cũng thương má nên không muốn đi hết. Má buồn vì chị đã đi rồi…

- Thương má không có nghĩa là em phải sống nơi đó làm đẹp lòng má? Má không đòi hỏi như thế đâu! Vả lại người yêu em nay thế này, mai thế khác, có thể bỏ em một ngày nào. Em sẽ thất vọng và buồn hơn vạn lần.

- Em nghĩ thế, mà về Sàigòn nói chị hay nè.

- Được chị sẽ báo cho Dũng biết tin này. Nhưng nhớ

không thay đổi nữa nha.

- Chắc chắn. Xưa nay có bao giờ em nói hai lời với chị.

- OK. Đừng để chị mất mặt.

- Yes Madam!

Sau đó Klon đi tắm rửa. Sang gọi điện báo cho Dũng ngay.

Trước khi gọi phone cho Dũng, vui vào dạ quá... Sang đi mở mấy đĩa ca nhạc hay loại nhất. Cô thích, vì thấy tâm trạng mình vui như mở hội... Một đoạn Sang mới đi bấm phone gọi cho Dũng.

Dũng đang ở nhà nội. Anh luôn ủng hộ ông bà nội về chơi cây cảnh và phong thủy vì anh vốn yêu mỹ quan cũng như sức khỏe cho ông bà nội. Ông nội ưa cây cau cảnh, cây dừa cảnh và trúc cảnh. Đó là những cây ông nội thích. Bà nội cho ông thả giàn trong ý thích mình và bà có những cái thích riêng của bà chứ. Bà vẫn thích những cây đó, nhưng bà ưu tiên những cây mình chọn là: cây hoa hòe và ngũ gia bì, vạn niên thanh. Cổng nhà rộng lớn, sân rộng thênh thang nên tha hồ thích thú chọn lựa theo sở thích cá nhân. Và chính thế mà họ tạo một khung cảnh, cây cảnh trong gia đình họ đẹp thơ mộng vô cùng. Chưa hết đâu Dũng mua thêm hai cây đại lộc mà hai cây sứ trông thật nổi bật nữa. Anh hay chọn lựa và thay đổi vị trí ánh nắng thích hợp. Dũng hộ trợ cho nội. (Không có anh thì ông nội làm thay.) Anh đang chăm sóc hai chậu bông sứ... Anh vừa săn sóc cho hai cây dừa cảnh, chỉ bơm vào chúng thêm một ít nước, vì thiếu nước thôi. Dũng quay ra chăm sóc kỹ cây sứ lại. Nơi vườn cây cảnh đó, sứ là đặc biệt cây cần tỉ mỉ chăm sóc nhất, không thể lơ là coi thường. Anh hiểu cách chăm vườn cây cảnh. Rồi anh vô nhà dọn dẹp cho ông nội lỉnh kỉnh. Thì chị Sang gọi điện tới. Dũng cầm phone lên nhìn áp vào tai:

- Hello chị Sang gọi em.

- Phải rồi chú Dũng. Klon, nó đã đồng ý và trở lại Sàigòn.

- Thiệt không chị?

- Tôi có bao giờ nói láo Dũng. Mà nói láo để làm chi?

- Vậy thank you. Em có ý mừng, em muốn sẽ đến thăm nha? Ồ ở đâu chị, nhà riêng hay nơi tiệm kính Hoa Phong Lan? Dũng nói là mừng, nhưng lòng anh bỗng nhiên có vẻ ngạc nhiên hồi hộp lớn hơn là mừng.

- Chú nghĩ ở đâu nói thử?

- Làm sao em biết. Khó nói quá chị ơi.

- Đang ở nhà riêng đây.

- Vậy hã? Thì em đến nhà riêng chị nha.

- Ừa, được.

Dũng giờ anh mới mừng như mơ, anh lại ăn mặc gọn gàng, đẹp hơn, xin ông bà nội bảo đi có việc, và anh vác xe chạy đến nhanh.

Klon tắm rửa xong, nàng trang điểm thêm một tý như rải thêm chút hương hoa. Nàng chuẩn bị đón anh niềm nở với mái tóc dài, đổi kiểu cô tự làm. Và Klon mặc bộ sườn xám xanh lá cây nhẹ, điểm vài bông cúc trắng anh mua tặng đó. Klon bước ra phòng khách, lòng vui vẻ lắng nghe nhạc chị Sang mở du dương đến bài "Cô hàng nước." *Anh còn còn* có một cây đàn...*Anh đem là đem bán nốt, anh theo là theo cô nàng hàng chè xanh. Tình tính tang là tang tính tình...* Cô hàng rằng cô hàng ơi... Rằng có biết *biết cho chăng? Rằng có biết biết cho chăng? Lẳng lặng mà nghe tôi nói đôi lời: Tôi kể rằng đầu làng ngũ giá có nàng... Một nàng bán nước chè xanh người đâu trông mà duyên dáng. Và cô em như đôi tám/ miệng cô như là hoa... Đóa hoa thật tươi trông càng say đắm, mắt cô đưa tình khiến bao chàng trai ngất ngây vì cô... Mỗi khi qua hàng...*

Giữa lúc đó Dũng đã chạy xe vào sân đậu. Anh bước vào nhà mừng vui trong dạ như mùa xuân. Anh nhìn Klon:

- Hi Klon!

- Chào anh Dũng.

Dũng tươi tắn nói lại lần thứ hai.

- Chào Klon. Cô vẫn khỏe chứ?

- Vâng thanks anh!

- Cô mới về Sàigòn chắc?

- Dạ em mới về.

- Tôi vui khi thấy cô vui.

Dũng vui nhưng hơi lúng túng, không biết nói gì nhiều. Sau anh chững chạc rồi thốt lên:

- Hôm nay có thể tôi mời, mời chị Sang và cô Klon đi ăn nhé. Một ngày đẹp trời bên ngoài như hôm nay, không đi là coi như bị lãng phí nha! Ý vậy được không chị Sang?

- Ngay bây giờ hã. Chị Sang hỏi.

- Ừa đúng rồi. Dũng đáp.

- Sao em Klon? Cũng chị Sang hỏi.

- Tùy chị thôi. Klon trả lời.

- Được. Tôi đồng ý Dũng à. Sang mau mắn gút chuyện.

- Cần anh Trí đi hôn chị? Dũng hỏi thêm.

- Anh không có ở nhà, đang bên nội, đừng lo cha con ổng. Mình đi ba người đủ rồi. Hôm nay ngày lễ off tiệm đóng cửa. Tôi cũng thích đi chơi một vòng khi... Sang vừa nói và đi vặn âm thanh của máy phát ra cho nhỏ xuống êm dịu hơn nữa. Để họ còn nói chuyện.

Quay về phía Klon. Sang vui mừng nhỏ nhẹ:

- Vậy há Klon, chị thay đồ rồi đi chứ nghen em?

- Vâng! Chị đổi đồ chải chuốt đi. Klon tán thành với chị Sang. Nàng gật đầu cười tươi vui vẻ.

Klon và Dũng chờ chị Sang thay đồ chải chuốt thêm. Hai người ngồi hơi lệch góc trên một bộ ghế salon, kiểu như họ không đối diện bàn lắm, có chiếc bàn nhỏ đẹp ấy được kê giữa phòng khách. Dũng loáng nhìn mắt Klon và đưa lời chân tình:

- Rất vui khi em nhận quà anh tặng và đã mặc đẹp quá.

- Dạ em rất thích.

- Cám ơn em.

- Em cám ơn anh mới đúng chứ.

Klon lại nhẹ nhàng đi lấy nước, cùng ít trái cây tươi bày ra mời Dũng:

- Mời anh Dũng có thể dùng trái cây hoặc uống nước.

Nghe tiếng nói thật mềm mỏng dễ thương Klon. Dũng thêm xao xuyến. Anh trả lời rằng:

- Thanks Klon. Anh uống miếng nước lọc thôi. Còn

bụng để đi ăn cho ngon em.

- Có một câu nói "đừng để bụng đói lắm khi ăn tiệc." Em có nghe đâu đó mà anh Dũng.

- Nhưng mình đây đâu phải đi ăn tiệc. Dũng cười tế nhị, nhìn Klon đứng đó.

Klon trố mắt nhìn anh. Lòng cô vui vui. Vì thấy Dũng nói hay hay cô làm thinh. Sau cô lại mỉm cười bảo là:

- Ăn nhà hàng cũng là tiệc mà anh? Klon đi nhẹ nhàng lại ngồi y vào chỗ ghế cũ.

- Ừa đúng hôm nay đối với anh là tiệc đó. Xin cám ơn em. Dũng nói và có vẻ muốn nhìn nàng như không chớp mắt. Ánh mắt và nụ cười nàng con gái này đáng giá nghìn vàng làm sao...

Vừa lúc chị Sang đã bước ra. Dũng lên tiếng:

- Chị Sang hôm nay mới quá phải không Klon?

- Chắc chắn là vậy rồi. Klon nhìn chị Sang, và ghé đôi mắt mình vào Dũng mà trả lời như thế.

Sang lại tiếp lời:

- Ai vẫn mới. Nhưng mới nhất lòng phải nói là Dũng.

- Hi hi. Thanks chị. Dũng cười lịch sự vui vẻ hơn. Đoạn sau đó anh đề nghị:

- Sẵn sàng hết nha. Let's go nhé.

Klon làm thinh nhìn chị mình. Sang nói:

- OK go thôi. Sang đi tắt máy hẳn. Cô cảm tưởng như tất cả nghe nhạc, chắc ai cũng đỡ ghiền nhạc hay đủ rồi.

Dũng đứng lên. Klon cũng đứng lên rời ghế theo. Sang thì đang đứng sẵn chờ. Họ chỉ còn ra đi...

Dũng đưa Sang và Klon đi ăn chung với anh. Klon ngồi chung trên xe với Dũng. Chị Sang đi xe một mình...

Anh coi như đó là sự mở đầu cuộc ăn mừng happy của anh, một ngày rất tuyệt vời. Có chị Sang, chị ruột của Klon làm chứng. Dũng mừng vui lắm. Tiệm mang tên "Restaurant Laugh And Love" Chủ họ có vẻ xu hướng thích tiếng Anh muốn đổi biển hiệu tiếng Việt "Nụ Cười Tình Yêu" khi xưa. Tiệm có vẻ đông khi họ đến, nhưng phần ai nấy chú ý cho họ mà thôi. Họ cũng liếc nhìn Klon và Dũng đôi ba phút.

Tất cả mọi người thấy có vẻ lạ của hai người một thanh niên và một thiếu nữ, cùng với vẻ đẹp kỳ bí nơi cô gái Klon đong đầy kia. Khi thấy người đẹp, thiên hạ bao giờ vẫn đổ dồn mắt. Cuộc sống lẽ thường là nhan sắc như có tiếng nói cao nhất, như luôn bị chế ngự đỉnh điểm thôi mà...

Klon tỏ ra ít nói. Chỉ Sang, Dũng nói vài câu chuyện. Hai người bàn về món ăn. Sang hỏi:

- Cậu Dũng thấy ngon miệng hôn nè, nói nghe thử đi?

Sang thì lúc kêu Dũng bằng chú, lúc kêu cậu. Nhưng chàng hiểu cách xưng hô đa năng, đa từ của chị Sang nên chàng lấy làm thích. Chàng trả lời:

- Quá ngon chị ơi, được đi với Klon là hạnh phúc rồi, có chị Sang nữa thêm vui bội phần. Dũng xin cám ơn chị Sang và Klon nhiều lắm.

Sang liền bảo:

- Lại khách sáo quá. À Dũng nè Klon này đã đồng ý làm vợ chú đó. Tùy chú muốn đưa người yêu đi đâu thì đi. Thưởng thức nước non Việt Nam. Non bồng, thủy nhược, hay biển sâu, rừng vắng... bất cứ nơi nào nhá. Tôi biết chú ít có thời gian để dong dài lãng phí. Nên tôi nói gọn cho chú mừng.

- Thanks chị, nếu được như ý. Thì Em đưa Klon đến Vịnh Hạ Long và Thái Lan, hai điểm ưu tiên trong dự tính, Mong Klon không từ chối lời mời em.

- Anh thật lòng thương em. Thì chân trời hay gốc bể, em vẫn đi theo. Bây giờ Klon mới chịu nói.

- Klon biết nói chuyện hay quá. Tôi nghe mà ngẩn ngơ đó. Dũng đáp.

- Em nói năng không khéo đâu, thường lắm. Klon e ấp nụ cười.

- Nghe vậy là đủ chết rồi. Dũng vui vẻ bảo thêm thế.

Sang lắng nghe thì pha trò giỡn cho thỏa thích:

- Sống để hưởng hạnh phúc chú Dũng. Đừng chết chú!

Dũng hiểu và nhìn Klon anh cười. Klon hơi mắc cỡ, đỏ mặt, cắn môi, cười mỉm chi lúng liếng. Môi cô không tô son vẫn như son vậy. Anh trông nàng hiền lành nhưng diễm lệ.

Đáng yêu thật...

Họ chung vui một buổi đi ăn uống thật giá trị, ý nghĩa. Sau đó chàng trai Dũng dùng thẻ trả tiền và cho tiền típ thêm. Đoạn một chốc rồi họ ra về. Dũng thạo đường lái xe, nên chở Klon đi như một cách dễ dàng, giống người Sàigòn sành điệu. Song anh cho xe đi lòng vòng, để cười cợt vui thông qua các phố thị Sàigòn, rồi về đến nhà chị Sang chậm hơn chị, và hẳn là tới sau chị! Anh có chở Klon lần quần nơi trước nhà nội, nhưng anh không cho xe vào... Anh chàng chỉ lấy tay trỏ trỏ, nói nói cho Klon biết căn nhà nội anh đó thế thôi...

CHƯƠNG 5

Kế đến Dũng đưa Klon tới Vịnh Hạ Long đi du thuyền. Những ngày đi du thuyền trên Vịnh, với Dũng thì đây cũng là một thắng cảnh cực đẹp nổi tiếng của Bắc Việt Nam, mà chàng chưa bao giờ đặt chân đến. Có lẽ chờ khi có cặp đôi chăng? Còn Klon từ hồi nào đến giờ nàng chỉ ở quanh quẩn buôn làng, chơi với những mảng cỏ, con suối, đèo đồi nhỏ hẹp, và những cánh rừng bị giới hạn... Nàng có đi đâu xa? Cùng nhất là lên Sàigòn với chị Sang một, hai tuần lễ là về lại Langbiang. Vậy mà lần này được đi với Dũng, nàng như bước vào thế giới xa lạ. Klon nhìn được nhiều hạnh phúc yêu thương đến với nàng quá bất ngờ! Có lẽ sông nước mênh mông, nhìn con nước đại dương đi ngang qua, nàng nghĩ thấy mình nhỏ bé, và thật sự nhỏ bé lắm... Klon còn thật sự vui khi ở bên chàng, hơn nàng mong đợi! Dũng hết sức lịch thiệp với nàng, chăm chuốt cho Klon những món ăn ngon lạ, kiểu cách sang trọng và chu đáo. Nàng đã đem lòng cảm động... Tình cảm trở nên mãnh liệt hơn, trùng dương như dồi dào, vẫy gọi săn đón, chiếm cứ, ngự ngụ nơi nàng rồi!...

Dũng chăm sóc cho Klon một cách dịu dàng, tỉ mỉ, hết mình, nàng hết sức dấu yêu ngỡ ngàng như một giấc mơ tiên nào đến. Chính nàng thẹn thùng và yêu thương Dũng hơn nàng tưởng, gấp trăm bội phần vào tim...

Cuộc sống quá thi vị, rộng mở nơi du thuyền với nàng hơn rất nhiều. Ở nơi đây thật mọi việc đều đáng yêu, hai người từng coi show ca nhạc, kịch vui, hài, tấu trình diễn rất hay. Trên tàu họ tựa vào vai nhau thì thầm mơ màng trong giấc ngủ. Nhạc xuân yêu như ru họ vào cõi mộng thiên thai, trên khoang tàu... Một chuyến đi xa, của chiếc du thuyền rộng đã nối bờ tâm thức và như xuyên qua sợi tơ hồng, họ như sắp gắn bó ...

Và rồi Dũng đưa nàng qua tận Thái Lan để tận hưởng du lịch nhiều xứ, đây một xứ đẹp vùng lân cận của Việt Nam thân yêu của miền Đông Nam Á... Klon càng đi càng thân thiện với chàng. Tới Thái Lan, Klon Dũng đến những chốn sầm uất nhất để mua sắm. Dũng đã mua cho nàng nhiều thứ khi thấy nàng ưng ý, loay hoay Klon cầm lấy trên tay, săm soi, bỡ ngỡ, thèm khát. Mặc dù nàng bỡ ngỡ thèm khát nhưng sợ hết tiền Dũng, nên nàng là cô gái luôn e dè đắn đo... Song chàng hiểu, rồi mua cho nàng rất nhiều thứ. Nón mũ, cong kiềng, quần áo, dép guốc kiểu cọ, tranh ảnh, vật kỷ niệm, các thứ đủ đầy, nơi xứ vương quốc...

Dũng đưa Klon đến thủ đô Bangkok, chụp hình nhiều nhất với bao cảnh đẹp chùa chiền sông nước "Vương Quốc chùa chiền ấy" đã đi vào lòng họ để thưởng thức. Khi thì anh chụp cho Klon, khi Klon chụp cho anh. Có cả khi anh mượn khách du lịch chụp giùm. Họ đều sẵn sàng help giúp cho đôi tình nhân trẻ tuổi xinh đẹp lãng mạn. Dù ít ai biết được nguồn gốc cô, với cô gái sắc nước hương trời nửa kinh, nửa pha thượng này! Họ chỉ biết cô là một cô gái Việt đẹp mê ly mà thôi. Dũng vui hãnh diện khi có tình yêu và được đi bên cạnh cô!

Đến một đoạn có người ăn xin. Klon động lòng, vời vai chàng:

- Anh ơi, em cho tiền họ nha.

- Ừa em làm gì cũng OK hết. Miễn em vui bên anh là đủ rồi. Anh lấy tiền ra đưa cho Klon. Song Klon đẩy lui tay anh. Nàng nói:

- Em còn tiền mà, anh Dũng cất đi.

Và cô lấy tiền nơi ví, cô cầm 20 dollars Mỹ cho cậu bé.

- I give you. God bless to you!

Bé hiểu, và cầm tiền gật đầu, cảm ơn hai người rồi bé cất bước.

Động lòng nàng nhìn theo em thêm:

- Trông tội nghiệp, đời lắm bất công quá anh Dũng.

Klon nói mà như nước mắt muốn cay cay rưng rưng, lúc nhìn em bé đi xa, như còn lại một chấm nhỏ trong mắt nàng. Dũng biết Klon giàu lòng nhân ái, mau cảm động. Dũng lấy khăn lau cho nàng, và bảo người yêu:

- Em giàu tình thương lắm. Mình có lòng thương như thế thì tốt rồi. Anh hiểu trái tim em. Nhưng đời đâu có công bằng hết em? Càng đi chung với em, anh thấy trái tim em lạ lùng khó ai sánh kịp, tấm lòng em khó kiếm nơi nao…

- Em vẫn thấy trái tim anh lạ lùng khó ai sánh kịp, tấm lòng anh khó kiếm nơi nao…

- Ôi vậy thì đôi ta giống nhau, tri kỷ tâm tư phải hôn?

- Em cũng không biết nữa… Klon nói thơ ngây, và đổi ra tươi một chút, với nụ cười chúm chím nhìn Dũng. Cô vui vẻ gật gật cái đầu.

Dũng hiểu và hai người tiếp tục đi. Klon cứ ngoảnh lại nhìn một vài người ăn xin mà tâm cô ray rứt. Họ những người thiếu thốn vật chất. Họ ăn xin tìm tới khách du lịch, là cầu mong lòng hảo tâm của người xa xỉ… Và thầm ước kẻ khá giả, hay giàu có hơn mình, phỉ chút tình thương kẻ thấp hèn. Cho họ bữa cơm sáng, cơm chiều để họ ấm lòng thế thôi…

**

Cuối cùng là Klon, Dũng trở về Đà Lạt. Duyên đã đến, tình có thêm mặn mà... Rồi chàng tổ chức đám cưới linh đình với nàng. Cả hai được cưỡi ngựa đi chung, và đi bên nhau, đôi bạn tân lang, tân giai nhân xem lúc hoa nở, đèn treo, hương hoa bay quyện… Họ chụp hình cùng qua các phố để lấy kỷ niệm. Có gia đình ông bà nội của Dũng. Có ba của Klon. Có anh chị Sang, Trí, và một số thân hữu, cũng không đông lắm... Nhưng vẫn đủ làm cho Dũng và Klon cảm thấy hạnh phúc ngập trời vào nơi lòng họ rồi...

Những giờ phút thiêng liêng vui nhất của Klon, lại là những giờ phút buồn nhất của Hời. Chàng cầm bình rượu mang vào rừng đi qua các lối ngày đó với Klon, chàng hát câu thơ và đọc câu thơ của ai:

Ta uống say đêm nay, dù cho người xưa không tìm về nơi duyên ưa. Ta uống say đêm nay, tình ta như mưa xa nhạt nhòa. Mưa xa lưa thưa...

Ta uống cho say trong cơn nhớ nhung... mù lòa. Ta uống say cho quên đi giấc mơ đọa đày tủi hờn... Cho thù hằn cho bưa ? Ta tiếc nuối chi, để rồi tình buồn... lưa thưa.... Chỉ là nỗi buồn. Ôi giọt lệ nào sầu tuôn. Ôi giọt lệ ta tuôn... Nếu trời kia hỏi lòng ta chăng? Ta trả lời mưa giăng. Nhưng nào trời đâu có mưa giăng? Chỉ lòng ta mưa giăng và chính lòng ta giá băng. Ôi chính lòng ta giá băng...

Chàng ngã vào lưng tảng đá ngày xưa, hát tiếp bài ca "Tình Phụ Nhau" nhạc dân tộc Ê-Đê được dịch ra Việt phổ thông, rất nổi tiếng để chàng nghe lòng đỡ tủi trong cơn đau não nề. Chàng lắng dịu chút suy tư, vọng đọng một thời kỷ niệm đi qua...!

PHẦN 2- CHƯƠNG 6

Dũng đã cưới nàng Klon và rước qua Mỹ. Cuộc sống ở Mỹ. Nàng đi học English thêm với sự cưng chiều của Dũng. Giờ đây Klon đã có bầu trên sáu tháng. Thời gian nhanh nhảu quá, thời gian như không chờ đợi ai, và thời gian như vó câu qua thềm, buông mỏng đến nhẹ nhàng...

Ấy vậy mà bi kịch lại đến với nàng.

Hôm đó cha và mẹ của Dũng mới biết nàng là cô gái dân tộc. Tuy nàng đẹp xinh lạ thường.

Klon có bầu nhưng vẫn mặc áo bầu đi học thường ngày. Nơi dòng người ham kiến thức chữ nghĩa, để biết thêm về ngoại ngữ. English với đất nước America là tiếng, thứ ngôn ngữ chính. Chiếc chìa khóa cho mọi thành công. Nếu kém cỏi nó thì phiền toái lắm. Klon đã ý thức về điều đó.

Nàng đang ở lớp. Ở nhà cha mẹ Dũng lên lớp "sửa lưng"

anh.

- Tại sao ông bà nội lại cho phép con hỏi cưới một người thượng như thế chứ?

- Vì con yêu cô ta. Hơn nữa thượng kinh vẫn là con người mà. Cô là vợ con đã có bầu sáu tháng rồi. Ba má nói làm chi nữa.

- Tại sao về Việt Nam hết người đẹp lấy hay sao? Mà lấy người thượng rừng chứ?

- Ba má đừng coi thường, cố uy hiếp dân tộc họ vậy? Và tình yêu vốn xưa nay coi là hữu duyên, là một duyên nợ thôi. Số mệnh con không thể cản được lòng con. Với lại nếu nói về sắc vóc, không ai có thể mặn mà duyên dáng hơn, cô ta...

- Còn gì muốn nói, con nói hết đi.

- Dẫu là người kinh ở giữa thành phố cũng không bằng? Nếu con muốn nói, ý là so sánh như thế.

- Con biết nhà ta có thù oán với thổ tộc thượng không?

- Không. Dũng đáp lanh lẹ.

- Báo cho con biết. Bác con bỏ mạng vì một cô gái thượng đâm chết. Mẹ chàng như muốn khơi câu chuyện.

- Hã? Ai má? Dũng vẫn thảng thốt đến ngơ ngác.

- Hừm? Mẹ chàng lại tỏ vẻ lắc đầu vì đâu...

- Sao? Ai? Dũng ngạc nhiên quá. Anh phải chau mày hỏi nữa.

- Ồ đó là một sự thật, năm đó bác con đi lính vào rừng, có một cô gái đi xoắn măng. Cô ta đâm chết bác Tín trong nháy mắt, không kịp ngáp.

- Con chưa bao giờ nghe nói, có phịa đặt không? Dũng như ngẩn cao đầu để nghi vấn.

- Đó là sự thật sao má? Dũng cố hỏi thêm.

- Yes !Thấy cô ta đẹp quá. Bác con chưa kịp nhìn, cô ta đã đâm chết tươi. Vì cô ta sợ hãi.

- Vậy thì oan án cho cô. Chứ cô đâu có hành vi độc ác.

- Bất luận giết người là độc ác rồi.

- Nhưng chuyện cô gái đó có liên quan gì đến vợ con đâu?

- Nó là người thượng. Gia đình mình căm thù thứ dân giống man rợ đó.

- Không! Ba má đừng lấy một tức tửi cá nhân, mà đánh giá bao trùm. Không nên làm như vậy. Thưa ba má...

- Bộ mày không thương người bác chết oan?

- Tất nhiên là thương, nhưng đã đi qua, chết rồi. Nói cũng không thể cứu lại chuyện cũ. Chuyện chúng con ba má nên nghĩ, không liên quan chi cái chết của bác Tín, và người đã giết bác Tín. Nếu có liên quan thì nội không chấp nhận cho con cưới cô ta rồi má ơi.

- Nhưng sao con cưới một cô gái có nguồn gốc thượng?

- Đó là tình yêu. Vả lại cô gái không giết con, yêu thương con, cho con cưới. Còn gì để ba má nói? Lạ thật nha?

Ông Trung chỉ ngồi làm chứng lấy lệ khi nghe vợ ông nói với Dũng. Chứ ông không nói gì nhiều. Bà Trung đuối lý khi Dũng phán ra những câu thật, như bóp nát sự phản kháng của bà. Ông Trung thì vẫn kiên tâm cảm thấy đắng đắng nơi cổ họng, khi Dũng trả lời giàu chất triết luận, khai phóng và sâu sắc. Ông là một kỹ sư computer đã làm việc lập trình ở nhà. Bà Trung không làm gì, chỉ lo lắng cơm nước, dọn dẹp cho chồng, nhà cửa thôi, từ hồi nào đến giờ. Gia đình họ vậy.

Dũng thừa thế nói luôn:

- Nếu ba má không thích Klon. Cứ cho tụi con ở riêng.

- Con có biết là, con là con trai độc nhất không?

- Nhưng tại sao ba má làm khó cho con. Nhất là má đó. Con quyết định tuần tới con dọn về nhà mới. Giờ con công việc đi đây.

- Dũng, Dũng. Bà Trung gọi mà Dũng cứ đi không ngoái lại. Ông Trung chỉ nói một câu:

- Tôi thấy chuyện này cũng tội cho con trai ta nha.

- Anh là em anh Tín, anh nên thương vong hồn ảnh?

- Thật ra nó không có liên quan lắm.

- Vậy là tôi sai?

- Anh không biết nói thế nào lắm. Nhưng em đừng ác cảm với con dâu.

- Hứm!

Phần Dũng đã lái xe đi xa cho nguôi giận mẹ. Mặc dầu trong lòng anh, người con trai luôn thương mẹ nhất.

Không hiểu sao, mẹ của Dũng lại có cách tính nước thứ hai vào đầu. Để rồi một ngày nói chuyện với Klon xảy ra không xa với con trai bà, chỉ cách đó mấy ngày, khoảng vài hôm sau thôi.

Vừa lúc đoạn Klon đi học về. Cô vào nhà cúi chào ba mẹ đang ăn trái cây, món chôm chôm mà từ Việt Nam, xứ sở miền nhiệt đới được mang đến tận vùng đất America xa xôi này. Cô vui vẻ lễ phép thưa:

- Dạ thưa ba má con học mới về.

- Được rồi. Hôm nay ngồi xuống đây tôi nói chuyện.

- Dạ. Thưa mẹ dạy con.

- Ừa. Chuyện này mẹ chưa nói với con rất quan trọng. Con có biết là Dũng đã có vợ hỏi bên này, rồi nó về cô quyến rũ và nó yêu cô không?

- Dạ không, con hoàn toàn không biết.

- Vậy hôm nay chúng tôi cho cô biết. Cũng hơi muộn... Cô là kẻ đến sau tuy hôn thú cô có? Nhưng cô gái đó vẫn là vợ nó trước kia.

- Cô gái nào, con không biết. Con không thể... Klon lo ngại điều chi, miệng cô mở mà nói, như muốn lộn lưỡi.

- Cô dại lắm. Hay là cô mê Việt Kiều, rồi cam tâm không tìm hiểu.

- Con lúc đó thật sự không yêu ảnh. Song vì ảnh thương con và ảnh có lòng tốt.

- Đàn ông con trai, mà cua gái nào lại không có lòng tốt chứ. Cô là dân thượng rừng nữa? Cô biết chứ!

- Con chẳng cần lắm đâu, chẳng ham giàu sang, nhưng nếu con ngu si, lầm thì con...

Klon tỏ ra tự ái một chút, cô có sự chân thành, chạnh lòng nơi nàng dân thượng, nên Klon quá ngập ngừng. Má của Dũng bà Trung nhìn Klon vẫn hô hoán lên:

- Thì cô bị lầm đó chứ sao? Tôi muốn nói cho cô thức tỉnh dù có muộn. Cô gái ở đây mới là dâu thực sự, chứ không phải cô đâu nha. Bà lại lắc đầu rồi mặt như cúi gầm xuống.

Klon cảm thấy không nói được, cô mất hết niềm tin, vì sự khinh thường của mẹ Dũng. Cô đau lòng muốn đổ quỵ...

- Bình tĩnh... Bình tĩnh đi. Ông Trung kêu lên.

Klon không giữ được bình tĩnh. Cô đi học về mệt, cô hơi xay xẩm vì có bầu. Nghe tin, cô mặc nhiên hoang mang bước đi xiên vẹo, rồi bỗng nhiên té nhào bất tỉnh... Rất bất ngờ ông bà Trung loay hoay phải gọi 911. Xe cấp kỳ chở Klon vào bịnh viện khẩn cấp.

Không biết chuyện gì xảy ra. Được báo tin vợ vào bịnh viện cấp cứu. Dũng ba chân bốn cẳng lái xe từ chỗ làm việc về, như bay theo gió. Anh vào thăm ở bịnh viện nơi quận hạt.

Thấy vợ hoàn hồn nhìn mình, nhưng không vui. Anh hỏi dò xét, như có gì xảy ra to lớn trong nội tâm nàng chăng?

- Sao thế em chuyện gì xảy ra? Anh đau lòng quá em.

Klon thêm thấy buồn và nói dối:

- Em bất cẩn té. Anh yên tâm chuyện gì rồi cũng qua.

Dũng nắm tay vợ ân cần:

- Ở nhà hay ở đâu em cũng nên cẩn thận nha. Tuần tới anh sẽ đưa em về ở riêng, không còn ở với ba mẹ nữa.

- Em muốn hỏi anh chuyện. Klon thốt lên tiếng.

- Chuyện gì? Dũng nhìn vợ ngơ ngẩn.

- Mà thôi, không chuyện gì? Klon lại không muốn hỏi nữa. Nàng toan thối lui.

Vừa lúc cô y tá cho biết bịnh của Klon:

- Không sao cô ấy bị kích động chuyện chi, ảnh hưởng, là chỉ ngã nhẹ thế thôi. Ông có thể đưa cô về. Mọi cơ quan chức năng hoạt động tốt. Cần cẩn thận với thai nhi, cô nên biết. Và ông phải hết lòng chăm sóc cho vợ. Tôi mong thế...

- Dạ tôi xin hết lòng cám ơn.

(Những câu trên được nói bằng tiếng English. Song ở đây là dịch sang Việt hết để tiện theo dõi câu truyện bằng ngôn ngữ Việt chính trụ*)

Sau đó Dũng đưa Klon về nhà ba mẹ được hai hôm. Rồi

anh chuyển đưa nàng về ngôi nhà riêng. Ở Mỹ việc thuê nhà, mua nhà mau hơn ăn nải chuối chín, lẹ như ăn cơm buổi bữa chiều tiết thu... Nên anh đã mua có liền. Cứ vào ở, thủ tục anh vừa lo. Vừa kịp cho Klon về nằm nghỉ, thoải mái. Tách rời nàng và ba mẹ, vì anh sợ chung đụng gì đó sẽ làm Klon buồn!

Ngôi nhà họ khá đẹp xinh xắn, hơi ở xa cha mẹ. Nhưng anh thích có cái rừng thông, sau lưng và dân cư không mấy đông đúc. Tuy nhiên từ nhà đến trường không xa lắm cho Klon. Tính ra cũng đạt được nhiều mặt, không khó khăn gì!

Klon cảm thấy buồn. Dù Dũng chăm sóc chu đáo. Mấy hôm nay không đến trường. Cô nhớ lớp, nhớ bạn bè nơi xứ America, rồi nhớ tít xa bên xứ Việt. Klon nhớ những ngày cô đi rẫy một mình, rẫy rừng và thiên nhiên nơi đó hoang dã và đẹp thay... Nhớ những ngôi sao lấp lánh xa tít trên bầu trời, của những đêm nàng thường ngồi một góc vườn để nhìn thấy... Nàng trong cảm giác nhớ nhiều, của người con gái đi xa quê hương mơ màng, luyến lưu...

Hôm đó Dũng đi làm về. Biết chồng có chìa khóa nhưng nhìn ra cửa sổ thấy bóng dáng chồng về, cô lại ra mở cánh cửa chính. Dũng bước vào nói:

- Em khỏe không?

- Thanks anh, em bình thường.

- Em ăn uống gì chưa, anh mua đồ ăn nè. Nếu ba má có nói gì em cũng không nên bận tâm làm chi nha.

- Sao anh hỏi em câu đó. Mà anh vội vã mua nhà riêng chi? không ở với ba má. Ba má có buồn gì em không anh?

- Không đâu. Anh thương em thì anh lo thôi. Con cái ở riêng, xứ Mỹ là bình thường mà. Anh vẫn tới lui thăm ba mẹ thường xuyên. Anh không xa lánh ba má là được rồi Klon.

- Em chỉ lo lắng một điều gì đó thôi.

- Hãy yên vui và chúng ta cứ hưởng hạnh phúc đi. Phần ba mẹ để anh bù đắp.

- Dạ em không biết phải nói sao với anh?

- Gì nữa?

- Không có gì anh? Nàng nói rồi nghẹn ngào vấn an.

- Được rồi em. Dũng cũng không thể hiểu chuyện gì nơi nàng. Song anh không thèm hỏi chi sâu, và anh muốn cho qua tất cả.

Thật ra Dũng cứ hoài nghi ba má anh kể chuyện về bác Tín, chứ không khi nào anh nghĩ ra ba má anh dựng lên chuyện anh có vợ ở đây, như Klon được nghe. Tuy nhiên câu chuyện ba má kể, Dũng có vợ, trước khi lấy nàng... Dù Klon không tin, nhưng sao vẫn cứ bám lấy cô, dai như đỉa đói dứt không được, nó mạnh mẽ ngấm lần vào cô một ngày một lớn. Như cái gì đó cô không thèm muốn nuôi, nó vẫn cứ sống, cứ tự nhiên? Hẳn như nó đã mọc rể để trở thành cây cổ thụ, trong tâm trí Klon vậy. Chính Klon cũng thấy tội nghiệp cho nàng. Nàng khó bôi xóa những gì mắng nhiếc nơi mẹ chồng. Thấy vợ u buồn khác lạ. Dũng khuyên:

- Ba má anh không ghét em đâu chỉ có điều.

Klon vẫn làm thinh có vẻ xao lãng không để ý chàng. Óc cô lại rượt đuổi ám ảnh những gì ba mẹ chàng nói mới đây:

"- Cô có biết là Dũng đã có vợ hỏi bên này, rồi nó về cô quyến rũ và nó yêu cô, cô biết không?"

"- Thì cô bị lầm đó chứ sao? Tôi muốn nói cho cô thức tỉnh dù có muộn. Cô gái ở đây mới là dâu thực sự, chứ không phải cô đâu nha."

"- Đàn ông con trai, mà cua gái nào lại không có lòng tốt chứ. Cô là dân thượng rừng nữa? Cô biết chứ! "

Nàng thấy quá đau nơi lòng, âm ỉ khi nhớ lại những lời nói mẹ chàng. Nhưng Klon chỉ mang nặng riêng cho nàng. Klon giật mình với hiện tại, rồi bảo nhẹ:

- Anh ăn đi, em đi nằm chút. Em hơi mệt.

- Ừa nghỉ ngơi đi em, công việc anh sẽ làm, còn không anh mướn người ta. Anh mướn vài tiếng họ làm không mấy lăm đồng. Em nên tĩnh dưỡng. Im lặng tý Dũng hỏi tiếp:

- Em thấy thai nhi thế nào hã Klon?

- Cũng OK anh.

Klon nàng lại vào giường nằm suy nghĩ. Thì ra cha mẹ chồng chỉ vì chiều Dũng, con trai họ. Chứ thật sự không mấy yêu thương mình. Nếu thương mình, thương đứa con trong bụng mình, thì việc anh Dũng có vợ cũng không nên nói vào lúc này chứ? Lúc mà nàng đang mang thai con trai, cháu nội họ. Hà cớ gì tại sao họ phải xì xầm ra lúc này. Bao lần nàng định hỏi Dũng. Song lại thôi. Nàng cứ tự động câm miệng. Rồi lại làm nàng cứ ám ảnh khôn nguôi...

Ăn xong bữa cơm. Dũng lên tiếng:

- Ba má gởi lời thăm em.

- Em cám ơn, đã không hầu ba má. Còn làm cho ba má bận tâm.

- Em yên chí con dâu bên Mỹ không hầu ba má đâu. Đôi khi ba má còn hầu con dâu ngược lại nữa là khác. Riêng anh không để tình trạng đó. Em biết hôn?

Klon lại nói:

- Em sanh con xong anh cho em về Việt Nam một chuyến nha.

- Có anh đi với em hôn?

- Tùy anh.

- Sao lại nói với anh lạnh lùng, nhạt nhẽo thế.

- Anh đâu cần em nhiều nữa.

- Chuyện gì xảy ra em lại nói bóng, nói gió hoài.

- Không có chuyện gì cả. Em nghĩ khi em có con rồi, trách nhiệm vợ chồng hơn là tình yêu mới gặp, thế thôi.

- Anh bao giờ vẫn say đắm yêu em mà?

- Trước khi yêu em anh có một người...

- Không anh chỉ là bạn bè thôi, không yêu ai, anh cắm đầu học và làm, anh về đất Việt thăm ông bà nội rồi gặp em.

- Em, em ờ là... Nàng như nhẹ nhàng dò xét.

- Em làm sao vậy? Nghỉ đi dưỡng sức không suy nghĩ vẩn vơ nha, anh sẽ qua má ba tý được không? Im lặng một chốc. Dũng lại hỏi.

- Nhưng em cứ nói gì úp mở. Anh không hiểu? Và anh cũng cảm thấy khó chịu.

- Ừa, đùa thôi... Klon tự cảm thấy khó nói một cái gì, tuy cay đắng lòng mình, cô vẫn cố giấu, cắn răng chịu đựng!

- Chúng ta sẽ sống một đời hạnh phúc mà em. Phải vui

lên, anh muốn nhìn khuôn mặt em luôn hồn nhiên, trong sáng không chút vướng buồn.

- Vâng em nghe theo lời anh.

- Thanks em, anh qua ba má đó. Được chứ, anh về liền.

- Anh cứ đi. Cho em gởi lời thăm.

- Vâng anh sẽ nói. Em yên tâm.

Chàng ra xe chạy đi, mà sao cứ tơ tưởng bao tiếng nói vợ anh lúc này lạnh tanh, đến khó hiểu. Nhưng thôi Dũng không muốn dính líu những hồ nghi làm gì cho cực thân, mệt nhọc và có vẻ vô lý đó chứ? Dũng đang mục đích qua bên mẹ là chuyện của mẹ anh thôi.

Qua bên ba mẹ, anh có vẻ bức bách định nói gì. Vậy mà mẹ anh lên tiếng trước:

- Thôi dẫu sao cũng là vợ con rồi, ba má tức vì cô gái thượng đó giết bác Tín mà đem lòng ác cảm, song con đâu bỏ được con nhỏ này? Đúng không?

- Ô hay. Làm sao con bỏ được, người con yêu hơn bản thân con kia chứ? Klon là lẽ sống đời con. Và con muốn hỏi má, sao vợ con té trong nhà này lạ quá? Đó là một câu hỏi lớn trong lòng khi con qua đây.

- Nó bất cẩn khi bầu bì.

- Hay ba má có làm gì để cho cô đau, vợ con rất nhạy.

- Không có chi cả. Mà sao Dũng đề cập chuyện này, nó có nói chi không?

- Cô không nói gì, nhưng linh tính con thấy. Con muốn dọ hỏi ba má.

- Không có chi, tốt nhất con nên chăm sóc nó thế thôi.

- Thật sự con sợ ba má kể chuyện về bác Tín.

- Không, chưa bao giờ kể.

- Vậy con yên tâm rồi.

Đang lúc Klon ở nhà cô buồn nên đem hình bóng quyển album, nằm mà nhìn từng ảnh một. Buồn quá nàng lại lấy bức tranh của Hời lâu quá rồi mà nhìn. Bức ảnh nàng lồng vào các bức hình khác nằm chồng lên trên, khó ai biết được, nó ở vị trí nấp sâu kín theo tận hút bên trong. Nàng để thế nhưng chưa bao giờ nàng thèm nhìn. Hôm nay một nỗi buồn da diết khuấy động. Dẫu sao cũng một chút tình mới lớn, nàng giữ một góc đời riêng nơi album. Nàng muốn coi lại. Klon lấy ra nhìn say sưa…

Vừa lúc có điện thoại từ Việt Nam. Nàng nhìn:

- Hello em nghe đây chị Sang.

Thì chị Sang gọi tới để bảo:

- Klon em, Hời đã dùng mũi tên săn bắn xa xưa tự đâm nó, và bị hộc máu nữa, nó chết rồi nơi Suối Mơ chiều qua.

Klon nghe và im lặng. Sang nói tiếp:

- Hời đã qua đời mất rồi em Klon. Chị không thể ngờ… Em có nghe chị nói hôn?

Klon vẫn làm thinh.

- Em có nghe chị nói hôn Klon?

- Dạ em đang nghe.

- Chị thấy hơi tội nghiệp, tin khẩn nên báo cho em nghe tý thôi.

- Dạ. Có thể sự việc như thế sao chị? Trời ơi là trời…

- Thật đáng tiếc! Đời không thể biết trước hết được. Chia buồn sự việc này với em một chút là được rồi. Nhưng em chỉ biết vậy, rồi hãy quên đi. Sang nói tới đó thì cúp máy.

Klon sửng sốt nhắm mắt không nói được gì nữa. Cô tự nhiên bị quá xúc động. Như đã mắc bệnh suyễn từ bao giờ. Sau đó Klon lại ngất xĩu nặng. Dũng vừa về thấy vậy, là lo đưa vào bịnh viện gấp. Anh gọi 911 như lần đầu tiên. Đây là lần thứ hai, Klon phải vào viện cấp cứu, để kiểm tra sức khỏe bịnh tình. Dũng không biết chuyện gì đã xảy ra. Nhưng anh rối lên vì nàng, vợ anh trong cơn hoạn. Nên anh gọi xe chở đi ngay thôi! Cũng may là anh có linh tính chi về đúng lúc…

Lo cho vợ xong ổn định, nàng bình tĩnh mở mắt, gọi hai tiếng mơ màng: - Anh Dũng.
Và sau đó nàng lại nhắm mắt. Để nàng tự phục hồi, theo lời bác sĩ bảo.

Phần Dũng anh trở về nhà xem có gì lạ chăng? Thì ra chàng thấy bức hình của Hời buông phơi nằm trên giường.

Bức hình có chút phong độ của Hời. Lại là thế ư? Chàng không tin vào mắt mình, cũng như không muốn tin vào tai mình với những tần số mách bảo, nhưng với những gì của sự thật đang hiện ra trước mắt kia. Ôi đau đáu quá, chàng buồn bã suy nghĩ như sợ một cơn ác mộng hãi hùng đến với chàng… Chẳng lẽ ta vì yêu nàng đến mức như thế, nàng lại đi yêu người khác... Nàng đóng kịch với ta quá rồi? Klon người vợ đang lường gạt ta? Nàng có thể sống hai lòng với ta sao? Dũng khổ sở với suy nghĩ: Chàng nhìn tấm hình Hời thi đố điều chi? gương cung ráp ná kia chi? Tại sao nàng cất kỹ để dấu ta? Cha mẹ ơi đúng là con…

- Thảo nào, Klon đã kiếm chuyện với ta, và lạnh lùng với ta hơn đồng, hơn thép. Thì ra nàng vẫn còn ấp ủ yêu người này. Klon sống lỗi tày trời không thật với ta, nàng giả dối kinh tởm và đáng sợ quá? Thì ra nhờ vụ ngất xĩu này. Chính là người này thủ phạm, ta mới bắt gặp, ta vừa khai phá được đây sao? Trời ơi là trời, vợ con của tôi ơi... Hừm đáng sợ, đáng sợ thật lắm. Anh thốt lên lời nức nở và lẩm bẩm như thế. Dũng thả tấm hình rơi xuống đất lần nữa như không hay...

Dũng như rên rỉ, nhói tim phải than vãn một mình. Và chính một mình anh nghe những lời độc thoại đó.

Rồi Dũng đi đến cầm hình lên nhìn nữa, nhìn mãi, sau đó chàng ghép vào một chỗ nơi album. Vì tánh tôn trọng của Dũng, là bản năng của Dũng sống!

Nhiệm vụ anh là vào bịnh viện lại, khi các kết quả báo cáo. Nàng từ ở bịnh viện chàng đưa nàng về, với sức khỏe bình phục. Dũng hỏi tội Klon. Bằng một câu nói nhẹ như êm, và sức diễn đạt của chàng cũng hết sức bình thường với cô hôm ấy:

- Em không yêu anh thì thôi. Em về với người ta đi.

- Sao anh lại nói với em như thế. Klon dửng dưng giật mình.

- Đủ rồi, em đã gian dối anh, em cất hình người ta để nhìn, để sướng và nhớ, đến xảy ra chuyện... Chàng nói nhẹ nhàng không lên gân cốt, nhưng Klon nghe đau buốt cả lòng. Nàng bảo khi đưa mắt nhìn chồng Dũng:

- Trời ơi anh đừng hiểu lầm. Đó chỉ là kỷ niệm, khi buồn em nhìn tý thôi em không nghĩ gì hết. Vì anh đó mới tự sát và chết. Chị Sang gọi điện báo em biết. Anh hiểu lầm em.

- Hiểu lầm hừ. Thảo nào, em đau đớn quá mà phải hôn? Em không nghĩ đến em là vợ anh, em đang mang thai cho anh, con anh. Em để tình trạng xảy ra nông nổi. Hãy xa anh đi, hãy xa anh đi. Anh không muốn gì nữa. Anh không thể có người vợ ngoại tình, em sống hai lòng, dù là tư tưởng. Chứ chưa phải...?

- Trời ơi anh?

- Anh chết mất. Vâng chính xác. Anh có thể chết đi được. Lòng Dũng đã nóng lên theo câu nói.

- Anh ơi hãy cho em nói. Hãy tin em. Em, em yêu anh thật và em có con với anh thôi mà. Xứ lạ quê người em chỉ có anh. Klon nói trong dòng nước mắt lưng tròng...

- Đừng nói gì nữa hết hãy đi đi. Ba má tôi nói đúng mà. Em ác độc với tôi, như một người họ thượng nào đó... Em là hiểm họa cho tôi. Tôi từng gánh chịu bảo vệ em, khi ba má lên tiếng chê trách... Chàng nói như khóc và tiếp tục:

- Giờ thì đã hết rồi. Em hãy đi đi, em hãy đi đi, tôi xin mời. Đừng giả dối cho nhau nhiều hơn nữa.

- Anh Dũng em không phải như vậy mà, xin anh hiểu.

- Đi đi tất cả đã hết rồi. Hãy đi đi em. Người yêu quý nhất của tôi mà? Tại sao em sống như thế? Đừng nói gì nữa hết. Ơi đồ ngoại tình đáng ghét, đáng khinh. Hãy để tôi yên. Please! Please! Tôi không muốn... Chàng gào thét như một sức mạnh, mà chính tận nơi lòng chàng như đã thiểu não.

Klon không nói được gì hơn, Klon đã khóc và không hiểu sao máu cô hộc ra có ở miệng. Tuy rằng sức khỏe cô gần đây tốt. Thấy thế Dũng gọi 911 loay hoay chở cô vào nhà thương lần thứ ba.

Được bác sĩ báo cáo sau hồi thẩm định khám sức khỏe và tình hình thai nhi:

- Thai cô đã có vấn đề, nó có thể đi đến sinh non mới

bảy tháng, thằng bé có thể tử.

- Trời ơi là trời. Klon rên rỉ, khóc thầm. Khi cô nghe doctor báo tin vậy.

Dũng đay nghiến thêm:

- Em giết chết con tôi, không còn chi tình nghĩa, cô chạy theo một ảo ảnh ma tình xưa. Cô hãy về với cái mồ chết đó đi. Dũng muốn la to, nhưng hết giọng, hết hơi để la. Anh như nghẹn lại...

Klon càng khóc. Bác sĩ báo thêm:

- Đừng làm gì kinh động, đừng làm cho cô đau khổ, để cứu mạng cô. Không thì cả hai mẹ con khó tránh với tử thần.

- Dạ. Mong bác sĩ thật tận tình... Dũng nói và quẹt nước mắt. Dũng đã ra ngoài. Vì bác sĩ cùng hộ lý ra dấu hiệu cho anh rời.

Klon rồi được đưa vào phòng mổ.

Phẩu thuật tiến hành. Klon được cứu, thai nhi không thể cứu cùng. Vì thai còn non tháng, thai sẩy không đủ sức...

Thế là Klon được Dũng đưa về nhà anh chăm sóc. Dũng vẫn tốt lòng, tốt dạ sau một tuần ở viện ra về.

Một hôm Klon ngồi góc bàn. Mới sinh non, nàng ăn mặc thứ chi, dù giản dị trông vẫn rất đẹp, rất dễ thương. Song anh như bất mãn tất cả, hết muốn nhìn nàng. Hai người đang nói chuyện với nhau. Dũng ngồi nơi gần đó, nàng ngồi nơi gần đây. Mà nàng tưởng như hai bờ vực thẳm, cách xa như hai đại dương, hay hai quả núi cao không bằng. Klon mở lời:

- Nếu anh không còn thương em, hãy cho em về Việt Nam em chịu thôi.

- Không còn gì để nói, cô sẽ được toại nguyện. Nhưng hãy chờ thời gian vết thương lành lặn đã. Tôi vẫn chăm sóc cho cô tử tế. Tôi vẫn muốn làm một người con trai đàng hoàng, không bạc đãi cô đâu.

Rồi Dũng đi làm tối anh không về nhà, không đến nhà cha mẹ, không đến nhà ai, anh cứ khách sạn thuê phòng mà ở. Đêm đêm anh ra đứng hành lang ngắm sao trời mà đau xót, tự hỏi lòng không biết mình ở ngôi sao vào vị trí nào mà khổ đến thế. Và anh lắc đầu, để đón từng ngọn gió lùa lạnh buốt tâm can... Thà anh cô đơn chứ anh không thể sống với người vợ đã phản bội anh. Màng đêm như đồng lõa với nỗi đau day dứt ám ảnh tâm tư chàng, nỗi đau tưởng chừng lê la hết kiếp. Nhưng rồi anh vẫn thầm mong, nỗi buồn đó anh chấm dứt sớm hơn đi.

Tới một ngày anh mua vé máy bay và đưa cho Klon về xứ Việt như cô ước mong. Và anh không còn gì để ước muốn bên cô.

Tiễn biệt nhau lời chào đau đớn, nhưng anh đã quyết...

- Chúc em đi hạnh phúc. Chàng nói.
- Chúc anh ở lại hạnh phúc. Nàng bảo.

CHƯƠNG 7

Klon lên máy bay nàng buồn rười rượi, nàng nghĩ đời nàng đi Mỹ như một giấc mơ không hơn không kém. Về Việt Nam, lòng buồn cô đau như cắt thật. Con nàng ra đi, nàng tiếc lắm. Còn Dũng nàng không còn gì để tiếc. Vì Klon sống trọn vẹn nghĩa vợ chồng. Cô nghĩ cô chưa bao giờ phản bội chồng. Chẳng qua vì cha mẹ Dũng khinh khi cô quyến rũ Dũng. Nên Klon tự ái, đi tìm chút dư hương xưa, trong dư ảnh, nơi album để coi cho đỡ buồn, để an ủi, để nhớ về một thời... Vâng! Một thời. Điều đó không có nghĩa là nàng phản bội. Nàng đã từng thề với lòng mình, luôn yêu chồng Dũng cho trọn nghĩa tào khang! Thế mà ông trời lại không cho nàng như ý muốn, để giờ giữa đường gãy gánh. Đường đi hai lối, dở dang nàng chịu đọa đày... Song ly cách biệt, tơ hồng sớm rẻ phân chia... Song nàng thấy tận nơi tâm linh một chút của nhẹ nhàng. Bởi nàng cho không phải lỗi nơi nàng. Nàng không trách cứ mình, cũng không trách cứ ai. Nỗi đau đớn nàng có, nhưng Klon lại không khổ phiền tâm ý!

Chuyến bay cất cánh rồi cũng hạ cánh theo lịch trình của nó, dù nàng có muốn hay không trong tận đáy lòng, thì ticket chồng nàng vẫn mua cho nàng về xứ Việt. Vâng về xứ Việt, nàng không về Sàigòn thăm chị, không vào thăm nội của Dũng. Klon chỉ muốn về quê hương ruột thịt của cô. Nơi đó có mẹ nàng đã ngủ giấc ngàn thu. Và nơi đó có người cha bám lấy đất quê, có những con ngựa ngoan hiền, nhẫn nại, bất tranh... Có ba làm nghề nuôi dạy ngựa cho thuê từ lâu...

Ba của Klon đang chăn ngựa, về vào nhà xong bỏ valise vào một chỗ, nàng cất bước tìm ba ngay.

Thấy con ông Nguyên Chinh quở trách, như nhìn thấy chuyện gì xảy ra không hay:

- Con về ư Klon, chồng đâu? Sao con lại về một mình?

- Anh Dũng đã không còn yêu con nữa, và đuổi con đi.

Ông Nguyên Chinh cứ để Klon đứng đó, ông kiểm tra lại cột ngựa bằng những sợi dây thừng cho thật chặt gốc, rồi quay lại bên con gái nói:

- Ba không nghĩ là thằng Dũng tệ như vậy. Chắc con có sai lầm gì?

- Con coi hình anh Hời, lúc chị Sang gọi điện báo Hời tự sát hộc máu thế là...

- Rồi sao nữa?

- Con xúc động bị ngất xỉu.

- Trời ơi không nên dễ dàng với cảm xúc như thế. Chồng con sẽ không hài lòng, tâm lý đó. Con nên biết?

- Con thật bất ngờ khó thể kiểm soát được. Nhưng con có nghe má ảnh nói ảnh đã có vợ bên đó. Con chỉ là một thứ gái quyến rũ trai, có hôn thú với anh Dũng hơn cô kia thôi.

- Vậy tại sao con không hỏi Dũng?

- Con không muốn hỏi đâu.

- Klon phải hỏi dù đau lòng. Phải biết đâu là sự thật chứ?

- Nhưng nếu ảnh có cũng khó thể nào giải quyết.

- Con không nên nghi ngờ để khổ bụng, thà biết ra thế nào? Nhưng ba nghĩ Dũng không tệ. Dũng 100% là như vậy, không tồi tệ đâu. Ba xin nhắc lại như thế. Mặt khác con có biết chuyện vợ chồng hệ trọng. Ba không muốn con dở dang.

- Con muốn về đây nuôi ngựa với ba và con sống nơi này. Cuộc sống bình dị...

- Không thể được. Ba không chứa con.

- Thì Klon ở bụi.

- Ba thương con, vẫn không chứa con. Thằng Hời chết con đâu cứu được. Con lại làm tan thương tình cảm vợ chồng. Lỗi do con, ba không chấp nhận. Ba không đồng ý.

- Nhưng...

- Con phải biết sai lầm, con nên ăn năn xin lỗi Dũng.

- Con không làm như thế, khi con biết ảnh không còn tin con. Và một góc nào đó, con mất niềm tin nơi ảnh. Klon nói mà khóc nước mắt rưng rưng, rồi muốn ứa trào.

- Người ta không tin. Con quyết làm cho họ tin chứ! Ông Nguyên Chinh nói, nhìn thẳng vào mắt con gái.

- Con không muốn. Nàng vẫn trả lời dịu dàng.

- Con về thành phố thăm Sang, và nội của Dũng chưa?

- Chưa, con không cần.

- Đồ dại dột, ngu như bò, ba không nhận con nữa. Ba nuôi con ăn cơm ngon, không ăn phân lợn gà mà? Con hãy đi đi để ba yên, đi đi biến. Biến nhanh giùm... Biến nhanh giùm. Làm ơn... Làm ơn! Tôi không muốn nhìn một sự thật.

Klon chỉ im lặng. Nàng trong lòng đầy vẻ ngậm ngùi... Khi ba ruột muốn tống nàng đi cho khuất mắt và ông thả ra hàng loạt câu phiền trách...

Nàng vẫn buồn ú ớ gọi:

- Ba ơi...

- Không ba không búa gì cả, đi đi cho tao khuất mắt. Không nhận con là con gái nữa đâu?

- ...?

Khi đó Dũng ở lại căn nhà một mình rộng lớn và nhớ Klon vô cùng.

Anh nhớ lại buổi đầu thấy nàng trong cửa kính hiệu Hoa Phong Lan, ở Quận 1, tiệm kính của chị Sang, nhớ kỷ niệm hai đứa trên thuyền ở Vịnh Hạ Long với chương trình ca nhạc có show trên thuyền. Những bản nhạc xuân mà nàng ưa, nàng thích, và nàng rũ người vào lòng chàng mà nghe. "Mùa Xuân Đó Có Em" "Mùa Xuân Đầu Tiên" "Hẹn Một Mùa Xuân." Hông hiểu sao hôm ấy nghe một loạt toàn nhạc xuân xao xuyến! Rồi anh nhớ đến cuộc đi du lịch Bangkok Thái Lan. Nhớ những khi nàng tỏ ý cùng chàng cho tiền những em bé ăn xin lạc loài. Và nhớ anh với nàng được cưới nhau, tay trong tay hạnh phúc ngày hôn lễ v.v...

Bao nhiêu hình ảnh nhớ nhung cuộn xé lòng anh. Bỗng anh nghi ngờ điều chi. Anh vội sang nhà ba mẹ để gặp và hỏi. Ba mẹ anh đang chơi ván cờ vua. Dũng vô chắn ngang:

- Con về để hỏi trong vụ này. Con muốn thưa ba má.

- Chuyện chi thế? Cả ba mẹ đều lên tiếng một lượt.

- Vợ con Klon, ba má có nói gì cô ta? Tại sao cô ta lại ngất xỉu lần thứ nhất ở đây, rồi bi kịch bắt đầu từ đó.

- Không, ô hay con trai? Mẹ chàng phản ứng nhìn.

- Con không tin, ba má chắc có nói vụ bác ba Tín chết vì một cô gái thượng hung ác gây ra?

- Không, ba má chưa từng nói. Mẹ chàng chống chế bảo thế thêm.

- Vậy tại sao cô lại buồn từ đó?

Ba Dũng lại nhìn má chàng, má chàng lại nhìn ba chàng. Bà thấy tội Dũng. Nên bà thú thật.

- Ba má không nói về chuyện bác Tín chết, vì một cô gái thượng độc ác. Nhưng má...

- Má sao hã má? Chàng ngạc nhiên chụp hỏi.

- Má, má nói là Klon - Cô quyến rũ thằng con trai tôi. Dũng nó đã có vợ bên này rồi.

- Trời ơi là trời! Sao ba má nỡ nhẫn tâm kỳ lạ vậy? Chết con má ơi.

Má của Dũng phân minh tiếp:

- Vì lúc đó ba má còn ác cảm, với cái chết đáng thương của bác Tín. Cũng vì một cô gái thượng...

- Tại sao ba để má làm như vậy, thật khủng khiếp? Con thật không thể ngờ. Chẳng liên quan gì với vợ con cả. Trời...

- Con biết mà, ba có khi nào cản má con điều gì. Tánh má con rất ngang ngược hơn con ngỗng lớn, không thích ai phá ý kiến mình. Phá đường lối mình. Ông Trung phân tích.

Cậu nghe thất vọng lắc đầu:

- Vậy mà bấy lâu nay Klon cứ im lặng, nỗi đau nghi ngờ má phịa ra đó, rồi hôm nay con đuổi đi, cô ta càng nghi.

- Nhưng nó đã mê hình người yêu cũ con kể.

- Ba má đánh cho cổ những nhát dao đau quá. Thành ra nên đôi khi Klon tủi thân, đi xem lại hình yêu ngày xưa thế thôi, đó là tâm lý chung. Giờ thì con nghĩ chắc vậy? Trời ơi...

- Vậy con tính sao? Má chàng hỏi gấp.

- Con không thể sống thiếu cô đó. Dũng lắc đầu trả lời, anh nhìn sàn nhà, và đưa mắt nhìn ra bầu trời. Bầu trời trong veo kia, nhưng lòng anh tan nát, rạn nứt, xám xịt...

- Ba má nghĩ lại cũng thương nên không biết làm gì? Giải trí trò này cho nguôi ngoai.

- Thật là ác cho con. Con đã ghen người ta, và đuổi đi khi cô ta sẩy thai đứa con. Con vì bực không dằn lòng được, nơi lửa ghen hừng hực của con... Trời ơi... Ba má ơi?

- Ba má nghĩ lại thương nó tội và hiền nhất, không mét với con, tấm lòng thật đức hạnh. Nếu con về đất Việt rước nó lại. Ba má sẽ xử sự tốt hơn.

- Cô ấy sống với con không bao giờ nhớ người yêu cũ, rất tốt với con. Tại ba má làm cô thất vọng nên tìm dư hương xưa. Tìm ảnh cũ nhìn, hơn nữa lúc đó người tình năm xưa tự sát. Cổ nghe chị Sang báo, thành có lẽ là Klon có chút lòng nhân. Chỉ vậy thế thôi chắc. Bây giờ con mới sáng tỏ ra tất cả...

- Rồi sao nữa con trai? Mẹ cậu bối rối thấp thỏm.

- Vậy mà con hồ đồ, làm đổ vở một tình cảm vợ chồng.

- Đừng nói nữa con trai, nếu thương nó thì mua vé máy bay về rước nó lại, thế thôi hành động đi.

- Con không ngờ ba má lại íck kỷ xấu bụng với Klon. Klon có lỗi lầm chi? Mà con cũng trở thành hồ đồ, để người làm hại cô rồi.

- Nó rất tốt, tại lúc ma đưa lối quỉ chỉ đường. Nghĩ đến bác Tín và lo sợ cho con thôi... Thôi đi đi con trai. Mua vé về Việt Nam đi. Không sẽ chậm, nếu như cô ta lỡ dại, không đủ sức để tin vào cuộc sống thì...

- Phải đó con, còn kịp hãy làm đi, má mày thức tỉnh rồi đó. Ba của Dũng, ông Trung giờ mới nói thế.

- Con hiểu. Cậu chỉ còn gật gù đau khổ.

Sau đó Dũng chia tay ba mẹ và bốc vé về Việt Nam liền. Anh ước gì anh bay được, anh sẽ bay gấp. Nhưng mà làm sao anh bay được chỉ chờ máy bay công nghệ thôi. Tự nhiên lòng chàng và tay chân như run lên hết, không kém gì như cây trước gió, như giông giữa biển khơi, với những chuyện không đâu... Linh tính anh cảm giác không hay, có thể điều gì bất ổn cho Klon? Rất có thể xảy ra? Chàng nghĩ... Và Dũng đang làm thủ tục mua nhanh nhất để có vé về xứ Việt.

CHƯƠNG 8

Ông Nguyên Chinh đuổi, Klon cứ đi lang thang một mình, lội qua bao dòng suối, bao cánh rừng, bao hố nước, bao hương hoa thiên nhiên. Nhạc sầu dâng trong lòng cô miên man. Cô không biết nên về đâu, và đi về đâu? Nàng lại thèm nghe bài "Mưa Rừng" mà giọng chị Sang hay ca cho nàng nghe khi còn nhỏ. *Mưa rừng ơi mưa rừng. Hạt mưa nhớ ai mưa triền miên. Phải chăng mưa buồn vì tình đời. Hay mưa sầu vì lòng người duyên kiếp không lâu. Mưa từ đâu mưa về, làm muôn lá hoa rơi tả tơi. Tiếng mưa gió lạnh lùa ngoài cành, lá vàng rồi lìa cành. Cho ta nỗi niềm riêng...*

Ôi! ta mong ước xa xôi, những đêm mãi cô đơn gửi tâm tư về đâu?Mưa thương ai? Mưa nhớ ai?

Mưa rơi như nức nở mưa rơi trong lòng tôi. Mưa rừng ơi! Mưa rừng. Tìm đâu hỡi ôi bóng ngày xưa Mỗi khi mưa rừng về muộn màng. Bóng chiều vàng dần tàn. Lòng thương nhớ nào nguôi.

Lúc này nàng rất lấy làm yêu thương lời bài hát đó. Mưa

rừng ơi! Mưa rừng!

Rồi Klon chợt nghĩ đến mẹ. Klon phải về phố mua ít thuốc để vào rừng uống và ngủ quên đi tất cả. Klon muốn tìm về với mẹ cho êm thắm. Cô quyết định thế cho quên cuộc đời đầy chất bão tố nơi cô. Cứ tới mỗi tiệm, Klon mua một ít thuốc ngủ bảo là:

- Bán cho tôi mua ít viên thuốc ngủ, cho mẹ tôi vì mất ngủ. Mỗi tiệm cô mua vài vỉ viên thôi. Cô đi mua xa nhà, nên ai mà biết cô ở đâu, nên họ bán ráo. Lại trông nàng xinh đẹp, sang, yêu đời. Ai lại là không bán giúp kia chứ!

Mua được, xong Klon vào rừng đến nơi đó. Klon thăm mộ mẹ, cắm lên mộ mẹ bó hoa huệ trắng. Nàng thầm mong nói:

- Mẹ ơi, đời con không may mắn, bao yêu thương bao vinh nhục trần gian con muốn bỏ lại. Mẹ hãy tha thứ cho con. Con gái muốn đi theo mẹ. Cho đời con bớt khổ.

Gió rung lay, bao cánh hoa tươi bỗng hóa biết buồn. Nàng rời ngôi mộ mẹ, để đến với thuốc. Klon định dùng thuốc hủy bỏ đời mình giữa rừng rú quê hương…

Lúc này Dũng vừa về Sàigòn xuống máy bay tìm về nhà chị Sang. Về được nghe Sang kể nơi nhà riêng chị. (Hôm đó chị Sang nghỉ và anh Trí coi shop.)

- Nó không về nơi đây. Nó về thẳng buôn Langbiang. Em nên tìm về gấp không thì không kịp. Tánh Klon thấy vậy còn dại lắm.

- Vâng. Em sẽ đi ngay. Dũng không cần nói gì nữa. Đối với chàng Klon bây giờ là trên tất cả - Mạng sống và linh hồn nàng.

Dũng không đi máy bay nữa. Máy bay chưa có khách đủ đi, thì lại chờ chậm mất. Anh nghĩ liền lên đi xe taxi loại chạy nhanh nhất và đi về làng, về nhà cha vợ Nguyên Chinh. Anh không còn kịp thời gian để thăm nội. Anh về thấy cảnh vật trống trơn tiêu điều, trước sau vườn im vắng vẻ hiu quạnh! Chàng định tiến vào rừng gọi kêu. May quá, trước hết chàng đã mau gặp hai con ngựa của cha vợ, chúng đang gặm cỏ một nơi, Nguyên Chinh cột thả ở đó, ba Klon nuôi ngựa mà. Khi ai cần cỡi ngựa, thì ông cho mướn rong chơi. Hoặc ai muốn thuê kéo gỗ, kéo vật chi nhẹ, chút chút khi họ cần. Ông vẫn sẵn sàng cho thuê... Đó vẫn là niềm thú vui, và kiếm tiền lợi tức của ông sinh sống. Chàng mừng khi thấy ngựa, thấy cơ hội đã cho phép. Chàng đi tìm gọi:

- Ba ơi! Con về đây. Em ơi anh về đây. Ba ơi con về đây. Em ơi anh về đây Klon! Em ơi, em yêu dấu của anh!

Chàng kêu mãi như thế trong rừng. Âm vang vang xa. Rồi như quay lại đọng lại môi chàng...! Hai, ba lần gọi như thế, và Dũng phải cuốc gót đi nhanh hơn...

Ba của Klon cột ngựa ăn nơi đó, ông đi kiếm vì thấy Klon vắng lâu trên một ngày chưa về. Ông vào rừng đi theo hướng mà Klon thường đi. Ông nghĩ ông hết giận ông sẽ thương Klon nhiều hơn, và mong con gái Klon sẽ thấu cảm cho hoàn cảnh la rầy của ông hơn. Thì bất chợt ông Nguyên Chinh thấy trên phiến đá ngày xưa Klon thường nằm hoặc ngồi ở đây, sự thể lại khác. Là nàng vừa uống thuốc và ngủ mê rã rời. Ông Nguyên Chinh không tin vào mắt mình, nhưng đó là sự thật. Ông bất ngờ nhận lấy đau đớn, ông liền khóc than một cách thảm bại, nước mắt chảy vàng vọt cả mặt mày. Lưỡi ông Nguyên Chinh như cứng lên không nói được. Thì cũng vừa lúc thấy Dũng từ sau lưng đi đến. Dũng hiện ra như giấc mơ.

- Con đã về đấy ư Dũng? Và như có một phép màu ông đang nghĩ. Nguyên Chinh nói có mấy chữ mà lòng nghèn nghẹn. Dù ông vẫn chưa biết Dũng về có lợi gì không?

- Dạ con về đây. Dũng như không còn thời gian để nói dài hơn. Anh nhìn Klon rũ rượi ngấm thuốc. Những vỏ và bọc thuốc. Nàng mới uống còn mở nguyên bọc để đó chung quanh. Chàng nhìn đó cứ cho rằng các bọc thuốc kia những tên hung đồ giết người con gái anh yêu rồi. Chàng cho là như vậy. Chàng đau khổ thở dốc hỏi nhanh:

- Sao em nỡ bỏ anh Klon? Anh vẫn yêu em mà. Klon ơi, ngàn đời anh yêu em! Xin ba tha thứ cho con ba ơi... Dũng nói anh nhìn sâu vào người ông Nguyên Chinh.

Rồi nhanh như chớp. Dũng cõng vác Klon về và trực tiếp gọi xe đưa đi cấp cứu, ở tỉnh thành Đà Lạt. Vào bịnh viện cấp cứu nhanh nhất. Không cần nói nhiều hơn...

Sau thì Klon mới tỉnh lại, hơn hai tiếng đồng hồ phải súc ruột và chăm thuốc điều dưỡng. Dũng nắm tay Klon chua xót:

- Tha thứ cho anh, anh mãi mãi yêu em, hãy về với anh. Anh không thể sống thiếu em. Giờ thì anh đã hiểu ra mọi lẽ.

- Anh có thật sự yêu em không? Klon chợt tỉnh nói hơi nhẹ như mơ, và chỉ nói mấy chữ thì cô dừng lại.

- Anh, anh thật sự yêu em, anh nhớ em, đời này không có ý nghĩa gì nếu mất em, hoặc anh phải xa em. Hãy tin anh, ba má anh giờ hối hận vì gạt em bảo là anh có vợ, đúng không em? Anh chưa có vợ người nào, ngoài em, anh chỉ yêu em nhất mà.

Klon làm thinh đượm buồn.

Dũng đã hôn lên tóc cô như nỗi cô đơn anh cần san sẻ. Như những mong manh hội tụ trở về bồi đắp, như nỗi nhớ nhung xứng đáng đền bù. Như nắng ấm tràn về sau bão giông, như cơn hồng thủy qua rồi thời thác loạn. Như thế giới đau thương trở về thanh bình, an lạc... Như ngay trong giờ phút này, lòng hai người như trôi đi, trôi đi và trẻ lại... Trôi về hướng đẹp đẽ vô cùng! Đã qua đi những thác ghềnh đắng cay, ngậm ngùi!

**

Sau này họ trở về, sum hợp lại bên Mỹ. Thời gian thật là thoi đưa nhanh chóng. Chẳng bao lâu, Klon mang bầu và lẹ làng sinh cho anh một đứa con trai mới tiếp theo. Con trai anh lớn lên biết đi, nó không ưa đi giày mà chỉ ưa đi sandal trong chân nó thôi, và nó ưa đội cái mũ lệch luôn ngược chiều hơn thiên hạ, miệng cũng ưa nói tía lia. Nhưng cả ba mẹ Dũng, Klon, và ông bà nội cưng lấy làm sao. Nên tên cháu cưng được ông bà nội đặc cho là Roy Tran - Ý nghĩa Roy là vua. Và gia đình nhỏ họ hay đi chơi ngoài park, sân cỏ thiên nhiên, hoặc những nơi có hồ lake, nơi dòng nước, những giọt nước chảy xối đẹp... Song nhiều nhất vẫn là đi "show game." Dũng rất ưa thích các trò chơi ở đây. Anh tập dần Klon đã mê thích theo anh... Cùng với thằng con trai, có đôi mắt giống mẹ như đúc, nó chạy nhảy lanh lợi như sóc con kia, và mọi chuyện vẫn ưa vòi vĩnh bên ba Dũng hơn má Klon kia. Họ đã sống hạnh phúc bên nhau. Cả hai nhìn ra những gì khiến họ phải đổ vỡ đau đớn - Và để tình yêu họ bây giờ được bù đắp, thắt chặt, hồi sinh bội phần...

Dũng vẫn hay đưa vợ con về thăm ba má anh mỗi tuần khi ba má gọi, vì họ nhớ cháu nội cưng Roy Tran của họ. Cả gia đình lớn của họ đã nhìn ra hạnh phúc là lẽ sống. Điều thiết cần trong con người là tha thứ, bao dung, hiểu nhau, và họ phải quên đi một thời quá khứ sai lạc...

Nơi ngôi nhà riêng vợ chồng anh. (Phải nói thêm Klon rất yêu và thích hoa, nàng thích chăm sóc hoa hồng nhất.) Những đóa hoa hồng với thân leo, thơm nở trước nhà anh, trong vườn nhà anh, và bao loài hoa khác đẹp. Chúng cứ tươi tắn hơn từng ngày, và qua mỗi ngày... Có lẽ chúng như cố tìm tặng đến anh, sự vinh quang hiện hữu cho hai người và thằng nhóc con Roy Tran của họ...

HDT. Viết 2015. */

Nhân Ảnh
2025

Liên lạc tác giả
tranhieuthaovi@gmail.com
(678) 462-4754

Liên lạc Nhà xuất bản
han.le3359@gmail.com
(408) 722-5626

www.ingramcontent.com/pod-product-compliance
Lightning Source LLC
LaVergne TN
LVHW090217051026
849517LV00001B/100

* 9 7 9 8 3 4 8 5 8 7 3 6 9 *